മംഗളോദയം

കഴുകുകളുടെ ഗീതകങ്ങൾ

2100 ജനുവരി 01-30

വിമൽ വിനോദ് വി.കെ.

കോഴിക്കോട് ജില്ലയിലെ കടിയങ്ങാട് എന്ന
ഗ്രാമത്തിൽ 1995 ഫെബ്രുവരി 2ന് ജനനം.
അച്ഛൻ: വിനോദ് കുമാർ ടി.വി. അമ്മ: ബിന്ദു വിനോദ്.
സഹോദരി: വിസ്മയ വിനോദ്.
ഇപ്പോൾ ഇംഗ്ലണ്ടിലെ യൂണിവേഴ്സിറ്റി ഓഫ്
പ്ലിമത്തിൽ എം.എസ്.സി. സൈക്കോളജി വിദ്യാർത്ഥി.
മാംഗ്ളൂർ യൂണിവേഴ്സിറ്റിയുടെ കീഴിൽ ആൾവാസ്
കോളേജ്, മൂഡ്ബിദ്രിയിൽനിന്നും ബി.എ. ഓപ്ഷണൽ
ഇംഗ്ലീഷ്, ജേണലിസം & സൈക്കോളജിയിൽ ബിരുദം.
പോണ്ടിച്ചേരി യൂണിവേഴ്സിറ്റിയിൽ നിന്ന് ഇംഗ്ലീഷ് &
കംപാരറ്റീവ് ലിറ്ററേച്ചറിൽ ബിരുദാനന്തര ബിരുദം.
പ്രമോദ് രാമന്റെ 'രതിമാതാവിന്റെ പുത്രൻ' എന്ന
കഥാസമാഹാരത്തിലെ ആദ്യ നാല് കഥകൾ
'Ten Steps of the Eunuchs Uniques'
എന്ന പേരിൽ വിവർത്തനം ചെയ്തു.
മാലിദ്വീപിലെ ഇഹദ്ദൂ സ്കൂളിൽ ഐ.ജി.സി.എസ്.സി.
ഇംഗ്ലീഷ് ആസ് എ സെക്കൻഡ് ലാംഗ്വേജ്
അദ്ധ്യാപകനായി മൂന്നു വർഷം പ്രവർത്തിച്ചു.
പ്ലസ് ടു വിദ്യാർത്ഥിയായിരിക്കെ പന്ത്രണ്ടു കഥകളും അഞ്ച്
മിനിക്കഥകളും അടങ്ങുന്ന 'കോടതിയലക്ഷ്യം' എന്ന
കഥാസമാഹാരം എതിർദിശ ബുക്സ്, പയ്യന്നൂർ
വി.ആർ. സുധീഷിന്റെ അവതാരികയോടെ പ്രസിദ്ധീകരിച്ചു.
കാസറഗോട്ട് കെ.സി.എൻ. ചാനലിൽ
ന്യൂസ് റീഡറായി പ്രവർത്തിച്ചിട്ടുണ്ട്.
Mob: +91-9447151564, +91-8848770558, +44(0)7570275771.
Email: vimalvinodvk@gmail.com

നോവൽ

കഴുകുകളുടെ ഗീതകങ്ങൾ

2100 ജനുവരി 01–30

വിമൽ വിനോദ്

MANGALODAYAM
an imprint of GREEN BOOKS

mangalodayam
an imprint of green books private limited
gb building, civil lane road, ayyanthole,
thrissur- 680 003, kerala
ph: +91 487-2381066, 2381039
website: www.greenbooksindia.com
e-mail: info@greenbooksindia.com

branches:
thrissur 0487-2422515
thiruvananthapuram 0471-2335301
calicut 0495 4854662

malayalam
kazhukukalude geethakangal
2100 january 01-30
novel
by
vimal vinod

published july 2023

cover design : jyobish

printed in india
repro india ltd

isbn : 978-81-963780-9-7

₹ 340.00
GMGPL/169/2023

സമർപ്പണം

നരേന്ദ്രമോദിക്ക്
ബിൽക്കിസ് ബാനുവിന്
മോഹൻ ഭാഗവതിന്

അസദുദ്ദീൻ ഒവൈസിക്ക്
തസ്ലീമ നസ്റിന്
താലിബാൻ വിസ്മയമാധ്യമത്തിന്

എം.എ. ബേബിക്ക്
റ്റി.ജെ. ജോസഫിന്
ന്യൂമാൻ കോളെജിന്

ബി.എൽ. സന്തോഷിന്
ഗൗരി ലങ്കേഷിന്
എസ്.എൽ. ഭൈരപ്പയ്ക്ക്

റാണ അയ്യൂബിന്
സൽമാൻ റുഷ്ദിക്ക്
മെഹ്ദി ഹസ്സന്

മൗദൂദി മീഡിയ വണ്ണിന്
ഫാറൂഖിന്
നൂപുർ ശർമയ്ക്ക്
കനയ്യ ലാലിന്
ഇംതിയാസ് ജലീലിന്

വേട്ടക്കാർക്കും
ഇരകൾക്കും
ഇടയിൽ പെട്ടു പോയവർക്കും

തുഞ്ചൻപറമ്പിലെ കഴുകൻപാട്ട്

വായനയുടെ നഗരത്തിരക്കിലെ കെട്ടിടസമുച്ചയങ്ങൾക്കിടയിലൂടെ, ഏറെനേരം വീശിയ ഒരിളംകാറ്റോ, രാഷ്ട്രീയ വാർത്തകൾക്കിടയിലൂടെ കുത്തിയൊലിച്ചു വന്ന ഒരു മലവെള്ളപ്പാച്ചിലോ മനസ്സിൽ ഒരാശയപരാഗണം നടത്തി. പകൽവെളിച്ചം ഓലക്കീറു തുളച്ച് സാരി വലിച്ചു കെട്ടിയ ജനലഴികൾക്കിടയിലൂടെ നൂഴ്ന്നിറങ്ങിയും ഇരുട്ടിൽ ചിമ്മിനിവിളക്കിന്റെ മണ്ണെണ്ണനീലപ്പിടിയിൽ മുനിഞ്ഞു കത്തുന്ന കട്ടിമഞ്ഞ അരിവാൾനാളത്തിന്റെ അരണ്ട വെളിച്ചക്കീറിലൂടെയും ആ കഥയ്ക്ക് കൗമാരത്തിന്റെ ഏകാന്തത അനുകൂലപരിസ്ഥിതിയൊരുക്കി. മണ്ണുതേച്ച വെട്ടുകല്ലിന്റെ ചുമരിൽ തലചായ്ച്ചും ചാണകം മെഴുകിയ നിലത്ത് കാൽവിരലുകളുടെ ഞെട്ടപൊട്ടിച്ചും 2012ൽ കോഴിക്കോട്ടെ കായക്കൊടിയിലെ ആ ഗ്രാമത്തിലെ ഞാനും എഴുപത്തഞ്ചു കഴിഞ്ഞ അച്ഛന്റെ അമ്മയും മാത്രം ഒന്നരവർഷം താമസിച്ച ആ ഇരുമുറിവീട്ടിലിരുന്ന് രണ്ടാഴ്ചയ്ക്കുള്ളിൽ ഞാൻ ആ നോവൽ എഴുതിത്തീർത്തു.

അച്ഛൻ കണ്ണൂർ സെൻട്രൽ ജയിലിലായിരുന്നു. അമ്മ തിരുവനന്തപുരത്തെ ഒരു ക്രിസ്തീയ സന്ന്യാസിനീമഠത്തിൽ പണിയെടുത്ത് ഏറെയഭിമാനത്തോടെ എന്നെയും അനിയത്തിയെയും പഠിപ്പിക്കാൻ ഉത്സാഹിച്ചു. പക്ഷേ, വിഷാദത്തിന്റെയും മാനസികമായ മറ്റു പല തകർച്ചകളുടെയും വക്കിലായി മിക്കദിവസങ്ങളിലും സ്കൂളിൽ പോകാതിരുന്ന പ്ലസ് ടു കാലം! നല്ല വായനാശീലമുള്ള എന്റെ രണ്ടു സുഹൃത്തുക്കൾ, ചന്ദനയും അശ്വജിത്തും എന്റെ ഈ നോവൽ വായിച്ചു. ആ സമയത്ത് 'കോടതിയലക്ഷ്യം'

എന്ന ആദ്യ കഥാസമാഹാരം പ്രസിദ്ധീകരിക്കപ്പെട്ടു. പക്ഷേ, ഈ നോവലിന് ഇനിയും ഏറെ മിനുക്കുപണികൾ വേണമെന്ന് ഞാൻ എന്നോടുതന്നെ പറഞ്ഞു.

കർണാടകയിലെ മൂഡ്ബിദ്രിയിലെ കോളേജ് ഹോസ്റ്റലിലിരുന്നും പിന്നീട് എറണാകുളത്തെ സെയിന്റ് ആൽബെർട്സിൽ പഠിച്ചുകൊണ്ടിരിക്കെ ഒരു പെയിങ് ഗസ്റ്റ് മുറിയിലിരുന്നും ആ ആശയശിൽപ്പത്തെ പലകുറി അടിമുടി ഉടച്ചുവാർത്തു. ഒടുക്കവും കഥാതന്തു മാത്രം അവശേഷിച്ചു. പിന്നീടെങ്ങനെയോ പോണ്ടിച്ചേരി സർവ്വകലാശാലയിലെ മൗലാനാ അബുൽ കലാം ആസാദ് ഹോസ്റ്റലിലിരുന്ന് മുഴുവനായും എഴുതിത്തീർത്തു.

2018ൽ ഗ്രീൻ ബുക്സ് പ്രസിദ്ധീകരിക്കാമെന്നേൽക്കുകയും 2019 ൽ ശ്രീ. എം.കെ. ഹരികുമാർ അവതാരിക എഴുതാൻ സന്മനസ്സ് കാണിക്കുകയുമുണ്ടായി. എന്നാൽ വിചാരിച്ചിരിക്കാതെ മൂന്നു വർഷം മാലിദ്വീപിലെ വിദ്യാഭ്യാസമന്ത്രാലയത്തിനു കീഴിലുള്ള, ഹൃദയത്തോട് ഏറെ ചേർന്നു നിൽക്കുന്ന, വിദ്യാർത്ഥി സഹപ്രവർത്തക സാമൂഹികതലങ്ങളിലൊക്കെയും ആഴമുള്ള അനേകബന്ധങ്ങൾ സമ്മാനിച്ച, ഇഹദ്ധൂ സ്കൂളിൽ അദ്ധ്യാപകനായി പ്രവർത്തിക്കേണ്ടി വന്നു. മനസ്സിൽ പലതരം അറ്റകുറ്റപ്പണികൾക്ക് രൂപരേഖ തെളിഞ്ഞുവന്നിരുന്നുവെങ്കിലും ദൈവനിന്ദ (വാസ്തവത്തിൽ മതസ്ഥാപകവിമർശനം) വലിയ നിയമക്കുരുക്കുകളിലേക്ക് തള്ളിയിട്ടേക്കാവുന്ന മാലിദ്വീപിലെ കട്ടിമണ്ണെണ്ണപ്പച്ചക്കടലിൽ പവിഴപ്പുറ്റുകൾ തേടി ഊഴിയിടുമ്പോഴും ഇടയ്ക്കൊക്കെ ആലോചിച്ചത് എങ്ങനെ ഈ അതിഭാവുകത്വം നിറഞ്ഞ നാടകത്തിനു വിശ്വസനീയതയുടെ നേരിയ ഒരു തിരശ്ശീലയിടാമെന്നായിരുന്നു. ഇനിയും പലവുരു അഴിച്ചുപണിയേണ്ടിവരുമോ?

ഒടുവിൽ 2022ൽ ഇംഗ്ലണ്ടിലെത്തിയപ്പോൾ മനസ്സിലുറപ്പിച്ച ആദ്യ ആഗ്രഹം അതായിരുന്നു ഇനി കാത്തിരിക്കേണ്ട. ഇപ്പോൾ ഈ നോവൽ വായനക്കാരിലെത്തുമ്പോൾ ഏകദേശമൊരു വ്യാഴവട്ടക്കാലത്തോടടുത്ത നീണ്ടകാലത്തിനിടയിൽ പത്തിരുപതു തവണ മേലാസകലം ശസ്ത്രക്രിയ ചെയ്യപ്പെട്ട ഈ ചെറിയ കുട്ടിയുടെ പിഞ്ചുമനസ്സ് എത്രത്തോളം ശക്തമാണെന്ന കാര്യത്തിൽ

ഒരു പതിറ്റാണ്ടു കാലം നീണ്ട എന്റെ വായന എന്നെ ത്തന്നെ സംശയിപ്പിക്കുന്നു. ഇതിന്റെ ആത്മാവിനെ അനാഥപ്രേതമാക്കാത്ത ഒന്നുണ്ടെങ്കിൽ ഭാഷയുടെ ആഭി ചാരക്രിയ മാത്രമാണെന്ന കാര്യത്തിൽ എന്നാൽ എനിക്ക് ലവലേശം സംശയമില്ല.

ഇനിമേൽ, പരീക്ഷണവസ്തുക്കളല്ലാത്ത, ജീവിത ത്തിന്റെ സൂക്ഷ്മാർത്ഥതലങ്ങളെ മാത്രം അമൂർത്തമായി തൊട്ടുപോകുന്ന 'നല്ല കഥകൾ' മാത്രം എഴുതണം എന്ന ഉറച്ച തീരുമാനമെടുത്തുകൊണ്ട് ഈ നോവലിനെ എന്നേ ക്കുമായി എന്നിൽനിന്നും വിടുവിക്കാനുള്ള ഒരു ബാധ യൊഴിപ്പിക്കലായി ഞാനീ നിമിഷത്തെ കാണുന്നു. ഈ ആഖ്യാനചിന്താപരീക്ഷണത്തെ വിമർശനാത്മകമായി വായനക്കാർ സമീപിക്കുമെന്ന കാര്യത്തിൽ സംശയമില്ലെ ന്നിരിക്കെ, ഗ്രീൻ ബുക്സിനും (പ്രത്യേകിച്ചും ഡോ. വി. ശോഭയ്ക്കും) ശ്രീ. എം.കെ. ഹരികുമാറിനും, കവർ ഡിസൈനു വേണ്ടി ഗ്രാഫിക്സ് ചെയ്തുതന്ന ശ്രീ. ജ്യോതി ഷിനും നോവൽ വായിച്ച് 2019ൽ കഥയ്ക്കനുബന്ധിയായി ചിത്രം വരച്ചു തന്ന സുരൻ ചേട്ടനും വായിച്ച് അഭിപ്രായ മറിയിച്ച ഡോ. ആനന്ദ് എസ്സിനും ഞാൻ നന്ദിയർപ്പിക്കുന്നു.

നോവൽ വായിക്കാൻ സുമനസ്സ് കാണിച്ച ശ്രീ. വി.ആർ. സുധീഷ്, കൃഷ്ണപ്രസാദ്, എഴുത്തിന് എന്നും പ്രോത്സാഹനം തന്നെ എന്റെ ആദ്യകഥാസമാഹാരം പ്രസിദ്ധീകരിച്ച എതിർദിശ ബുക്സ്, പ്രിയപ്പെട്ട വൽസേ ട്ടൻ, ഗീതച്ചേച്ചി, ശ്രീ. എം.കെ. ഹരികുമാർ കടലാസിലെ ഴുതിയ അവതാരികയുടെ കയ്യെഴുത്ത് മനസ്സിലാക്കി ടൈപ്പ് ചെയ്തു തന്ന കൂട്ടുകാരി അക്ഷിത എന്നിവരോടൊ ക്കെയും ഞാൻ കടപ്പെട്ടിരിക്കുന്നു. ഏറ്റവുമുപരി എല്ലാ വലിയ ദുഃഖങ്ങളിലും കുഞ്ഞുകുഞ്ഞു സന്തോഷങ്ങളിലും കൂടെ നിൽക്കുന്ന എന്റെ മമ്മിയോടും!

ഈ സ്വപ്നാടനത്തിലെ രാഷ്ട്രീയചിന്തകളുടെ അതി ഭാവുകത്വം ഒരു മലയാളി മിഡിയോക്കർ എങ്ങനെ ജാതി, മതകലാപങ്ങളാൽ നൂറ്റാണ്ടുകളായി കലുഷിതമായ ഇന്ത്യയെ തന്റെ ഭീതിവ്യാപാരക്കണ്ണട വെച്ച് കാണുന്നു എന്ന നിലയിൽ മാത്രമാണ് എഴുതിയിരിക്കുന്നതെന്ന കാര്യം, പ്രത്യേകം പറയേണ്ടതില്ലെന്നും ഞാൻ മനസ്സി ലാക്കുന്നു. ഇന്ത്യയുടെ വൈവിധ്യത്തെയും മതേതരത്വവും

ശാസ്ത്രീയ മനോവീക്ഷണവും തുല്യതാബോധവും വിഭാവനം ചെയ്യുന്ന ഭരണഘടനാമൂല്യങ്ങളെയും പല പോരായ്മകളുണ്ടെങ്കിൽക്കൂടിയും ഏറ്റവുമധികം ആശ്ലേഷിച്ച, ക്രിയാത്മകമായി രാഷ്ട്രനിർമ്മാണത്തിലേർപ്പെടുന്ന പ്രബുദ്ധമലയാളി സമൂഹം അതുകൊണ്ടുതന്നെ ഈ നോവലിന്റെ രചനാശൈലിയെ കേവലമൊരു പരീക്ഷണം എന്ന നിലയിലെങ്കിലും സ്വീകരിക്കാതിരിക്കുകയില്ല എന്ന ഉറച്ച വിശ്വാസത്തോടെ, ഞാൻ ഗീതകങ്ങളുമായി ഒരു പറ്റം കഴുകുകളെ തുഞ്ചന്റെ കിളിപ്പാട്ടുയരുന്ന മലയാളപ്പറമ്പിലേക്ക് ഏറെ സ്നേഹത്തോടെ പറത്തുന്നു.

വിമൽ വിനോദ്

സ്വപ്നാത്മകതയും വെളിപാടുകളും: നവനോവലിന്റെ സൗന്ദര്യമേഖലകൾ

എം.കെ. ഹരികുമാർ

ചില നോവലുകൾ അങ്ങനെയാണ്. അത് വായനക്കാരന്, അവന്റെ അസ്തിത്വത്തിന് അജ്ഞാതമായ ഒരു അറകൂടി പണിതു നൽകും. ഇക്കാര്യത്തിൽ നോവലിസ്റ്റിന്റെ പ്രഥമ പരിഗണനകൾ വായനക്കാരനിൽനിന്ന് വ്യത്യസ്തമായി രിക്കും. ഒരു നവനോവലിസ്റ്റ് എന്ന നിലയിലാണ് ഞാൻ വിമൽ വിനോദ് വി.കെ.യെ നോക്കുന്നത്. അദ്ദേഹത്തിന്റെ 'കഴുകുകളുടെ ഗീതകങ്ങൾ: 2100 ജനുവരി 01-30' വ്യക്തി നിഷ്ഠവും വിയോജനാത്മകവുമാണ്. ഇങ്ങനെയുള്ള അവ സരത്തിൽ നോവലിസ്റ്റിന്റെ സമീപനം വായനക്കാരന്റെ ഭൂതകാലത്തോട് വിയോജിക്കുക എന്നതാണ്. ഇതാണ് നവനോവലിന്റെ പ്രായോഗിക തത്ത്വശാസ്ത്രം. വായന ക്കാരൻ വായിക്കുന്നത് അവന്റെ ഭൂതകാലത്തെയാണ്. അവന്റെ തിരമാലകൾ ഭൂതകാലത്തിന്റെ ഉപരിതലത്തിൽ ഉരുണ്ടുകൂടി ശക്തിയാർജ്ജിച്ച് നോവലിലെ കഥാപാത്ര ങ്ങളെയും അതിലെ വാക്യങ്ങളെയും അമൂർത്തതയുടെ ലയനത്തെയും മുക്കിക്കളയുന്നു. അതുകൊണ്ട് ഒരു നവ നോവൽ ബോധപൂർവ്വമോ അല്ലാതെയോ വായനക്കാരനെ നേരിടുന്നു, അവന്റെ ഭൂതകാലത്തെ നിരാകരിക്കുക എന്ന ലക്ഷ്യത്തോടെ.

വിമൽ വിനോദ് അതിൽ തനിച്ചല്ല. ഇരുപതാം നൂറ്റാ ണ്ടിന്റെ ഉത്തരപാദത്തിലും അതിനുശേഷവും ഏറ്റവും കൂടുതൽ നവീകരിക്കപ്പെട്ട ഒരു മേഖലയാണിത്. ഭൂത കാലത്തെ തുടച്ചുനീക്കൂ എന്ന ആഹ്വാനത്തിലൂടെ ശ്രദ്ധ നേടുകയും The Erasers, In the Labyrinth തുടങ്ങിയ നോവലുകളിലൂടെ അലൻ റോബ്ബേ ഗ്രില്ലെ (Alain Robbe

Grillet) എന്ന ഫ്രഞ്ച് എഴുത്തുകാരൻ ഒരു നവപ്രസ്ഥാനത്തിനുതന്നെ തുടക്കമിടുകയും ചെയ്ത കാര്യം ഞാൻ ഓർമ്മിക്കുകയാണ്.

മറ്റുള്ളവർ കണ്ടതു തന്നെയാണ് എഴുത്തുകാരനും കാണുന്നതെങ്കിൽ അയാൾ എഴുതുന്നത് അസംബന്ധമായിരിക്കാം. എന്നാൽ അതിനേക്കാൾ ഭയാനകമാണ് യാഥാർത്ഥ്യത്തെ കണ്ടുപിടിക്കാനുള്ള ബാധ്യത ഉപേക്ഷിക്കപ്പെടുന്നത്. എന്താണ് യാഥാർത്ഥ്യമെന്ന് മുൻകൂട്ടി നിശ്ചയിക്കപ്പെടുന്നത് എഴുത്തിന്റെ മേഖലയിൽ ഒരു ചതിയാണ്. എന്റെ ശ്രീനാരായണായ, ജലച്ഛായ, വാൻഗോഗിന് എന്നീ നോവലുകളിലൂടെ സ്യൂഡോ റിയലിസം (Pseudo realism) എന്ന ഒരു ഗണംതന്നെ നിർമ്മിക്കപ്പെട്ടത് ഓർക്കുമല്ലോ.

എസ്.കെ. പൊറ്റക്കാട്ട്, മലയാറ്റൂർ രാമകൃഷ്ണൻ, കെ. സുരേന്ദ്രൻ തുടങ്ങിയവരുടെ നോവൽ ആഖ്യാനരീതിതന്നെ കാലഹരണപ്പെട്ടിരിക്കുകയാണിന്ന്. നമ്മൾ വീണ്ടും വീണ്ടും പഠിച്ചുകൊണ്ടിരിക്കുന്നത് പലതും ഇനി യാതൊരു ഉപയോഗവും ഇല്ലാത്ത കാര്യങ്ങളാണ്. ലോകം മുൻപിൽ അസാധ്യമായ വേഗതയിൽ മാറുകയാണ്. അതുകൊണ്ട് യാഥാർത്ഥ്യത്തെക്കുറിച്ചുള്ള വസ്തുനിഷ്ഠത ചോദ്യം ചെയ്യപ്പെടുകയും അവിശ്വസനീയവും ആലങ്കാരികവുമായ വിധം മനുഷ്യൻ അവനിൽനിന്ന് അകന്നുപോവുകയും ചെയ്യുന്നുണ്ട്.

സൂര്യനും ജടായുവും മറ്റും കഥാപാത്രങ്ങളാകുന്ന ഈ നോവൽ ഗോളാന്തരമിത്തുകളെയും മനുഷ്യജീവിതത്തിന്റെ വ്യാഖ്യാനത്തിനായി ഉപയോഗിക്കുന്നു. വിമൽ വിനോദ് ഇതിന് അവലംബിച്ച രീതി മെറ്റാഫിക്ഷന്റെ (Metafiction) സാധ്യതകൂടി പ്രയോജനപ്പെടുത്തുന്ന ലയനസൗന്ദര്യശാസ്ത്രമാണ്. സൗന്ദര്യശാസ്ത്രങ്ങളെ പരസ്പരം ലയിപ്പിക്കുന്നത് കലയുടെ വിഷയമാണ്. നോവൽ വായിക്കുന്നതിലൂടെ അനുവാചകന് പല സൗന്ദര്യാത്മക ചേരുവകൾ കിട്ടുകയാണ്. എട്ട് വയസ്സുള്ള കുട്ടിയുടെ കാമുകനായി ചൊവ്വാഗ്രഹത്തിലെ ഒരു ബാലൻ വരുന്നത് നമുടെ ഭാവനയെയാണ് വികസിപ്പിക്കുന്നത്.

കലയിൽ ഇംപ്രഷണിസത്തിന് എന്നും പ്രസക്തിയുണ്ട്. ആഖ്യാനകലയിൽ വിമൽ വിനോദ് ഇംപ്രഷണിസത്തെ തിരിച്ചുകൊണ്ടുവരുന്നത് രണ്ട് രീതികളിലാണ്.

ഒരിടത്ത് അതിന് സ്വപ്നാത്മകത നൽകുന്നു, മറ്റൊരിടത്ത് അതിനെ വേദപുസ്തകങ്ങളിൽ കാണുന്ന തരത്തിൽ പ്രവചനാത്മകവും ദൈവികവുമാക്കുന്നു. ഏറ്റവും അടുത്തുള്ളതും എന്നാൽ നമ്മൾ കാണാത്തതും നമ്മളെ ബാധിക്കാനിടയുള്ളതുമായ പരമാർത്ഥം എന്ന നിലയിൽ സംഭവങ്ങൾ അവതരിപ്പിക്കുന്നു. 'പ്രണയനിഴലുകൾ പതിഞ്ഞ പർവതങ്ങൾ' എന്ന അധ്യായത്തിലെ ഈ ഭാഗം നോക്കുക:

"അവൾ പ്രണയത്തെയോ പ്രതിപരിണാമത്തെയോ കുറിച്ച് പറഞ്ഞതൊന്നും ആ നിമിഷം ഓർത്തില്ല. വന്യമായ ആവേശത്തോടെ, അരയിലെ ഭാരം ഇറക്കിവെക്കാനുള്ള വ്യഗ്രതയോടെ നെഞ്ചിലേക്ക് വലിച്ചു ചേർത്തു. താരാനാഥിന്റെ നിറക്കൂട്ടുകളിൽ വിരലാഴ്ത്തി അവളുടെ ഇരുനിറത്തൊലിയിൽ വിവിധങ്ങളായ ചിത്രങ്ങൾ വരച്ചു. മുലകൾക്കിടയിൽ താഴ്വാരത്തേക്ക് കാട്ടുവള്ളിയിൽ ചേർന്ന് ചാടുന്ന നഗ്നപ്രണയികളെ വരച്ചു. അരക്കെട്ടിനു കീഴെ മിഴിഞ്ഞ കണ്ണുകളോടെ പുറത്തേക്ക് നോക്കുന്ന ഗുഹാമനുഷ്യരെ വരച്ചു. അവൾ ചിത്രക്കൂട്ട് പലകയിൽ ചേർന്നുനിന്നു. ഗപ്പികൾ അനങ്ങാതെ തുറിച്ച കണ്ണുകളോടെ ഞങ്ങളെ നോക്കി. നാഴികമണി ആരെയോ ഭയപ്പെടുന്നതുപോലെ ശബ്ദമുണ്ടാക്കി. അതിന്റെ ദിക്കെവിടെയെന്ന് പിടികിട്ടിയില്ല."

ഈ വിവരണത്തിലെ ചിത്രക്കൂട്ടും ലൈംഗികസൂചനകളും ഉന്മാദവും മനുഷ്യാവസ്ഥയുടെ സ്വപ്നാത്മകതയുമാണ് നൽകുന്നത്. മനുഷ്യൻ അവന്റെ സ്വപ്നമാണ്. അതിനിടയിൽ അവൻ സ്വന്തം യാഥാർത്ഥ്യങ്ങൾ കണ്ടുപിടിക്കാൻ (invent) വിധിക്കപ്പെട്ടിരിക്കുന്നു എന്നു പറയാൻ ഞാനിഷ്ടപ്പെടുന്നു.

മറ്റൊരിടത്ത് ഇങ്ങനെ വായിക്കാം: 'വർഷങ്ങൾക്ക് മുൻപ് വെട്ടിവീഴ്ത്തപ്പെട്ട കാട്ടുമരങ്ങൾ ഒരത്ഭുതംകണക്കെ പകുതി മാത്രം പ്രളയജലത്തിൽ മുങ്ങി ശേഷിച്ച ഭാഗം ഒട്ടും നനയാതെ ഒഴുകി. മഴയത്തുപോലും അവ നനഞ്ഞില്ല. ചങ്ങാടംപോലെ കാട്ടുമരങ്ങൾ പകുതി വെള്ളത്തിലും പകുതി നനയാതെയും ഒഴുകി. അവയ്ക്കുമേൽ രണ്ടു പ്രണയികൾ ചുംബിച്ചുകൊണ്ടിരുന്നു. അവരുടെ നിഴലുകൾ പർവ്വതങ്ങളിൽ പതിഞ്ഞു. പെട്ടെന്ന് അതു

മറ്റൊരു കാഴ്ചയിലേക്ക് നീങ്ങി. കടൽത്തിരകൾക്ക് മധ്യേ കരിങ്കൽക്കെട്ടിനു മീതെ ചേർത്തുനിർത്തി ആരോ എന്നെ ചുംബിക്കുന്നതായി തോന്നി.”

ഇത് വെളിപാടു പുസ്തകത്തിലെ ദുരന്തദൃശ്യങ്ങളുടെ സ്വരമാണ് പ്രസരിപ്പിക്കുന്നത്. ഭാഷ ഇവിടെ പ്രതിച്ഛായ യാണ്, സ്വരമാണ്, ചിത്രമാണ്, ഓർമ്മയാണ്, വെളി പാടാണ്. താൻ ജീവിച്ചു എന്ന പരമമായ രഹസ്യം വെളി പ്പെടുത്താനാണ് ഒരാൾ എഴുതുന്നത്. അത് വിമലും നിറ വേറ്റുന്നു. നോവലിനോട് വായനക്കാർക്ക് വിയോജിക്കാം. കാരണം ഇത് തകഴിയുടെ കൃതികളെപ്പോലെ എല്ലാ വർക്കും സ്വീകാര്യമായ സാഹിത്യം എന്ന സങ്കല്പത്തിൽ നിന്ന് കുതറിമാറുകയാണ്.

അതേസമയം അവനവന്റെ ബോധ്യപ്പെടൽ അല്ലെ ങ്കിൽ ബോധ്യപ്പെടാതിരിക്കൽ എന്ന സമസ്യയെ പദാനു പദം പിന്തുടരുകയും ചെയ്യുന്നു. ഈ നോവൽ നമ്മുടെ ഭാഷയിൽ ഒരു പരീക്ഷണവസ്തുവായിരിക്കുന്നതിനാൽ നോവലിസ്റ്റിനൊപ്പം ഞാനും സന്തോഷിക്കുന്നു. വായന ക്കാരന് വായിക്കപ്പെടാനുള്ളത് അവന്റെ സ്വന്തം ലോക മാണെന്ന തിരിച്ചറിവ് നഷ്ടപ്പെടുത്താതിരിക്കുകയാണ് വേണ്ടത്. നോവൽ വായിക്കുന്നവനാണ് അത് പൂർത്തീ കരിക്കുന്നത്. അങ്ങനെയാണ് അത് അന്തിമകലാസൃഷ്ടി യാകുന്നത്. ■

It is the mark of an educated mind to be able to entertain a thought without accepting it.

-Quote attributed to Aristotle, (contested)

ഒരു പുരാതന സൂര്യകാവ്യം: മഹാശാപത്തെക്കുറിച്ച് ഭൂമി എഴുതാനിരുന്നത്...

ദിനസരിയെഴുതുന്ന ശീലം ഇല്ലാതെ പോയി. അന്നൊരുപക്ഷേ, എഴുതിയിരുന്നുവെങ്കിൽതന്നെ ഇന്നതൊക്കെ എങ്ങനെ വിനിമയം ചെയ്യപ്പെടും എന്നോർക്കുമ്പോൾ, നിസ്സംഗമെങ്കിൽപോലും നേരിയൊരു ചിരി പൊടിയുന്നുണ്ട് എനിക്കിപ്പോൾ. കീറാമുട്ടിയായി ത്തീർന്നേനേ ഓരോ വരിയും. ചങ്കു നീറിക്കൊണ്ടെഴുതിയതൊക്കെയും ഒരു കുഴക്കൻ പ്രഹേളികയായി നിഗൂഢവും ദുർഗ്രഹവുമായി ഒടുങ്ങിത്തീരുമായിരുന്നു. വാക്കുകൾ അസ്പഷ്ടതയുടെ ഒരു വൻതമോഗർത്തം തീർത്തേനെയെന്ന് ഇപ്പോൾ ഭയം തോന്നുന്നു. എഴുതാതിരുന്നത് നന്നായി.

ഇന്നിപ്പോൾ ലൗകികമായ രൂപകങ്ങൾകൊണ്ട്, വാഗ്ചാതുരിയോടെ, ഓരോ മാത്രയും എത്ര ആനന്ദിച്ചെന്ന്, പിന്നെ ഹൃദയമെന്ത് വേഗത്തിൽ മിടിച്ചെന്ന്, നീൾമിഴികളിൽ കണ്ണുനീരെത്ര പൊടിഞ്ഞെന്ന് വിശദമായി എഴുതാം. ഒരു വാക്കും കനത്തതായി തോന്നില്ലെന്നുറപ്പുണ്ട്. ഓർമ്മിക്കുന്തോറും കഴിഞ്ഞതോരോന്നും കടന്നുപോയ, ഇനിയും വരാനിരിക്കുന്ന അനേകം പ്രളയങ്ങളുടെ ആധിയുണ്ടാക്കുന്നു. അവയൊക്കെയും ക്രമം തെറ്റിക്കിടക്കുന്നുവെങ്കിലും പടിപടിയായി നടന്നതൊക്കെ അതേപോലെ വിവരിക്കുന്ന ആഖ്യാന രീതിയവലംബിക്കട്ടെ. ഒരുപക്ഷേ, ക്രമബദ്ധമായി, ലളിതമായി സംഭവങ്ങളുടെ ഉൽപ്പത്തിയെക്കുറിച്ചൊരു ധാരണ കിട്ടാൻ തുടക്കത്തിൽ വളച്ചുകെട്ടാതെ പറയുന്നതാണുത്തമമെന്ന് തോന്നുന്നു. മറിച്ചുള്ള, കാവ്യമീമാംസയുടെ കലാപാടവം എന്നെയും സൂര്യനെയും എപ്പോഴും കുഴക്കിയിരുന്നു.

പ്രപഞ്ചമട്ടുപ്പാവിലെ ആദ്യത്തേതും അവസാനത്തേതുമായ ഞങ്ങളുടെ സംഗമവേളയിലും ഇതേപോലൊരു ഏടാകൂടച്ചോദ്യം

തൂക്കുകയറിൽ തലയിട്ട നിമിഷങ്ങളെണ്ണപ്പെട്ട കുറ്റവാളിയുടെ കൗതുകവും ദൈന്യതയുംപോലെ എന്നെ വലയം ചെയ്തിരുന്നു.

"പകുതിബോധത്തിൽ അനുഭവിച്ച ഒരു യുഗമുണ്ടായിരുന്നു നമുക്കപ്പോൾ. എനിക്കു പറഞ്ഞുതരാനാകാത്തത്, നമ്മളധികം ശ്രദ്ധിക്കാതിരുന്നത്. അതെത്രവേഗം കടന്നുപോയി!" മദിച്ചു തളർന്ന എന്റെ ഭംഗിയുള്ള നീൾമിഴികൾ സൂര്യന്റെ മാറിലമർന്ന് ഉത്തരം തേടുകയായിരുന്നു: "അതെന്തുകൊണ്ട്?"

സൂര്യൻ അപ്പോൾ ആലോചിക്കാൻ തുടങ്ങി.

മർമ്മസ്ഥാനത്തു തറയ്ക്കുന്ന ചില ചോദ്യങ്ങൾ നേരിടേണ്ടിവരുന്നു പലപ്പോഴും. വസ്തുനിഷ്ഠമായി മാത്രം ചിന്തിക്കുന്നവനെ കുഴക്കുന്നത്, വാക്കിന്റെ വിരുതിനേ അപ്പോൾ പടക്കളത്തിൽ സ്ഥാനമുള്ളൂ. ഉത്തരമായി പലതും പറഞ്ഞ് ചോദ്യമുയർത്തിയവനെ മയക്കിയെടുക്കുന്ന വാക്കുകളുടെ ഇന്ദ്രജാലത്തെ വന്യമായി കുതിച്ചെത്തിയ ആസക്തി ഏകകമായി ഒരു രൂപമില്ലാതെ പലവഴി വഴുക്കിക്കൊണ്ട് ചിതറിപ്പോയതുമായി തട്ടിച്ചപ്പോൾ സൂര്യന് ചിരിയുറന്നു. എന്റെ കറുത്ത നിതംബങ്ങളിൽ ചേർത്ത് ബലിഷ്ഠമായ കൈകളമർത്തി അവന്റെ മാറിലേക്ക് കൂടുതൽ വലിച്ചു ചേർത്ത് അനാസക്തനായൊരു ചിരി ചിരിച്ചു, അവൻ.

തൊട്ടുമുൻപുവരെ ഞാനറിഞ്ഞ വർദ്ധിതവീര്യമെവിടെ അവനിലിപ്പോൾ എന്നു ഞാനോർത്തു. ആ പുരുഷകാമനയ്ക്കു മുൻപിൽ പകുതിബോധത്തിൽ ഇളകിത്തുള്ളുകയായിരുന്നു എന്റെ ആലക്തികകോശങ്ങളത്രയും. ഒരേടവും ശരീരത്തിൽ അവശേഷിപ്പിക്കാതെ അവന്റെ ചുട്ടുപൊള്ളുന്ന കൈത്തലോടലുകളാൽ വിടർന്നു ചിതറുന്നൊരു വിദ്യുത്പൂത്തിരിയായി മാറുകയായിരുന്നു ഞാനപ്പോൾ. അവന്റെ ചുണ്ടുകളും ലിംഗവും പൊള്ളുന്ന ലോഹച്ചട്ടപോലെ എന്റെ ചുണ്ടുകളോട് തൊട്ടുനിന്നു. കട്ടിപ്പച്ച ദേവദാരുവിന്റെ സൂചിയിലകൾപോലെ അരക്കെട്ടിനു കീഴെ വളർന്നു തുടങ്ങിയ നനുത്ത രോമങ്ങളിൽ അവന്റെ കട്ടിമീശയും താടിയുമുരസി. സൂര്യനെന്നെ അബോധപൂർവ്വം ജൈവശാസ്ത്രം പഠിപ്പിക്കുന്ന ഗണിതസിദ്ധാന്തത്തിന്റെ ആഴങ്ങളിലേക്ക് കൊണ്ടുപോയി.

ഫലാപേക്ഷയില്ലാതെ ഞങ്ങൾ നീന്തി; സ്വയം മറന്ന്, നില മറന്ന്. നീലസർപ്പങ്ങൾ ഇഴയുന്ന അടിക്കാടുകളിലേക്കും പവിഴശലഭങ്ങൾ വിടരുന്ന ആഴക്കടലിലേക്കും ബോധത്തിന്റെ നൂലിഴകളിലൂടെ കുപ്പിവളകൾ ചിതറിപ്പൊട്ടി വളപ്പൊട്ടുകൾ ഇപ്പുറത്തേക്ക് കടന്നു. കൊക്കിനെപ്പോലെ ധ്യാനനിരതമായിരുന്നു ഓരോ രതി മാത്രയും.

നില മറന്നെന്നെഴുതി, എന്താണെന്റെ നില? സൂര്യന്റെ ഉൾക്കാമ്പിൽനിന്നും പൊട്ടിത്തെറിക്കപ്പെട്ട് എന്നോ ഒരിക്കൽ പിറവി

കൊണ്ടവൾ എന്ന ജൈവിക അസ്തിത്വത്തിനുമപ്പുറം സാമൂഹിക മായി, ഗ്രഹഗണനയിൽ എന്താണെന്റെ സ്വത്വം? വർണ്ണാശ്രമ പ്രപഞ്ച ധർമ്മപ്രകാരം എല്ലാ വർണ്ണങ്ങൾക്കുമൊടുവിൽ അസ്പൃശ്യമായ ഒരു പറയത്തരുണി എന്നതിലപ്പുറം ഞാനെന്നെ എങ്ങനെയാണ് അടയാളപ്പെടുത്തുക?

ഏഴു നക്ഷത്രസഖിമാരുമൊത്ത് ശയിക്കുന്ന സൂര്യന് അവർക്കൊന്നും നൽകാനാകാത്ത പ്രണയത്തിന്റെ വിലക്കപ്പെട്ടൊരു മരുപ്പച്ചയൊരുക്കുന്ന അവന്റെ പ്രിയതമയെന്ന് ഓരോ തവണയും ഞാനെന്ന സ്വയം പുനർനിർമ്മിക്കാൻ ശ്രമിക്കുന്തോറും ഞാനറിഞ്ഞിരുന്ന ഒരേയൊരു സത്യം ഏത്രമാത്രം ഞാനവനിലേക്ക് വിലയിച്ചു ചേർന്നാലും എന്റെ പറയത്തത്തിന്റെ പാമ്പിൻപടം ഒരിക്കലുമെനിക്ക് കൊഴിച്ചുകളയാനാകില്ല എന്നതായിരുന്നു. സൂര്യന്റെ തിളങ്ങുന്ന അരക്കെട്ടിൽ ഒരു നാഗകൽഹാരമായി വിടർന്നു പുളഞ്ഞപ്പോൾ അതു തെറ്റാണെന്ന് ഞാനറിഞ്ഞു. സ്വയം മറന്ന്, നില മറന്ന് നീലസർപ്പങ്ങളിഴയുന്ന അടിക്കാടുകളിലേക്കും പവിഴശലഭങ്ങൾ വിടരുന്ന ആഴക്കടലുകളിലേക്കും ഫലാപേക്ഷയില്ലാതെ ഞങ്ങൾ നീന്തി, പകുതിബോധത്തിൽ അനുഭവിച്ച ആ യുഗത്തെക്കുറിച്ചായിരുന്നു അനാസക്തയായപ്പോൾ എന്റെ സംശയമത്രയും.

അതോർത്താവാം, പുറമേ ചിരിച്ചുവെങ്കിലും സൂര്യനും ഉള്ളാലേ വല്ലായ്മ തോന്നിയത്. വല്ലാതെ വിവശനായിപ്പോയതുപോലെ കാണപ്പെട്ടു അവനെയാകെ. മുഖകാന്തിക്ക് നേരിയ മങ്ങലേറ്റതുപോലെ. ഞാനവന്റെ കവിളുകളിൽ ഇരുകൈകളുമമർത്തി എന്തു പറ്റിയെന്ന് തിരക്കി. മുഖം വെട്ടിച്ചുകൊണ്ടവന് എന്നെ ചെരിച്ചു കിടത്തി ഇടംകൈമുട്ട് പ്രപഞ്ചതൽപ്പത്തിലമർത്തി കൈയിൽ മുഖം ചായ്ച്ച് ചെരിഞ്ഞു കിടന്നെന്റെ പേലവമിഴികളിലേക്കു നോക്കിക്കൊണ്ടിരുന്നു.

ആദ്യത്തേതും ഒരുപക്ഷേ ഇനിയെന്നേക്കും അവസാനത്തേതുമായ സംഗമമായിരുന്നു ഞങ്ങളുടേത്. ഏഴു സൂര്യപത്നിമാരും നീളൻ സിന്ദൂരതിലകവും ചാർത്തി പുറത്തെങ്ങോ പോയൊരു സന്ധ്യയ്ക്ക് സൂര്യഗോപുരത്തിന്റെ അടുക്കളപ്പടിയിലിരുന്ന് ഈർമ്മന് മുടി വിതർത്തിടുകയായിരുന്ന എന്നെയവന് ഉന്മാദിയായി പിൻവശത്തുകൂടെ വന്ന് ഉറുമ്പടക്കം ആലിംഗനം ചെയ്യുകയായിരുന്നു. ആദ്യമായേറ്റ ഗാഢമായ കഴുത്തിനു പിറകിലമർന്ന ചുംബനവും പുരുഷസ്പർശവും ഉടൽ തരളിതമാക്കി. ചപലചിത്തയായി അവനു വഴങ്ങിക്കൊടുക്കുകയും അവനിലേക്ക് പടർന്നു കയറുകയും അപ്പോൾ എന്റെ കൂടി തികച്ചും ജൈവികവും സ്ത്രൈണവുമായ ആവശ്യമായിരുന്നു.

എന്നിട്ടും അവനെന്നെ മട്ടുപ്പാവിലേക്ക് കൈകളിലെടുത്ത് ചുവടു വെച്ചപ്പോൾ കോവണിപ്പടിയിൽ മുറുകെപ്പിടിച്ച് ഞാൻ പകപ്പ് പ്രകടിപ്പിച്ചു. എന്റെ പറയത്തം എന്നെ ഭയപ്പെടുത്തി, ഏതോ വിപത്തിലേക്ക് കാലെടുത്തുവെക്കുന്ന പ്രതീതിയായിരുന്നു മട്ടുപ്പാവിലെത്തും വരെ മനസ്സിലാകെ. ഭയം അതിന്റെ പടംപൊഴിച്ച് പതിയെ അവന്റെ ഉഷ്ണിച്ച ഉടൽപ്പുറത്തൊരു നാഗകൽഹാരമായെന്ന വിടർത്തുകയായിരുന്നു പിന്നെ. സിന്ദൂരതിലകബന്ധം എന്നതിലപ്പുറം ദാമ്പത്യം തികഞ്ഞ പരാജയമായിരുന്ന ക്ഷത്രിയസൂര്യന്റെ പ്രൗഢി എന്റെ കാൽവിരലുകൾക്കിടയിൽ കൊളുത്തിക്കിടക്കുകയാണെന്ന് നേരമെടുത്ത് അവനവിടം ചുംബിച്ചപ്പോൾ എനിക്ക് തോന്നി.

തുടർന്ന് സ്വയം മറന്ന്, നില മറന്ന് ഞങ്ങൾ ആടാൻ തുടങ്ങി. വിലക്കപ്പെട്ട കടലുകളിലേക്കും കാടുകളിലേക്കും ഞങ്ങൾ തുഴഞ്ഞു.

ആദ്യമായും ഒരുപക്ഷേ ഇനിയെന്നേക്കും അവസാനത്തേക്കുമായി സൂര്യന് സ്ത്രീശരീരമറിയുകയായിരുന്നു, വിധിപ്രകാരം കേവലദാസിയായ വിലക്കപ്പെട്ട പ്രണയിനിയിൽ. അവനൊരിക്കലും സഖിമാരെ വിദ്യുത്പൂത്തിരികളായി പ്രപഞ്ചതൽപ്പത്തിൽ ചിതറിക്കാനായിരുന്നില്ല. ശരീരത്തിന്റെ ജ്യാമിതീയരൂപങ്ങൾക്കു മീതെ നേർച്ചപോലെ നീന്തുമ്പോഴും അവനജ്ഞാതമായിരുന്നു രതിമാത്രകളുടെ ഗണിതവാക്യം. അവരെ നാഗകൽഹാരങ്ങളായ് ഇതൾ വിടർത്താനാകാതെ അവന്റെ രാത്രികൾ നീറിക്കൊണ്ടുഴറി മാറ്റപ്പെട്ടു. സഖിമാർ ശിഥിലഹൃദയത്തോടെ സ്വയം നിർവൃതി തേടിയുറങ്ങി. അവരുടെ അന്തർഗ്രന്ഥികളിൽ നിന്നുമുറവ പൊട്ടിയ സ്രവങ്ങൾ ഉൽക്കകളായി പരിണമിച്ചു. അവ തന്റെ ശിരസ്സിനുമീതെ വന്നിടിക്കുന്നുവെന്ന് സ്വപ്നങ്ങളിൽ കണ്ട് പകച്ചെണീറ്റ് കിതച്ചുകൊണ്ട് സൂര്യന് രാത്രികളിൽ കുടിനീരിറക്കി. അവന്റെ രാത്രികൾ വെളിച്ചം നിറഞ്ഞതായിരുന്നു, തോന്നുമ്പോൾ ഇരുട്ടാക്കാവുന്നതും.

സ്വയമണിഞ്ഞ ഇരുട്ടിലും വെളിച്ചത്തിലും അവനെ ഭ്രമിപ്പിച്ച ഒരേയൊരു രൂപമായിരുന്നു ഞാൻ. യയാതി ശർമ്മിഷ്ഠയിലെന്നപോലെ നക്ഷത്രാധിപനായ അവനെ ചുറ്റുന്ന കേവലഗ്രഹമായ, സഖിമാരുടെ ദാസിയായ, അന്നു വെറും തരിശായ എന്നിലവൻ ഗാഢാനുരക്തനായി. ഒരു വർമ്മ, സ്നേഹസ്നിഗ്ദ്ധനായി, ഭോഗാവേശത്തോടെ മാത്രമല്ലാതെ ഒരു പറയിയെ സ്പർശിക്കുക ഇന്നും കോളിളക്കങ്ങളുടെ മേഘവിസ്ഫോടങ്ങൾ തീർക്കുമ്പോൾ, അന്നത്, യുഗപർവ്വതങ്ങളുടെ ജാതിവേരുകളെ ചാമ്പലാക്കാൻ പ്രാപ്തമായിരുന്നു.

സ്വയം മറന്ന്, നില മറന്ന് അവന് ശരീരത്തിന്റെ ജ്യാമിതിയറിഞ്ഞു. ജൈവശാസ്ത്രം അബോധപൂർവ്വം പഠിപ്പിക്കുന്ന ഗണിതവാക്യങ്ങളറിഞ്ഞു. ഇടയ്ക്കെപ്പോഴോ ഒരു ദ്വിമാനസമവാക്യമാണ് വേഴ്ചയെന്നവൻ മന്ത്രിക്കുന്നുണ്ടായിരുന്നു. അതിന്റെ നിർദ്ധാരണമൂല്യങ്ങൾ

പ്രബലപ്പെടുന്ന സ്നേഹവും നൈമിഷികമായൊരു നിർവൃതിയുമെന്ന് തരളമായി ഞാൻ മറുവുരകൊണ്ടു.

ഒടുവിൽ എന്റെ തരിശായ പർവ്വതമടക്കുകളിൽ സൂര്യന്റെ രജതരേഖകൾ നിലയ്ക്കാതെയൊഴുകിയ ശിവശുക്ലംപോലെ കത്തിയലച്ചു പെയ്തുകൊണ്ടിരുന്നു. അവ ഒന്നായിച്ചേർന്നു, ഒരു മഹാസമുദ്രമായി, ഒരു വൻ വെള്ളിക്കടൽ. അവിടെ ജീവന്റെ കുരുന്നുകളുണർന്നു. ആദ്യബീജങ്ങൾ ജീവധാരയിൽ പുളച്ചു തുള്ളി. സൂര്യന്റെ വെള്ളിനൂലേറ്റ് അവ പല കോശങ്ങളായ്, പല വംശങ്ങളായ്, അദ്വൈതിദ്രവങ്ങളായ് പിരിഞ്ഞു. കടൽ വറ്റി കരയുണ്ടായി, പലതും കരയിലേക്കടിഞ്ഞു. കരയിൽനിന്നും ചിലത് ജലധി തേടി മടങ്ങി. ജലംകൊണ്ടുണർന്ന്, ജലത്താൽ മരണം വരിച്ച് ജീവൻ കത്തിത്തിളങ്ങി. അന്ധവും അബോധപൂർവ്വവുമായ പ്രകൃതിയുടെ കൈത്തലോടലേറ്റ് അവ പലതായി പരിണമിച്ചു.

പരലക്ഷം വർഷങ്ങളെടുത്തു പലതും സംഭവിക്കുവാൻ. എല്ലാത്തിനും തുടക്കം കുറിച്ചൊരു മഹാനിർവൃതിയിലും അനാസക്തിയിലും മൂടപ്പെട്ട് പരസ്പരം നോക്കിയിരിക്കെ ഞങ്ങൾ മയങ്ങിപ്പോയിരുന്നു.

ആദ്യമായി മട്ടുപ്പാവിലെത്തിയത് സൂര്യന്റെ ഏക ബ്രാഹ്മണപത്നിയായിരുന്നു. നീളൻ സിന്ദൂരക്കല സീമന്തരേഖയിൽ ചാർത്തി, ആടയാഭരണങ്ങളിൽ പ്രോജ്ജ്വലിച്ച്, വർണ്ണാശ്രമവിധിപ്രകാരം പ്രഥമരഥത്തിൽ വന്നതായിരുന്നു അവൾ. കണ്ണുകളിലുൾക്കച്ചീൾ ചിതറിത്തെറിച്ച മാതിരി വാതിൽപ്പടിയിൽ ഏറെനേരം നിന്നിട്ടുണ്ടാവണം അന്തർജനപത്നി. അവളുടെ നിൽപ്പുകണ്ട് കൗതുകത്തോടെയും നേരിയ സംഭ്രമത്തോടെയും പിറകിൽ നടന്നെത്തി ശയനമുറിയിലേക്ക് സഹപത്നിമാരെത്തി നോക്കിയത് ഒരുമിച്ചാവണം. യാതൊരാഭരണവുമണിയാതെ പരിപൂർണ്ണനഗ്നയായി സൂര്യനഭിമുഖമായി മുഖം വെച്ച് അലസയായി മയങ്ങുന്നൊരു പിടിയാനയെപ്പോലെ സൂര്യതൽപ്പത്തിലപ്പോഴും ബോധംകെട്ടുറങ്ങുകയായിരുന്നു ഞാൻ. തൊട്ടരികെ എന്നെ കൈകളിലെടുത്ത് ചുംബിച്ചു നടക്കവെ കോവണിപ്പടിയിൽ ഉത്തരീയവും മേലങ്കിയുമഴിഞ്ഞു പോയ നഗ്നസൂര്യനും.

'പീറപ്പറയീ' എന്നലച്ചുവന്ന് കാലിൽനിന്നു പിറന്നവളുടെ തൊണ്ടക്കുഴിയിൽ മെതിയടി കൊണ്ടമർത്തിച്ചവിട്ടി ആദ്യം ഞെരിച്ചത് ബ്രഹ്മവദനജാതയായ മുഖ്യപത്നിയായിരുന്നു. കണ്ണു പുറത്തേക്ക് തള്ളപ്പെട്ട ഞാൻ മരണവെപ്രാളം കൊണ്ടു. ശയ്യയ്ക്കു ചുറ്റും മറ്റു പത്നിമാരും നീളൻ സിന്ദൂരതിലകംപോലെ ജ്വലിക്കുന്ന കണ്ണുകളുമായി നിന്നു. ശത്രുവിനെ വളഞ്ഞിട്ട് ആക്രമിക്കാൻ വാരിക്കുന്തങ്ങളുയർത്തി അഭ്യാസികളെപ്പോലെ നിലയുറപ്പിക്കുന്ന

പിൽക്കാല ഗോത്രമനുഷ്യരെ ഞാനവരിലിപ്പോൾ കാണുന്നു. വേദജപം കേട്ട ശൂദ്രന്റെ കഴുത്തു കണ്ടിക്കാൻ വെമ്പുന്ന ആര്യഖഡ്ഗങ്ങളേന്തി അവരുടെ നീലനയനങ്ങൾ.

ശ്വാസം കിട്ടാതെ പിടയുന്ന എന്നെ മുഖ്യപത്നിയുടെ മെതിയടിക്കീഴിൽനിന്നും തന്നിലേക്ക് വലിച്ചടുപ്പിച്ച് സഖിമാർക്ക് മുഖം കൊടുക്കാതെ നഗ്നനായിത്തന്നെ സൂര്യൻ കുറ്റവാളിയെപ്പോലെ കിടന്നു. നേരമെടുത്ത് ഞാനവന്റെ ചങ്കിനുനേരെ മുഖം ചേർത്ത് ദീർഘശ്വാസമെടുത്തു. സ്ഥലകാലബോധം കൈവന്നപ്പോൾ പരിഭ്രാന്തയായി ഞാൻ ഉടുതുണി ശയ്യയിൽ പരതി. അവ മട്ടുപ്പാവിന്റെ ഒരറ്റത്തേക്ക് സൂര്യൻ വലിച്ചെറിഞ്ഞിരുന്നു. അപമാനിതയായി ഞാൻ കൈകൾകൊണ്ട് മുല മറയ്ക്കണോ യോനി മൂടണോ എന്ന് തീർച്ചയാക്കാനാവാതെ ഈ നിമിഷം മരിച്ചുപോയിരുന്നുവെങ്കിലെന്നാശിച്ചു. സൂര്യനെനിക്കും മുഖം തന്നില്ല. രക്തം മഴയിൽ ഒലിച്ചിറങ്ങിയ സിന്ദൂരതിലകംപോലെ എന്റെ കണ്ണുകളിൽ നിന്നുതിർന്നു.

മലത്തിൽ അറിയാതെ ചുണ്ടു ചേർന്നുപോയ അമിതവൃത്തിബോധക്കാരന്റെ ജുഗുപ്സ നുരയ്ക്കുന്ന കണ്ണുകളോടെ സഖിമാർ ഞങ്ങൾക്കുനേരെ നീട്ടിത്തുപ്പി. സൂര്യന്റെ കുനിഞ്ഞ മുഖത്തേക്ക് നോട്ടമുനകളെയ്ത് മുഖ്യപത്നി അലറി: "പറയിയെ ചുംബിച്ച ചുണ്ടുകൾകൊണ്ട് ഇനി നീയെന്നെ ചുംബിക്കാതിരിക്കുക. രാജബീജങ്ങളിവളിൽ വിതച്ച നിന്റെ ക്ഷത്രിയലിംഗം ഒരുനാളും ആർക്കുവേണ്ടിയും ഉദ്ധരിക്കാതിരിക്കട്ടെ. പ്രപഞ്ചനൈതികതയ്ക്കു മുന്നിൽ കൺകാന്തി നഷ്ടപ്പെട്ട്, തിമിരം ഗ്രസിച്ച്, തിളക്കം മങ്ങി നേരിയൊരു പൊട്ടു മാത്രമായി യുഗങ്ങൾക്കൊടുവിൽ നീ ഒടുങ്ങിത്തീരട്ടെ. നിന്റെയീ പറയിക്കാമുകി ഉദരം പിളർന്ന് ഛിന്നഭിന്നമായി നിന്റെ സന്തതികൾക്കൊപ്പം തകർന്നടിയട്ടെ."

മഹാശാപം പ്രപഞ്ചത്തിന്റെ ഓരോ അണുവിലും പ്രകമ്പനം തീർത്തു. അവയുടെ തരംഗങ്ങൾ ഓരോ ഗ്രഹഭിത്തികളിലുമലയടിച്ചു. എന്നിൽനിന്നും തൽക്ഷണമൊരേട് ചിതറിത്തെറിക്കുകയും ചുറ്റും കറങ്ങിത്തിരിഞ്ഞ് അത് ശപ്തനിലാവുതിർക്കുകയും ചെയ്തു.

അതുവരെ മുഖം താഴ്ത്തിക്കിടന്ന സൂര്യൻ കിടക്കയിലെണീറ്റിരിക്കുകയും നഗ്നനായി തന്നെ മുഖ്യപത്നിയുടെ കാലുകളിൽ മുറുകെപ്പിടിക്കുകയും ചെയ്തു: "കാലു പിടിക്കുന്നത് എനിക്ക് വേണ്ടിയല്ല. ഞാനൊടുങ്ങിത്തീരട്ടെ. പക്ഷേ, ഇവളെ ഭ്രമിപ്പിച്ചത് ഞാനാണ്. എന്റെ പൗരുഷം എന്നേക്കും താണുതന്നെയിരിക്കട്ടെ, ഒരു സ്ത്രീയെയും ഇനിമേൽ രാഗബദ്ധനായി പുണരാതിരിക്കട്ടെ, ആന്ധ്യം ബാധിച്ച് പൊട്ടുപോലെ പ്രപഞ്ചത്തിലേക്കലിഞ്ഞ് ചേരട്ടെ."

സഖിമാർ മറുത്തൊന്നും പറയുന്നുണ്ടായിരുന്നില്ല. മുഖം തിരിച്ചെങ്കിലും കാലുകളിലെ സൂര്യന്റെ മുഖം മുഖ്യപത്നി തട്ടിമാറ്റിയിരുന്നില്ല.

സൂര്യൻ ഇതരപത്നിമാരുടെ കണ്ണുകളിലേക്കു നോക്കി. അവന്റെ ദുരവസ്ഥയും അഭിമാനക്ഷതവുമോർത്ത് അനങ്ങാനാവാതെ വ്രണിതയായിരുന്നു ഞാൻ. ഒരു ജീവച്ഛവംപോലെ ഞാൻ കിടന്നു, ഇപ്പോൾ നഗ്നത ഭാരമല്ലെന്ന തോന്നലിൽ. സൂര്യൻ തുടർന്നു: "പക്ഷേ, ഞാൻ കാരണം ഇവൾക്കീ ദുർവിധി കൈവരുന്നത് പ്രപഞ്ചനീതിക്ക് നിരക്കാത്തതാണ്. ഈ ശാപത്തിന്റെ ചക്രവ്യൂഹത്തിൽ നിന്നും അവളെ മോചിപ്പിക്കൂ."

"വഞ്ചകനായ സക്ഷത്രാധിപാ, നിന്റെ ക്ഷമാപണംകൊണ്ട് ഞങ്ങളാരും തെല്ലും കുലുങ്ങില്ല." സൂര്യന്റെ കരങ്ങൾ തട്ടിമാറ്റി അന്തർജനപത്നി അസ്ത്രംപോലെ വാതിൽക്കലേക്ക് നടന്നു.

"തീർത്തു പറയാൻ വരട്ടെ." ഏഴാമത്തെ സഖി ചുണ്ടനക്കി, നടത്തം നിർത്തി വാതിൽപ്പടിയിൽ മുഖ്യപത്നി നിന്നു.

ഏഴാമത്തെ പത്നി പറഞ്ഞു: "അന്തിമകാഹളത്തിന്റെയടയാളം ഇവളിൽ കാണപ്പെട്ടയുടൻ ഞങ്ങൾ ഏഴു പേരെയും ഭോഗിച്ച് തൃപ്തിപ്പെടുത്താൻ നിനക്കു സാധിക്കുമെങ്കിൽ, ചക്രവ്യൂഹത്തിലകപ്പെട്ട പുരാണയോദ്ധാവ് ഗദകറക്കി അഭ്യാസപ്രകടനത്തിലെന്നതുപോലെ മരണമെത്തുന്നതറിയാതെ നിലയുറപ്പിക്കവെ, ശരവേഗം കുതിച്ചെത്തിയൊരസ്ത്രമേറ്റ് അയാളുടെ ഗദ കൈകൾ വിട്ട് കറങ്ങിയേടത്തു നിന്ന് നേർരേഖയിൽ തെറിച്ചുപോകുന്നതുപോലെ, ഒരു ജലാരോഹകയന്ത്രം ജലം ചീറ്റുന്ന ശക്തിയിൽ സൂര്യഗോപുരത്തിൽ നിന്നും നീ പൊട്ടുപോലലിഞ്ഞു പോകുമ്പോൾ നിന്നാൽ ചുഴറ്റിയെറിയപ്പെട്ട് ഭ്രമണം നിലച്ചേടത്തുനിന്ന് ഇവൾ ഋജുരേഖയിൽ തെറിച്ചുപോവും. കാലമിവളെ മറ്റൊരുവന്റെ ദാസിയാക്കും. അവന്റെ അധരങ്ങൾക്കും അരക്കെട്ടിനും ഇവൾ വഴങ്ങിക്കൊടുക്കും. കാലക്രമേണ നിന്റെ നേരിയൊരോർമ്മത്തുണ്ടുപോലും ശേഷിക്കാതെ ഇവൾ സ്മൃതിവിഭ്രാന്തയാകും."

ഒട്ടും എതിർപ്പില്ലാത്ത മട്ടിൽ മുഖ്യപത്നി ഏഴാമത്തെ സഖിയെ ഒന്നു തിരിഞ്ഞു നോക്കി.

സൂര്യഘടികാരത്തിലെ അടയാളസൂചി: ദിഗ്വിജയവിഷാദയോഗം

പലതുമാലോചിച്ചിരിക്കാതെ അന്ന് പുഴയിലേക്കെടുത്തു ചാടിയിരുന്നില്ലായിരുന്നുവെങ്കിൽ, എന്ന് ദിഗ്വിജയൻ ചിന്തിച്ചു. ഒരുപക്ഷേ, സൂര്യന്റെ കൺഘടികാരത്തിലെ അടയാളസൂചിയായി അങ്ങനെയെങ്കിൽ താൻ നിയോഗിക്കപ്പെടുമായിരുന്നോ?

നീണ്ട വർഷങ്ങൾക്കു മുൻപ്, താൻ അപ്പർ പ്രൈമറി വിദ്യാർത്ഥിയായിരിക്കെ, പിൻബെഞ്ചിലിരുന്ന്, ഹൈസ്കൂൾ വിഭാഗം തത്സമയമലയാളം പ്രസംഗമത്സരത്തിൽ, ഇടത് പുരോഗമന വിദ്യാർത്ഥി നേതാവ് സന്ദീപ് നായർ ടാഗോറിനെ ഉദ്ധരിക്കുന്നത് ഇപ്പോഴെന്നതുപോലെ ദിഗ്വിജയനോർത്തു. സന്ദീപ് നായർ മിക്ക പ്രസംഗങ്ങളിലും ടാഗോറിനെ അങ്ങനെ കൂട്ടിക്കെട്ടുമായിരുന്നു, എല്ലാ വിഷയങ്ങൾക്കും അനുയോജ്യമായി വിളക്കിച്ചേർത്തതായിരുന്നു അയാളെ സംബന്ധിച്ചിടത്തോളം ടാഗോറിന്റെ ചിന്താശകലം.

അയാൾ പ്രസംഗിച്ചു: 'രാഷ്ട്രനിർമ്മാണത്തിൽ വിദ്യാർത്ഥികളുടെ പങ്ക് എന്ന വിഷയം കിട്ടിയപ്പോൾ എന്റെ മനസ്സിലേക്കാദ്യമോടി വന്നത് ടാഗോറിന്റെ പ്രശസ്തമായ ചിന്താശകലമാണ്. വിദ്യാർത്ഥികളുടെ കുരുന്നുമസ്തിഷ്കങ്ങൾക്കും കരങ്ങൾക്കും എങ്ങനെ രാഷ്ട്രനിർമ്മാണത്തിൽ ഭാഗഭാക്കാകാനാകും എന്ന സംശയം ഈ ചിന്താശകലം തീർക്കും."

തുടർന്ന് എല്ലേടത്തും വലിച്ചു ചേർക്കാൻ പാകത്തിൽ പരുവപ്പെടുത്തിയ ഉദ്ധരണി പതിവുപോലെ എടുത്തിട്ടു: "അസ്തമന സൂര്യൻ പശ്ചിമചക്രവാളത്തിൽ അണയാൻ പോവുകയാണ്. ഭൂമിയാകെ ഇരുട്ടുമൂടി. സൂര്യൻ വിഷാദത്തോടെ ചക്രവാളസീമയിൽ നിന്നും ഉറക്കെ വിളിച്ചു ചോദിച്ചു, "എനിക്കു ശേഷം ആര് ഈ ഭൂമിക്ക് വെളിച്ചം പകരും?" ആരുമതിനുത്തരം നൽകിയില്ല, സൂര്യൻ കൂടുതൽ വിഷണ്ണനായി. ഒടുവിൽ മൺചുവരുകൾക്കിടയിൽനിന്ന്

ഒരു മൺവിളക്ക് വിളിച്ചു പറഞ്ഞു: “അങ്ങേയ്ക്കുശേഷം ഈ ഭൂമിക്ക് ഞാൻ വെളിച്ചം പകരും.”

തുടർന്നയാൾ മൺചെരാതിനെപ്പോലെ വിദ്യാർത്ഥികൾക്കുണ്ടായിരിക്കേണ്ട ആത്മവിശ്വാസത്തെക്കുറിച്ച് പറഞ്ഞു. ഇന്നത്തെ കൈകൾ നാളത്തെ ഭാരതത്തിന്റെ ഭരണചക്രം തിരിക്കേണ്ടവയാണെന്നയാൾ വാക്കുകൾ ഉപസംഹരിച്ചപ്പോൾ മുൻനിരയിലിരുന്നവർക്കൊപ്പം തൊട്ടടുത്തിരുന്ന പുലയക്കുട്ടികളും കൈയടിച്ചു. ദിഗ്വിജയൻ കറുത്ത ഉള്ളം കൈയിലേക്ക് നോക്കി.

ഇടംകൈകൊണ്ട് താടി ഞെരടി, വലംകൈയാൽ കാറ്റിൽ ത്തെന്നി തോളിൽ നിന്നകന്ന കാഷായ ഉത്തരീയം പിടിച്ച് ചുമലിലേക്കിട്ട് ഒരു ചെറുചിരിയോടെ ഇപ്പോൾ ദിഗ്വിജയൻ താനെന്ന മൺചെരാതിനെക്കുറിച്ച് ചിന്തിച്ചു. സൂര്യൻ പണയം വെച്ച കണ്ണുകളുടെ നിയോഗത്തെക്കുറിച്ചോർത്ത് അവന് വിസ്മയം തോന്നി.

അതിനേക്കാൾ വിസ്മയത്തിന്റെ മാരിവില്ല് വിരിയിച്ചിരുന്നു ഭൂമി ഒരു പറയിയാണെന്ന, തന്നെക്കാൾ ജാതിരാജിയിൽ തിളക്കം കുറഞ്ഞവളാണെന്ന സൂര്യഗതം. സൂര്യൻ മഹാശാപത്തെക്കുറിച്ച് പറഞ്ഞു. മുക്കാലും തിമിരം മൂടിയ കണ്ണുകളോടെ, സൂര്യൻ ഭൂമിയുടെ നീൾമിഴികൾ വിടരുന്നതിന്റെ ഭംഗി വിവരിച്ചു. അവളിലവനെത്ര ഗാഢമായി ഒട്ടിച്ചേർന്നെന്ന്, പിന്നെയിന്നോളം അവന്റെ വിരിമാറിൽ ഒരിക്കൽക്കൂടി അമർന്നില്ലെങ്കിലും ഇന്നുമവൾക്ക് ആദ്യസമാഗമത്തിന്റെ ഓർമ്മ എത്രമാത്രം മിന്നൽപൂത്തിരികൾ മാറിൽ വിടർത്താൻ പാകത്തിൽ ഏതു നേരത്തും തീ ചിതറാൻ തയ്യാറെടുത്ത് ശാന്തയായി നിലകൊള്ളുന്നൊരു പെൺപർവ്വതംപോലെ അവളെ മാറ്റിത്തീർത്തുവെന്ന് വിവരിക്കവേ സൂര്യനും വിസ്മയപ്പെട്ടു.

ദിഗ്വിജയൻ കാഷായ ഉത്തരീയത്തിലേക്കു നോക്കി. വർഷങ്ങൾക്കപ്പുറം, പുഴ നീന്തിമുറിച്ചെത്തിയത് ഒരു കാവിക്കുടീരത്തിലേക്കായിരുന്നു. അവിടെ ഗീതയുരുവിട്ടുകൊണ്ടൊരു ബ്രാഹ്മണൻ അവന്റെ കറുത്ത ശരീരത്തെ പുണർന്നു. അയാളവന് കിടക്കാൻ കുടീരത്തിലിടം നൽകി. സിംഹത്തിനു മുകളിൽ നീളൻ സിന്ദൂരക്കുറി നെറ്റിയിൽ വരച്ച് കാവിപ്പട്ടുടുത്തിരുന്ന ഭാരതമാതാവിന്റെ വലിയ ചിത്രത്തിനു കീഴിൽ ഭസ്മം മണക്കുന്ന പുൽപ്പായ വിരിച്ചവൻ കിടന്നു. അവിടെ ജാതി നിലനിന്നിരുന്നു, വിവേചനങ്ങളില്ലായിരുന്നു. സംസ്കാരസംരക്ഷകസേനയുടെ പഠനമന്ദിരമായിരുന്നു അത്. സനാതനഹൈന്ദവധർമ്മത്തെക്കുറിച്ച് ബ്രാഹ്മണർ അവനെ പഠിപ്പിച്ചുകൊണ്ടിരുന്നു. അവരവനെ ദിഗ്വിജയനെന്ന് വിളിച്ചു. ഒടുവിലിന്ന് സൂര്യയോഗിയായി, സൂര്യന്റെ ആന്ധ്യം ഒട്ടുമുക്കാലും ഗ്രസിച്ച

കണ്ണുകളിലെ ഘടികാരസൂചിയായി നിയോഗിക്കപ്പെട്ടിരിക്കുന്നത് നിമിത്തമാത്രമെന്ന് ഗീതയുരുവിട്ടുകൊണ്ട് ദിഗ്വിജയൻ വിനയാമ്വിതനായി.

അവന്റെ ജീവിതരേഖയിലൂടെ അലക്ഷ്യമായൊരു നോട്ടം പായിച്ചെങ്കിലും ഗീതാമന്ത്രണം സൂര്യൻ വ്യക്തമായി കേട്ടു. ഗീതയെക്കുറിച്ച് ഇഷ്ടമില്ലാമട്ടുകാരനാണ് സൂര്യൻ.

"പാദസംഭവൻ പോലുമല്ലാത്ത നീ പൂർണ്ണബ്രഹ്മഗാത്രത്തിലേക്കെന്നു ലയിച്ചു തീരും. കാതുകളിൽ ഉരുകിയ ഈയമുറ്റുന്നുണ്ട്." സൂര്യൻ ഒരു പരിഹാസച്ചിരി ചിരിച്ചു.

താനൊരു പഞ്ചമൻ മാത്രമെന്ന സൂര്യന്റെ മുനവെച്ച വാക്ക് ദിഗ്വിജയന്റെ കാവിമേലങ്കിയിൽ കൊണ്ടു. ഉത്തരീയത്തിലേക്ക് ചിരിയോടെ നോക്കിക്കൊണ്ടിരുന്നു സൂര്യൻ. ദിഗ്വിജയനപ്പോൾ പ്രകോപനാത്മകമായി പറഞ്ഞു: "സ്വത്വനിരാസത്തിലൂടെ യുക്തിഭംഗം വന്ന സ്വപുത്രനോടുള്ള മമത. അവനെ, കർണ്ണനെ തളർത്താൻ പ്രേരകമായ ഭഗവദ്വചനാമൃതത്തോടുള്ള ഇഷ്ടക്കേടിന്റെ കാരണം മറ്റെന്താണ്?"

സൂര്യന്റെ മുഖം ചെറുതായി തുടുത്തു വന്നു. മുഖത്തുടുക്കൽ മറച്ചുപിടിച്ച് ഒട്ടൊരു പരിഹാസനുരയോടെ അവന് ദിഗ്വിജയനെ ഇമ ചിമ്മാതെ നോക്കി: "അവന്റെ പതനം എന്തുകൊണ്ടാണിത്ര നിരന്തരം ഘോഷിക്കപ്പെടുന്നത്, ഓർക്കപ്പെടുന്നത്? കർണ്ണനൊരു സൂര്യസംഭവനല്ലായിരുന്നെങ്കിൽ, അവനൊരു ശൂദ്രനോ നിഷാദനോ ആയിരുന്നെങ്കിൽ ഇത്രമാത്രം കീഴാളസഹനത്തെക്കുറിച്ച് നിങ്ങൾ വേവലാതിപ്പെടുമായിരുന്നോ? പതറുന്ന ശൂദ്രനും പ്രൗഢി വേണം. ജന്മത്തിന്റെ മയിൽപ്പീലിയവന്റെ നെറുകയിലുണ്ട്. ഏകലവ്യന് ചേരാത്തത്. യവനദുരന്തനാടകങ്ങളിലെ നായകന്റെ ആകസ്മികമായ ദാരുണ ദുർഗതിപോലെ വികാരങ്ങളുടെ വിരേചനസുഖം നൽകുന്നത്?"

സൂര്യൻ ഞെട്ടകളോരോന്നായി പൊട്ടിച്ചുകൊണ്ടിരുന്നു: "പൊട്ടിയ ചങ്ങല കൂട്ടിക്കെട്ടാൻ നിനക്കെന്ത് ധൃതി?" ദിഗ്വിജയനെ നോക്കി അവൻ പറഞ്ഞു. ദിഗ്വിജയൻ നോട്ടം സൂര്യനിൽനിന്നും മാറ്റി. തന്റെ ഹൈന്ദവവികാരത്തിനു മീതെ അപകർഷതയുടെ ഒരു മുൾപ്പൂവ് വിടരുന്നതവനറിഞ്ഞു. സൂര്യനോടവന് അകൽച്ച തോന്നി, യാഥാർത്ഥ്യത്തെ പുണരാൻ പതർച്ചയും.

ദിഗ്വിജയൻ മൗനിയായിരുന്നെങ്കിലും സൂര്യൻ പറഞ്ഞതൊക്കെയും ശ്രദ്ധിക്കുന്നുണ്ടായിരുന്നു. ദിഗ്വിജയന്റെ നിശ്ശബ്ദതയെ പ്രകോപിപ്പിക്കാനായി ഗൗരവമഭിനയിച്ച് സൂര്യൻ പൊടുന്നനെയൊരു ശ്ലോകം പരതി:

"അനേകവക്ത്രനയനം
അനേകാത്ഭുതദർശനം
അനേകദിവ്യാഭരണം
ദിവ്യാനേകോദ്യതായുധം
ദിവ്യമാല്യാംബരധരം
ദിവ്യഗന്ധാനുലേപനം
സർവാശ്ചര്യമയം ദേവം
അനന്തം വിശ്വതോമുഖം"[1]

ചെറുതായൊന്ന് പരിഹാസച്ചിരി വരുത്തി സൂര്യൻ ഗൗരവക്കാരനായി: "അർജുനൻ കാണുന്ന കൃഷ്ണന്റെ വിശ്വരൂപം ഇതാണ്. കണ്ണും മൂക്കും വായും ആഭരണങ്ങളും ആയുധങ്ങളും. ഇതൊക്കെ വിവരിച്ചാൽ വിശ്വരൂപമായെന്ന വ്യംഗ്യധാരണ എന്തപകടം? ബാഹ്യ പ്രതീകങ്ങൾക്കു മാത്രം വിലകൽപ്പിക്കുന്ന ദുഷിച്ച സവർണ സൗന്ദര്യശാസ്ത്രത്തിന്റെ ജഢതുല്ല്യമായ ഭക്തവർഗ്ഗ പ്രതിനിധിയാണയാൾ. ഇതിലുമപ്പുറം കൃഷ്ണന്റെ സൗന്ദര്യം, വൈരൂപ്യം ഇവയൊന്നും കാണാന് അയാൾക്കോ നിനക്കോ കഴിയുന്നില്ല." സൂര്യൻ പ്രസംഗിച്ചു.

സൂര്യൻ കരുതിയപോലെ ദിഗ്വിജയൻ പ്രകോപിതനായില്ല. നിർമ്മമനായി, ഉപന്യാസംപോലെ വാക്കുകൾ ആറ്റിക്കുറുക്കി അവൻ പറഞ്ഞു: "ബാഹ്യപ്രതീകങ്ങൾക്കു മാത്രം വിലകൽപ്പിക്കുന്ന ഒരു സമൂഹത്തിലിരുന്ന് ആന്തരികവിശുദ്ധിയെക്കുറിച്ച് വാചാലരാകുന്നവരോട് വിശേഷിച്ചെന്തു പറയാൻ?"

വലതുകാലിനുമീതെ കയറ്റിവെച്ച മറ്റേക്കാൽ വായുവിൽ ആഘാതമേൽപ്പിച്ച് ദിഗ്വിജയന്റെ മൂക്കിനു നേരെ കൊണ്ടുചെന്ന് ചെറുചിരിയോടെ സൂര്യൻ മെല്ലെ പറഞ്ഞു: "അതു നിന്റെ അമ്മയ്ക്ക് പറ്റിയ വിശ്വശൂദ്രസ്ത്രീരൂപസിദ്ധാന്തം."

ദിഗ്വിജയനപ്പോൾ പലതുമാലോചിച്ചിരിക്കാതെ അന്ന് പുഴയിലേക്കെടുത്തു ചാടിയില്ലായിരുന്നുവെങ്കിൽ എന്ന് ചിന്തിച്ചു. പുഴയോർമ്മയ്ക്കും പിറകിലോട്ട്, നീണ്ട വർഷങ്ങൾക്കപ്പുറം അമ്മയെക്കുറിച്ചോർത്തു.

* * *

"**പൊ**ലയിയാണേലും കൊലുന്നനെ വെളുത്ത് കാണാൻ ഓളൊരു നമ്പൂരിച്ച്യപ്പോലെണ്ട്."

---

1. ഭഗവദ് ഗീത 11:1011

അമ്മയെക്കുറിച്ച് അവർ നെല്ലു ചിക്കാനും അരിയിടിക്കാനും നായർ സ്ത്രീകൾക്ക് താളി പിഴിയാനും പോകുന്ന വീടുകളിലെ ചെറുപ്പക്കാരും വയസ്സന്മാരും പറയുമായിരുന്നു. അവരുടെയൊന്നും ഭാര്യമാർക്ക് അത്ര തൊലിനിറമുണ്ടായിരുന്നില്ല. കള്ളുചെത്തിക്കൊണ്ടിരിക്കെ ഒരു നിമിഷത്തേക്ക് തെങ്ങിന്മേൽ നിശ്ചലരായ സൗന്ദര്യാസ്വാദകരായി കാലുവിടർത്തിപ്പിടിച്ച് അശ്ലീലച്ചിരിയോടെ അവർ നടന്നുപോകുന്നത് നോക്കി ഒട്ടുമുക്കാൽ തീയ്യന്മാരും അതു തന്നെ പറയുമായിരുന്നു. മാപ്പിളമാർക്ക് ഉമ്മച്ചികളെപ്പോലെയും അവൾ വെളുത്തിരുന്നു. തൊലിവെളുപ്പ് എന്നിട്ടുവളെ പുലയിയല്ലാതാക്കിയുമില്ല. അച്ഛനുമമ്മയ്ക്കുമിടയിലെ മൗനകലാപത്തിന് വേണ്ടുവോളം അത് തീ കൂട്ടിയിരുന്നു.

ആ കുടുംബഘടന ഒറ്റ മകനായ ബാലകൃഷ്ണനെ കുട്ടിക്കാലം തൊട്ടേ സാധുസ്വഭാവിയാക്കി. അവന്റെയച്ഛൻ കുറ്റിത്താടിക്കാരനും കാന്തക്കണ്ണുള്ളവനുമായ ദൃഢഗാത്രനായൊരു പുലയനായിരുന്നു. അയാൾ ദിനേനെ മെല്ലിച്ചു വന്നു. അയാൾ ധാരാളം വായിക്കുമായിരുന്നു. സംവരണത്തിലൂടെ അയാൾക്ക് സർക്കാര് സ്ഥാപനത്തിൽ ജോലി കിട്ടിയിരുന്നു. പിൽക്കാല ദിഗ്വിജയനെപ്പോലെ അയാൾ ഹിന്ദുവായിത്തീരാൻ പരിശ്രമിച്ചിരുന്നു.

നഴ്സറിക്കുട്ടിയുടെ ഇംഗ്ലീഷ് അക്ഷരമാലാ ഉച്ചാരണംപോലെ ബോധമില്ലാതെ താളംതുള്ളിയൊഴുകുന്ന വീടിന്റെ മുൻവശപ്പുഴയിലേക്ക് നോക്കിയിരുന്നങ്ങനെ ചിലപ്പോഴൊക്കെ അയാൾ ഗീതാശ്ലോകം ഉരുവിടുമായിരുന്നു. പുഴയിലേക്ക് കാലു നീട്ടിയിരുന്ന് ഉമിക്കരികൊണ്ടു പല്ലു തേക്കുന്ന ബാലകൃഷ്ണൻ ശ്ലോകത്താളത്തിൽ കാലാട്ടും.

"ധ്യായതോ വിഷയാന് പുംസഃ
സംഗസ്തേഷൂപജായതേ
സംഗാൽ സംജായതേ കാമഃ കാമാൽ...[2]

കേൾക്കുമ്പോൾ അതയാളുടെ സ്വന്തം ശ്ലോകമെന്നു തോന്നും. അതത്രമാത്രം ജീവിതഗന്ധിയാം വിധമായിട്ടായിരിക്കും അയാൾ പാടിയിട്ടുണ്ടാവുക. ബാലകൃഷ്ണനോർക്കും അയാളുടെ പുലയൻ നാവിൽ ശ്ലോകം വഴിയുന്ന കാലാന്തരം. ചരിത്രപുസ്തകങ്ങളിൽ ബോധമിഴയും, കണ്ണു മിഴിയും. പിന്നീട് കാവിക്കുടീരത്തിൽ അഭയാർത്ഥിയായി ചെന്നെത്തി ഗത്യന്തരമില്ലാതെ നവബ്രാഹ്മണരുടെ പാഠശാലയിൽ വെച്ച് പലതും ഹൃദിസ്ഥമാക്കേണ്ടി വന്നു. പതിയെ

2. ഭഗവദ് ഗീത 2:62

കൺമിഴിവ് അടഞ്ഞുപോയി. തോട്ടിപ്പണിക്കാരനും ബ്രാഹ്മണ നാകാം എന്ന ആശയവാദം വരികൾക്കിടയിലൂടെ വ്യാഖ്യാനിച്ചു.

ബാലകൃഷ്ണന്റെ അച്ഛൻ തിരഞ്ഞെടുത്ത ശ്ലോകങ്ങളൊക്കെ അനുഭവത്തിന്റെ ഏറ്റുപാടലായിരുന്നു. അമിതമായ വിഷയചിന്ത യ്ക്കയാൾ വശപ്പെട്ടിരുന്നു. അയാളുടെ ഉരുക്കുപോലുള്ള കറുത്ത ശരീരവും കാന്തക്കണ്ണുകളും തേടി പരസ്ത്രീകൾ, പലരും രതി കുതൂഹലക്കാരികളായ മേൽജാതിക്കാർ, പാതിരാനീരാട്ടനിറങ്ങു മായിരുന്നു, ആരുമറിയാതെ. മെരുങ്ങുമെന്ന് കൊതിപ്പിക്കുന്നൊരു മുതലയെപ്പോലെ അയാൾ പുഴ നീന്തിച്ചെന്ന് പുഴയോരത്തെ ഈറങ്ങാച്ചെടികൾക്കിടയിൽ, പലപ്പോഴുമവയുടെ മുള്ളുകൾ ദേഹ ത്തുരയുന്നതിനിടയിലും പെട്ടെന്ന് തനിനിറം കാട്ടി വന്യമായി പലർക്കുമൊപ്പം മദിച്ച് ദിനേന മെല്ലിച്ചു വന്നു.

അമ്മയ്ക്ക് കണ്ണുനീർ മാത്രമേ മറുപടിയായി ഉണ്ടായിരുന്നുള്ളൂ. പ്രതിഷേധിക്കാനവർക്ക് അറിയുമായിരുന്നില്ല.

അയാൾക്ക് എയ്ഡ്സാണെന്നറിഞ്ഞപ്പോൾ രുദ്രമായൊരു ചിരി കത്തിനിന്നിരുന്നു അവരുടെ മുലഞെട്ടുകളിൽ, വർഷങ്ങളോളം തനി ക്കൊപ്പം കിടക്കാതെ ഇരുൾപ്പുഴയിലേക്കിറങ്ങിയ അയാളെ നോക്കി ചിരിക്കാൻ അവൾ സാവധാനം പഠിച്ചു.

അയാളുടെ ഇരുൾനീരാട്ടൊക്കെയും വഞ്ചിക്കപ്പെട്ടവനെന്ന വിഭ്രമത്തിന്റെ ഉൾക്കനലെരിയുന്നവയായിരുന്നു. പുഴനീന്തിച്ചെന്നെ ത്തുന്ന ഇണങ്ങാത്ത മുതലയെപ്പോലെ അയാളെ വന്യദാഹിയാക്കി യത് മൗനമായൊരു പ്രതികാരചിന്തയായിരുന്നു. തൊലിവെളുത്ത തന്റെ ഭാര്യ പണിക്കു പോകുന്ന വീടുകളിലെ നായർ പ്രമാണി കൾക്കും തീയ്യന്മാർക്കും പായ വിരിച്ച് പണം പറ്റുന്നില്ലേയെന്ന യാൾ സ്വയം വിശ്വസിപ്പിക്കുവാൻ ശ്രമിച്ചുകൊണ്ടിരുന്നു. അത്തര മൊരു മനഃജലവിഭ്രാന്തിയായിരുന്നു ഓരോ ജലസംഗമവുമയാൾക്ക്. ഓരോ തവണയും പുറത്തും നിതംബങ്ങളിലും ഈറങ്ങയുടെ മുള്ളു രസുന്നതിൽ യഥാർത്ഥ രതിയെക്കാൾ അയാൾക്ക് സ്വയം പീഡ നാത്മകമായ ഒരു സ്ഖലനസുഖം തോന്നി.

ബാലകൃഷ്ണൻ പിറന്നതിനുശേഷം അയാൾ അവളെ തൊട്ടിട്ടേ യില്ലായിരുന്നു. ഒരിക്കലവളെ അയാൾ പൊലിയാടിച്ചിയെന്നു വിളിച്ചു. ഉമ്മറത്തെ കസേരയിലിരുന്ന് ബാലകൃഷ്ണനുള്ള സ്റ്റൈ പെന്റിന്റെ ഫോം പൂരിപ്പിക്കുകയായിരുന്ന അയാൾ സ്വബോധം വന്നതുപോലെ ഞെട്ടി, ഞെട്ടലിൽ ജാതിക്കു നേരെയുള്ള കോള ത്തിൽ നീണ്ടൊരു വര വീണു. മഷി കടലാസിൽ പരന്നു. അയാളുടെ കണ്ണു വല്ലാതെ മിഴിഞ്ഞുപോയിരുന്നു അപ്പോൾ. അതിനുശേഷം

അയാളൊരിക്കലും തെറി വിളിച്ചില്ല. അവളൊരിക്കലും മർദ്ദിക്കപ്പെട്ടിരുന്നില്ല. അവൾക്ക് വീട്ടാവശ്യങ്ങൾക്ക് ആരോടും കടം വാങ്ങേണ്ടി വന്നതുമില്ല. പുറമേയ്ക്ക് സന്തുഷ്ടമായിരുന്നു അയാളുടെ കുടുംബം. അയാളുടെ അപകർഷതയുടെ മുൾപ്പൂവ് അവർക്കിടയിൽ മാത്രം ഗാർഹികമായൊരു തരിശുനിലം തീർത്തു, അവിടെ മാത്രം വിടർന്നു.

വൈകിട്ടൊരുനാൾ നായർ പെണ്ണുങ്ങൾക്ക് താളിയിടിച്ച് പിഴിഞ്ഞ് കൊടുത്തതിനുകിട്ടിയ കൂലികൊണ്ട് പുതിയൊരു പായ വാങ്ങി അമ്മ വീട്ടിലേക്ക് വന്നു. അതുവരെ കിടന്നിരുന്ന പായയിൽനിന്ന് വിട്ടുമാറി അവരത് ചാണകം മെഴുകിയ നിലത്ത് വിരിച്ചു. ബാലകൃഷ്ണന് അതിന്റെ പുത്തന്മണവും വെടിപ്പും പിടിച്ചിരുന്നു. അവനതിൽ അമ്മയോട് ചേർന്നു കിടന്നു. അവർ ചെമന്ന കുപ്പിവളകളിളക്കി അവനെ ഉറുമ്പടക്കം പിടിച്ചു.

പുഴ ശക്തിയായി ഒലിച്ചു കുത്തുന്നുണ്ടായിരുന്നു. പായയോട് ചേർത്ത് നിലത്തുവെച്ച ചിമ്മിനിവിളക്കിന്റെ വെളിച്ചത്തിൽ അയാൾ അവളെത്തന്നെ നോക്കിക്കിടന്നു. അയാളുടെ ദേഹം കൂടുതൽ മെല്ലിക്കുന്നതായും കവിളൊട്ടുന്നതായും ബാലകൃഷ്ണന് തോന്നി. തലമുടിയും താടിയും കൂടുതൽ നരച്ചിരുന്നു. കണ്ണുകളുടെ കാന്തികത നഷ്ടപ്പെട്ടിരിക്കുന്നു.

അടുത്ത പായയിൽ കിടന്ന അവളുടെ നോട്ടം ഇടയ്ക്കെപ്പൊഴോ അയാളുടെ കണ്ണുകളിലുടക്കിയപ്പോൾ അയാൾ ചെറുതായൊന്നു ചിരിച്ചു. അയാൾ പറഞ്ഞു: “നിനക്ക് ഞാനിത് പടർത്തുമെന്ന് പേടിക്കണ്ട. തമ്പ്രാന്മാർക്കൊപ്പം പോകുമ്പോൾ ഓർത്താൽ മതി.”

അവൾ പെട്ടെന്ന് നോട്ടം മാറ്റി, ബാലകൃഷ്ണന്റെ വയറിൽനിന്നും കൈകളെടുത്ത് മൺകട്ടകളടരുന്ന ചുമരിനു നേരെ തിരിഞ്ഞു കിടന്നു. പുഴയുടെ ചില നേരത്തുള്ള ഒലിച്ചുകുത്ത് അവൾക്കസഹ്യമായി തോന്നി. ഇരുട്ട് അർത്ഥം വെച്ച് എന്തോ പറയാൻ ശ്രമിക്കുന്നതുപോലെ. ഒരു മൂങ്ങയുടെ അമർത്തി മൂളലിനു കാതുകൂർപ്പിച്ച്, ചിന്തകൾക്കതിരിട്ട് അവൾ ഉറങ്ങാൻ തിടുക്കപ്പെട്ടു.

പ്രഭാതങ്ങളിൽ, പുഴയിലേക്കു താഴ്ന്ന മരക്കൊമ്പിലിരുന്ന്, ബോധമില്ലാത്ത പുഴയുടെ ഓരങ്ങളിൽ അടിഞ്ഞുചേർന്ന് തുടർന്നൊഴുകാനാവാത്ത, തലേന്ന് പാതിരയ്ക്ക് പലരുമൂരിയെറിഞ്ഞ ഗർഭനിരോധന ഉറകളെ വെള്ളത്തിലേക്കുതന്നെ തട്ടിവിടുകയും ഈങ്ങാച്ചെടികൾ വളർന്നു നിൽക്കുന്ന അക്കരേയ്ക്ക് നോട്ടമയയ്ക്കുകയും ചെയ്ത് വിശാലമായി, നേരമെടുത്ത് പല്ലുതേക്കുമായിരുന്നു അയാൾ. അയാളുടെ കൂർത്ത കണ്ണുകൾ ഒരു നീർനായയുടേതിനെ ഓർമ്മിപ്പിച്ചു.

ഒരുനാൾ, പൊടുന്നനെ അയാൾ സ്വയം ഇല്ലാതാക്കിത്തീർത്തു. പുഴയിലേക്കു ചാഞ്ഞ മരക്കൊമ്പിൽ കെട്ടിഞാന്ന് അച്ഛൻ മരിച്ചന്ന് പുഴയാകെ ഇളകിത്തുള്ളിയിരുന്നു. പെട്ടെന്ന് വെള്ളം കൂടി. കാർഡ് ബോർഡ് പെട്ടികളും പച്ചത്തേങ്ങകളും ഒലിച്ചുവന്നു. അലക്കുകല്ലു കൾ മൂടിപ്പോയി. മഴയത്തു കുട ചൂടി കുറച്ച് വൃദ്ധർ അയാളെ കുഴി വെട്ടി മൂടി. ചെറുപ്പക്കാൻ മാറിനിന്നു. ഏതു മഹാമാരിയിലും ഒലി ച്ചെത്തുന്ന തേങ്ങകൾ നീന്തിപ്പിടിച്ച് തൂക്കിവിൽക്കാൻ മിടുക്കരായ പുഴയോരത്തെ പുലയച്ചെറുക്കന്മാർ കുറച്ച് ദിവസത്തേക്ക് അയാ ളുടെ ശവം തട്ടിയ വെള്ളം ഭയന്ന് പുഴയിലിറങ്ങിയതേയില്ല.

പകുതി ജലത്തിലും പകുതി വായുവിലും നിന്ന് ആത്മഹത്യ ചെയ്യുക എന്തു വിചിത്രമായ അനുഭവമായിരിക്കുമെന്ന് ബാല കൃഷ്ണൻ ചിന്തിച്ചു. പുഴയോരത്തെ പുതിയ ടാക്കീസിലെ സ്ക്രീ നിൽ ആളുകൾ അനങ്ങുന്നതും ശബ്ദമുണ്ടാക്കുന്നതും ആദ്യമായി കണ്ടപ്പോൾ തോന്നിയതിനേക്കാൾ ആക്കം കൂടിയൊരു വൈചിത്ര മുണ്ടതിന്.

ടാക്കീസിൽ ആദ്യമായും അവസാനമായും പോയത് അവ നോർത്തു. സിനിമ കഴിഞ്ഞ്, ചൂട്ടുവീശി, ആൾക്കൂട്ടത്തിനിടയിലൂടെ അവനുമമ്മയും നടന്നു. ചോര കല്ലിപ്പിക്കുന്ന തണുപ്പിൽ, അമ്പല ക്കുളത്തിനരികിൽ, തീ കാഞ്ഞുകൊണ്ടു ചീട്ടുകളിക്കുന്ന ചെറുപ്പ ക്കാർക്കിടയിലൂടെ കിലുങ്ങിത്തെറിക്കുന്ന വെള്ളിപ്പാദസരക്കാരി അമ്മയ്ക്കു മുന്നിൽ ചൂട്ടും വീശി അവൻ നടന്നു.

അമ്മ അവർക്കരികിലെത്തിയപ്പോൾ അതിലൊരുവൻ അവളുടെ പാദസരത്തിൽ തൊട്ടു. തീവെളിച്ചത്തിൽ പിറകോട്ടുനോക്കിയ ബാലകൃഷ്ണൻ അത് കണ്ടു. അമ്മ വശ്യഹാരിയായി ചിരിച്ചു. വിരലുകളുടെ എണ്ണം കൂടി.

“ഊട നിക്കണ്ട. ഞ്ഞ് നടന്നോ ഞാമ്പയ്യെ ബെരാം.” അമ്മ പറഞ്ഞു.

കുറച്ച് മുൻപോട്ടു നടന്ന് ഇടയ്ക്കു തിരിഞ്ഞു നോക്കുമ്പോ ഴൊക്കെ തീയുടെ ആളൽ കൂടുന്നതായി തോന്നി. ഇരുട്ടു വെട്ടത്തിൽ ചെറുപ്പക്കാർക്ക് ഇളകുന്ന നായ്ക്കളുടെ രൂപം. കള്ളിന്റെ കിതപ്പ്. അമ്മയൊരഗ്നിനാഗംപോലെ പുളയുന്നു.

ബാലകൃഷ്ണൻ അമ്പലക്കുളത്തിന്റെ കൽപ്പടവിലേക്കിറങ്ങി ച്ചെന്നു. പലരും മുങ്ങിമരിച്ച കുളമാണ്. ആഴങ്ങളിൽ എത്രയോ ഉൾക്കിണറുകളുണ്ടത്രെ. ഇരുട്ടിൽ അതിന്റെ കനത്ത നിശ്ശബ്ദത അവനെ ഭയപ്പെടുത്തി. ചൂട്ടുവീശികൊണ്ട് കിതപ്പോടെ കൽപ്പട വുകൾ തിരികെ ഓടിക്കയറി. അമ്മയുടെ അരക്കെട്ടിൽനിന്നും അഗ്നി വളയങ്ങളുയരുന്നതായി തോന്നി.

കൈയിലിരിക്കുന്ന ചൂട്ടുവിളക്കിനു പ്രസക്തിയില്ലെന്നവനു തോന്നി. ഓടിച്ചെന്നവനത് പുഴയിലേക്ക് വലിച്ചെറിഞ്ഞു. ശബ്ദിച്ചു കൊണ്ടു സുന്ദരമായി അത് കെട്ടു. പകുതി ജലത്തിലും പകുതി വായുവിലും തൂങ്ങിമരിച്ച അച്ഛന്റെ തീനിഴലുകൾ പുഴയിലമർന്നു മാടിവിളിക്കുന്നതായി അവന് വിഭ്രമപ്പെട്ടു. പലതുമാലോചിച്ചിരിക്കാതെ പുഴവെള്ളത്തിലേക്കൊരെടുത്തുചാട്ടമായിരുന്നു. പിന്നെ, കരയ്ക്കടിഞ്ഞതൊരു കാവിക്കുടീരത്തിൽ, പരിപാലിച്ചതൊരു പൂണൂൽക്കാരൻ. അയാളവന്റെ പേരു ചോദിച്ചു: "ബാലകൃഷ്ണൻ."

അവശനായ അവനെ അയാൾ നേഞ്ചോടമർത്തി.

"ദിഗ്വിജയൻ."

കാവി മേലങ്കികൊണ്ട് അയാളവന്റെ തല തുവർത്തി.

പോകെപ്പോകെ അച്ഛൻ മരിക്കുംനേരം വരച്ച ജലരേഖകളും തിരിച്ചറിയാനാകാതെ പിടയ്ക്കുന്ന വെപ്രാളലിപികളും അവൻ മറന്നു.

* * *

അമ്മയെപ്പറ്റി പ്രകോപിപ്പിക്കുവാനായി സൂര്യനത് പറഞ്ഞപ്പോൾ ഉള്ളിലെവിടെയോ അറിയാതൊരു നീറ്റലുളവാകുംവിധം ദിഗ്വിജയൻ അതൊക്കെയും ഓർത്തെടുത്തു. ബാഹ്യപ്രതീകസിദ്ധാന്തക്കാരിയുടെ മകൻ ടാഗോറിന്റെ മൺചെരാതായതോർത്ത് ദിഗ്വിജയനൊന്ന് വിവശനായി ചിരിക്കാൻ ശ്രമിച്ചു.

സൂര്യന് കുറ്റബോധം തോന്നി. ദിഗ്വിജയനൊരു വിഷമസന്ധിയിലാകുമെന്ന് അവൻ കരുതിയിരുന്നില്ല. സൂര്യനെ സംബന്ധിച്ചിടത്തോളം ദിഗ്വിജയനാണ് അപരസൂര്യൻ. ഭൂമിയെ മഹാശാപത്തിൽ നിന്നും വിടുവിക്കേണ്ടവൻ. അവളിലെ അന്തിമകാഹളത്തിന്റെ അലയൊലികൾ മുക്കാലും ആന്ധ്യം ബാധിച്ച തന്നെ അറിയിക്കേണ്ടവൻ. തന്റെ കണ്ണുകളിൽ അവ അടയാളപ്പെടുത്തേണ്ട വിലപ്പെട്ട നാഴികമണി.

ദിഗ്വിജയൻ സൂര്യന്റെ രക്താഭമായ മുഖത്തേക്കുറ്റു നോക്കി. ഭൂമി ഒരു പറയിയാണോ എന്ന് ക്ഷത്രിയസൂര്യന്റെ മുഖത്തു നോക്കിയവൻ വല്ലാതെ ആശ്ചര്യപ്പെട്ടു. സിംഹത്തിനു മുകളിൽ നീളൻ സിന്ദൂരതിലകം നെറ്റിയിൽ ചാർത്തി കാവിപ്പട്ടുടുത്തിരുന്ന ചാമ്പങ്ങാനിറത്തിൽ തുടുത്ത കവിളുകളുള്ള ഭാരതമാതാവിന്റെ വലിയ ചിത്രത്തിനു കീഴിൽ ഭസ്മം മണക്കുന്ന പുൽപ്പായയിൽ കിടന്ന നീണ്ട നാളുകൾ അവനു പെട്ടെന്ന് മായ്ച്ചു കളയുവാനായില്ല.

ഭാരതാംബാ എന്ന ഫ്ളാറ്റിന്റെ പതിമൂന്നാം നമ്പർ മുറിയിൽ ഒളിച്ചു തപസ്സനുഷ്ഠിക്കുന്ന ദിഗ്വിജയനെന്ന അയിത്തക്കാരന് സന്ന്യാസി തന്റെ കർമ്മത്തെക്കുറിച്ചോർത്തു. ഭൂമുഖത്തുടലെടുക്കുന്ന അന്തിമകാഹള വിപൽസൂചനകൾ രേഖപ്പെടുത്താന് താൻ മിനക്കെടണമല്ലോ എന്നോർത്തപ്പോൾ തല എങ്ങാട്ടെന്നില്ലാതെ വെട്ടിച്ചിട്ടൊടുവിൽ മന്ത്രിച്ചു: “ആർജ്ജിതജ്ഞാനവും ഒരു ദ്വിമാന സമവാക്യം. അതിന്റെ നിർദ്ധാരണമൂല്ല്യങ്ങൾ, കടമ അല്ലെങ്കിൽ ബാധ്യത.”

തന്റെ മൂല്യം കടമയാണെന്നോർത്ത് ജ്ഞാനത്തിന്റെ സമവാക്യം ഇഴപിരിച്ചെടുത്ത്, അവസാനം ഒന്നിനെക്കുറിച്ചും വേപഥു കൊള്ളാതെ ഫ്ളാറ്റുമുറിയുടെ ജാലകമവന് വലിച്ചടച്ചു. പൊടുന്നനെ വീശിയ കാറ്റിൽ ജാലകത്തിൽ കുടുങ്ങിപ്പോയ കാഷായ ഉത്തരീയം തിരിച്ചെടുക്കാനായി ഒന്നുകൂടി വെള്ളിച്ചിൽ ജാലകം തുറന്നവന് വീണ്ടും വലിച്ചടച്ചു.

തനിക്കു മുന്നിൽ സർവ്വം അഗ്നിമയമെന്നവൻ വീണ്ടും കണ്ടു. ശരീരത്തിന്റെ ജ്യാമിതിയറിയാതെ അഗ്നിപേറി സഖിമാരെ ഭോഗിച്ച് ഭൂമിയെ രക്ഷിക്കേണ്ട സൂര്യന്റെ വേവലാതിത്തീ. സൂര്യനിൽനിന്നും പറിച്ച് അനന്തതയിലേക്കെറിയപ്പെടുമെന്ന സംഭ്രാമാഗ്നി ഭൂമിയുടെ ശിരസ്സിനുചുറ്റും വലയം തീർക്കുന്നു.

ആകുലതയുടെ ചൂട്ടുവിളക്കിനിവിടെ പ്രസക്തിയില്ലെന്നറിഞ്ഞ് അവസാനത്തെ ഇത്തിരിവെട്ടവും നിസ്സംഗതയുടെ പടവിൽ ദിഗ്വിജയൻ തല്ലിക്കെടുത്തി. കൺമുന്നിലെ ഇരുട്ടിൽ അവ്യക്തമായ പല രൂപങ്ങളും ഇളകുന്നതായി അവനു തോന്നുകയുണ്ടായി. ഇരുട്ടിൽ തിളങ്ങുന്ന പോത്തിന് കണ്ണുപോലുള്ളവ, ഒരു ഗോലിപോലുള്ളത്, ആകെ മൊത്തം വക്രമായിത്തീർന്ന ചിലത്.

ഇത്തിരിപ്പൂവ് ചുകന്നപൂവ്

2100 ജനുവരി 1

പരശുസങ്കേതം

സീതാനഗരി

രാധമുത്തശ്ശി അവരുടെ വല്ല്യമ്മയെക്കുറിച്ച് പറഞ്ഞത് ലക്ഷ്മിയോർത്തു. അവധിക്കാലത്തൊരിക്കൽ അച്ഛന്റെ തറവാട്ടിലേക്ക് കൂട്ടിനാരുമില്ലാതെ മുഴുവൻ ദിവസവും താമസിക്കാൻ പോയതിനെപ്പറ്റി. നഗരമദ്ധ്യത്തിലൊരു ഗുഹാമുഖംപോലെ, പൊളിഞ്ഞുവീഴാറായ, ചെറിയ മിനുക്കുപണികളൊക്കെ നടത്തി നിലനിറുത്തിയ ഒരു പഴയ നാലുകെട്ടിനെക്കുറിച്ച്. ക്ലാവുപിടിച്ച സവർണ്ണസാമഗ്രികൾ വെള്ളാരങ്കല്ലിൽ സൂര്യപ്രകാശമേൽക്കുന്നതുപോലെ പണ്ട് ഓരോ കിളിവാതിലിൽനിന്നു പോലും വെട്ടിത്തിളങ്ങിയിരുന്നുവെന്ന് വിശ്വസിക്കുക ലക്ഷ്മിക്ക് പ്രയാസമായിരുന്നു.

ആ വലിയ വീട്ടിൽ ഒറ്റയ്ക്കു കഴിയുന്ന പടുവൃദ്ധയായ വല്ല്യമ്മ അധികമാരോടും സംസാരിക്കുകയോ ചിരിക്കുകയോ ചെയ്തില്ലെന്ന് രാധമുത്തശ്ശി ഓർക്കുന്നു. പൂർണ്ണമായും നരയ്ക്കാത്ത, നീണ്ട കാച്ചിയ എണ്ണ മണക്കുന്ന തലമുടി നേരമെടുത്ത് ചീകിക്കെട്ടി തലേന്നത്തെ രാത്രിമഴയിൽ നനഞ്ഞ തുളസിക്കതിര് ശ്രദ്ധയോടെ ഒടിച്ച് മുടിയിൽ തിരുകി, ചെറിയൊരു കിതപ്പോടെ ചിത്രത്തൂണുകളിൽ പിടിച്ച് ഉമ്മറത്തെ ഇരുത്തിത്തറയിൽ വന്നിരുന്ന വല്ല്യമ്മ ഒരിക്കൽ താൻ ആവശ്യപ്പെട്ടതിനെത്തുടർന്ന് ഓർമ്മയിൽ നിന്നൊരു പഴയ പാട്ടിന്റെ ശീലിൽ ചുണ്ടനക്കിയതും കണ്ണുകൾ മെല്ലെയടച്ചതും. അവർ 'ഇത്തിരിപ്പൂവേ ചുകന്നപൂവേ' എന്ന പാട്ട് പാടി. രാധ കഴിഞ്ഞദിവസം മെറൂൺ പെയിന്റടിച്ച തുറുങ്കിനപ്പുറമിരുന്ന് പഴയൊരു പാട്ടു പാടാൻ ലക്ഷ്മി നിർബന്ധിച്ചപ്പോൾ അതോർത്തു. പാടുമ്പോൾ കണ്ണുകൾ താനേ അടഞ്ഞുപോവുകയായിരുന്നുവെന്ന് രാധയ്ക്ക് തോന്നി, അറുപതോളം വർഷങ്ങൾക്കപ്പുറം കൗമാരക്കാരിയായ താൻ നാലുകെട്ടിന്റെ ഉമ്മറത്തിരിക്കുകയാണെന്നും. രാധയ്ക്ക് കണ്ണുനീർ പൊടിഞ്ഞു.

രാധ പാടി:

“ഇത്തിരിപ്പൂവേ ചുകന്നപൂവേ
ഇത്രനാളെങ്ങു നീ പോയി പൂവേ
മണ്ണിന്നടിയിലൊളിച്ചോ പൂവേ
മറ്റുള്ള പൂക്കളെ കാത്തിരുന്നോ...”

ശബ്ദം ഇടറിക്കൊണ്ടിരുന്നു. നെഞ്ച് പിടയുന്നതായി രാധയ്ക്ക് തോന്നി. ലക്ഷ്മിയാകട്ടെ, അപ്പോഴും, ഇപ്പോഴും കഥകളിലും ചരിത്രത്തിലും പരിചിതമായ നാലുകെട്ടുകളെക്കുറിച്ച് ആലോചിക്കുകയായിരുന്നു. ആ നേരംപോക്കിൽ അവൾക്ക് കമ്പം തോന്നി.

പറ, പത്തായം, സ്വർണ്ണനിറമുള്ള പൂക്കൊട്ട, ഏഴുതിരിയിട്ട നിലവിളക്ക്, വാൽക്കണ്ണാടി, ചിത്രത്തൂണിനടുത്ത് തൂക്കിയിട്ട നിലവിളക്ക്, കുങ്കുമം, സിന്ദൂരം, ചന്ദനം, വാൽക്കിണ്ടി, രക്തചന്ദനം, ഓട്ടുകിണ്ണം, ചെമ്പുകലങ്ങൾ, നീളൻ മയിൽപ്പീലി, മണിച്ചിത്രത്താഴ്, പിച്ചളപ്പിടിയുള്ള വെറ്റിലപ്പെട്ടി, ചാരുകസേര, ആട്ടുകട്ടിൽ, ചുമരിൽ പോത്തിൻ തലയുടെ തരുശിൽപ്പം, വെട്ടുകല്ലിന്റെ സിമന്റ് പൂശാത്ത പടവുകളുള്ള കുളിപ്പുര, കയർ ചുറ്റുന്ന ചെണ്ടയുരുൾ, കർണ്ണാടകസംഗീതത്തിന്റെ സദാശോകച്ഛവി, ചിലങ്കയുടെ താളം, ഇലത്താളം, ചെണ്ടമേളം, മിഴാവ്, നടരാജശിൽപം, മുറ്റത്ത് പനമ്പട്ടയോട് മല്ലിടുന്ന തലയെടുപ്പുള്ളൊരു കൊമ്പന്... അങ്ങനെ എണ്ണിയെണ്ണി പോയപ്പോൾ നീൾമുടിയിൽ മുല്ലപ്പൂ ചൂടി നേര്യതുടുത്ത് ചന്ദനം തൊട്ട് പൂക്കൊട്ടയുമായി അമ്പലത്തിലേക്ക് പോകുവാനും വൈകിട്ട് നടുമുറ്റത്ത് ആറാംതമ്പുരാനിൽ മഞ്ജുവാര്യർ കളിക്കുന്നതുപോലെ പാർവണേന്ദുമുഖി പാടുന്ന തിരുവാതിരയ്ക്ക് ചുവടുവെക്കാനും തോന്നിയപ്പോൾ ലക്ഷ്മി കുടുകുടെ ചിരിക്കുകയും ‘കേരളാ കൾച്ചർ’ എന്ന് സെർച്ച് ചെയ്ത ഇമെയ്ജ് വിൻഡോയിലൂടെ കഴ്സർ മാറ്റിക്കൊണ്ടിരിക്കുകയും ചെയ്തു.

നേരം പോയതറിഞ്ഞില്ല. പ്രഭാതരശ്മികൾ ജനലഴികളിൽ തട്ടി കട്ടിവെളിച്ചത്തിന്റെ ചൂടറിഞ്ഞു തുടങ്ങി. പുറത്ത് കാതടിപ്പിക്കുന്ന വാദ്യമേളമുയർന്നപ്പോൾ ചെവി പൊത്തിക്കൊണ്ട് ലക്ഷ്മി സെർച്ചിങ് മതിയാക്കി ജനലരികിലേക്ക് തിരിഞ്ഞു.

രണ്ടായിരത്തി ഒരുന്നൂറാമാണ്ടിലെ നവവർഷപ്പുലരിക്ക് ഔദ്യോഗികമായി സംഘടിക്കപ്പെട്ട നഗരത്തിലെ ആഘോഷപ്രകടനങ്ങൾ സീതാനഗരിയിൽ ‘ഭാരതാംബാ’ എന്ന ഫ്ളാറ്റിനു മുന്നിൽനിന്നും തുടക്കം കുറിക്കപ്പെടാൻ പോകുന്നതിന് മുന്നോടിയായിട്ടായിരുന്നു വാദ്യഘോഷമുയർന്നത്. ഭാരതാംബയിലെ പതിനാറാം നമ്പർ മുറിയിലിരുന്ന് ജനൽക്കമ്പികളിലെ ചൂട് തൊട്ടറിഞ്ഞ് ലക്ഷ്മി ആൾക്കൂട്ടത്തിലേക്കൊരു വിഹഗവീക്ഷണം നടത്തി. ജനബാഹുല്യം

കൊണ്ട് ഫ്ളാറ്റുകൾക്കു മീതെ പണിത റെയിൽപ്പാളം ഒരു പ്രത്യേക സ്റ്റേഷന് സീതാനഗരിക്ക് അനുവദിച്ചതുപോലെ തോന്നി. കൊടി തോരണങ്ങളുയർത്തിയ മൈതാനത്ത് ഓരോ നിമിഷവും തിരക്ക് കൂടി.

ഒരു നൂറ്റാണ്ടിന്റെയും പതിറ്റാണ്ടിന്റെയും ഒടുക്കം പിന്നിട്ട് പുതു നൂറ്റാണ്ട് പതിറ്റാണ്ടുകൾക്ക് നാന്ദി കുറിക്കുന്ന ദിവസത്തെ ആഘോഷങ്ങൾക്ക് എസ്.എസ്.എസ്. നേതാക്കളിലൊരാൾ കാവി പ്പതാകയുയർത്തി ഉദ്ഘാടനം നിർവ്വഹിച്ചു. ഇൻഡ്യൻ യൂണിയനെ ഔദ്യോഗികമായി ഒരു വൈദികരാഷ്ട്രമാക്കുന്നതിൽ മുഖ്യപങ്കു വഹിച്ച എസ്.എസ്.എസ്. എന്ന സംഘടനയോട്, എപ്പോഴും, മുത്തശ്ശി തുറുങ്കിലിരുന്ന് പറഞ്ഞ കഥകൾ കേട്ട് നാലുകെട്ടിലും നടുത്തളത്തിലും കമ്പം കൊണ്ടപ്പോൾപോലും അവൾക്ക് മനസ്സു കൊണ്ട് അകൽച്ച തോന്നിയിരുന്നു. അവരുടെ പ്രകടനങ്ങൾ ഒന്നിൽ പോലും അതുകൊണ്ടവൾ പങ്കുകൊണ്ടതുമില്ല. എന്നിരിക്കിലും ആദ്യമായി ഉദ്ഘാടനവേദിയിൽ നിന്ന പുരുഷന്മാരുടെ കായബല ത്തോട് അവൾക്കാരാധന തോന്നി.അതുവരെ അനുഭവപ്പെടാതിരു ന്നൊരു തുടിപ്പ് അരക്കെട്ടിനു കീഴിൽ നിന്നുയരുന്നതായും. നഗര ത്തിലപ്പോൾ വന്ദനഗീതം മുഴങ്ങി.

"നമസ്തേ ഹിന്ദുഭൂമേ..."

അവളും ഒരു സല്യൂട്ടടിക്കുംപോലെ പറഞ്ഞുപോയി. "നമസ്തേ." പൊടുന്നനെയുദിച്ചതും അതുവരെ കരുതിപ്പോന്നതുമായ വിരോധ ബോധംകൊണ്ട് സല്യൂട്ടടിക്കും വിധമുയർത്തിയ വലംകൈ ഇടം കൈകൊണ്ട് ഒരപരാധത്തോന്നലിൽപ്പെട്ട് പിടിച്ച് ഞെരടി എട്ടു വയസ്സുകാരി ലക്ഷ്മി വി. നായർ ജനൽ വലിച്ചടച്ച് മേശപ്പുറത്തെ ലാപ്ടോപ്പിനടുത്തേക്ക് തിരിഞ്ഞു.

ജാലകത്തിനപ്പുറം മൈതാനിയിൽ കാവിവസ്ത്രം ധരിച്ച ഒരു എസ്.എസ്.എസ്. നേതാവ് പുഷ്പരഥത്തിൽ വന്നിറങ്ങിയത് ലക്ഷ്മി കണ്ടില്ല. പിൻനിരയിലെ ജനങ്ങൾ കുറച്ചുകൂടെ പിറകിലേക്ക് മാറി നിന്നു, ഭവ്യതയോടെ കൈകൂപ്പികൊണ്ട്. ലക്ഷ്മി അപ്പോൾ ലിബറ ലായിട്ടും തന്റെ സൗന്ദര്യശാസ്ത്രം എന്തുകൊണ്ടാണിപ്പോഴും സവർണ്ണമേച്ചിൽപ്പുറങ്ങളിലലയുന്നതെന്ന് ചിന്തിച്ചു. അവയ്ക്ക് മൂക്കു കയറിടുക പക്ഷേ അത്ര ശ്രമകരമായിത്തോന്നിയില്ലെങ്കിലും എന്തോ അതിൽനിന്നും തന്നെ പിടിച്ചുവലിക്കുന്നതായും തോന്നിച്ചു. നിരോധിതസൈറ്റിൽനിന്നും ഗീതയെക്കുറിച്ചുള്ള വിമർശനം വായി ക്കവെ ആ ശ്ലോകം അവളിലുടക്കി.

"ചാതുർവർണ്ണ്യം മയാ സൃഷ്ടം
ഗുണകർമ്മവിഭാഗാശഃ

തസ്യകർത്താരമപി മാം
വിദ്ധ്യകർത്താരമവ്യയം”[1]

പിൻനിരയിലെ ജനങ്ങളെ തൊടാതെ എസ്.എസ്.എസ്. നേതാവ് വേദിയിലേക്ക് പ്രവേശിച്ചപ്പോൾ കരഘോഷമുയർന്നു.

പഴയ കേരളത്തിൽ നൂറ്റമ്പതു വർഷങ്ങൾക്കു മുൻപ് അയിത്തക്കാർക്കൊപ്പമിരുന്ന് ഊണുപങ്കിടാൻ ചുണയുള്ള പൂർവ്വികരുണ്ടായിരുന്നുവെന്ന് വിശ്വസിക്കുക ഒരന്യഗ്രഹഭാവനപോലെ പ്രയാസകരവും വിസ്മയാവഹവുമായി ലക്ഷ്മിക്ക് തോന്നി. അന്യഗ്രഹസങ്കൽപ്പങ്ങൾപോലും ഭൗമികമായിരിക്കുന്നുവെങ്കിലും പുതിയ വാക്കുകൾ ഉരുവം കൊള്ളാത്തതിന്റെ സൂചനകൾ ഭാഷയുടെ വന്ധ്യതയായിക്കണ്ട് അവൾ ആ ചിന്തയുടെ പിടിവിട്ട് ബീഫിനെക്കുറിച്ചോർത്തു. പഴയ അഗ്രഹാരങ്ങളുടെ പപ്പടച്ചൂരു മുറ്റിയ ഇന്നത്തെ ഫ്ളാറ്റുമുറികളിരിക്കുന്നയിടങ്ങളിൽ ഒരുകാലത്ത് പോത്തിറച്ചിയുടെ മസാലഗന്ധം കാറ്റിലുയർന്നു പൊങ്ങിയിരുന്നുവെന്നും നിഷിദ്ധനാസികകൾ അതിനൊത്ത് വിടർന്നിരുന്നുവെന്നും വിശ്വസിക്കുക വന്യഗന്ധിയായ ഓരോ പൂവിന്റെയും നിറം മനക്കണ്ണിൽ തിട്ടപ്പെടുത്തുന്ന അന്ധന്റെ ഉൽക്കടയത്നംപോലെ ശ്രമകരവുമാണ്. ഇന്റർനെറ്റിലെ ചിത്രങ്ങളിലേതുപോലെ കസവുകരയുള്ള ഗിൽറ്റ് തിളങ്ങുന്ന പലനിറങ്ങളിലുള്ള തട്ടമിട്ടവരും ലിംഗാഗ്രത്തിൽ പ്രേതവിശ്വാസം പഴുത്ത് തൊലി ചെത്തിനീക്കപ്പെട്ടവരും ചട്ടയും മുണ്ടും ഞൊറിഞ്ഞവരും ഇവിടെ ജീവിച്ചിരുന്നു എന്ന സൈബറോർമ്മ വിരസമായ കാവിക്കാഴ്ചകളുടെ ഏകതയിലും ചന്ദനക്കുറികളുടെ മരവിപ്പിലും എന്നേക്കുമായി അടഞ്ഞ കാടുപടർന്ന ശവക്കല്ലറകളിലെ തുടിക്കുന്ന ആത്മാക്കൾ പരസ്പരം നടത്തുന്ന സംഭാഷണംപോലെ പുരാവസ്തുഗവേഷകർക്കു മാത്രം വിശ്വസനീയമായവയാണ്. അവരുടെ അപരഭാഷണമാകട്ടെ അവർക്കുപോലും മൊഴിമാറ്റാനാകാത്തതും.

അൻപതുവർഷങ്ങൾക്കു മുൻപ് ഭാരതം ഭരണഘടനാപ്രകാരം ഒരു ഫെഡറൽ മതേതരരാഷ്ട്രമായിരുന്നുവെന്ന അറിവിന് ജീവിക്കുന്ന വിശ്വസനീയമായ ഒരവശിഷ്ടമായി അവൾക്ക് ഇതുവരെ കണ്ടുകിട്ടിയത് രാധയെ മാത്രമായിരുന്നു. അവളുടെ അച്ഛന്റെ പിതാമഹി. അരനൂറ്റാണ്ടോളമായി ഫ്ളാറ്റിലെ തടവറയിൽ കഴിയുന്ന എഴുപത്തെട്ട് പിന്നിട്ട രാധിക നാലുകെട്ടിൽ എന്ന തന്റെ രാധമുത്തശ്ശി. സംസ്കാരസംരക്ഷകസേനയെന്ന ബ്രാഹ്മണ്യപ്രസ്ഥാനത്തിന്റെ നിയന്ത്രണത്തിലായിരുന്ന രാഷ്ട്രീയപാർട്ടിയായ ഭാരതീയ

1. ഭഗവദ് ഗീത 4:13

ജനസംഘം പലതവണ പഴയ ഇന്ത്യൻ യൂനിയനിൽ അധികാരത്തിൽ വന്നിരുന്നുവെങ്കിലും രണ്ടായിരത്തി അമ്പതിൽ മാത്രമേ മൃഗീയ ഭൂരിപക്ഷം ഭരണവ്യവസ്ഥയിലും ജനമനോഭാവത്തിലും അവർക്കനുകൂലമായിരുന്നുള്ളൂ. പാഠപുസ്തകങ്ങളും അക്കാദമികവേദികളും കീഴാളപ്രസ്ഥാനങ്ങളും അവർക്കൊപ്പം നിന്നതും വിധേയപ്പെടുത്തി നിലനിർത്തിയതും പലതവണ ഭരണപങ്കാളികളായതും കോൺഗ്രസ് ദുർബലമായതും സ്വാതന്ത്ര്യസമരകാലത്ത് പൂർണ്ണമായും ബ്രിട്ടീഷ് അനുകൂല നിലപാടെടുക്കുകയും സ്വാതന്ത്ര്യപ്രക്ഷോഭങ്ങളോട് മുഖം തിരിക്കുകയും ചെയ്ത എസ്.എസ്.എസ്സിന് ദേശസ്നേഹത്തിന്റെ പ്രച്ഛന്നവേഷം കെട്ടാനും നവബ്രാഹ്മണ്യത്തിന്റെ പത്തിവിടർത്താനും വഴിവെട്ടി. ഭരണം കൈയാളിയ ശേഷം മാത്രമേ അതുവരെ കൂടെ നിർത്തിയ കീഴാളരെ അവർ ചാതുർവർണ്ണ്യത്തിന്റെ വൈദികരേഖയ്ക്കപ്പുറം നിറുത്തിയുള്ളൂ. അതിനു മുൻപ് മുഹമ്മദീയരും ക്രിസ്ത്യാനികളുമടക്കമുള്ള സെമിറ്റിക്ക് മതവിശ്വാസികൾക്ക് രാജ്യം വിടാനോ താഴ്ന്ന ജാതികളിലേക്ക് പുനർപരിവർത്തനം നടത്താനോ അവസരം ഒരുക്കിക്കൊണ്ട് ഒരു രണ്ടാം പൗരത്വഭേദഗതി ബിൽ പാസ്സാക്കുകയുണ്ടായി.

ജനകീയപ്രക്ഷോഭങ്ങളെ തോക്കിൻകുഴലിലൂടെ നിഷ്ഠുരമായിത്തന്നെ നേരിട്ടു. പട്ടാളഭക്തരായ പൗരന്മാർക്ക് ഓരോ വെടിയുണ്ടയും ഭ്രമകൽപ്പനകളും യുദ്ധവെറിയും ഉദാത്തമായ കാവ്യാലാപനംപോലെ പ്രിയങ്കരവുമായിത്തീർന്നിരുന്നു. ചെറുത്തുനിൽപ്പുകൾക്ക് ആക്കം കുറവായിരുന്നു. കേന്ദ്രസർവ്വകലാശാലാവിദ്യാർത്ഥികളും സമരോത്സുകരുമായ രാധികയടക്കം പലരും അഴികൾക്കുള്ളിലായി, അവശേഷിച്ചവരുടെ ശരീരങ്ങൾ നവഭാരതസൃഷ്ടിക്കായി പിടഞ്ഞുവീണ് പ്രതിഷേധങ്ങളുടെ അവസാനത്തെ ചോരച്ചാൽ തീർത്തു. നായാടി മുതൽ നമ്പൂതിരിവരെ ഹിന്ദുവാണെന്ന് എസ്.എസ്.എസ് എപ്പോഴും പറഞ്ഞിരുന്നു ഹൈന്ദവ രാഷ്ട്രസ്ഥാപനംവരെ അതങ്ങനെത്തന്നെ തുടരുകയും ചെയ്തു.

'റിപ്പബ്ലിക് ഓഫ് കേരള' എന്ന സമാന്തരരാഷ്ട്രരൂപികരണത്തിന് ആശയങ്ങൾ പ്രചരിപ്പിച്ചവരെ പകൽവെളിച്ചത്തിൽ ഉത്തരേന്ത്യൻ സവർണ്ണഹിന്ദുക്കൾ ത്രിശൂലം കയറ്റി കൊലവിളിച്ചു. നവഭാരതം സംസ്ഥാപിതമായതോടെ അതുകൊണ്ടുതന്നെ കേരളം എന്ന പേര് 'പരശുസങ്കേതം' എന്നു തിരുത്തുകയും ചെയ്തു.

തന്റെ മുത്തശ്ശിയായിരുന്നിട്ടുപോലും രാധയെക്കുറിച്ചറിയുന്നതിനുമെത്രയോ അധികം തനിക്ക് ഇന്ത്യൻ യൂണിയനെപ്പറ്റി അറിവുണ്ടെന്ന് ലക്ഷ്മി ആലോചിച്ചു. അവരുടെ തുറുങ്കിനു തൊട്ടുമുൻപിൽ കുറേനേരം ആ ചുളിവുവീണ മുഖത്തും നരപാറിയ മുടികളിലും

നോക്കി വെറുതെയിരിക്കുകയല്ലാതെ വളരെ കുറച്ചു മാത്രമേ പരസ്പരം സംസാരിക്കുകയുള്ളൂ. എന്തെങ്കിലും പറഞ്ഞുതുടങ്ങുമ്പോഴൊക്കെ അവരുടെ കണ്ണുകൾ നിറയാൻ തുടങ്ങുകയോ വാക്കുകൾ ഒരു ചെറുവിതുമ്പലിന്റെ വക്കിലെത്തുകയോ ചെയ്തുകൊണ്ടിരുന്നു. പക്ഷേ, അപ്പോഴൊക്കെയും കാലങ്ങൾ കൈവശപ്പെടുത്തിയ നിസ്സംഗതയിലേക്കുള്ള ഒരുളിയിടൽകൊണ്ട് ഓർമ്മകൾക്ക് കടിഞ്ഞാണിടാൻ സാധിക്കുകയും ചെയ്തു അവർക്ക്.

രാധയെക്കുറിച്ചാരാഞ്ഞപ്പോൾ അമ്മയൊരിക്കൽ പൊട്ടിത്തെറിച്ചു: "പെണ്ണേ, ആ തള്ളയെ എടക്കെടെ കാണാമ്പോയി നിനക്കീയിടെ ആയിട്ട് ഇച്ചിരെ കൂടുന്നുണ്ട്. അവർക്ക് സമരം ഒന്നുമായിരുന്നില്ല. സ്വന്തം ഭർത്താവിനേയും കൊന്ന് കണ്ട മാപ്പളക്കൊപ്പം പാക്കിസ്ഥാനിൽ പോകാനാവത്തതിന്റെ ചൊരുക്കാണ് വയസ്സത്തിക്ക്. ഇനിയങ്ങോട്ട് പോകണ്ട."

അന്നാദ്യമായിട്ടായിരുന്നു അവർക്കൊരു മുസ്ലിമി(മുഹമ്മദീയൻ)നോട് പ്രണയമായിരുന്നെന്നും അവരൊരപഥസഞ്ചാരിണിയായിരുന്നെന്നും ലക്ഷ്മി കേൾക്കുന്നത്.

ആരെയായിരുന്നു അവർ പ്രണയിച്ചത്?

പ്രണയം എത്രമാത്രം സ്വാർത്ഥമാണ്? പ്രണയത്തിൽ എത്രമാത്രം പ്രായോഗികമതിയാകാം? എത്രത്തോളം പ്രായോഗികമതികളായിരുന്നു അവരിരുവരും?

ആ ചിന്ത അവളെ വിഷ്ണുവിലേക്ക് നടത്തിച്ചു. അവൾക്കുവേണ്ടി അച്ഛനമ്മമാർ കണ്ടെത്തിയ ചൊവ്വാജാതനും സ്വജാതിക്കാരനുമായ പത്തുവയസ്സുകാരൻ. രാധയുടെ പ്രണയത്തെക്കുറിച്ചുള്ള ചിന്തകളോരോന്നും ഒരു സോപ്പുകുമിളപോലെ ലക്ഷ്മിയെ ചുറ്റിപ്പറ്റി. അവസാനമത് വിഷ്ണുവിൽ തട്ടിപ്പൊട്ടി. വിഷ്ണു ഭൂമിയിലെത്താൻ ദിവസങ്ങൾ മാത്രം ബാക്കിയെന്ന ചിന്ത നേരത്തെ കായബലമുള്ള എസ്.എസ്.എസ് വേദിയിലെ പുരുഷന്മാരെ കണ്ടപ്പോഴെന്നതുപോലെ അവളുടെ അരക്കെട്ടിൽ ഒരു തരിപ്പുണ്ടാക്കി. ആ ഇടുപ്പുകെട്ടിലെ കുടുക്കിൽപ്പെട്ട് ജനലരികിലേക്കാഞ്ഞു പോയ ലക്ഷ്മി ഏറെനേരം ജനലുചാരി അനങ്ങാതെ കസേരയിലിരുന്നു.

കിരണങ്ങൾക്ക് കട്ടിയേറിയ സൂര്യവെളിച്ചത്തിന്റെയും ഫ്ളാറ്റിനു തൊട്ടു പാറുന്ന കാവിപ്പതാകയുടെയും പശ്ചാത്തലത്തിൽ ജനലുചാരിയിരുന്ന ലക്ഷ്മിയെ ആദ്യം ശ്രദ്ധിച്ചത് അവരുടെ യന്ത്രമനുഷ്യനായ ജടായുവായിരുന്നു. അവളുടെ വെളുത്ത ഫ്രോക്കിനും കീഴ്പോട്ട് നീണ്ട മെഴുകുനിറ കാലുകൾക്കിടയിലൂടെയും ഒരു നിണച്ചാൽ നീണ്ടുപോയതും സിമന്റ് തറയിൽ അതൊരു കുഞ്ഞുവൃത്തം

തീർത്തതും ജടായു കണ്ടു. നിലത്ത് പനിനീരിന്റെ ഒരിതളു വീണ തുപോലെ അവനു തോന്നി.

ലക്ഷ്മിക്കപ്പോൾ ചെറുതായി ക്ഷീണവും മയക്കവും തോന്നിയിരുന്നു. വിഷ്ണുവിന്റെ കരവലയത്തിൽ ഒരു സ്വപ്നത്തിലെന്ന പോലെയായിരുന്നു ഇത്രനേരവും താൻ മെഴുകുപ്രതിമപോലെ ജനലരികിലിരുന്നതെന്ന് ലക്ഷ്മി മോഹാലസ്യത്തിൽ നിന്നെണീറ്റതു പോലെ ഓർക്കുകയും ചിരിച്ചുകൊണ്ടു മുന്നിൽ നിൽക്കുന്ന അമ്മയെ നോക്കുകയും ചെയ്തു.

ജടായു വിളിച്ചയുടനെ അജിത മുറിയിലെത്തിയിരുന്നു. തന്റെ മകൾ തീണ്ടാരിയായതിന്റെ സന്തോഷം അവളുടെ നുണക്കുഴികളിൽ ചുവന്നു നിന്നു.

“പേടിച്ചു പോയോ ലച്ചൂ നീ, ഇനി നിന്നെ കല്ല്യാണം കഴിപ്പിക്കാനെന്തിനാണു വൈകുന്നത്? വിഷ്ണുവിങ്ങെത്താറായില്ലേ? പോയി കുളിച്ചിട്ടു വാ പെണ്ണേ.” അജിത നെറുകയിൽ മുത്തം വെച്ചു.

ഷവറിനു കീഴിൽ നിന്നപ്പോൾ ലക്ഷ്മിക്ക് വീണ്ടുമൊരുണർവ്വ് തോന്നി. മുറിഞ്ഞുപോയ ആലോചനകൾക്ക് കണ്ണിചേർക്കുവാനെന്നോണം സോപ്പുതേച്ച് കുമിളകൾക്കിടയിലൂടെ അവൾ കുറച്ചുനേരം ഒന്നുമാലോചിക്കാതെ നിന്നു. രാധയെക്കുറിച്ച് ഓർമ്മ വന്നപ്പോൾ വൈകി വയസ്സറിയിക്കുന്ന പഴയകാലത്തെ നായർ പെണ്ണുങ്ങളെക്കുറിച്ചും അവരുടെ മഞ്ഞളും രക്തചന്ദനവും മേലാകെ തേച്ചു പിടിപ്പിച്ച തീണ്ടുകുളിയാഘോഷങ്ങളോടും കമ്പം തോന്നി. ഓലക്കുട ചൂടി മുതിർന്ന പെണ്ണുങ്ങൾക്കൊപ്പം കടവിലേക്കെത്തി കന്നിനീരാട്ടു നടത്തുന്നത് വേണ്ടെന്നുവെച്ചിട്ടും ഭാവന ചെയ്യാതിരിക്കാനായില്ല.

സോപ്പുകുമിളയ്ക്കിടയിലൂടെ രാധമുത്തശ്ശി പാടുന്നതായി അവൾക്കു തോന്നി.

“ഇത്തിരിപ്പൂവേ ചുകന്നപൂവേ
ഇത്രനാളെങ്ങു നീ പോയി പൂവേ
മണ്ണിന്നടിയിലൊളിച്ചോ പൂവേ
മറ്റുള്ള പൂക്കളെ കാത്തിരുന്നോ....”

പാടിപ്പാടിയവസാനം സോപ്പുകുമിളയ്ക്കുള്ളിലെ മുഖം പൊട്ടിപ്പോയി. ഒരുപക്ഷേ, ദിഗ്വിജയൻ പാടിക്കാണണം അതിന്റെ ഇല്ലാത്തതും പൂരിപ്പിച്ചതുമായ ബാക്കി.

“ഇത്തിരിപ്പൂവേ ചുകന്നപൂവേ
ഇത്ര വേഗമെന്തിനു വിരിഞ്ഞു പൂവേ...”

ആമയോഗിയും ഛിദ്രസരസ്വതിയും

മകൾ വയസ്സറിയിച്ച വിവരം അജിത പറഞ്ഞറിയിച്ചതായിരുന്നു അയാളെ. അജിത വിളിക്കുമ്പോൾ അയാൾ തന്റെ പുതിയ കവിതയുടെ പണിപ്പുരയിലായിരുന്നു. എസ്.എസ്.എസ്സിന്റെ സാഹിത്യ വിഭാഗ സമിതി പരശു സങ്കേത് കാര്യവാഹാണ് ലക്ഷ്മിയുടെ അച്ഛൻ വിവേക് നായർ.

പുത്രിയായ സരസ്വതിയെക്കാണാൻ എല്ലാ ദിക്കിലേക്കുമായി തലകൾ മുളപ്പിച്ച് അവളോട് പ്രണയം പറഞ്ഞ് നാലു ചുണ്ടുകൾ കൊണ്ടും മാറിമാറി ചുംബിച്ച് വശപ്പെടുത്തിയ ബ്രഹ്മാവിന്റെ അഗമ്യഗമനത്തെ സാക്ഷിയാക്കി[1] പ്രണയം എങ്ങനെ മായയായ ബന്ധങ്ങളുടെ മതിൽക്കെട്ടുകളെ അതിജീവിക്കുമെന്നും പരംപൊരുളിന്റെ രതിലീലയിലേക്ക് ഒടുക്കം ഇഴചേരുന്നുവെന്നും അയാളുടെ കവിത വൃത്തനിബദ്ധമായി പാടിവെച്ചു. അതു പാടാനയാൾക്ക് സ്വാതന്ത്ര്യമുണ്ട്, അത് ഭഗവദ് ലീല മാത്രമായിരിക്കുന്നിടത്തോളം.

1. മത്സ്യപുരാണപ്രകാരം വിഷ്ണുവിന്റെ നാഭിയിൽനിന്ന് പിറന്ന ബ്രഹ്മാവിന്റെ ആദ്യ കർമ്മം ധ്യാനം ചെയ്യുക എന്നതായിരുന്നു. ധ്യാനത്തിനിടെ, ബ്രഹ്മാവിന്റെ വായിൽനിന്നും വേദങ്ങൾ പിറന്നു. ബ്രഹ്മാവിന്റെ മനോശക്തിയിൽ നിന്നും മരീചി, അത്രി, അംഗിര, പുലസ്ത്യ, പുലഹ, ക്രതു, പ്രചേതു, വസിഷ്ഠ, ഭൃഗു, നാരദ എന്നീ മഹർഷിമാർ പിറന്നു. ദക്ഷൻ വലതു തുടയിൽനിന്നും, ധർമ്മദേവൻ നെഞ്ചിൽനിന്നും പിറന്നു. തുടർന്നുള്ള സൃഷ്ടിക്കായി, സൃഷ്ടികൾക്ക് യഥാർത്ഥ മാതാവ് വേണ്ടിയിരുന്നതുകൊണ്ട് ബ്രഹ്മാവ് സ്വന്തം ശരീരത്തിൽനിന്നും ഒരു പുരുഷനും സ്ത്രീക്കും ജന്മം നൽകി. ബ്രഹ്മാവിന്റെ പുരുഷപാതി സ്വയംഭൂവ മനുവെന്നും സ്ത്രീപാതി ശതരൂപയെന്നും അറിയപ്പെട്ടു. ഗായത്രി, സാവിത്രി, ബ്രാഹ്മണി, സരസ്വതി എന്നീ പേരുകളിലും ശതരൂപ അറിയപ്പെടുന്നു. പുത്രിയായിരുന്നുവെങ്കിലും സരസ്വതിയുടെ സൗന്ദര്യം ബ്രഹ്മാവിനെ രാഗബദ്ധനാക്കുകയും ബ്രഹ്മാവ് അവളെ വിവാഹം ചെയ്യാൻ ആഗ്രഹിക്കുകയും ചെയ്തു. സരസ്വതിയെ നാലു ഭാഗത്തുനിന്നും കാണുവാനായി ബ്രഹ്മാവിന് നാല് തലകൾ മുളച്ചു. അവർ പരസ്പരം വിവാഹം ചെയ്തു.

ഹിന്ദുത്വം ബ്രാഹ്മണ്യതയുടെ ഉദാരത കൂടിയാണ്. വയൽവരമ്പിൽ വലവിരിച്ച് നിസ്സംഗനായിരിക്കുന്ന കാവൽക്കാരനെപ്പോലെ അത് സഹിഷ്ണുവാകും, അതിന്റെ സീമകൾ ലംഘിക്കപ്പെടും വരെയും. ഹിന്ദുവിന്റെ സഹിഷ്ണുത അത്തരമൊരു പ്രബലമിത്തായിരുന്നു. അതിരുകൾ ഭേദിക്കപ്പെടാറാകുമ്പോൾ വലക്കണ്ണികൾ കൊണ്ട് പൊടുന്നനെയുള്ളൊരു വരിഞ്ഞുമുറുക്കലുണ്ട്. വിവേക് നായരുടെ ആവിഷ്കാരസ്വാതന്ത്ര്യം ഹിന്ദുത്വം വിഭാവനം ചെയ്ത അത്തരമൊരു വ്യവഹാരപരിധിക്കുള്ളിലായിരുന്നു. അതാകട്ടെ ഇതര സെമിറ്റിക് മതരാഷ്ട്രങ്ങളിൽനിന്നും ഭിന്നയാണ് ഹൈന്ദവഭാരതം എന്ന ധാരണ അരക്കിട്ടുറപ്പിക്കുകയും ചെയ്തു. ബ്രാഹ്മണിയെ പുണരുന്ന ബ്രഹ്മാവിന്റെ പിതൃഭർതൃഭാവങ്ങളുടെ വിധ്വംസനാത്മക വല്ലഭത്വം ദൈവികം മാത്രമെന്നും അത് പരംപൊരുളിന്റെ ലീലാവിലാസത്തിലപ്പുറം മനുഷ്യഗതമല്ലെന്നും പറയാൻ ഹിന്ദുത്വത്തിന് സാധ്യമായിരുന്നു. അത് പഴയകാല മാർക്സിസ്റ്റ് ബ്രാഹ്മണ്യത്തിന്റെ വക്താക്കളുടെ വൈരുദ്ധ്യാത്മക ഭൗതികവാദാധിഷ്ഠിതമായ ഭ്രമകൽപ്പനകളെ തച്ചുടച്ചു. എത്ര അട്ടിമറി ശേഷിയുള്ള വൈദികകഥാപാത്രങ്ങളെയും കൈപ്പിടിയിലൊതുക്കാൻ ഹിന്ദുത്വത്തിന് കഴിയുമായിരുന്നു. വിവേക് നായരുടെ ആദിത്യന്റെ അഗമ്യഗമനപ്രകീർത്തനവും അതുകൊണ്ടുതന്നെ ഭഗവാന് അനുഗുണമായത് എന്ന രീതിയിൽ വിലയിരുത്തപ്പെടാൻ പാകത്തിലായിരുന്നു എഴുതപ്പെട്ടതും.

എന്നിട്ടും ലക്ഷ്മിയുടെ മുറിയിലോട്ട് കാലെടുത്തു വെച്ചപ്പോൾ മനുഷ്യസഹജമായ ഒരുൾപ്പൊട്ടലുണ്ടായി അയാൾക്ക്. കൺമുന്നിൽ കണ്ണുകളടച്ച് ആദ്യമായി അംഗുലീമൈഥുനം കൊള്ളുന്ന മകളെ നോക്കാതിരിക്കാൻ അയാൾക്കായില്ല. നിസ്സംഗതയുടെ അസാംഭവ്യതയെപ്പറ്റി, ഗീതയിലെ ഒരു ശ്ലോകത്തെച്ചൊല്ലി ബൗദ്ധികസഹചാരിയോട് സംസാരിച്ചതിനെപ്പറ്റി അയാളോർത്തു.

അവരിരുവരെയും സംബന്ധിച്ചിടത്തോളം വിമർശിക്കാൻ അയാൾക്ക് ഗീത തന്നെ നൽകുന്ന സ്വാതന്ത്ര്യമായിരുന്നു അത്. ആമയെപ്പോലെ യോഗിയുടെ ഇന്ദ്രിയങ്ങളുടെ പിൻവാങ്ങൽ കേവലമൊരു ദാത്തഭാവന മാത്രമാണെന്നും അത് ദൈവികം മാത്രമാകാമെന്നും അയാൾ തർക്കിച്ചിരുന്നു. ഇനിയഥവാ സംഭവിക്കാമെങ്കിൽ ക്കൂടിയും ആമ കരചരണങ്ങൾ പിൻവലിക്കുന്നത് സ്വയം പ്രതിരോധത്തിനാണെന്നിരിക്കെ നിസ്സംഗനും യോഗിക്കും പ്രതിരോധമെന്തിനെന്ന് അയാൾ ചിന്തിച്ചിരുന്നു. മുന്നിൽ കട്ടിലിൽ മലർന്നു കിടക്കുന്ന മകളെക്കണ്ടപ്പോൾ ഇന്ദ്രിയങ്ങളോരോന്നും പുറത്തേക്ക് എഴുന്നു നിൽക്കുന്നതായി അയാൾക്കു തോന്നി.

* * *

വിഷ്ണുവിനെ ഓർക്കുകയായിരുന്നു ലക്ഷ്മി.

അവരിരുവരും എട്ടും പത്തും വീതം വയസ്സുള്ള കമിതാക്കൾ, ചിന്താകുലയായ ഭൂജാതയും പിടിക്കിട്ടാച്ചിരിക്കാരൻ മംഗലപുത്രനും.

ഭൂമിയിലെ ലക്ഷ്മിയുടെ ചൊവ്വയിലെ വിഷ്ണു ഒരു മഞ്ഞ വെള്ളപ്പല്ലുകാരൻ, അസ്സൽ കരിനിറത്തലമുടിക്കാരൻ. കണ്ണുകളെപ്പോഴും എതോ സുഖചിന്തയിൽ ലയിച്ചിരിക്കുന്നപോലെ. അവന്റെ കട്ടിക്കൂട്ടുപുരികത്തിനു മീതെ വലതുവശത്തായി ഒരു ചന്ദ്രക്കല കാക്കപ്പുള്ളി. കറുപ്പും ചുവപ്പും ഒരു പ്രത്യേക അനുപാതത്തിൽ ഇടകലർന്ന ചുണ്ടിനു മീതെ നാമ്പിടുന്ന പൊടിമീശ.

രജസ്വലയായ തന്നെത്തേടി അവൻ ഉടനെത്തുന്നു... പേടകത്തിലിരിക്കുന്ന അവനെയവൾ ഭാവന ചെയ്തു.

നെറ്റിലൂടെ അവന്റെ പടം കാണുമ്പൊഴൊക്കെയും അവളോർത്തത് അവൻ മഴ നനയുന്ന ദൃശ്യം. വയലിൻകമ്പിപോലെ ഉയർന്നുതാണ് വല്ലപ്പോഴും ശോകച്ഛവിയോടെ പെയ്യുന്ന മഴനൂലുകൾ. അതവന്റെ അസ്സൽ കരിനിറത്തലമുടിക്കു മീതെ വന്നു തട്ടുമ്പോൾ സ്വപ്നത്തിലാണ്ട കണ്ണുകളിൽ പൊടുന്നനെയൊരുണർവ്വ്. വശ്യമായ ഒരു ഗൂഢസ്മിതം. ഒരു മഞ്ഞവെള്ളപ്പല്ലു കാട്ടിച്ചിരി. അപ്പോഴവന്റെ നെറ്റി വളയുന്നതേയില്ല. മഴത്തുണ്ടുകൾ ഒരു വജ്രത്തുണ്ടുപോലെ അവന്റെ കട്ടിക്കൂട്ടുപുരികങ്ങളിലൂടെയിറ്റുന്നു. അതവന്റെ കാക്കക്കുത്ത് ചന്ദ്രക്കലയിൽ ഒരു വജ്രത്തുണ്ട് തന്നെയായ് അങ്ങനെ. അതവൾക്ക് മനോഹരമായൊരു സങ്കൽപ്പമായിരുന്നു. അപ്പോഴവനെ ഓടിച്ചെന്ന് കെട്ടിപ്പിടിക്കണമെന്നും ഒന്നിച്ച് മഴ നനയണമെന്നും മാത്രം അവളോർക്കുമായിരുന്നു. അവൻ പലപ്പോഴും മംഗലമണ്ണിൽ, വക്കുപൊട്ടിയ ഭ്രാന്തൻ നക്ഷത്രങ്ങളെപ്പോലെ മദാലസരായി കെട്ടുപിണയുന്നതിനെക്കുറിച്ച് സംസാരിക്കാറുണ്ടെങ്കിലും ഒരുതരം ആധിയും വിലക്കപ്പെട്ട കൗതുകവും തന്നെ കേൾക്കണമോ എന്ന ചിന്തയിലാഴ്ത്തുമായിരുന്നുവെന്ന് ലക്ഷ്മിയോർത്തു. ഇപ്പോഴാകട്ടെ, അവൾക്കവനെ മാർവിടത്തിലേക്ക് വരിഞ്ഞുമുറുക്കണമെന്ന തോന്നലായി. അവന്റെ പൊടിമീശ പിൻകഴുത്തിലുരസണമെന്നും ഷോർട്സില്ലാതെ അവനെങ്ങനെയെന്ന് കാണണമെന്നും അവളാഗ്രഹിച്ചു. ഇടംകൈ തുടയിടുക്കിൽവെച്ച് കാലുകൾ കൊണ്ടത് ഞെരിച്ചു. വന്യമായൊരുൾച്ചേദനയിലുലഞ്ഞ് വിരൽത്തുമ്പിൽ ആഗ്രഹങ്ങൾ നുരഞ്ഞു. വിഷ്ണുവിന്റെ കരവലയത്തിലമരുന്നതായി ഭാവന ചെയ്ത് വാതിലടക്കാതെ, കണ്ണുകളടച്ച്, കിടക്കയിലവൾ മലർന്നു കിടന്നു.

അങ്ങോട്ടേയ്ക്കാണ് രജസ്വലയായ മകളെക്കാണാൻ തിടുക്കപ്പെട്ട് അവളുടെയച്ഛൻ വിവേക് നായർ കയറിച്ചെല്ലുന്നത്.

അയാൾ വന്നത് അവളറിഞ്ഞതേയില്ല. വിഷ്ണുവിന്റെ ഷോർട്സ് താൻ ഊരിയെറിയുന്നതായും അവന്റെ ദേഹത്ത് കയറിയിരിക്കുന്നതായും ലക്ഷ്മി ആലോചിക്കുകയായിരുന്നു. ആവേശത്തിന്റെ ഏതോ ഒരു പാറക്കെട്ടിൽ തലതല്ലുന്ന തിരകൾപോലെ വിരലുകളാഴ്ത്തിക്കൊണ്ടിരിക്കെ തന്റെ ശരീരത്തിൽ ഒരു കരസ്പർശമേൽക്കുന്നത് അവളറിഞ്ഞു. ഒരു നിമിഷം വിരലുകൾക്കനക്കമറ്റു. പതിയെ അവൾ കണ്ണു തുറന്നു. വിവേക് തൊട്ടടുത്ത് കിടക്കയിൽ ഇരിക്കുകയായിരുന്നു. ഒരു പകപ്പിലുലഞ്ഞ് അടിവസ്ത്രം മുകളിലോട്ട് കയറ്റണോ ഫ്രോക്ക് താഴേക്കിറക്കണമോ എന്നറിയാതെ അപരാധിയെപ്പോലെ കൈകളാൽ അരക്കെട്ട് മറയ്ക്കാൻ ശ്രമിച്ചു. പരാജിതയായ ലക്ഷ്മിയെ വിവേക് ഒരു ചെറുചിരിയോടെ നോക്കി. അവളുടെ വിറയ്ക്കുന്ന കൈകൾ തന്റെ മടിയിലേക്ക് വെച്ച് പൂവുടലിലെ പരാഗദളംപോലെ തുടുത്ത കൃസരി അയാൾ തലോടിത്തുടങ്ങി. ബ്രഹ്മാവിന്റെ നിമന്ത്രണം അയാളുടെ കാതുകളിൽ ഇരച്ചുകൊണ്ടിരുന്നു, ഓരോ ഉടലനക്കത്തിലും...

“അച്ഛാ വേദനിക്ക്ണു...” എന്നവൾ ഞെരങ്ങിക്കൊണ്ടിരുന്നുവെങ്കിലും അയാളുടെ ചുണ്ടുകളും കനത്ത ശ്വാസതാളവും ഓരോ ശബ്ദമാത്രയും വഴിവക്കിൽ തടഞ്ഞു. ഒടുക്കം സ്വബോധം വന്നതുപോലെ ഞെട്ടിയെണീറ്റപ്പോൾ തല പഴയ സാധനങ്ങൾ സൂക്ഷിച്ചുവെച്ച അലമാരയിൽ തട്ടി ബ്രഹ്മാവിന്റെയും സരസ്വതിയുടെയും ഒരു ചില്ലു ശിൽപ്പം വിവേകിന്റെ മുഖത്തുകൂടെ അവന്റെ കാൽച്ചുവട്ടിലേക്ക് ചിതറി. പൊട്ടിയിട്ടും ബ്രഹ്മാവിന്റെ അരഭാഗം സരസ്വതിയുടെ മുഖത്തോട് ചേർന്ന് നിലത്തു കിടന്നു. വഴുക്കുന്ന മകളുടെ ഫ്രോക്കിലേക്കോ എല്ലു നുറുങ്ങിയതുപോലെ കിടക്കുന്ന അവളുടെ മുഖത്തേക്കോ നോക്കാൻ അയാൾക്കായില്ല.

ജടായു വാതിലിൻ മറവിൽ കരി പുരണ്ടൊരു നിലവിളക്കുപോലെ നിന്നു.

* * *

രാത്രി കിടക്കുമ്പോൾ അജിതയെപ്പോഴോ ചോദിച്ചു. “നമ്മുടെ മകളെങ്ങനെ?”

അവളുടെ മുടികൾക്കിടയിലൂടെ ജാലകത്തിനപ്പുറം മഴയ്ക്ക് ചിറകു മുളയ്ക്കുന്നതായി അയാൾക്കു തോന്നി. ശരീരം കുളിരുകൊണ്ടു. മേലാകെ വിയർക്കുന്നതായി അയാളറിഞ്ഞു. അജിതയുടെ കരവലയത്തിൽ മയങ്ങിക്കൊണ്ടവൻ പനി പിടിച്ചു പറഞ്ഞു: “അവൾ കൊള്ളാം.”

കഥ പറയുന്നു

പിറ്റേന്ന് പുലർച്ചെ പനിപിടിച്ചു കിടന്ന വിവേകിനരികിലേക്ക് ചുടു കാപ്പിയുമായി വന്നതായിരുന്നു അജിത. രാധയെ ജയിലിലെ സന്ദർശനമുറിയിൽ ചെന്നു കാണാൻ അനുവാദം ചോദിക്കാൻ പിറകെ ലക്ഷ്മിയും ചെന്നു. അജിത കപ്പ് വിവേകിനു നേരെ നീട്ടിയെങ്കിലും അയാളത് ശ്രദ്ധിച്ചില്ല. അയാളുടെ നോട്ടം ലക്ഷ്മിയുടെ മുഖത്തേക്കായിരുന്നു. അവൾ അയാൾക്ക് മുഖം കൊടുക്കാതിരിക്കാൻ ശ്രദ്ധിച്ചു. ബ്രഹ്മാവിന് മകളെക്കാണാൻ തലകൾ കൂടുതലായി മുളച്ചുവെങ്കിൽ, അയാൾക്കാകട്ടെ സ്വയം കഴുത്തറുക്കണമെന്നുപോലും തോന്നിപ്പോയി.

''ഞാൻ മുത്തശ്ശിയെക്കാണാൻ പൊയ്ക്കോട്ടെ?"

അവളുടെ ശബ്ദത്തിന് ഇടർച്ചയൊന്നുമുണ്ടായിരുന്നില്ല.

അയാൾ അതെയെന്നയർത്ഥത്തിൽ തലകുനിച്ചു മൂളിയ ഉടൻ അവൾ മുറിവിട്ടിറങ്ങി. അയാളുടെ പതർച്ച മനസ്സിലാക്കിയ അജിത കപ്പ് മേശപ്പുറത്തേക്ക് വെച്ചു. അവളവന്റെ മുണ്ടിനു മീതെ, അതുവഴി അപ്പോൾ ഒടിഞ്ഞതുപോലെ തലകൂമ്പിയ ലിംഗത്തിലേക്ക്, നീട്ടിവളർത്തിയ തന്റെ ചൂണ്ടുവിരൽ ചേർത്തടുപ്പിച്ച് മന്ത്രിച്ചു.

"അവൾ നമ്മുടെ മകളല്ലേ? നിന്റെയും എന്റെയും അതേ ജീവകോശം? നീ നിന്നോടുതന്നെയോ അതോ നമ്മളൊരുമിച്ചോ രമിക്കുന്നതുപോലെ?"

ഒരു നിമിഷത്തോളം അവളെ കണ്ണുകളിൽ സൂക്ഷിച്ചു നോക്കിയ ശേഷം മേശപ്പുറത്തു നിന്ന് കപ്പെടുത്ത് ഒറ്റവലിക്ക് കാപ്പി മുഴുവൻ കുടിച്ചു തീർത്ത് കൈകൾ കാലിടുക്കിൽച്ചേർത്ത് അയാൾ കരിമ്പടത്തിനുള്ളിലേക്ക് വലിഞ്ഞു.

* * *

ഉച്ചകഴിഞ്ഞ് ജടായുവിനൊപ്പമായിരുന്നു ലക്ഷ്മി രാധയെ പാർപ്പിച്ച തുറുങ്കിലേക്കു ചെന്നത്. അച്ഛന്റെ ശരീരം ഇപ്പോഴും തനിക്കു മീതെ

കിതച്ചുകൊണ്ടിളകുന്നു എന്ന തോന്നലിൽപ്പെട്ട് എല്ലു നുറുങ്ങുന്നതായി ലക്ഷ്മിക്കനുഭവപ്പെട്ടു. അവളപ്പോൾ വിഷ്ണുവിന്റെ ശരീരത്തെക്കുറിച്ച് ഭാവന ചെയ്തു. അവന്റെ ശരീരം തനിക്കു താങ്ങാനാവുമോ എന്ന ചിന്ത അവളെ ചെറുതായി ചകിതയാക്കി.

* * *

ഫ്ളാറ്റുമുറികൾപോലെ എല്ലാ സൗകര്യങ്ങളുമുള്ളതാണ് രാധയുടെ തുറുങ്ക്. രാധയല്ലാതെ മറ്റൊരു തടവുകാരിയും മുറിയിലില്ല. അവൾക്ക് ഭക്ഷണമൊരുക്കാൻ ഇടയ്ക്കെത്തുന്ന പാചകക്കാരിയും അതിഥിമുറിയിലുറങ്ങുന്ന സെക്യൂരിറ്റിയുമൊഴികെ. ശിക്ഷ സാമൂഹിക പുനഃചംക്രമണമാണെന്നും മുഹമ്മദീയമതരാഷ്ട്രങ്ങളിലേതുപോലെ പ്രതികാരബോധത്തിലാണ്ട ഹമ്മുറാബിയൻ നിയമത്തിന്റെ ചാട്ടുളി പ്രയോഗത്തിന് ഇന്ന് പ്രസക്തിയില്ലെന്നും എസ്.എസ്.എസ്. പുറമേയ്ക്ക് പുരോഗമനപരമെന്ന് തോന്നിക്കുന്ന നിലപാടെടുത്തിരുന്നു.

രാധയ്ക്ക് ഇത്തരം പുരോഗമനത്തെക്കുറിച്ച് നല്ല ബോധ്യമുണ്ടായിരുന്നു. ഇടതു ലിബറലിസത്തിന്റെ വഴിയിൽനിന്നും അവളെന്നും വിട്ടു മാറി നിന്നിരുന്നു. ഒരു ജനതയെ അപരിഷ്കൃതരായി ചാപ്പകുത്തി, പ്രാകൃത ധാരണകൾ പേറുന്ന മറ്റൊരു കൂട്ടം പുരോഗമന മേലങ്കിയണിഞ്ഞ ലിബറൽ നിലങ്ങളിൽ പൊതുസ്വീകാര്യത നേടുന്നതിനെക്കുറിച്ച് അവൾക്കെന്നും ആധിയായിരുന്നു. എന്നാൽ അപരിഷ്കൃതരായി കരുതപ്പെടുന്നവർ എന്തുകൊണ്ട് സ്ത്രീകളെയും സ്വവർഗ്ഗാനുരാഗികളെയും ജനാധിപത്യത്തെയും ഉൾക്കൊള്ളാൻ വിസമ്മതിക്കുന്നുവെന്ന് മുഹമ്മദ് അവളോട് തർക്കിച്ചുകൊണ്ടുമിരുന്നു. രാധ ഒരിക്കലും അതേപ്പറ്റി സംസാരിക്കില്ലെന്നും എതിരാളിയെ ഇസ്ലാമോഫോബ് എന്ന് മുദ്രചാർത്താൻ വ്യഗ്രത കാണിക്കുന്ന രാധയാണ് യഥാർത്ഥ മുസ്ലീംവിരുദ്ധയെന്നും മുഹമ്മദ് പറഞ്ഞിരുന്നു.

"പ്രിവിലേജിന്റെ പോസ്റ്റ്മോഡേൺ തിളപ്പാണ് നിന്റേത്."

മുഹമ്മദ് പറഞ്ഞു. എന്നിട്ടും രാധ അവനോട് വിയോജിച്ചു, വിയോജിക്കുന്തോറും അവനിലേക്ക് ഒരു കാന്തക്കല്ലുപോലെ അടുക്കാനായുകയും അവനെ കാമിക്കുകയും ചെയ്തു. മുഹമ്മദിന്റേതായി എന്നും പിടികൊടുക്കാത്ത ഒരു ചിരിയുണ്ടായിരുന്നു. അവന്റെ സ്പഷ്ടമായ ചിരിക്കു മുന്നിൽ മൊണാലിസയുടെ നിഗൂഢത അവൾക്ക് ഒന്നുമല്ലായിരുന്നു.

ലക്ഷ്മിയും ജടായുവും ചെന്നപ്പോൾ അവരെ പരിചയമുള്ള ദൃഢകായൻ പൂണൂൽക്കാരൻ സെക്യൂരിറ്റി വാതിൽ തുറന്ന് എത്തിനോക്കി തന്റെ മുറിയിലേക്ക് തിരിച്ചുപോയി.

ലക്ഷ്മി സന്ദർശനമുറിയിലെത്തിയപ്പോഴാണ് രാധ കണ്ണു തുറന്നത്. മെറൂൺ പെയിന്റടിച്ച അഴികൾക്കപ്പുറം രാധ ജടായുവിനെയും ലക്ഷ്മിയെയും കണ്ടു. രാധ ചിരിക്കാൻ ശ്രമിച്ചു.

"മുത്തശ്ശീ ഞാൻ വയസ്സറീച്ചു."

ലക്ഷ്മി ഉത്സാഹത്തോടെ പറഞ്ഞു. വിവേകിനെയും വിഷ്ണുവിനെയും കുറിച്ചുള്ള ചിന്തകൾ അപ്പോഴേക്കും അവളെ ഒഴിഞ്ഞുപോയിരുന്നു.

"എന്ന്?" രാധ വിസ്മയം കൊണ്ടു.

"ഇന്നലെ വൈകീട്ട്."

രാധ എന്തോ ചിന്തയിലാണ്ടു. ജടായു അവരെത്തന്നെ നോക്കിക്കൊണ്ടിരുന്നു. അവനെന്തോ പറയാൻ ശ്രമിച്ചുകൊണ്ടിരുന്നു. അപ്പോഴൊക്കെയും ആരോ അവനെ ഉള്ളിൽനിന്ന് പിന്തിരിപ്പിക്കുകയും ചെയ്തു.

"എന്തുപറ്റി മുത്തശ്ശീ?" ലക്ഷ്മി ചോദിച്ചു.

"ഏയ് ഒന്നുമില്ല." ചിരിക്കാൻ ശ്രമിച്ച് രാധ അവളെ നോക്കി. അവളുടെ കണ്ണുകൾക്ക് പഴയ തിളക്കമില്ലെങ്കിലും വാക്കുകൾ ഇടമുറിയുന്നുണ്ടായിരുന്നില്ല.

"മുത്തശ്ശീ, മഞ്ഞളും രക്തചന്ദനവുമൊക്കെ മേലാകെ തേച്ച്, ഓലക്കുടയൊക്കെ ചൂടി കടവിൽ നീരാടാൻ പോകണമായിരുന്നു. ഞാൻ ആ കാലത്ത് ജനിക്കണമായിരുന്നു അല്ലേ?"

രാധ വീണ്ടും അർത്ഥമില്ലാതെ ചിരിച്ചു. ലക്ഷ്മി പിന്നെയും പലതും പറഞ്ഞുകൊണ്ടിരുന്നു. ഒടുക്കം പ്രതീക്ഷിക്കാതിരിക്കെ അവൾ ചോദിച്ചു:

"മുത്തശ്ശീ. എനിക്ക് മുത്തശ്ശിയുടെ ആ മുസ്ലീം ലവറുടെ കഥ പറഞ്ഞുതരുമെന്ന് പറഞ്ഞിരുന്നല്ലോ, ഞാൻ വയസ്സറിയിച്ചു കഴിയുമ്പോൾ. ഇപ്പോൾ പറയ്യോ?"

പൊടുന്നനെ രാധയുടെ ചിരി മായുകയും നോട്ടം കൂർക്കുകയും ചെയ്തു. രാധയ്ക്കതിഷ്ടപ്പെടാത്തതുകൊണ്ടാണോ എന്നു കരുതി ലക്ഷ്മി നിശ്ശബ്ദയായി അവളെത്തന്നെ നോക്കി നിന്നു.

രാധ അവൾക്ക് ഉറപ്പു കൊടുത്തിരുന്നു, അവൾക്ക് കേൾക്കാൻ പ്രായമാകുമ്പോൾ അവളുടെ അമ്മ നിരന്തരം പറയുന്ന തന്റെ മുസ്ലീം കാമുകനെപ്പറ്റി അവൾക്ക് പറഞ്ഞു കൊടുക്കുമെന്ന്. അവളുടെ കാഴ്ചയിൽ ഋതുമതിയാകൽ അത് കേൾക്കാനുള്ള പക്വതയാർന്ന പ്രായവുമാണ്. ഇപ്പോൾ അവളുടെ പകപ്പ് കണ്ടപ്പോൾ രാധയ്ക്ക് അലിവു തോന്നി. രാധ ചിരി വരുത്താൻ ശ്രമിച്ചു.

"പറയാം." അവൾ പറഞ്ഞു.

തെക്കോട്ടു പറക്കുന്ന കാവിപ്പതാക ഇടത്തോട്ടുടുത്ത കാവി മുണ്ടിന്റെ മങ്ങലേറ്റ ഒരോർമ്മയുണർത്തി രാധയുടെ മനസ്സിൽ. പതാകയ്ക്കു മുകളിലോട്ടു നീണ്ട കൊടിമരത്തിന്റെ അഗ്രം സിര കളിൽ കത്തി. ഇടത്തോട്ട് ചെരിഞ്ഞ വികാരത്തിന്റെ ഗോപുരം വിവസ്ത്രമായ ശരീരത്തിൽ ബലിഷ്ഠമായി ചേർന്നു നിന്നപ്പോൾ ഇളകിപ്പോയ സ്ത്രൈണകോശങ്ങളിൽ ആരോ മന്ത്രിക്കുന്നു: "നിന്റെ പെണ്ണ് നിനക്കുള്ള കൃഷിയിടം. നിന്റെ നേരത്തു ചെല്ലുവാൻ നിനക്ക് അവകാശമുള്ളത്." വിയർപ്പിൽ കുതിർന്ന് അവന്റെ ശ്വാസതാളം പിൻകഴുത്തിൽ മർമ്മരം കൊള്ളുന്നു. "രാധ..."

ഡിവൈഡറിന്റെ രണ്ട് കാലുകൾപോലെ, കെട്ടുപിണഞ്ഞു കിട ക്കുന്ന രാധയെന്ന സ്വപ്നവൃക്ഷത്തിന്റെ രണ്ടു വേരുകൾപോലെ, മരണഭീതിയിൽ പറക്കുന്ന പക്ഷിയുടെ രണ്ടു വെപ്രാളച്ചിറകുകൾ പോലെ അവളുടെ രണ്ടു കമിതാക്കൾ. ഒടുക്കം വണ്ടിച്ചക്രത്തിനിട യിലൂടെ ചുവന്നിരുണ്ട കണ്ട അതിലൊരുവന്റെ മാംസഖണ്ഡങ്ങ ളൊക്കെ നിസ്സംഗതയുടെ മഞ്ഞ പടർന്ന് നിശ്ചലമാകുന്നു. ചപ്പില കൾക്കിടയിൽ മുഖം പൊത്തുന്ന ചോരച്ച സൂര്യൻ. പൂപ്പൽമുറ്റം കടന്നു പോകുന്ന രണ്ടു നിഴലുകൾ...

രാധ അരനൂറ്റാണ്ട് പിറകിലേക്ക് ശരവേഗം ഒരു ഓർമ്മപ്പാച്ചിൽ നടത്തി. തൊലിവെളുപ്പും പോസ്റ്റ് മോഡേണിസത്തിന്റെ തിളപ്പു മുള്ള, ഹ്യുമാനിറ്റീസ് വിഭാഗത്തിലെ കേന്ദ്രസർവ്വകലാശാല വിദ്യാർ ത്ഥിനിയും ഹിന്ദുത്വ ലെഫ്റ്റ് ലിബറൽ വിരുദ്ധ പോരാട്ടങ്ങൾക്ക് മുൻനിരക്കാരിയുമായിരുന്ന തന്റെ നഷ്ടയുവതയുടെ രക്തം അ വൾക്കപ്പോൾ ക്രൂരമായൊരു തമാശയായി തോന്നി, പലപ്പോഴും സ്വപ്നമാണെന്ന് വിശ്വസിക്കാനാകാത്ത തരം സ്വപ്നങ്ങളിലൊന്നാ യി.

ലക്ഷ്മി ഒരു കൽപ്രതിമ കണക്കെ ആ സ്വപ്നഭാഷണമത്രയും കേട്ടിരുന്നു. അവളുടെ ഓരോ കണ്ണിമവെട്ടലും സൂക്ഷിച്ചായിരുന്നു, കഥ പറയുമ്പോൾ രാധയുടെ ഭാവമാറ്റങ്ങളൊന്നും താൻ കാണാതെ പോകരുതെന്ന കനത്ത മുന്നൊരുക്കംപോലെ.

രാധയും മുഹമ്മദും

മുഹമ്മദിന്റെ ബാപ്പ പറഞ്ഞു: "ഒരു കോൺഗ്രസ്സുകാരൻ ഇങ്ങനെ വർഗീയത പറയുന്നത് ശരിയല്ല."

അച്ഛൻ പറഞ്ഞു: "ഞാൻ ഒരു ഹിന്ദു കൂടിയാണ്."

മുഹമ്മദിന്റെ ബാപ്പ പറഞ്ഞു: "നിങ്ങൾ ഹിന്ദുത്വവാദിയാണ് മഹേശ്വർ."

അച്ഛൻ ചിരിച്ചു: "അതു രണ്ടും ഒന്നാണ് റഹ്മാൻ."

ബാപ്പ തർക്കിച്ചു: "ഒരിക്കലുമല്ല. ഇനിയഥവാ അങ്ങനെയാണെങ്കിൽത്തന്നെ മുഹമ്മദീയരെ അപമാനിക്കുന്നത് ഹിന്ദുധർമ്മമാണോ?"

അച്ഛന്റെ ചിരി ഉച്ചസ്ഥായിയിലായി.

അച്ഛൻ പറഞ്ഞു: "ഭവിഷ്യപുരാണപ്രകാരം മതിഭ്രമക്കാരൻ, ത്രിപുരാസുരന്റെ പുനർജന്മം, മ്ലേച്ഛധർമ്മത്തിന്റെ മായാജാലക്കാരൻ..."[1]

* * *

റിച്ചാർഡ് ഡോക്കിൻസിനെയും സാം ഹാരിസിനെയും ഇസ്ലാമോഫോബുകളായ യുറോസെൻട്രിസ്റ്റ് ചിന്താഗതിക്കാർ എന്നാരോപിച്ച്

1. 'ഭവിഷ്യപുരാണം' പലകാലത്തായി പാഠഭേദങ്ങൾക്ക് വിധേയമായ ഹൈന്ദവപുരാണമാണ്. ഭവിഷ്യപുരാണത്തിന്റെ മൂന്നാംപർവ്വമായ പ്രതിസർഗപർവ്വത്തിൽ പരാമർശിക്കപ്പെടുന്ന 'മുഹമ്മദ' എന്ന 'നിരക്ഷരനായ മ്ലേച്ഛ അധ്യാപകൻ' ഇസ്ലാംമതം സ്ഥാപിച്ച പ്രവാചകൻ മുഹമ്മദ് ആണെന്ന് വായിക്കപ്പെടുന്നു. ഇതിൽ 'മ്ലേച്ഛൻ' എന്ന് വിശേഷശിപ്പിക്കുന്നത് വിദേശി എന്ന അർത്ഥത്തിലാണെന്നും നിരീക്ഷിക്കപ്പെടുന്നു. എന്നാൽ പൗരാണിക ഭാരതീയേതിഹാസങ്ങളിൽ ഗവേഷണം ചെയ്ത Alf Hiltebeitel-ന്റെ അഭിപ്രായത്തിൽ പ്രസ്തുതഭാഗം പത്തൊൻപതാം നൂറ്റാണ്ടിൽ എഴുതപ്പെട്ടതായി കരുതപ്പെടുന്നു.

ഒരു ഓൺലൈൻ പോർട്ടലിൽ എഴുതിയ തന്റെ ലേഖനം വീണ്ടും വായിച്ചുകൊണ്ടിരിക്കെ രാധയ്ക്ക് ചെറുതായൊരു കോരിത്തരിപ്പുണ്ടായി. ലേഖനം ഫേസ്ബുക്ക് വാളുകളിലേക്ക് ഷെയർ ചെയ്ത അപരിചിതരായ ഓൺലൈൻ ലോകത്തെ സ്വതന്ത്രവാദികൾക്ക് അവൾ ഫ്രണ്ട് റിക്വസ്റ്റയച്ചു. ഡോക്കിൻസിന്റെ "I have indeed strongly condemned the misogyny, homophobia and violence of Islamism, of which Muslims -particularly Muslim women -are the prime victims, I make no apologies for denouncing those oppressive cruelties, and I will continue to do so" എന്ന നിലപാടായിരുന്നു അവളെ പ്രകോപിപ്പിച്ചത്.

പശ്ചാത്ഗമന ഇടതുനിലപാടുകൾ ഒരു ഫാഷനബ്ൾ പൊതുബോധവും മിഡിയോക്കർ വ്യവഹാരവുമായിത്തീർന്ന കാലമായിരുന്നു അത്. മുഹമ്മദീയ മൗദീദിയ മാധ്യമ മതപ്രബോധകർ മലയാളിയുടെ തീന്മുറിയിൽ തഖിയ്യയ്യുടെ മാരീചനെ നിരന്തരം ചർച്ചാവേഷം കെട്ടിച്ച നാളുകൾ. ജാതിഭേദമന്യേ ഹിന്ദുക്കളെയും സഭാതിരിവുകളില്ലാതെ ക്രിസ്ത്യാനികളെയും മതതീവ്രവാദത്തോടു മുഖം തിരിച്ച മുഹമ്മദീയരെയും അത് കൂടുതൽ സംശയാലുക്കളാക്കി.

ഓൺലൈനിലെ അഭിനന്ദന പ്രവാഹങ്ങൾക്കിടയിൽ മുഹമ്മദിന്റേതായി ഷെയർ ചെയ്യപ്പെടുന്ന ഒരു കൗണ്ടർ കുറിപ്പ് അവൾ കണ്ടു. അതവളെ ചൊടിപ്പിച്ചു. അവനെ എളുപ്പം ചാപ്പ കുത്താൻ ആവാത്തതിൽ അവൾക്ക് അമർഷം തോന്നി. അങ്ങനെ ചെയ്യുന്നുവെങ്കിൽത്തന്നെ അവന്റെ പുച്ഛച്ചിരിയും മൗനവും തന്റെ ബൗദ്ധിക ധാരണകളെ എത്രമാത്രം അസ്വസ്ഥമാക്കുമെന്നവൾക്ക് അറിയാമായിരുന്നു.

മുഹമ്മദിന്റെ കുറിപ്പ് ഇങ്ങനെയായിരുന്നു, അത് ഡോക്കിൻസിനെ ന്യായീകരിക്കുന്നതായിരുന്നു: "മുഹമ്മദീയമതവും മുഹമ്മദീയരും തമ്മിലുള്ള ഈ വേട്ടക്കാരൻഇര ബന്ധം ഉൾക്കൊള്ളാനോ മനസ്സിലായാൽത്തന്നെ മതജീവിതങ്ങളോട് അത് തുറന്നു പറഞ്ഞ് അവരെ മുഹമ്മദനിസത്തിൽ നിന്ന് സംരക്ഷിക്കാനോ വിടുവിക്കാനോ ബുദ്ധിജീവികൾ പ്രകടിപ്പിക്കുന്ന വൈമനസ്യമാണ് അതിന്റെ ലിംഗവിവേചനങ്ങൾക്കും ജനാധിപത്യവിരുദ്ധതയ്ക്കും സ്ത്രീ വിദ്വേഷത്തിനും എതിരെ സംസാരിക്കുന്നവരെ ഇസ്ലാമോഫോബുകൾ എന്ന് ചാപ്പ ചാർത്തി സംവാദങ്ങളെ തടുക്കാനുള്ള ശ്രമങ്ങളിൽ ഒടുക്കം അവസാനിക്കുന്നത്. 'പാശ്ചാത്യ ജ്ഞാനോദയം' (Western Enlightenment) 'മുഹമ്മദീയമതത്തിന്റെ അപരവൽക്കരണ'ത്തിന് കാരണമാകുന്നു എന്നതിൽ വ്യസനിക്കുന്ന പോസ്റ്റ്

കോളോണിയൽ ചിന്തകർ അത് എല്ലാ മതഡോഗ്മകൾക്കും മതേതരഡോഗ്മയായ വൈരുദ്ധ്യാത്മക ഭൗതികവാദാദികൾക്കുമെതിരെ അപരവൽക്കരണം തീർക്കുന്നുണ്ട് എന്നത് വിസ്മരിക്കുന്നു. മുഹമ്മദീയമതത്തിന് ഇതിൽ പ്രത്യേകിച്ച് ചക്കരപ്പദവിയൊന്നുമില്ല. ഇവ ലിംഗനീതിയും ജനാധിപത്യവും സ്വതന്ത്രചിന്തയും മാനവികതയും ശാസ്ത്രബോധവും അടിസ്ഥാന മൂല്യങ്ങളായ പുരോഗമന സമൂഹങ്ങളിൽനിന്നും അന്യവൽക്കരിക്കപ്പെടേണ്ടവ തന്നെയാണ്. മുഹമ്മദനിസത്തിന്റെ ക്രൂരമായ ലിംഗവിവേചനം, സ്പഷ്ടമായ അസഹിഷ്ണുത, ജനാധിപത്യ വിരുദ്ധത, ഹോമോഫോബിയ, 'അവിശ്വാസികളോടുള്ള അപരവൽകരണം' എന്നിവ 'മുഹമ്മദീയമതത്തിന്റെ അപരവൽകരണം' അനിവാര്യമാണെന്ന് നിസ്സംശയം തെളിയിക്കുന്നു.

പോസ്റ്റ് കോളോണിയൽ വാചകക്കസർത്തിന്റെ ബലത്തിൽ തനതറിവുകളുടെ ഉദ്ഖനനത്തിനു തല വെച്ചു കൊടുക്കാൻ മാത്രം മുഹമ്മദീയ മതത്തിൽ ഇരട്ട വിവേചനം നേരിടുന്ന സ്ത്രീകൾക്കോ, മുഹമ്മദീയ ലോകത്തെ നിരീശ്വരവാദിക്കോ, ജനാധിപത്യവാദിക്കോ, സ്വവർഗാനുരാഗിക്കോ പ്രിവിലേജ് ഇല്ല. മുഹമ്മദനിസം കടന്നു കയറിയത് ഇത്തരം തനതറിവുകളുടെ ബൃഹദ് സഞ്ചയത്തെ ഇല്ലായ്മ ചെയ്തുകൊണ്ടും ബഹുദൈവവിശ്വാസമടക്കമുള്ളവയെ അവഹേളിക്കുന്ന, 'Islam is Arabian Enlightenment: an Enlightened religion to Arabia and to the whole world' എന്ന നാട്യവുമായാണ്. അതുകൊണ്ടുതന്നെ പാശ്ചാത്യജ്ഞാനോദയത്തിന്റെ ഡോഗ്മകളുടെ ഉച്ചാടനം എന്ന ലക്ഷ്യപൂർത്തിക്ക് പരമപ്രധാനം തന്നെയാണ് 'ഇസ്ലാം എന്ന് വിളിക്കപ്പെടുന്ന മുഹമ്മദീയ മതത്തിന്റെ അപരവൽക്കരണം.'

അത് പക്ഷേ മുസ്ലിങ്ങൾ എന്ന് വിളിക്കപ്പെടുന്ന മുഹമ്മദീയർക്ക് വിരുദ്ധമല്ല, മറിച്ച് ശക്തമായും മുഹമ്മദീയർക്ക് അനുകൂലവും സർവ്വമാനവരാശിക്കും പുരോഗമന സാമൂഹിക മൂല്യങ്ങൾക്കും പ്രതീക്ഷാനിർഭരവുമാണ്. പ്രിവിലെജിന്റെ തിളപ്പ് എല്ലിനിടിയിൽ കുത്തുന്നവർക്ക് പക്ഷേ ആരാന്റെയമ്മയ്ക്കിളകുന്ന ഈ മതഭ്രാന്ത് നോക്കിയിരിക്കാം, കത്തി സ്വന്തം പിടലിക്ക് വീഴുവോളം അതിനുള്ള സ്വാതന്ത്ര്യം നിലവിൽ ഇന്ത്യൻ യൂനിയനിലുണ്ട്."

തന്റെ പ്രിവിലെജിനു നേർക്ക് നീണ്ട നേരിയ പരിഹാസച്ചുവ രാധയ്ക്ക് അസഹ്യമായിത്തോന്നി. എന്നിട്ടും താൻ എന്തിനു മുഹമ്മദിനെ കാമിക്കുന്നുവെന്ന് അവൾ അത്ഭുതപ്പെട്ടു. തന്നെ വെറുമൊരു പോസ്റ്റ് മോഡേൺ വായാടിക്കാരിയായും തന്റെ ബൗദ്ധിക ശേഷിയെ വിലകുറച്ചു കാണുന്നതുമായ അവന്റെ എഴുത്തും

മൗനവും പതിഞ്ഞ പരിഹാസപ്പുഞ്ചിരിയും അവൾക്കവനെ എപ്പോഴും വെറുക്കാനുള്ള കാരണമായി. എന്നിട്ടും, പുറമേയ്ക്ക് തർക്കിക്കുമെങ്കിലും അവന്റെ വാക്കുകൾക്കും വെല്ലുവിളിക്കുമായി അവൾ കാത്തിരുന്നു. ഒരുപക്ഷേ എന്ന് അവൻ തന്നോട് പൂർണ്ണമായും യോജിക്കുന്നുവോ അന്ന് അവനോടുള്ള ആരാധനയും പ്രേമവും ചാമ്പലാകുമെന്ന ഭയത്തോടെ. അതുകൊണ്ട്, അവനെപ്പോഴും തന്നെ എതിർക്കണമെന്ന് സ്വകാര്യമായി അവൾ ആഗ്രഹിക്കുകയും ചെയ്തു.

ലേഖനം വായിച്ചിരിക്കെ ഉണ്ടായ ആത്മഹർഷത്തിന് ശമനം വന്നപ്പോൾ ഒരു ശബ്ദവും കടന്നു വരാത്തവിധം മുറി ബന്ധവസ്സാക്കി രാധ കണ്ണാടി നോക്കി നിന്നു. ലൈറ്റണച്ച് മെഴുകുതിരി കത്തിച്ച് വിവസ്ത്രയായി കണ്ണാടിക്കു മുന്നിൽ നിന്നപ്പോൾ പൊക്കിൾച്ചുഴിക്ക് ചുറ്റും മെഴുകുതിരി വെട്ടം കണ്ണാടിച്ചില്ലിൽ ഒഴുകിപ്പരന്നു. പ്രകാശം കിനിയുന്ന പൊക്കിളിലേക്ക് വിരലാഴ്ത്തിയപ്പോൾ മുഹമ്മദ് വയറിനു മീതെ മുഖമമർത്തുന്നതായി രാധ സങ്കൽപ്പിച്ചു. ഭാവനയെ അസ്വസ്ഥമാക്കി ടേബിളിനു മീതെ തുറന്നുവെച്ച ഖുർആൻ മെഴുകുതിരി വെട്ടത്തിൽ കത്തിപ്പടരുന്ന പോലെ.

രാധ ഓർത്തു.

രാധ കൈവിരൽ അടിവരയിട്ട് ഖുർആൻ വാക്യത്തിലേക്ക് ചേർത്തു. “ബഹുദൈവവിശ്വാസിനികളെ നിങ്ങൾ ഒരിക്കലും വേൾക്കരുത്. അവർ വിശ്വസിക്കുന്നതുവരെ.” വയറിനു മീതെ ഒട്ടി നിന്ന മുഹമ്മദിന്റെ മുഖത്ത് വിരലോടിച്ച് രാധ പറഞ്ഞു: “ഞാൻ വിശ്വസിക്കുന്നില്ല, മുഹമ്മദ്.”

അവനിൽനിന്നും ഉടൽ പിളരുന്ന ഒരു ചുംബനം രാധ പ്രതീക്ഷിച്ചു. അവൻ എന്തു പറഞ്ഞാലും ശ്വാസം വയറിൽ തട്ടുമെന്ന് രാധ പുളകത്തോടെ ഓർത്തു.

* * *

അയഞ്ഞു കിടക്കുന്ന മുലക്കച്ച വലിച്ച് നേരെയാക്കുന്ന പെണ്ണുങ്ങളെപ്പോലെ ബൈബിൾ കുറച്ചുനേരം നെഞ്ചോടു ചേർത്തും പിന്നെ മാറ്റിയും വീണ്ടും പ്രസംഗവീര്യത്താൽ ഇളകുന്ന ശരീരത്തിലേക്ക്, വിയർത്ത ഷർട്ടിലേക്ക് ചേർത്ത് പാസ്റ്റർ പലപ്പോഴും കവലയിൽനിന്ന് സുവിശേഷിച്ചു: “മരുഭൂമിയിലെ വിഡ്ഢികളെ എളുപ്പത്തിൽ പറ്റിക്കാമെന്നു കരുതിയ അയാൾ നമ്മുടെ കർത്താവിന്റെ ജീവിതത്തെ കൂട്ടുപിടിച്ചു. എന്നിട്ട് അന്ത്യപ്രവാചകനെന്ന് ജൽപ്പിച്ചു. നോക്കൂ സഹോദരങ്ങളേ; ഇവർ സത്യമാണെങ്കിൽ എങ്ങനെ സുന്നികളും ഷിയാക്കളും ഉണ്ടായി? എങ്ങനെ ഇവരുടെ കിത്താബ് ഇവർ തന്നെ രണ്ടു തരത്തിൽ വായിച്ചു? ഇവരിൽ ആരാണ് മുഹമ്മദീയൻ?”

മദ്രസയുടെ പച്ചപ്പെയിന്റിലേക്ക് ചെളിതെറിപ്പിച്ച് കനത്ത മഴ പെയ്തു. കൂട്ടിയിടിക്കുന്ന പല്ലിൽ ഇഷ്ടക്കേടിന്റെ വലിയൊരു ലോകം ഒളിഞ്ഞു കിടന്നു. അടുത്തിരുന്നവളുടെ പച്ചപ്പാവാടയിലേക്ക് കണ്ണയച്ചു താടി ചൊറിഞ്ഞ ബാപ്പ മുസല്യാരുടെ ചൂരരിലേക്കു നോക്കി ഉറക്കച്ചടവോടെ മുഹമ്മദിന്റെ വാക്കുകൾ പുറത്തുവന്നു: “ലാ ഹിലാ ഹില്ലള്ളാ. മുഹമ്മദു റസൂലുള്ളാ.”

അന്ന് മദ്രസ വിട്ടിറങ്ങിയപ്പോൾ അവൻ അവളോടു പറഞ്ഞു: “ബാപ്പ നിന്നെ നോക്കുന്നുണ്ട് മുട്ടിന്റേം മേലോട്ട്. നീളമുള്ള പാവാട യിട്ട് വരണം.”

പിറ്റേന്ന് വലിയ മക്കനയ്ക്കുള്ളിൽ നിന്ന് കാൽവിരലുകളും മറയ്ക്കാൻ പാകത്തിൽ നീളമുള്ള പർദ്ദയിട്ടു വന്ന അവൾ കണ്ണുകൾ കൊണ്ട് ചിരിച്ചപ്പോൾ അവനു ഖുർആൻ മുറുക്കി പിടിക്കേണ്ടി വന്നു, ഇല്ലെങ്കിൽ അത് വീണുപോകുമെന്ന മട്ടിൽ.

* * *

മഴയത്ത് കട്ടിക്കരിമ്പിളിക്കുള്ളിൽ തിരിഞ്ഞും മറിഞ്ഞും കിടന്ന് ഒരുറക്കം കഴിഞ്ഞപ്പോൾ മുണ്ട് ശരീരത്തിൽനിന്നും അഴിഞ്ഞിരുന്നു. കമ്പിളി ഒന്നുകൂടി വലിച്ചു ചേർത്തപ്പോൾ ശരീരത്തിലൂടെ ചൂടുള്ള ഒരു രോമപ്പുഴു ഇഴയുന്നതുപോലെ. അവൻ രോമാവൃതമായ ശരീരം വെറുതെ തടവാൻ തുടങ്ങി. കനത്ത തണുപ്പിൽ ഇരുട്ടിലേക്ക് വിടർന്ന കണ്ണുകൾ ജാലകത്തിനപ്പുറം മഴ കണ്ടു, മഴയിൽ തെളിഞ്ഞു കത്തുന്ന പച്ചനിറമുള്ള ലൈറ്റ് അസ്വസ്ഥനാക്കി.

മുഹമ്മദ് ഓർത്തു.

രാധയുടെ വയറിൽ ഒട്ടിച്ചേർന്ന് മുഹമ്മദ് ഉത്തരം കാത്തുനിൽ ക്കുന്ന അവളുടെ കണ്ണുകളിലേക്കു നോക്കി. അവളെ സമാധാനി പ്പിക്കാനെന്നോണം അവൻ പറഞ്ഞു: “അല്ലാഹുവിന്റെ തീവ്രവാദം മനുഷ്യന്റേതുപോലെയല്ല രാധ.”

അവൻ അവളുടെ പൊക്കിൾച്ചുഴിയിൽ മൂക്കുവിടർത്തിയപ്പോൾ അവൾ ചിരിച്ചു.

രാധയുടെ സ്വപ്നം

“**ന**ല്ല തണുപ്പുണ്ടെന്ന് കേട്ടിട്ടുണ്ട് ശിവൻ.”

ഒന്ന്, രണ്ട്, മൂന്ന്.

ഗംഗയിലേക്ക്, എണ്ണിക്കൊണ്ട് ഓരോ കല്ലെറിഞ്ഞു മുഹമ്മദ്. ഇരുൾ വീണ പടവിലിരുന്ന് മുഹമ്മദ് അവിടെത്തന്നെയുണ്ടെന്ന്

ശബ്ദംകൊണ്ട് മാത്രം ശിവൻ മനസ്സിലാക്കി. രാത്രി പോലെ കറുത്ത ശിവൻ ഗംഗയിലേക്ക് മുങ്ങുമ്പോഴൊക്കെയും അത് ശിവൻതന്നെയാണെന്ന് മനസ്സിലാക്കാൻ മുഹമ്മദിനു ബുദ്ധിമുട്ടുണ്ടായിരുന്നു.

പൊങ്ങി വന്നപ്പോൾ മുഹമ്മദിന്റെ ശബ്ദം കേട്ടിടത്തേക്ക് നോക്കി ശിവൻ പറഞ്ഞു: "ഇറങ്ങിക്കോളൂ മുഹമ്മദ്. നേരിട്ടറിയുന്നതാണ് കേട്ടറിയുന്നതിനേക്കാൾ നല്ലത്."

മുഹമ്മദിന്റെ ശബ്ദം പറഞ്ഞു: "ഞാൻ തോർത്തെടുത്തിട്ടില്ല."

വീണ്ടും മുങ്ങിപ്പൊങ്ങിയപ്പോൾ ശിവൻ തണുപ്പുകൊണ്ട് വിറയ്ക്കുന്ന, പല്ലിടിപ്പോടെ ചിരിക്കാൻ ശ്രമിച്ചു: "ഇരുട്ടാണല്ലോ? എന്നെ നീ കാണുന്നുണ്ടോ?"

അറുപത്തൊൻപത്, എഴുപത്...

മുഹമ്മദ് കല്ലേറിയൽ നിർത്തി. "അതില്ല."

മുഹമ്മദ് എണ്ണയെടുക്കാൻ ഭാണ്ഡക്കെട്ട് തുറന്നപ്പോൾ പടവിലൂടെ ചില പാത്രങ്ങൾ ഗംഗയിലേക്ക് വീണു.

"എന്തുപറ്റി?"

ശിവൻ പടവിലേക്ക് നീന്തി.

"അതുപോയി. പഞ്ചഗവ്യമായിരുന്നു."

മുഹമ്മദിന്റെ വാക്കുകളിൽ നിരാശ കലർന്നു.

ഇരുളിൽ മഞ്ഞുരുകുന്നതുപോലെ കറുത്ത ശിവന്റെ ചിരി: "സാരമില്ല. നീ കുളിക്കൂ. അതൊക്കെ ഇനിയും കിട്ടും."

പടവിൽ കയറി കാവി മുണ്ട് ഊരി തല തുവർത്തിയപ്പോൾ ശിവൻ കുറച്ചുറക്കെ വിളിച്ചുചോദിച്ചു: "തണുക്കുന്നില്ലേ മുഹമ്മദ്?"

നിരാശയും തണുപ്പും ഒന്നിച്ചു കയറിയപ്പോൾ ആകപ്പാടെ വിറച്ചുപോയ മുഹമ്മദ് കൂട്ടിയിടിപ്പല്ലുകൾ ആവും വിധം അകത്തിപ്പിടിച്ച് പതിയെ ഉദിച്ചുവരുന്ന പകുതിച്ചന്ദ്രനെ നോക്കി. കുറച്ചു നേരമെടുത്ത് അവൻ പറഞ്ഞു: "ചെറുതായി..."

ശിവൻ ഗംഗയിലേക്ക് കല്ലേറിയാൻ തുടങ്ങി.

എഴുപത്തിയൊന്ന്, എഴുപത്തിരണ്ട്.

ശിവൻ എഴുപത്തിരണ്ടിൽ നിറുത്തിയപ്പോൾ മുഹമ്മദിന് ചിരി പൊട്ടി. അവന്റെ ചിരിയിൽ ശിവൻ പങ്കുകൊണ്ടു. കറുത്തവനും മരുഭൂവാസിയും ഐക്യം കൊണ്ടു. രൗദ്രത പൂണ്ട വൈഷ്ണവരുടെ തീപ്പന്തങ്ങൾ ഗംഗയുടെ ഓളങ്ങളിൽ പടർന്നു കത്താൻ തുടങ്ങി.

മുഹമ്മദിന്റെ സ്വപ്നം

പച്ചപ്പുള്ളികളുള്ള തന്റെ കൈലിയൂരി ഗംഗയുടെ പടവിൽ കയറി നിന്ന് തോർത്താൻ തുടങ്ങിയ മുഹമ്മദ് ഒരുതരം നിരാശയോടെ ആരെയോ കാണാനില്ലല്ലോ മട്ടിൽ ഇരുളിലേക്ക് നോക്കിക്കൊണ്ടിരുന്നു.

ആരോ വിളിച്ചു: "മുഹമ്മദ്."

തല ചെരിച്ച് മുഹമ്മദ് ചോദിച്ചു: "ശിവൻ, നീയെവിടെപ്പൊയി ഇത്ര നേരം?"

ഉത്തരമില്ലാതായപ്പോൾ ഭാണ്ഡത്തിൽനിന്ന് മറ്റൊരു പച്ചക്കൈലിയെടുത്തു ചുറ്റി മുഹമ്മദ് അങ്ങോട്ടു നോക്കി

ശബ്ദം പറഞ്ഞു: "ഞാൻ യേശുവാണ്."

"യേശു?" താടി ചൊറിഞ്ഞ് മുഹമ്മദ് ലുബ്ധമായ തന്റെ ചിരി ചിരിച്ചു. യേശു കുറേക്കൂടി മുന്നിലേക്ക് നീങ്ങിനിന്നപ്പോൾ താടിയുരസുന്നത് നിർത്തി കുറുകിയ കണ്ണുകളോടെ മുഹമ്മദ് ഒരു പടി മീതെ കയറി നിന്നു.

"അതെ നീ തന്നെ. നീയെന്താ ഈ കോലത്തിൽ?" യേശുവിന്റെ കാവിമുണ്ടിലും രുദ്രാക്ഷമാലകളിലും മുഹമ്മദിന്റെ വിഹഗവീക്ഷണം പതിഞ്ഞു. അതുകണ്ടു ചിരിച്ച് യേശു നീണ്ട താടിയുഴിഞ്ഞു.

യേശു പറഞ്ഞു: "പണ്ട് അജ്ഞാതവാസകാലത്ത് ഞാനിവിടെ പഠിക്കാൻ വന്നിരുന്നുവെന്ന് പലരും പറയുന്നു."

ആ ചിരിയിൽ ദുർഗ്രഹമായ ഏന്തോ തോന്നിയെങ്കിലും മുഹമ്മദിന്റെ വ്യഗ്രത മറ്റൊന്നായിരുന്നു. മുഹമ്മദ് ധൃതിപ്പെട്ടു. "എന്തായാലും പടച്ചവന് സ്തുതി. ക്രൂശിക്കപ്പെട്ടുവെന്നു പറഞ്ഞ് നടക്കുന്നവരോടൊക്കെ നീ ചെന്ന് സത്യം പറയണം."

ആവേശത്തോടെ ഭാണ്ഡം ചുമലിലേക്കിട്ട് വിറയ്ക്കുന്ന കൈകളോടെ മുഹമ്മദ് യേശുവിന് അഭിമുഖമായി നിന്നു.

മുഹമ്മദിന്റെ തോളിൽ കയ്യിട്ട് യേശു പറഞ്ഞു: "അതെങ്ങനെ ശരിയാവും? ഞാൻ ക്രൂശിക്കപ്പെട്ടിരുന്നു."

മുഹമ്മദിന്റെ മുഖത്ത് പൊടുന്നനെ കടലു വറ്റി. തോളത്തെ കൈ തട്ടി അവൻ മുരണ്ടു: "നീ മായാജാലക്കാരനാണ്."

യേശു ശിവനേക്കാൾ ഉച്ചത്തിൽ ചിരിച്ചു. താടി തടവി യേശു പറഞ്ഞു: "ഒരു കഷ്ടതയുമില്ലാതെ സ്വർഗ്ഗത്തിലേക്കുയർത്തപ്പെടുന്ന ഭാവനയെക്കാൾ ജനപ്രിയമായമാവുക പീഡയിലൂടെ മരണത്തെ സ്വീകരിക്കലാണെന്ന്, മുഹമ്മദ്, നിനക്കൊരിക്കലും മനസ്സിലാകില്ല.

എന്റെ അപ്പോസ്തലന്മാർക്ക് മാറ്റത്തിനായി തുടിക്കുന്ന ജാതീയവും വിജാതീയവുമായ മനോവ്യാപാരങ്ങളെ നന്നായറിയാമായിരുന്നു."

യേശു ഒരു കല്ലെടുത്ത് ഗംഗയിലേക്കെറിഞ്ഞു.

അവൻ എണ്ണി: മൈനസ് വൺ, മൈനസ് ടു

മൈനസ് സെവൻറ്റി ടു വരെ യേശു എണ്ണി.

ഒരുമിച്ച് കണ്ട സ്വപ്നം

പ്രാണഭയമാണ് ജീവിതത്തിലെ ഏറ്റവും വലിയ പരീക്ഷണമെന്ന് ഓടുന്നതിനിടയിൽ ചിന്തിച്ചുകൊണ്ടിരുന്ന മുഹമ്മദ് താൻ യേശുവിന് ഏറെ പിറകിലായിപ്പോയല്ലോ എന്നു മനസ്സിലാക്കി. എന്നാലും നിലത്തു വീഴാതെ മുഹമ്മദിന് നിവൃത്തിയുണ്ടായിരുന്നില്ല. ഏറെ മുന്നിലെത്തി തിരിഞ്ഞു നോക്കിയ യേശു, മുഹമ്മദ് വീണത് കണ്ടു തലയിൽ കൈവെച്ച് പരിഭവിച്ചു. യേശു കൈപിടിച്ചെഴുന്നേൽപ്പിച്ചപ്പോൾ മുഹമ്മദിന് യേശുവിന്റെ നരച്ചതാടി നിലാവിലേക്ക് വിടരുന്നതായി തോന്നി.

നിലാവിൽ വൈഷ്ണവരുടെ തീപ്പന്തങ്ങൾ ഗംഗയ്ക്ക്മീതെ പടർന്നു കത്തി. അരയാൽ മറവിൽ തുറിച്ച കണ്ണുകളോടെ രണ്ടു കള്ളന്മാരെപ്പോലെ അവരതു നോക്കി. ഗംഗയ്ക്ക് മീതെ തോണികൾ ഇരച്ചെത്തി. തോണിയിൽ നിന്നവരൊക്കെ 'അവരെ പിടിക്കൂ' എന്നലമുറയിട്ടപ്പോൾ അവരുടെ കയ്യിൽ തീപ്പന്തങ്ങൾ വായുവിൽ യുദ്ധരേഖകൾ വരച്ചു.

"ഗംഗ എത്ര പെട്ടെന്ന് ചുവന്നു?"

യേശുവിന്റെ തോളിൽ കൈയിട്ട് മുഹമ്മദ് പറഞ്ഞപ്പോൾ നേരിയൊരുൾവിറയലോടെ യേശു തലയാട്ടി.

മരത്തിനു മുകളിൽ നിന്ന് പൊടുന്നനെ ഒരു മലമ്പാമ്പ് ആഞ്ഞു കൊത്തുന്നതുപോലെ അവരെ ഞെട്ടിച്ചുകൊണ്ടായിരുന്നു രാത്രിയുടെ നിറമുള്ള ശിവൻ നിലാവിൽ ഇരുവരെയും പിടിച്ചു വലിച്ചത്. മിഴി വലുതായിപ്പോയ യേശുവിനെയും തുറിച്ചുനോക്കുന്ന മുഹമ്മദിനെയും വലിച്ചുകൊണ്ട് ശിവൻ ഓടാൻ തുടങ്ങി.

ഒടുവിലേതോ ഒരിരുൾഗുഹിലെത്തിയപ്പോൾ ശിവനും മുഹമ്മദും യേശുവും ശബ്ദം മാത്രമായി.

കിതച്ചുകൊണ്ട് ശിവന്റെ ശബ്ദം പറഞ്ഞു: "പറഞ്ഞു നിൽക്കാൻ നേരമില്ല. എനിക്കവരെ നിയന്ത്രിക്കാനാകില്ല. അവരിലൊരാളായി എനിക്കിവിടെ നിലനിൽപ്പുണ്ട്. നിങ്ങൾക്കും നിങ്ങളുടെ ജനതയ്ക്കും

പ്രാണനുമായി പലായനം ചെയ്യാൻ സമയമായി. ഈ തുരുത്തിലൂടെ ഗംഗയിലെത്തുക. രക്ഷപ്പെട്ടോ."

ഗുഹയിലെവിടെയോ ഗംഗയുടെ പ്രതിബിംബങ്ങൾ പൊടുന്നനെ തെളിഞ്ഞു. തീപ്പന്തങ്ങൾ വെള്ളത്തിനു മീതെ നിറഞ്ഞു കത്തുന്നു. കാതടപ്പിക്കുന്ന ആരവം അടുത്തുവന്നപ്പോൾ ശിവനും അലറാൻ തുടങ്ങി:

"ഓടിപ്പോകൂ. അതേ എനിക്ക് ചെയ്യാനാകൂ."

ഗുഹയുടെ വിടവിലൂടെ നിലാവിൽ യേശുവും മുഹമ്മദും ഗംഗയിലേക്ക് ചാടി. പാറക്കെട്ടിനു മീതെ നിന്ന് കൈമുട്ട് പാറയിലമർത്തി ഒരഭ്യാസിയെപ്പോലെ ഏന്തിവലിഞ്ഞ് വലിയൊരു കാര്യം ചെയ്തു തീർത്ത മട്ടിൽ തല പകുതിച്ചന്ദ്രനിലേക്കുയർത്തി ശിവൻ ദീർഘമായി നിശ്വസിച്ചു.

* * *

മെഴുകുതിരിവെട്ടത്തിൽ എതോ ഒരുൾവിളിയിൽ അഴിച്ചിട്ട സാരി വാരിച്ചുറ്റി തോർന്നു തീരാറായ മഴയിലേക്ക് രാധ ഇറങ്ങി. രോമക്കമ്പിളിക്കുള്ളിൽ കിടന്നു മറിഞ്ഞ് അഴിഞ്ഞുപോയ കാവിമുണ്ട് ഇടത്തോട്ടുടുത്ത് ജാലകത്തിനടുത്ത് ചെന്ന് പെയ്തു തീരുന്ന മഴ നോക്കി നിന്നപ്പോൾ ഉമ്മറത്തു കത്തുന്ന പച്ച വെളിച്ചത്തിൽ മുഹമ്മദ് അത് കണ്ടു. തെക്കോട്ട് പറക്കുന്ന കാവിപ്പതാകയുടെ കൊടിമരത്തിനു കീഴിൽ രാധ നിൽക്കുകയാണ്, ചെറുപ്പം തൊട്ട് കാണുന്നവൾക്ക് എന്നത്തേക്കാളും സൗന്ദര്യം തോന്നിച്ചു ആ ഇരുട്ടിൽ അവനവളെ കണ്ടപ്പോൾ.

വിടരുന്ന കണ്ണുകളോടെ നിലാവിൽ അടുത്തെത്തിയ രാധയുടെ നോട്ടത്തിന് മുഹമ്മദ് പല വ്യാഖ്യാനങ്ങൾ തീർത്തു.

"നീ ഉറങ്ങിയില്ലായിരുന്നോ മുഹമ്മദ്?" രാധ ചിരിക്കാൻ ശ്രമിക്കുകയാണ്.

മുഹമ്മദിന്റെ വാക്കുകൾ തൊണ്ടയിൽത്തന്നെ കുരുങ്ങി.

രാധ പൊടുന്നനെ ഉറമ്പടക്കം പിടിച്ചപ്പോൾ മുഹമ്മദ് വിറച്ചുപോയി. ഇടത്തോട്ടെഴുതുന്ന അറബിലിപിപോലെ മുഹമ്മദിന്റെ മനസ്സിലും ശരീരത്തിലും രൂപമില്ലാത്ത വികാരങ്ങൾ ആകൃതി തേടി, അവ ചില അവ്യക്തമായ വാക്കുകൾ അച്ചടിച്ച താളുകളിൽ കുരുങ്ങി.

ഒരു പ്രതികരണമെന്നോണം വെറുതെ അവളെ ചുറ്റിപ്പിടിച്ചപ്പോൾ താനറിയാതെ കൈകൾക്ക് കരുത്തു കൂടുന്നതായി മുഹമ്മദിന് തോന്നി. തണുത്ത കാറ്റിൽ കാവിപ്പതാക തെക്കോട്ട് പറന്നു.

തീർത്തും വിചാരിതമായി മുഹമ്മദ് ചോദിച്ചു: "തെറ്റല്ലേ രാധാ?"

അവളുടെ മറുപടി അവന് നിയതമായിരുന്നുവെങ്കിലും നിലാവു പോലെ രാധ ചിരിച്ചു. തിളങ്ങുന്ന കണ്ണുകളോടെ അവൾ പറഞ്ഞു: "ഞാൻ പുരാണത്തിൽ നിന്നിറങ്ങി വന്നവളല്ല മുഹമ്മദ്. നീ പറയാറുള്ള മോഹിപ്പിക്കാനുതകുന്ന എന്റെ പ്രിവിലെജിനെ ഞാൻ അഴിച്ചു വിടട്ടെ."

രാധ അവനെ വലിച്ചടുപ്പിച്ചു.

അവ്യക്തമായ താളുകളിലെ വാചകങ്ങൾ വിയർപ്പിൽ കുതിർന്ന് അവന്റെ ഉയർന്ന ശ്വാസതാളത്തിനൊത്ത് അവളുടെ പിൻകഴുത്തിൽ മന്ത്രിച്ചു: "നിന്റെ പെണ്ണ് നിനക്കുള്ള കൃഷിയിടം. നിന്റെ നേരത്ത് ചെല്ലുവാൻ നിനക്കവകാശമുള്ളത്."[2]

2. "Your wives are a place of sowing of seed for you, so come to your place of cultivation however you wish and put forth [righteousness] for yourselves. And fear Allah and know that you will meet Him. And give good tidings to the believers." (Quran 2:223) എന്ന ഖുർആൻ വാക്യവുമായി ധ്വനിപ്പിച്ചിരിക്കുന്നു.

അഗ്നിരാവണൻ

പക്ഷേ രാധ എതിർപ്പൊന്നുമില്ലാതെ താരാനാഥിനെ വിവാഹം കഴിച്ചു.

കേന്ദ്രസർവ്വകലാശാലയിലെ ഐതിഹാസിക ഭരണവിരുദ്ധ സമരങ്ങൾക്കും മുഹമ്മദിനൊപ്പം ചിലവിട്ട പ്രണയമുഹൂർത്തങ്ങൾക്കും തുടർച്ചയായി വളരെ പെട്ടെന്ന് തീർത്തും അപ്രതീക്ഷിതമായെത്തിയ രാധിക നാലുകെട്ടിലിന്റെ വിവാഹവാർത്ത ഓൺലൈൻ പോർട്ടലുകൾ കാര്യമായി കവർ ചെയ്തു.

“വെടി കല്ല്യാണവും കഴിച്ചോ! ഏതാ ഈ നട്ടെല്ലില്ലാത്തവൻ? വല്ല കുണ്ടനോ കൂട്ടിക്കൊടുപ്പുകാരനോ ആകും.”

കമൻ്റ് ബോക്സിൽ ഒരു പ്രവാസി മംഗ്ലീഷിൽ പോസ്റ്റ് ചെയ്തത് വായിച്ച് രാധ ചിരിച്ചു.

മുഹമ്മദാകട്ടെ, അവളുടെ ഭാഷയിൽ പ്രിവിലേജ്ട് ആക്ടിവിസ്റ്റിന്റെ ജിപ്സി വിളയാട്ടങ്ങളും ശ്രദ്ധാകാംക്ഷിയായ പുരോഗമന ആചാരങ്ങളെന്നും രാധ വിവാഹതീരുമാനം അറിയിച്ചപ്പോൾ അവളെ പരിഹസിച്ചു, പതിവ് വിലക്ഷണച്ചിരിയോടെ. ഇത്തവണ അവളെയത് മുറിവേൽപ്പിച്ചില്ല, ഒരുപക്ഷേ അവളതിനോട് ഒത്തുപോന്ന് തുടങ്ങിയതുകൊണ്ടാവാം.

അവളെ സംബന്ധിച്ചിടത്തോളം തോന്നുമ്പോലെ നടക്കൽ വളരെ പ്രധാനമായിരുന്നു. സ്വപ്നം പോലെ, അരുന്ധതി റോയിയേയോ, മാധവിക്കുട്ടിയേയോ, ചാർലിയിലെ ടെസ്സയേയോ ഒക്കെപ്പോലെ. ദുപ്പട്ടയൊക്കെ കാറ്റിൽ പറത്തി, പൂർണമായും അകലാതിരിക്കാൻ വിരലിന്റെ തെറ്റത്ത് പിടിച്ചു പിടിച്ചില്ലെന്ന മട്ടിൽ, ഇടയ്ക്ക് വവ്വാലിനെപ്പോലെ കൈകൾ വായുവിൽ തുഴഞ്ഞ്, നിറപ്പകിട്ടുള്ള വസ്ത്രങ്ങളും ചമയങ്ങളും ചെരുപ്പുകളും നീളൻ മൂക്കുത്തിയുമിട്ട്, മുടി പലതായി പിന്നിയും അഴിച്ചിട്ടും കെട്ടിവെച്ചും ഒരേസമയം തനതും പാശ്ചാത്യവുമായി...

വിവാഹവും അവൾക്കത്തരമൊരു സ്വപ്നാഭമായ തമാശയായിരുന്നു, പിന്നീട് ഗൗരവതരമാകുന്നറിഞ്ഞിരുന്നില്ലെങ്കിലും.

സിദ്ധാർത്ഥൻ ഒരു സ്ത്രീയായിരുന്നെങ്കിൽ ബുദ്ധനാവുക അസാദ്ധ്യം എന്നവൾ ചിന്തിച്ചു. അതിനും മുൻപേ കൊട്ടാരം വിട്ട് പുറത്തിറങ്ങിയ രാജകുമാരിയെ കായബലമുള്ള പുരുഷന്മാർ കൈവെച്ചിട്ടുണ്ടാകും. അവർ പരമാത്മജ്ഞാനവും മേൽക്കുപ്പായത്തിൽ ഒളിച്ചുവെച്ച മുലക്കണ്ണും വേർതിരിച്ചറിയാൻ നിൽക്കില്ലെന്ന് ഒട്ടു മുക്കാലും ഉറപ്പാണ്. ചിലപ്പോൾ രാജാവായ ഭർത്താവ് തന്നെ തലവെട്ടിയേക്കാനും മതി. വിവാഹിതയായി തോന്നുമ്പോൾ അതിൽ നിന്നും പിൻവാങ്ങുക ഒരു സ്ത്രീക്ക് ഇൻഡ്യൻ യൂനിയനിൽ എന്തുമാത്രം ദുഷ്കരമാണെന്ന് രാധ ആലോചിച്ചു. അവൾക്ക് അത്തരമൊരു പരീക്ഷണം കൂടിയായിരുന്നു താരാനാഥുമായുള്ള വിവാഹം, പിന്നീട് ഗൗരവതരമാകുമെന്നറിഞ്ഞിരുന്നില്ലെങ്കിലും.

ബുദ്ധമതത്തിലേക്ക് പരിവർത്തനം ചെയ്തതിന് പകരം അംബേദ്കർ ഒരു മുഹമ്മദീയനായിരുന്നുവെങ്കിൽ (അദ്ദേഹം മുഹമ്മദിനെയും മുഹമ്മദീയരെയും വിമർശിച്ചിരുന്നുവെങ്കിലും തൽക്കാലം അങ്ങനെ കരുതുന്നത് ഒരു ചിന്താകുറ്റമാകുന്നുവെങ്കിൽ പോലും) പിൽക്കാലത്ത് അദ്ദേഹം ഹിന്ദുത്വവാദികൾക്കും വൈദികരാഷ്ട്ര സ്ഥാപനം വരെ അടവുനയത്തിന്റെ ഭാഗമായിപോലും സ്വീകാര്യനാവുമായിരുന്നില്ലെന്നതുപോലെ, തെറ്റത്തെ തൊലിചെത്തിയ ലിംഗം തിരഞ്ഞ് പോലും മുസ്ലീങ്ങൾ ആക്രമിക്കപ്പെടുന്ന കാലത്ത് വിവാഹത്തിലുറച്ച് നിന്ന് ഒരു മുഹമ്മദീയനെ പ്രണയിക്കുക പ്രയാസകരവും അതിനുപരി ഒരു ജീവൻതന്നെ ബലി കൊടുക്കേണ്ടതായി വരുമെന്നും അവളൊരിക്കലും കരുതിയില്ല.

ചുംബിക്കാനായുമ്പോൾ അതുവരെയും പരിഹസിച്ച് ചെറുതായി ചിരിക്കുന്ന മുഹമ്മദിന്റെ മുഖം എത്ര പെട്ടെന്ന് തീക്ഷ്ണമാകുന്നു എന്നവൾ അത്ഭുതപ്പെട്ടു. അവന്റെ ചുവന്ന മുഖത്തെ കട്ടിമീശയിലെ വിയർപ്പ്, പിറന്നുവീണ പശുക്കിടാവിനെ തള്ള നക്കിമിനുക്കുന്നതുപോലെ തുടച്ചെടുക്കാൻ രാധയുടെ നാവ് തിടുക്കപ്പെട്ടു.

ക്ലാസിക്കൽ കമ്മ്യൂണിസത്തിലോ പാർട്ടി ഭരണഘടനയിലോ വിശ്വസിച്ചിരുന്നില്ലെങ്കിലും മുഹമ്മദ് കമ്മ്യൂണിസ്റ്റ് പാർട്ടി അനുഭാവിയായിരുന്നു. അവന് നിലവിൽ ആക്കം കുറഞ്ഞ, ദംഷ്ട്രകൾക്ക് മിനുസമുള്ളൊരു പിശാചായിരുന്നു പാർട്ടി.

അവനൊപ്പമുള്ള തന്റെ പ്രേമസല്ലാപങ്ങളെക്കുറിച്ച് രാധ ഇടതടവില്ലാതെ തന്റെ ഓൺലൈൻ ലോകത്ത് കുറിച്ചു കൊണ്ടിരുന്നു. അയൽക്കാരി കൂടിയായ കാഫിറിനൊപ്പം നടന്ന മകനെ ബാപ്പ മുസ്ലിയാർ ശാസിച്ചു: "മാർക്സിസ്റ്റായി ബഹുദൈവവിശ്വാസിനിയെ കൂടെ കൊണ്ടുനടക്കുന്നത് മഹല്ലിൽ ചർച്ചയാണ്. മുസ്ലീങ്ങൾക്കും

പാർട്ടിക്കാരനാകാം. പക്കേങ്കി കാഫിറിനെ കൂടെപ്പൊറുപ്പിച്ചാ മുസ്ലീമാകൂലാ. ഓള മ്മള കൂട്ടത്തിലേക്ക് കൊണ്ടരാൻ അന്നക്കൊണ്ടാകോ?"

ബാപ്പയെ മകൻ നിറുത്തിച്ചു: "പാസ്റ്റർ ഷിയാക്കളൊക്കെ മുസ്ലിങ്ങളാണോന്ന് ചോയിച്ചപ്പോൾ ബാപ്പ പറഞ്ഞത് ലാ ഹിലാ ഹില്ലാള്ളായാണ്. അള്ളാഹുവിലും അവന്റെ അന്ത്യപ്രവാചകനിലും വിശ്വസിക്കുന്നവരൊക്കെ മുസ്ലീങ്ങളാണെന്ന്. അപ്പോ കാഫിറിനെ കൂടെപ്പൊറുപ്പിച്ചാലും മുസ്ലിമാകൂലാ? ആ വിശ്വാസം പോരെ?"

അബ്ദുൾ റഹ്മാന് വാക്കുമുട്ടി, മകൻ മുർത്തദാകുന്നുവെന്ന് അയാൾ ഭയപ്പെട്ടു. അയാളുടെ നിശ്ശബ്ദതയിൽ അവന് അവളോടുള്ള പ്രേമം തീവ്രമായി. ഒരുപക്ഷേ താൻ വിളിച്ചു കൊണ്ടുവന്നാൽ അവൾ തനിക്കൊപ്പം ജീവിക്കുന്നതിൽ ക്ഷണികമായ ചില മുറുമുറുപ്പുകളൊഴികെ ബാപ്പ വലിയ വിരോധം പ്രകടിപ്പിക്കില്ലെന്നും അവൻ കരുതി.

"അറ്റം കത്രിച്ചതുകൊണ്ട് മാത്രമാണ് ഞാനൊരു മുഹമ്മദീയൻ" എന്നവൻ പറഞ്ഞപ്പോൾ രാധ അവന്റെ ചുണ്ടിൽ വിരലുകൾ ചേർത്ത് മീശ ഞെരടി.

"പക്ഷേ എനിക്കത് മതിയെങ്കിലോ?" അവൾ കടക്കണ്ണിട്ടു ചിരിച്ചു.

"അതുകൊണ്ടല്ല. പഴയ അയിത്തക്കാരായതുകൊണ്ടാണ് നാടെങ്ങും മുസ്ലീങ്ങൾ ആക്രമിക്കപ്പെടുന്നത്."

രാധ പെട്ടെന്ന് ഗൗരവക്കാരിയായി.

"അത് ശരിയായിരിക്കാം, നീയെന്നാൽ പീരങ്കി പുറത്തേക്കു മാത്രം തിരിക്കുന്നു. അറ്റം കത്രിച്ചില്ലെങ്കിലും അടിമകളാകുന്ന, ചങ്ങലക്കെട്ടിൽ സ്വാതന്ത്ര്യത്തിന്റെ കവിത കൊരുക്കുന്ന കുറെ പെണ്ണുങ്ങളെയും എനിക്കറിയാം. അവരെപ്പറ്റി നീ മിണ്ടില്ല."

ഉമ്മയെയും ബാപ്പയുടെ മറ്റ് രണ്ടു ഭാര്യമാരെയുമായിരുന്നില്ല അതു പറഞ്ഞപ്പോൾ അവനോർത്തത്. മദ്രസക്കാലത്ത് ബാപ്പ കനമുള്ള മടിയിലിരുത്തുകയും പാവാടയ്ക്കിടയിലൂടെ ഓമനിക്കുകയും ചെയ്ത ഒസ്സാന്റെ മകളെ, പാവാടയ്ക്കു പകരം പർദ്ദയിട്ടുവരാൻ ഉപദേശിച്ചിട്ടും രക്ഷയില്ലാതെ പോയ ആ പെൺകുട്ടിയെക്കുറിച്ചായിരുന്നു മുഹമ്മദ് ഓർത്തത്.

രാധ അർത്ഥഗർഭമായ മൗനം പൂണ്ടു.

* * *

രാധയുടെ വിവാഹം വലിയ ആർഭാടങ്ങളോടെ തന്നെയായിരുന്നു നടന്നത്. ചടങ്ങുകളിൽ നിന്ന് മുഹമ്മദ് മനപ്പൂർവം ഒഴിഞ്ഞുമാറി. രാധ അതേക്കുറിച്ച് ആവലാതികൊണ്ടതുമില്ല. താലികെട്ടു കഴിഞ്ഞ്

അരനിമിഷം തികയും മുൻപ് വിവാഹപ്പന്തലിൽ വെച്ച് കെട്ടുതാലിയൂരി വരനെയേൽപ്പിച്ച കാമുകനൊപ്പം പോകാൻ ആഗ്രഹം പ്രകടിപ്പിച്ചതിന്റെ പേരിൽ സാമൂഹിക മാധ്യമങ്ങളിൽ ആയിടെ ഇടതടവില്ലാതെ ക്രൂശിക്കപ്പെട്ടു പോന്ന ഒരു പെൺകുട്ടിയെക്കുറിച്ചായിരുന്നു താരാനാഥ് തന്റെ കഴുത്തിൽ താലിചാർത്താൻ ഒരുങ്ങവേ രാധയാലോചിച്ചു പോയത്. ചിരിക്കാനാഞ്ഞെങ്കിലും കടിച്ചമർത്തി ഗൗരവം അഭിനയിച്ച് രാധ തലകുനിച്ചു കൊടുത്തു.

താരാനാഥിന്റെ കൈ വിറയ്ക്കുന്നുണ്ടായിരുന്നു.

പുരോഗമനം പറയുന്ന മകളെ എത്രയും പെട്ടെന്ന് വിവാഹം കഴിച്ചയയ്പ്പിക്കുക വാസ്തവത്തിൽ അവളുടെ അച്ഛൻ രാധാകൃഷ്ണൻ നാലുകെട്ടിന്റെ ആവശ്യമായിരുന്നു.

“അച്ഛന്റെ ഇഷ്ടം അതാണെങ്കിൽ അങ്ങനെ നടക്കട്ടെ.”

അവൾ മറുത്തൊന്നും പറഞ്ഞില്ല. പി.എച്ച്.ഡി ഒന്നാം വർഷ വിദ്യാർത്ഥിനിയായിരിക്കെത്തന്നെ വിവാഹവും നടന്നു.

രാധാകൃഷ്ണൻ നാലുകെട്ടിൽ അറിയപ്പെടുന്ന കോൺഗ്രസ് നേതാവായിരുന്നു. അയാളുടെ മുത്തച്ഛൻ സ്വാതന്ത്ര്യസമരസേനാനിയായിരുന്നു. അയാളെ സംബന്ധിച്ചിടത്തോളം മകളുടെ പുരോഗമനമത്രയും കമ്മ്യൂണിസ്റ്റ് പാർട്ടിയുടെ സ്വാധീനംകൊണ്ട് സംഭവിച്ചതായിരുന്നു. എന്നാൽ അവളാകട്ടെ, പാർട്ടിയുടെ എതിർപക്ഷത്തായിരുന്നു എന്നും നിലയുറപ്പിച്ചത്.

* * *

മുല്ലപ്പൂവുകൾ തോരണങ്ങളായ പരമ്പരാഗത മണിയറയിലേക്ക് മുഴുക്കൈയ്യൻ തൂവെള്ള ഷർട്ടിന്റെ കൈ തെറുത്തുകയറ്റിക്കൊണ്ട് ഒരു ചെറുചിരിയോടെ താരാനാഥ് രണ്ടാമതെത്തി. രാധയവനെ മേശപ്പുറത്ത് പൊളിച്ചുവെച്ച സമ്മാനപ്പൊതി കാണിച്ചു. അതൊരു പെയിന്റിങ്ങായിരുന്നു. ചില്ലിന് പുറത്ത് ‘എന്റെ രാധയ്ക്ക്’ എന്നെഴുതിയത് രാധ നോക്കിക്കൊണ്ടിരുന്നു. ചിത്രത്തിന് കീഴിൽ മുഹമ്മദ് റഹ്മാൻ എന്ന് മലയാളത്തിലെഴുതി അറബിയിൽ ഒപ്പിട്ടയിടത്തേക്ക് നോക്കി ‘നന്നായിട്ടുണ്ട്’ എന്ന് താരാനാഥ് അഭിനന്ദിച്ചു.

ചിരിയോടെ രാധ ചിത്രത്തിലേക്ക് നോക്കി. തൊട്ടടുത്ത് ഷർട്ടിടാതെ ഉറങ്ങിക്കിടന്ന രാമന്റെ നെഞ്ചിൽ പത്ത് തലയുള്ള രാവണനെ തീകൊണ്ട് ഭംഗിയായി വരച്ചുകൊണ്ടിരിക്കുന്ന, മോഹിനിയായ സീതയുടെ ചിത്രമായിരുന്നു അത്. അവൾ രാവണന്റെ പത്താമത്തെ തലയിൽ മിനുക്കുപണി ചെയ്യുകയാണ്. രാമന്റെ നെഞ്ചിലായതുകൊണ്ടാവാം രാവണനു നേരിയൊരഭംഗി എന്ന മട്ടിൽ സീതയുടെ

മുഖത്ത് അതൃപ്തിയോ സന്ദേഹമോ നീരസമോ... ചിത്രത്തിൽ കറുത്ത ഇറ്റാലിക്ക് അക്ഷരങ്ങളിൽ 'The women of India must grow and develop in the footprints of Sita, and that is the only way' എന്നെഴുതിയിരുന്നു. ബോൾഡ് ശൈലിയിൽ കാവി അക്ഷരങ്ങൾ കൊണ്ട് Swami Vivekananda എന്നെഴുതിയേടത്ത് നോട്ടമുറപ്പിച്ച് രാധ പറഞ്ഞു: "തൽക്കാലം സീതയാകാം..."

രാധ പറഞ്ഞു: "താഴെക്കിടന്നോ..."

അപ്പോൾ പുറത്ത് ഇടിമുഴങ്ങുകയോ മിന്നൽമഴ വീശിത്തിമിർക്കുകയോ ചെയ്തില്ല. രാധയുടെ രണ്ടുമൂന്ന് വാചകങ്ങൾ ശ്രദ്ധിച്ച് കേട്ട് അവൻ നിലത്തു കോസടി വിരിച്ചു കിടന്നു. മുഹമ്മദിനെപ്പറ്റി അവനു നേരത്തെ അറിയാമായിരുന്നു. അവനെത്ര ലോലനാണെന്നവളാലോചിച്ചു. ശക്തമായൊരു പ്രതികരണമോ കുറഞ്ഞതൊരു തെറിവാക്കോ അവൾ പ്രതീക്ഷിച്ചിരുന്നു. അവനുറങ്ങിക്കഴിഞ്ഞപ്പോൾ തന്റെ ചിത്രത്തുന്നലുകളുള്ള പുതപ്പ് അവളവന്റെ ദേഹത്തേക്കിട്ടു, അവനെ ഞെട്ടിക്കാനാകാത്തതിൽ നിരാശയോടെ.

* * *

താരാനാഥ് അവളെ തൊട്ടില്ല, പകരം അയാൾ ചായക്കൂട്ടുകളും ബ്രഷുകളും പെയിന്റിങ് ബോർഡും വാങ്ങിച്ചു. കുടിച്ചു വരുന്ന ദിവസങ്ങളിൽ അയാൾ കൂടുതൽ നേരം ചിത്രം വരച്ചു. ഓരോന്നും സീതയുടെ പൂർത്തീകരണമായിരുന്നു.

അയാൾ ഒരു സിവിൽ എഞ്ചിനീയറായിരുന്നു. തിരക്കും ജോലിയുടെ മുഷിച്ചിലുമില്ലാതെ വരുന്ന ദിവസങ്ങളിൽ വളരെ വിരളമായി സംസാരിച്ച് അയാൾ തൊട്ടടുത്ത കട്ടിലിൽ (മുറിയിൽ അയാൾ ഒരു കട്ടിലുകൂടി കൊണ്ടുവന്നിരുന്നു) മലർന്നു കിടക്കും. അയാൾ മിണ്ടാതാവുമ്പോൾ ലൈറ്റണച്ച് അവൾ തന്റെ കട്ടിലിലേക്ക് പോകും. അയാൾ ചിത്രം വരയ്ക്കുകയാണെങ്കിൽ സംസാരിക്കുകയേയില്ല. അവൾ ലൈറ്റണയ്ക്കുകയുമില്ല. വെളിച്ചത്തിൽ ഉറങ്ങാൻ ഹോസ്റ്റൽ ജീവിതം അവളെ പാകപ്പെടുത്തിയിരുന്നു.

അവൾ ഹോസ്റ്റലിലേക്കും ഗവേഷണജീവിതത്തിലേക്കും മടങ്ങിപ്പോകാൻ തീരുമാനിച്ച ആയിടയ്ക്കാണ് മുഹമ്മദിനെക്കുറിച്ച് പൂർണ്ണമായും ഒരു വിവരവും ലഭിക്കാതെ പോയത്. അവൻ രാധയെ വിളിച്ചതുപോലും വിവാഹത്തലേന്നു മാത്രമായിരുന്നു. തന്റെ വിവാഹത്തിൽ വേദനിക്കുന്ന മുഹമ്മദിനെ രാധ കുസൃതിയോടെ ഭാവന ചെയ്തിരുന്നു.

ഇപ്പോഴവൾക്ക് പക്ഷേ നേരിയ പന്തികേടു തോന്നി, വീട്ടിലേക്ക് പോകണമെന്നും. മുഹമ്മദ് റഹ്മാൻ എന്ന ഐഡി അവൾ ഫെയ്ക്ക്

അക്കൗണ്ട് വഴിയും ഫെയ്സ്ബുക്കിൽ സെർച്ച് ചെയ്തു. അനേകം മുഹമ്മദുമാരിലൂടെ കഴ്സർ നീങ്ങിയെങ്കിലും അതൊക്കെയും വെറുതെയായി. അവന്റെ നമ്പറിലേക്ക് അവൾ പലതവണ വിളിച്ചെങ്കിലും ലൈനിനപ്പുറത്തു നിന്നും പതിവു ശബ്ദം 'സ്വിച്ച്ഡ് ഓഫ്' എന്ന് ആവർത്തിച്ചു പറഞ്ഞുകൊണ്ടിരുന്നു. പരിഭ്രമത്തോടെ അവൾ കട്ടിലിലിരുന്നു. എന്തൊക്കെയോ ഗൗരവതരമാകുന്നതിനെക്കുറിച്ച് ഉൾവിളി വന്നതുപോലെ...

അന്ന് താരാനാഥ് കുടിച്ചിട്ടില്ലായിരുന്നു.

"താരാനാഥിന് എന്നോട് ദേഷ്യമുണ്ടോ?" അവൾ ചോദിച്ചു

അവൻ തിരിഞ്ഞു നോക്കാതെ ബ്രഷ് ചായത്തിൽ മുക്കി രാവണന്റെ ഓരോ തലകളായി വരച്ചു.

"എന്തിന്?"

"ഒന്നും അറിയാത്തപോലെ പറയരുത്."

അവൻ അപ്പോഴും തിരിഞ്ഞുതന്നെ നിന്നു. രാവണന്റെ തലകൾക്ക് എന്തെങ്കിലും അഭംഗിയുണ്ടോ എന്നു തലചെരിച്ചു നോക്കി, മയത്തോടെ പറഞ്ഞു: "ഒരു മാസം കഴിഞ്ഞിട്ടും ഒന്നും മനസ്സിലാകാത്തത് നിനക്കാണ്. യുവർ ജോക് ഈസ് ജസ്റ്റ് ഗേറ്റിങ് റ്റൂ ഫാർ സിക്കൽ."

അവൻ ബ്രഷ് ചായപ്പെട്ടിയിലേക്ക് വെച്ച് കസേരയിലേക്കിരുന്ന് ലാപ്ടോപ് മുന്നിലേക്ക് നീക്കിവെച്ചു.

"aren't you straight?" രാധ പൊടുന്നനെ പതിഞ്ഞ ശബ്ദത്തിൽ ചോദിച്ചു. അതൊരു തെറ്റായിപ്പോയോ എന്ന വിചാരത്തിൽ അടുത്ത നിമിഷം അവൾ ഇമവെട്ടുകപോലും ചെയ്തില്ല.

ലാപ്ടോപ്പിൽനിന്നും നോട്ടം മാറ്റി അവൻ അവൾക്കു നേരെ തല ചെരിച്ചു.

"been so, never thought of deviating."

അവളുടെ മാറിടങ്ങളിൽനിന്നും നോട്ടം മുകളിലോട്ടുയർത്തി കണ്ണുകളിലേക്കു തന്നെ സൂക്ഷിച്ചു നോക്കി പിന്നെ അലക്ഷ്യമായി നോട്ടം പായിച്ച് ചെറിയൊരു ചിരിയോടെ അവൻ പറഞ്ഞു.

ഏറെ നേരത്തെ നിശ്ശബ്ദതയ്ക്കു ശേഷം രാധ പറഞ്ഞു: "ഞാൻ നാളെ വീട്ടിലേക്ക് പോകും. യൂണിവേഴ്സിറ്റിയിലേക്കും..."

"ഉം." അവൻ അമർത്തി മൂളുക മാത്രം ചെയ്തു.

* * *

രാധയും അബ്ദുൾറഹ്മാനും സംസാരിച്ചത് രണ്ടു മൂന്നു വാചകങ്ങളിലൊതുങ്ങി നിന്നു. ഒസ്സാന്റെ മകളെക്കുറിച്ച് പറഞ്ഞപ്പോൾ

അയാളുടെ കണ്ണുകൾ ചുവക്കുന്നതും ആസകലം കലികയറുന്നതും താടിത്തുമ്പുപോലും വിറയ്ക്കുന്നതും അയാൾ പല്ലുകടിക്കുന്നതും രാധ ശ്രദ്ധിച്ചു. മദ്രസ്സക്കാലത്ത് അയാളവളെ എത്ര തവണ മടിയിലിരുത്തിയെന്നോ അവളുടെ പാവാടയ്ക്കും പിന്നെ പർദ്ദയ്ക്കുമിടയിലൂടെ അയാളുടെ തഴമ്പിച്ച രോമമെഴുന്ന വിരലുകൾ എന്തു വേഗത്തിലിഴഞ്ഞുവെന്നോ രാധയ്ക്കറിയില്ലായിരുന്നു. ബാപ്പയുടെ വൈകൃതത്തെപ്പറ്റി മുഹമ്മദ് ഒരിക്കലും അവളോട് പറഞ്ഞിരുന്നില്ല. തന്റെ കുഞ്ഞുപെങ്ങളെ ബാപ്പയൊരിക്കൽ മടിയിൽ വെച്ചു ലാളിക്കവെ ഓടിച്ചെന്നവളെ കൈകളിൽ കോരിയെടുത്ത് അയാൾക്കു നേരെ ദഹിപ്പിക്കുന്നൊരു നോട്ടം നോക്കിയതൊഴിച്ച് അവൻ അയാളോടുപോലും അതേപ്പറ്റി സംസാരിച്ചിരുന്നില്ല. അതിനുശേഷം ഒരിക്കലും ഒസ്സാന്റെ മകൾ ആയിഷയെ അയാൾ മടിയിലിരുത്തിയില്ല.

"ആ നായിന്റെ മോളും ഓന്റൊപ്പം സൗദിക്ക് പോയിക്ക്." രാധയെ തറപ്പിച്ചു നോക്കിക്കൊണ്ട് അയാൾ പറഞ്ഞു.

"ഓളക്കായിലും നല്ലത് കാഫിറായാലും ഇഞ്ഞ്യായിരുന്നു."

രാധ അതൊന്നും വ്യക്തമായും കേട്ടില്ല. അവൾ തരിച്ചുപോയിരുന്നു. ആയിഷയെ അവൾക്ക് നന്നായറിയാമായിരുന്നു. അവർ മൂവരും കളിക്കൂട്ടുകാരായിരുന്നു. രണ്ടുകൊല്ലം മുൻപേ നിക്കാഹ് നടത്തിയെങ്കിലും മാസങ്ങൾക്കുള്ളിൽ മൊഴി ചൊല്ലപ്പെട്ട് വീട്ടിലേക്കയയ്ക്കപ്പെട്ടതിനെ തുടർന്ന് ഉമ്മയ്ക്കൊപ്പം ഓല മെടയാനും കശുവണ്ടി പെറുക്കാനുമൊക്കെ അവൾ പോയിത്തുടങ്ങിയിരുന്നു. ഗർഭമലസിയതിനെത്തുടർന്നുണ്ടായ ശാരീരിക അസ്വസ്ഥതകളാൽ ഒരു മാസത്തോളം സർക്കാർ ആശുപത്രിയിൽ അഡ്മിറ്റായ അവൾക്ക് മരുന്നുവാങ്ങിക്കാനും മറ്റും പണം നൽകിയത് മുഹമ്മദായിരുന്നു. ഒസ്സാനായ ഉപ്പ അവളുടെ ചെറുപ്പത്തിലേ മരിച്ചു പോയിരുന്നു. ഉമ്മയുടെ നാലു പെൺമക്കളിൽ ഇളയവളാണവൾ. മുഹമ്മദിനവളോടെപ്പോഴും അനുകമ്പയായിരുന്നു. ആ നിമിഷം തന്റെ ദൈന്യത വിറ്റ് അവളവനെ വശീകരിച്ചുവോ എന്നു പോലും രാധയ്ക്ക് തോന്നിപ്പോയി.

"അവരു വിചാരിച്ചതുപോലെ ഒരു കല്യാണം കഴിച്ചെന്നു കരുതി നിനക്കെന്നോടുള്ള ഇഷ്ടം കുറയുമോ?" പിടികൊടുക്കാത്തൊരു ചിരിയൊളിപ്പിച്ച മുഹമ്മദിന്റെ കണ്ണനക്കങ്ങളിൽ കണ്ണുനട്ട് ചിരിയോടെ ചോദ്യമുയർത്തുന്ന തന്നെയവൾ ഒരിക്കൽകൂടി ഓർത്തെടുത്തു. ഒരുമാസം മുൻപായിരുന്നു അത്. വാക്കുകൾ തിരിച്ചടിക്കുന്നതായി രാധയ്ക്ക് തോന്നി.

മുഹമ്മദിനൊരിക്കലും ആയിഷയെ പ്രണയിക്കാനാകില്ല. യുദ്ധകാലത്ത് അനാഥകൾക്ക് ദാമ്പത്യം വെച്ചു നീട്ടിയ പുരുഷന്മാരെ

പോലെ അവൾക്കു നൽകിയ അവന്റെ അനുതാപാർദ്രമായ ഭിക്ഷ യാണ് അവരുടെ ദാമ്പത്യം.

ആയിഷയോട് ജീവിതത്തിലാദ്യമായി രാധയ്ക്ക് വെറുപ്പു തോന്നി.

“മിണ്ടാപ്പൂച്ച കലമൊടയ്ക്കും. ഇനി പറഞ്ഞിട്ടെന്താ.” അബ്ദുള്ള അരിശത്തോടെ നെടുവീർപ്പിട്ടു.

അവർ സംസാരിച്ചത് രണ്ടുമൂന്നു വാചകങ്ങളിലൊതുങ്ങി നിന്നു. വീട്ടിലേക്ക് കയറാതെ വന്നിടത്തേക്ക് രാധ തിരിച്ചു.

* * *

ഒരു സായന്തനസ്വപ്നം

മറ്റൊരു വൈകുന്നേരം.

തീവണ്ടി വരണ്ട നിളയ്ക്കു കുറുകെ സാവധാനം ഓടി. തിര ക്കൊഴിഞ്ഞ ലേഡീസ് കംപാർട്ട്മെന്റിലിരുന്ന് രാധ മയങ്ങി. രാധ യുടെ സ്വപ്നത്തിൽ ആദ്യമായി താരാനാഥെത്തി.

“ഞാൻ രാധയെ സ്നേഹിക്കുന്നു, മുഹമ്മദ്. അവളെ എനിക്കു മാത്രമായി കിട്ടിയെങ്കിൽ എന്ന് ഞാൻ ആഗ്രഹിക്കുന്നു.” രാധയുടെ താരാനാഥ് നേർപ്പിക്കാത്ത ഒരു കവിൾ മദ്യം സമയമെടുത്തിറക്കി ഇമവെട്ടാതെ പറഞ്ഞു.

“അവിടെയാണെടോ നിനക്ക് തെറ്റിപ്പോകുന്നത്.”

റിവോൾവിങ് ചെയറിലിരുന്ന് ആടിക്കൊണ്ട് കണ്ണുകൾ പല വഴിക്ക് പായിച്ച് ഒടുക്കം മുഹമ്മദ് അവന്റെ കണ്ണുകളിലേക്കു മാത്രം നോക്കി.

“ഞാനങ്ങനെ ഒരിക്കലും കരുതിയിരുന്നില്ല.” അവൻ പറഞ്ഞു.

“നിന്നെ സ്നേഹിക്കണമെന്ന് അവൾ കരുതിയിട്ടുമില്ല.” മുഹ മ്മദ് ചിരിക്കാൻ ശ്രമിച്ചു.

താരാനാഥ് മറുത്തൊന്നും പറയാതെ അവനെ കേട്ടുകൊണ്ടി രുന്നു.

“രാധ ഈസ് ആൻ എക്സ്ട്രീം റിബൽ. ഷീ കുഡ് നോട് ഡിസൈഫെർ ഹെർസെൽഫ് ബിയിങ് ആൻ എക്സ്ട്രാവാഗന്റ്. മറ്റൊരു പുരുഷനെ വിവാഹം കഴിച്ചാൽ പ്രണയം തകരില്ലെ ന്നൊക്കെ അവൾക്കു തെളിയിക്കണമായിരുന്നിരിക്കണം. അയാൾക്ക് അതുൾക്കൊള്ളാൻ കഴിഞ്ഞിട്ടുണ്ടാവില്ല.”

മുഹമ്മദ് വേദനിച്ചു കൊണ്ടെന്നോണം ചിരിച്ചു.

“വെൽ, ദെൻ വാട് കുട് ബി ദ പോസിബ്ൾ റീസൺ ഫോർ ഹെർ ഇനിഷ്യൽ റെഫ്യൂസൽ റ്റു ഗെറ്റ് ഇൻറ്റു ബെഡ് വിത് മി ഈഫ് ഷി ഈസ് ദാറ്റ് റിബൽ?”

“അതൊരു ബ്ലാക്ക് ആൻഡ് വൈറ്റ് തോന്നലല്ലേ? ചിലപ്പോൾ വിവാഹത്തിലപ്പുറം ശരീരബന്ധത്തിന് മനസ്സുകളുടെ അടുപ്പം അനിവാര്യമാണെന്ന് അവൾ കരുതിയിട്ടുണ്ടാകാം. മറ്റൊരു പുരുഷനുമായി ശാരീരികമായി ബന്ധപ്പെട്ടാലും പ്രണയം തകരില്ല എന്നു തെളിയിക്കാൻ അവൾക്ക് താൽപര്യമുണ്ടായിരുന്നിരിക്കില്ല. ഇപ്പോൾ അവൾക്കെന്നാൽ നിന്നോട് സ്നേഹം ഉണ്ട്. അവൾ അപകർഷയുമാണ്. കാമുകൻ വേണ്ടെന്നു വെച്ചപ്പോൾ പണ്ട് കാര്യമായെടുക്കാതിരുന്ന നിന്നെ ഇപ്പോൾ സ്നേഹിക്കയാണെന്ന തോന്നൽ നിനക്കുണ്ടാവുമെന്നവൾ കരുതുന്നു. മറ്റൊന്ന് അവളിപ്പോഴും അവനെ സ്നേഹിക്കുന്നുമുണ്ട്.”

അവസാന വാചകത്തിൽ മുഹമ്മദിന്റെ കണ്ണുകൾ കുറുകി

“ഞാനെന്താണ് ചെയ്യേണ്ടത് അവളെ എന്റേതു മാത്രമാക്കാൻ?” താരാനാഥ് ഗ്ലാസ്സിലേക്ക് മദ്യം പകർന്നു.

“നിനക്ക് കാര്യമായൊന്നും ചെയ്യാനില്ലെടോ. രാധയെ ഒരു ഭ്രാന്തിയായി ഞാൻ കരുതിയിട്ടില്ല. അവൾ പറയുന്നതിൽ പലതും ഭാവനയാണ്. മനപ്പൂർവ്വമല്ല, സങ്കൽപങ്ങളാണ് രാധയുടെ യാഥാർത്ഥ്യം. നിന്നെ ഉൾക്കൊള്ളാൻ മനസ്സു പാകപ്പെടുംവരെ അവളെ വീട്ടിലേക്ക് വിടുന്നതാവും നല്ലത്.” മുഹമ്മദ് കൈകൾ തലയ്ക്കു പിറകിൽ ചേർത്ത് ഞെട്ട പൊട്ടിച്ച് ഇരുത്തം നേരെയാക്കി അലക്ഷ്യമായി അവസാനിപ്പിച്ചു.

“പോവേണ്ടെന്ന് പറഞ്ഞത് രാധയാണ്. ഗവേഷണതാൽപ്പര്യമൊക്കെ കുറഞ്ഞതുപോലെ. റീ അഡ്മിഷനെടുക്കേണ്ടി വരും. ഒരു വർഷംകൊണ്ട് കുറേ മാറി. അവൾ എന്നെയും സ്നേഹിക്കാൻ തുടങ്ങിയെന്ന് ഞാൻ കരുതുന്നു.”

താരാനാഥ് മുഹമ്മദിന്റെ കണ്ണുകളിലേക്ക് നോക്കിയില്ല. സ്വപ്നത്തിലെന്നതുപോലെ പതിഞ്ഞ ശബ്ദത്തിൽ അവൻ പറഞ്ഞു.

സ്നേഹം രതി പോലെയെന്നവനറിഞ്ഞിരിക്കണം. മനസ്സിന്റെ ശാഖികളിൽ എല്ലേടവും പൂക്കുന്നു, ഒരിക്കലും ആഴത്തിൽ ചിന്തിച്ചിട്ടില്ലാത്ത അനുഭൂതികളൊക്കെയും ഗഹനത തേടുന്നു. ഇങ്ങനെയൊക്കെയായിത്തീരുമെന്ന് താരാനാഥ് കരുതിയിട്ടുണ്ടാകില്ല. തന്റെ വളർച്ചയിൽ അത്ഭുതപ്പെട്ട് കടന്നുവന്ന വഴികളിലേക്കു നോക്കുന്ന ഒരാളെ മനസ്സിൽ അയാൾ അനുഭവിച്ചിട്ടുണ്ടാകണം. ആദ്യമായി അവന്റെ മനസ്സ് തന്നിലേക്കടുത്തത് രാധയോർത്തു.

* * *

രാധയും അബ്ദുള്ളയും സംസാരിച്ചത് രണ്ടു മൂന്ന് വാചകങ്ങളിലൊതുങ്ങി നിന്ന വൈകുന്നേരം. താരാനാഥിന് മൂളക്കമുണ്ടായിരുന്നു. വന്നപ്പോഴേ അവൻ ബ്രഷെടുത്തു. അവന്റെ മുറിഞ്ഞുപോകുന്ന മൂളലുകൾക്ക് മദ്യത്തിന്റെയും കടുപ്പമുണ്ട്. ഇടയ്ക്ക് ലാപ്ടോപ്പിലും കൂടുതൽ പെയിന്റിങ് ബോർഡിലുമായി താരാനാഥ് നേരം നീക്കി. അവൻ ഒന്നും ചോദിക്കാത്തതിൽ അവൾക്ക് ആശ്വാസം തോന്നി. പെയിന്റിങ്ങിലേക്ക് നോക്കിയവൾ മലർന്നു കിടന്നു.

ഇടയ്ക്കെപ്പോഴോ ചുവന്നു കലങ്ങിയ കണ്ണുകളോടെ സ്ഥലബോധമില്ലാത്ത ഒരു നോട്ടം അവൾക്കു നേരെ വീണു. അവന്റെ മുഖത്ത് അതുവരെയില്ലാത്തൊരു രൂക്ഷഭാവം രാധ കണ്ടു. അവൻ മുഖം മാറ്റിയപ്പോൾ നോട്ടം ലാപ്ടോപ്പിന്റെ സ്ക്രീനിൽ പതിഞ്ഞു. അവളുടെ പ്രൊഫൈലിൽനിന്നും ഹോംപേജിലേക്ക് കഴ്സർ തിരിച്ചപ്പോഴും In a relationship with Thara Nadh എന്നതുമാത്രം അവൻ ശ്രദ്ധിച്ചതെന്തുകൊണ്ട് എന്നവൾ ആലോചിച്ചു.

അവൻ ആ റിലേഷൻഷിപ്പ് സ്റ്റാറ്റസ് നിഷേധിക്കുമോ?

ലൈറ്റണച്ചിരുന്നുവെങ്കിലെന്ന് രാധ ആശിച്ചു. ആയിഷയുടെ മുഖം അവൾക്കെളുപ്പം മറക്കാനായില്ല. വലിയ തട്ടത്തിനുള്ളിൽ നിന്ന് മുട്ടോളം പാവാടയിട്ടു നിന്ന ഒരു പെൺകുട്ടി ചിരിക്കുന്നു. ആരുടെയോ കൈ ഖുർആൻ മുറുക്കിപ്പിടിച്ചു, ഇല്ലെങ്കിൽ വീണുപോകുമെന്ന മട്ടിൽ...

രാധ അഗ്നിരാവണന്റെ ചിത്രം പതിയെ കൈകളിലെടുത്തു. താരാനാഥ് അവളെത്തന്നെ നോക്കിനിന്നു. അവളത് വലിച്ചെറിയാൻ തുടങ്ങിയപ്പോൾ കയ്യിൽ ബലമുള്ള ഒരു പിടുത്തം വീണു. താരാനാഥ് അത് ടേബിളിലേക്കെറിഞ്ഞു. കുതറിയെങ്കിലും അവളെ അവൻ ബലമായി ചേർത്തുനിർത്തി.

രാധ അവന്റെ വിയർത്തൊഴുകിയ ഷർട്ടിൽ അമർത്തിപ്പിടിച്ചു.

രാധയുടെ ശബ്ദം നേർത്തു: “സോറി.”

നിറകണ്ണുകളോടെ വരണ്ട തൊണ്ടയിൽ വാക്കുകൾ കുടുങ്ങി രാധ നിർത്തി.

“ഇറ്റ്സോക്കെ.” അവളുടെ ചുമലിലൂടെ കൈയിട്ട് താരാനാഥ് പറഞ്ഞു. ടേബിളിൽ മറിഞ്ഞ കുങ്കുമച്ചായത്തിൽ വിരലമർത്തി അവളുടെ നെറ്റിക്കു മുകളിൽ മുടികൾക്കടുത്ത് എവിടെയോ ചായം തേച്ചു.

അവന്റെ കൈകളും കരുത്തതാണെന്ന് അവളറിഞ്ഞു. പുറമേയ്ക്ക് എത്ര ലോലനായ പുരുഷനിലും ചിലപ്പോൾ അയാൾ പോലും

തിരിച്ചറിഞ്ഞിട്ടില്ലാത്ത ഒരിക്കലും മെരുങ്ങാത്ത ഒരു മൃഗമുണ്ടെന്ന് അവൾക്ക് തോന്നി.

* * *

ഇപ്പോൾ രാധയായിരുന്നു ചിത്രങ്ങൾ വരച്ചുകൊണ്ടിരുന്നത്. അവളുടെ ഉത്സാഹത്തിൽ താരാനാഥിന് പലപ്പോഴും അവിശ്വാസം തോന്നി. അയാൾ അവരുടെ കട്ടിലിൽ വെളിച്ചത്തിൽ മലർന്നു കിടന്നു.

"താരാനാഥ്. ഞാനിപ്പോഴും മുഹമ്മദിനെ സ്നേഹിക്കുന്നു."

അവൾ വര മതിയാക്കി അവനഭിമുഖമായി നിന്നു.

"തോന്നുന്നുണ്ടോ എനിക്കെന്തെങ്കിലും കുഴപ്പമുണ്ടെന്ന്?"

"യൂണിവേഴ്സിറ്റിയിലേക്ക് പോയി റീഅഡ്മിഷനെടുക്കൂ. ഇവിടെത്തന്നെ ചടച്ചു കൂടാതെ."

"നാളെ ആദ്യം വീട്ടിലേക്ക് പോകും."

അവളുടെ കണ്ണുകളുടെ തിളക്കവും പെട്ടെന്നുള്ള മറുപടിയും അവനെ അത്ഭുതപ്പെടുത്തി. "ഞാൻ ഇപ്പോഴും വിശ്വസിപ്പിക്കാൻ ശ്രമിക്കുന്നതാവാം. എന്നെപ്പോലെ അവനും കരുതിയിട്ടുണ്ടാകാം ഒരു വിവാഹത്തിന് പ്രണയത്തെ തകർക്കാനാകില്ലെന്ന്."

രാധയുടെ ചിരി കൂടുതൽ പ്രസന്നമായി. അവൻ മിണ്ടാതിരുന്നതേയുള്ളൂ. പിറ്റേന്നയാൾക്ക് വീർപ്പുമുട്ടലായിരുന്നു, ഒരു കൊല്ലത്തിനുശേഷം ആദ്യമായി ഒറ്റയ്ക്കായപ്പോൾ താൻ എന്തുമാത്രം ദുർബലനാണെന്നയാളറിഞ്ഞു, രാധയെ എത്രമാത്രം സ്നേഹിക്കുന്നുവെന്നും.

* * *

ദേശീയപതാകയിൽ ചവുട്ടിയ ഒരുത്തനെ പച്ചയ്ക്ക് നുറുക്കണമെന്ന് എസ്.എസ്.എസ്സിന്റെ പ്രമുഖ നേതാക്കൾ ഒന്നടങ്കം ഗർജ്ജിച്ചപ്പോൾ രാധാകൃഷ്ണൻ നാലുകെട്ടിൽ ഗാന്ധിയുടെ വലിയ ചിത്രമുള്ള ഹാളിലിരുന്ന് സന്തോഷിച്ചു. രാഷ്ട്രം സ്വാതന്ത്ര്യം പ്രഖ്യാപിക്കുന്നതിന്റെ തലേദിവസംതന്നെ മുഖപത്രത്തിൽ മൂന്ന് വർണ്ണങ്ങളിലുള്ള ഒരു പതാക വളരെ മോശമായ മാനസികപ്രഭാവം സൃഷ്ടിക്കുകയും രാജ്യത്തിന് ഹാനികരമാവുകയും ചെയ്യുമെന്ന് നിരീക്ഷിച്ച എസ്.എസ്.എസ്സിന്റെ പിൽക്കാല അടവുനയങ്ങളിലൊന്നായിരുന്നു ദേശീയ ചിഹ്നങ്ങളോടുള്ള അമിതമായ കൂറുകാട്ടൽ. ജാരസന്തതി സാമൂഹിക മനോഘടന മാനിച്ചും ഭയന്നും മെച്ചപ്പെട്ട പിതൃത്വം

സ്വയം അവരോധിക്കുന്നതുപോലെ. രാധാകൃഷ്ണനെപ്പോലുള്ള നിരവധി എസ്.എസ്.എസ് ഇതര ഹിന്ദുക്കൾക്കും അതൊരു ലിറ്റ്മസ് പരീക്ഷണ കാലഘട്ടമായിരുന്നു. രാധാകൃഷ്ണൻ ഓരോ ന്യൂസ് ചാനലും മാറ്റി കോൺഗ്രസ്സുകാരായ ഹിന്ദുക്കളെ ഫോണിൽ വിളിച്ച് ഏറെ നേരം സംസാരിച്ചുകൊണ്ടിരുന്നു. അയാൾ വല്ലാതെ വീർപ്പുമുട്ടുകയും അമിതമായി ആനന്ദപ്രകടനം നടത്തുകയും ബോധമില്ലാതെ നീണ്ട ഫോൺകോളുകളിൽ മുഴുകുകയും ചെയ്തു. ന്യൂസ് ചാനൽ വിട്ട് മൊബൈലുമായി അയാൾ “ഏതു കാക്കയായാലും അവനെ പിടിക്കണം” എന്ന് പറഞ്ഞ് സിറ്റൗട്ടിലേക്ക് നീങ്ങി.

രാധ തന്റെ പഴയ പുസ്തകങ്ങൾക്കു മീതെ വിരലോടിച്ചു. ജാലകത്തിനപ്പുറം സന്ധ്യയുടെ നിഴലിൽ മഴ പൊടിയുന്നു. സ്ട്രീറ്റ് ലാംപിന്റെ മങ്ങിയ വെളിച്ചത്തിൽ കാവിക്കൊടിമരം രാധ കണ്ടു. കണ്ണുകൾ തിളങ്ങിയില്ല, മുക്കാലും ജീവച്ഛവമായ ശരീരത്തിൽ അവശതയോടെ പൊരുതുന്ന കണ്ണുകളെ മാത്രം രാധ ഭാവന ചെയ്തു. വാത്മീകത്തിൽനിന്നും തല പുറത്തേക്കിട്ട സങ്കൽപലോകത്തെ രണ്ട് പാമ്പുകൾ സമാന്തരമായി അവളെ മറ്റൊരു ലോകത്തേക്ക് നയിച്ചു. പരീക്ഷണങ്ങളുടെയും ആവേശത്തിന്റെയും ശ്രദ്ധകാംക്ഷയുടെയും പത്തിയടക്കി, തെറ്റിപ്പോയി എന്ന് ആധി കൊള്ളിക്കുന്ന ഓർമ്മകൾ ഉടലാകെ ഉലച്ചു.

അനങ്ങാത്ത കണ്ണുകൾ കൊണ്ട് രാധ വായിച്ചു: “Do not live in a coutnry that does not allow you; self-respect; honor, means of living, a family, kith and kin, friends, well wishers, ways of education and self- development. Quit such country. It is not fit for living.”

പുസ്തകത്തിന്റെ കവർഫോട്ടോയിലെ ചാണക്യന്റെ കണ്ണ്, പണ്ടൊരിക്കൽ പേനകൊണ്ട് തുളച്ചത്, നോക്കി രാധ ഷെൽഫിനരികെ നിന്നു. കണ്ണുകൾക്ക് തിളക്കം വെക്കേണ്ടതായി തോന്നി. സമാന്തരലോകത്ത് അവശമായിട്ടും തല പൊക്കുന്ന ഒരു കൂട്ടം പാമ്പുകൾ നിറഞ്ഞു. തിളങ്ങുന്ന കണ്ണീരിനെ അവൾ ഭാവന ചെയ്യാൻ പരിശ്രമിച്ചു.

നേരമിരുട്ടിയപ്പോൾ രാധയോർത്തു, മെഴുതിരിവെട്ടത്തിൽ ഷെൽഫിനു മുന്നിൽ താൻ നഗ്നയായി നിന്നത്. മുഹമ്മദിന്റെ ഉടൽ പിളർത്തുന്ന ഒരു ചുംബനത്തിനായി കൊതിച്ചത്.

മുറി ബന്ധവസ്സാക്കി കണ്ണാടി നോക്കി നിന്നു. ലൈറ്റണച്ച് മെഴുകുതിരി കത്തിച്ച് കണ്ണാടിക്കു മുന്നിൽ നിന്നപ്പോൾ പൊക്കിളിനു ചുറ്റും മെഴുകുതിരിവെട്ടം കണ്ണാടിയിൽ ഒഴുകിപ്പരന്നു. വെളിച്ചം വിതറുന്ന പൊക്കിൾച്ചുഴിയിലേക്ക് വിരലിറക്കുന്ന മുഹമ്മദിനെ സങ്കൽപ്പിക്കാൻ

രാധയ്ക്ക് കഴിഞ്ഞില്ല, നഖംകൊണ്ട് അവൻ ഇക്കിളിപ്പെടുത്തുന്നതും. മേശപ്പുറത്തെ ഖുർആന് പർദ്ദയിട്ട ഒരു പെണ്ണിന്റെ പേടിച്ചരണ്ട മിഴികളുണ്ടെന്നും രാധയ്ക്ക് തോന്നി.

അവളുടെ കണ്ണുനീർ മേശപ്പുറത്തെ അക്വേറിയത്തിന്റെ ചില്ലുകളിൽ തിളങ്ങി. കണ്ണനക്കാതെ അവൾ ഗപ്പികളെ നോക്കി, ഉദാസീനരെപ്പോലെ തോന്നിച്ചു അവയോരോന്നും.

പ്രണയം എപ്പോഴും ഒരു പ്രതിപരിണാമമാണെന്ന് രാധ അറിഞ്ഞു. അതിജീവനം കൊതിക്കാത്ത വൈകാരികമായൊരു ഉൽപരിവർത്തനത്തെ അവൾ അനുഭവിച്ചു. അതെപ്പോഴും സ്വാർത്ഥമാണ്, പ്രണയികളെപ്പോഴും യുക്തിയുടെ പിടിവള്ളികളിൽനിന്നും സ്വതന്ത്രരാണ്. അശക്തരും ബലവാന്മാരുമായ ഇരപിടിയന്മാർക്കൊത്ത് പരിണാമദശയിൽ ഉരുളൻകല്ലുകളുടെയും മണൽത്തരികളുടെയും ആകൃതിയിൽ പുള്ളികൾ കൈവരുന്ന ഗപ്പിളെ അവളോർത്തു. പ്രണയിയായ ഒരു മത്സ്യത്തിന് എപ്പോഴും പശ്ചാത്തലത്തിന് വിരുദ്ധമായ പുള്ളികൾ നിറയുന്നു, ചുറ്റുമുള്ളത് ആരുമായിക്കൊള്ളട്ടെ അതിജീവനത്തിനപ്പുറം ആത്മീയമായ ഒരു പ്രതിപരിണാമത്തിന്റെ ഉൽപരിവർത്തനം തേടുന്നു ഓരോ പ്രണയിയും.

തിളങ്ങുന്ന കണ്ണുനീരിനെയവൾ അനുഭവിച്ചു. തീർന്നപ്പോൾ ഒരു ഷാളു പുതച്ച് ജാലകം തുറന്ന് അബ്ദുള്ളയുടെ വീട്ടിലേക്കു നോക്കി.

ഉടഞ്ഞ ചില്ലിലൂടെ കൈയിട്ട് അവൾ അഗ്നിരാവണനെ തൊട്ടു. മോഹിനിയായ മൈഥിലി ഷർട്ടിടാതെ മയങ്ങിയ രാമന്റെ നെഞ്ചിൽ വരച്ച അഗ്നിരാവണൻ, ഒടുവിൽ പൂർണ്ണമായും രാമനെ മറച്ച്... സീതയുടെ കണ്ണുനീർ തീജ്ജ്വാലയിൽ തിളങ്ങി.

കണ്ണാടിച്ചില്ലിലെ മെഴുതിരിവെട്ടത്തിൽനിന്നും കടൽനിലാവിലേക്കുള്ള ദൂരം

രാധ യൂറ്റ്യൂബിൽ ഹ്യൂമനിസത്തെക്കുറിച്ചുള്ള മലയാളം ചാനൽ ചർച്ച കാണുകയായിരുന്നു.

"ഹ്യൂമനിസം ഒക്കെ ഒരു തമാശയാണ്. കറുത്തഫലിതം എന്നു പറഞ്ഞാൽ കടത്തിപ്പറച്ചിലാവില്ല. ഇൻഡ്യൻ യൂനിയനിൽ സംഘിസ ത്തിന്റെ മറ്റൊരു വേർഷനാണിത്. കാസ്റ്റ് പ്രിവിലേജുള്ള നായർക്കും പട്നായിക്കിനും നമ്പൂതിരിപ്പാടിനും പിള്ളയ്ക്കും ചക്രവർത്തിക്കും ചാറ്റർജിക്കുമൊക്കെ എടുത്തിട്ടലക്കാൻ പറ്റിയ നവഹിന്ദുത്വത്തിന്റെ ടൂൾ. തന്നെക്കാണാൻ വരുന്ന ദളിതർക്ക് സന്ദർശനത്തിന് മുൻ കൂട്ടി സോപ്പും സുഗന്ധദ്രവ്യങ്ങളും അയച്ചുകൊടുക്കുന്ന യോഗി വര്യന്മാരും പശുവിറച്ചിയുടെ പേരിൽ കഴുത്തറക്കാൻ മടിക്കാത്ത വരുമുള്ള നാട്ടിൽ ദളിതനും മുഹമ്മദീയനുമൊന്നും എളുപ്പത്തിൽ മനുഷ്യനാകാനോ റെക്കോർഡുകളിൽ മതമില്ലാത്ത ജീവന്മാരാ കാനോ സാധിക്കില്ല. നായരും നായാടിയും നമ്പൂതിരിയും പുല യനും പറയനും മനുഷ്യനാകണം എന്നല്ല ഇവരിൽ ആരും മനുഷ്യ നായില്ലെങ്കിലും വിവേചനങ്ങളുണ്ടാകരുതെന്നതാണ് പ്രസക്തം. പുലയത്തം നമ്പൂതിരിത്തത്തേക്കാൾ മെച്ചപ്പെട്ടതല്ല."

പരിണാമസിദ്ധാന്തത്തിന് കളിമണ്ണ് കുഴച്ച് മനുഷ്യനെ സൃഷ്ടിച്ച വാദഗതിക്കുമേൽ എപിസ്റ്റെമിക് പ്രവിലേജൊന്നുമില്ലെന്നടക്കം വാദിച്ചുകൊണ്ടിരുന്ന സ്വത്വവാദി അലമുറയിട്ടു. അയാളോട് മെല്ലെ സംസാരിക്കാൻ ആവശ്യപ്പെടാൻ അവതാരകന് ഭയം തോന്നാതിരു ന്നില്ല. അങ്ങനെ ധാർമ്മികരോഷത്തിലുലയാൻ എതിർസംവാദക രിൽനിന്നും യാതൊരു പ്രകോപനവുമില്ലായിരുന്നുവെങ്കിൽപോലും തനിക്കതിന് അവകാശമുണ്ടെന്ന് പ്രഖ്യാപിക്കുന്നവയായിരുന്നു അയാളുടെ ഓരോ വിയർപ്പുതുള്ളിയും ശബ്ദമാത്രയും. അംബേദ്കർ എന്ന് കാറി വിളിച്ച് അയാൾ സ്ഥാനത്തും അസ്ഥാനത്തും തന്റെ വാദഗതികൾക്കു മീതെ മിനിക്കുവളയം തീർത്തുകൊണ്ടുമിരുന്നു.

“നാമിതിനെ കാണേണ്ടത് വൈരുദ്ധ്യാത്മക ഭൗതികവാദത്തിന്റെ കണ്ണിലൂടെയാണ്. പ്രപഞ്ചം മുഴുവൻ വൈരുദ്ധ്യങ്ങളുടെ തുടികൊട്ട ലാണ്. നാമതിനെ സിദ്ധാന്തബദ്ധമായി വീക്ഷിക്കേണ്ടിയിരിക്കുന്നു. ജനിച്ചു വീണ ജാതിയോ മതമോ അല്ല, വർഗ്ഗസംഘർഷങ്ങളാണ് നമ്മെ നാമാക്കി തീർക്കുന്നത്. അതിനെ കൃത്യമായി അഭിസംബോ ധന ചെയ്യാതെ ദളിതനായാൽ മനുഷ്യനാകില്ലെന്ന് പറയുന്നത് വൈരുദ്ധ്യങ്ങളെ തിരിച്ചറിയുന്നതിനുള്ള പാകപ്പിഴയാണ്. ദളിതൻ ആകാനും മനുഷ്യനാകാനും നമുക്കൊരുമിച്ചു കഴിയും.”

മാർക്സിസ്റ്റ് സംവാദകന്റെ വാക്കുകൾ പ്രകോപിത സ്വത്വവാദി യിലോ പ്രേക്ഷകരിലോ യാതൊരു മാറ്റവും ഉണ്ടാക്കിയില്ല. അതു പക്ഷേ മൂന്നാമത്തെ കക്ഷിക്ക് കാര്യമായി അടികിട്ടാനുള്ള വകു പ്പായി. സ്വത്വവാദത്തെക്കുറിച്ച് തങ്ങൾക്കുള്ളത് വൈരുദ്ധ്യാത്മക ഭൗതികവാദപരമായ കാഴ്ചപ്പാടല്ലെന്ന് പറയാൻ തന്നെ തുടർന്നു സംസാരിച്ച ജ്ഞാനോദയ യുക്തിവാദിക്ക് ഒച്ചപ്പാടിനിടയിൽ കഷ്ടിച്ച് കിട്ടിയതിൽ പകുതിയോളം സമയവും ചെലവഴിക്കേണ്ടി വന്നു.

“അംബേദ്കറെന്നല്ല, ഗാന്ധിയെന്ന് ആവർത്തിക്കൂ സുഹൃത്തേ. വിവേചനരഹിതമായ ജാതിയുടെ വർണ്ണവ്യാഖ്യാനം ഉത്തരാധു നികതയ്ക്കു മുൻപെ ഗാന്ധി ഭംഗിയായി ചമച്ചു വെച്ചിട്ടുണ്ട്. ആശയ വാദ കിനാശ്ശേരിക്കാരുടെ ഭാവനപോലെ പുലയത്തവും നായര ത്തവും ഒന്നായാൽ അവിടെ മിശ്രവിവാഹങ്ങളുണ്ടാകാം. ഒന്നു രണ്ടു തലമുറകൾക്കുളിൽത്തന്നെ ഈ കാക്കത്തൊള്ളായിരം സ്വത്വങ്ങ ളൊക്കെ നിങ്ങൾക്ക് തിയറിയെഴുതാൻ പറ്റാത്ത പാകത്തിലാകും. ജാതി ഉന്മൂലനത്തിനും അതിന്റെ ഭാഗമായ നോൺ റപ്രസന്റഡ് സെക്ഷന്റെ ഭരണവ്യവസ്ഥയിലുള്ള പങ്കാളിത്തത്തിനുമായി വാദിച്ച ഒരു ദാർശനികനെ അവധാനതയോടെ കാണാതെ തോന്നുമ്പോലെ തൊലിപ്പൊലിമയുള്ള സ്വത്വഘോഷത്തിന് തൊങ്ങലിടാൻ കൂട്ടു പിടിക്കുന്നത് ക്രൂരമാണ്.”

ജ്ഞാനോദയ യുക്തിവാദിക്ക് കുറേക്കൂടി പറയണമെന്നുണ്ടാ യിരുന്നെങ്കിലും ‘നിങ്ങളുടെ ജാതിയേതാണെന്ന് പറയൂ. നിങ്ങളെ പ്പോലുള്ള സവർണ്ണയുക്തിവാദികളാണ് മാനവികത പറയുന്ന’തെന്ന് സ്വത്വവാദി ടേബിളിലിടിച്ചുകൊണ്ട് പൊട്ടിത്തെറിച്ചു.

ഡാറ്റ ഓഫ് ചെയ്ത് രാധ നോൺഹ്യൂമനിസ്റ്റുകളുടെ കടപ്പു റത്തെ സമ്മേളനവേദിയിലേക്ക് ഓട്ടോ പിടിച്ചു.

* * *

ഒരു വർഷത്തിനു ശേഷം രാധ ആദ്യമായി പങ്കെടുത്ത പൊതു പരിപാടിയായിരുന്നു അത്, ഇടയ്ക്കിടെ വിയർപ്പ് പൊടിയുന്ന

ബ്ലൗസിന്റെ കൈ അയച്ച്. സർവകലാശാല വിദ്യാർത്ഥിനിയും ഓൺലൈൻ ലോകത്ത് പേരെടുപ്പുമുള്ള രാധയെ വിർചൽ സുഹൃത്തുക്കൾ പൊതിയുകയും പലരും അവൾക്കൊപ്പം സെൽഫിയെടുക്കാൻ തിരക്കു കൂട്ടുകയും ചെയ്തു.

"രാധയാകെ ഡൗണായിപ്പോയല്ലോ? ഇപ്പോ അപ്ഡേറ്റ്സൊന്നുമില്ലല്ലോ?"

പലരും തിരക്കിക്കൊണ്ടിരുന്നു.

അവൾ ചിരിക്കുകയും തനിക്ക് വലിയ മാറ്റമൊന്നുമില്ലെന്ന് കാണിക്കാൻ ഇടതടവില്ലാതെ സംസാരിക്കാൻ ശ്രമിക്കുകയും ചെയ്തു.

കടൽത്തീരത്ത് സാമാന്യം നല്ല ആൾത്തിരക്കുണ്ടായിരുന്നു. വട്ടത്തിൽ ഒത്തുകൂടിയ ആളുകൾക്കു നടുവിൽ നിന്ന് സ്വത്വവാദി നേതാക്കൾ പ്രസംഗിക്കാൻ തുടങ്ങി.

രാധയ്ക്ക് സ്വയം കബളിപ്പിക്കുന്നതായി തോന്നി. ദുപ്പട്ട കാറ്റിൽ പറത്തി പൂർണമായും അകലാതിരിക്കാൻ വിരലിന്റെ തെറ്റത്ത് പിടിച്ചു, പിടിവിട്ടുവെന്ന മട്ടിൽ, ഇടയ്ക്ക് വവ്വാലിനെപ്പൊലെ കൈകൾ വായുവിൽ തുഴഞ്ഞ് മണലിലൂടെ സ്വപ്നംപോലെ പറക്കാൻ ശ്രമിച്ച തന്നെയവൾ നേരിയൊരു ചിരിയോടെ ഓർത്തെടുത്തു. ആരെയും ശ്രദ്ധിക്കാത്ത ഭാവത്തിൽ തന്നിൽതന്നെ മുഴുകുന്നതായി നടിക്കുകയും തന്റെ നടനങ്ങളിലേക്ക് ആരൊക്കെ കണ്ണയയ്ക്കുന്നുവെന്ന് ഒളികണ്ണിട്ടു നോക്കുകയും ചെയ്ത ആവേശയൗവ്വനത്തെക്കുറിച്ച് രാധ ആലോചിച്ചു.

രാധയ്ക്ക് മുഹമ്മദുമായി നടത്തിയ ഒരു സംഭാഷണം ഓർമ്മ വന്നു.

മനുഷ്യൻ എന്ന ജീവശാസ്ത്ര പരിപ്രേക്ഷ്യത്തിലേക്ക് ബഹുസ്വത്വമുഖിയായ മനുഷ്യസംസ്കാരങ്ങളെ ഒതുക്കുന്നവരാണ് ഹ്യൂമനിസ്റ്റുകളെന്ന് വാദിക്കുകയായിരുന്നു രാധ.

തന്റെ ലോകനിന്ദാഭരിതവും അതേസമയം കരുണയോലുന്നതുമായ ചെറുപുഞ്ചിരിയോടെ മൊബൈൽ സ്ക്രീനിലെ മനുഷ്യമസ്തിഷ്കത്തിനുള്ളിൽ ഭൂപടവും ഒട്ടുമിക്ക ചരാചരങ്ങളും കുത്തിനിറയ്ക്കപ്പെട്ട ചിത്രത്തിലേക്കും പിന്നെ രാധയുടെ കണ്ണുകളിലേക്കും നോക്കി മുഹമ്മദ് പറഞ്ഞു: "വൈക്കോൽ മനുഷ്യനെ ഉണ്ടാക്കി അതിനിട്ട് ആഞ്ഞടിക്കുന്ന പരിപാടി നീയൊരിക്കലും നിറുത്താൻ സാധ്യതയില്ലെന്നറിയാം, നിറുത്തണമെന്നു പറയുകയുമില്ല. നോൺ ഹ്യൂമനിസ്റ്റ് റൊമാന്റിസിസത്തിന് വേണ്ടുവോളം പ്രിവിലേജുണ്ടല്ലോ?"

മുഹമ്മദ് മസ്തിഷ്കഭൂപടത്തിൽ യൂറോപ്പിനെ സൂം ചെയ്തു കൊണ്ടിരുന്നു. നോഹയുടെ ഒരു ചെറുപേടകം പോലിരുന്നു അത്.

“ഐ വാസ് സിംപ്ലി അലെജിങ്ങ്.” ബോധം വന്നതുപോലെ അവൻ തലയുയർത്തി. “ഹ്യൂമനിസത്തിലേക്ക് വരാം.”

മൊബൈൽ പാന്റിന്റെ പോക്കറ്റിലേക്കിട്ട് മുഹമ്മദ് തുടർന്നു: “ഹ്യൂമനിസത്തിന് താത്ത്വികമായി ഹ്യൂമനുമായി വലിയ ബന്ധ മൊന്നുമില്ല. ഹ്യൂമൻ അഥവാ ജീവശാസ്ത്ര ലേബലായ ഹോമോ സാപ്പിയൻ സാപ്പിയൻ അടിസ്ഥാനപരമായി എന്തിനോടൊക്കെ യാണോ വിധേയപ്പെട്ടുപോയത്, അതിനോടൊക്കെ ഹ്യൂമനിസം പ്രശ്നാത്മകമായി കലഹിക്കുന്നു. ജാതിയും മതവും വംശവുമൊക്കെ അതിലുൾപ്പെടുന്നു. എല്ലാ ജാതിക്കും വംശത്തിനും തുല്ല്യത കിട്ടി യാൽ, തൽക്കാലം തുല്യതയില്ലായ്മയിലാണ് അവയുടെ അസ്തിത്വം എന്ന വസ്തുത മാറ്റിനിർത്താം, അവയുടെ അത്തരം സ്വത്വബോധം ചോദ്യം ചെയ്യപ്പെടും. കുട്ടിച്ചാത്തനെയും ഒറ്റമുലച്ചിയെയും ആരാധി ക്കുന്ന കീഴാളനും തൊലിവെളുത്ത സരസ്വതിയെ പൂജിക്കുന്നവരും വെളുത്ത സ്വർഗ്ഗീയ ഹൂറിമാർക്കായി വാൾ എടുക്കുന്നവരുമൊക്കെ വിവേചനങ്ങളുടെ വേലിക്കെട്ട് പൊളിച്ചാൽ തീരുന്നതേയുള്ളൂ സ്വത്വ ത്തിന്റെ ഒറ്റവേരു മരം. ഹ്യൂമനിസം എന്ന പേരൊഴിച്ച്, ആ ഇസത്തെ സംബന്ധിച്ച് മറ്റെല്ലാം ബയോളജിക്കൽ മാത്രമല്ലാത്ത മനുഷ്യന്റെ പൊളിച്ചെഴുത്തും പാഠഭേദങ്ങളും കൂട്ടെഴുത്തും ജനിതകത്താളി യോലകളുടെ തിരുത്തുമാണ്. മതം വിട്ടതിന്റെ പേരിൽ കഴുത്തു കണ്ടിക്കുകയും വാരിക്കുന്തങ്ങളും പീരങ്കികളുമായി ജാതിക്കൊല കൾക്കിറങ്ങുകയും ചെയ്യുന്ന പുരാതനവും ആധുനികവുമായ ഗോത്രമനുഷ്യനോടുള്ള കലഹമാണത്. കൈൻഡ്‌ലി ബെയറിറ്റ്.”

മുഹമ്മദ് ചിരിച്ചു. രാധ മുഖം അലക്ഷ്യമായി തിരിച്ചു.

“പ്രിവിലെജുകൾ ആത്മനിന്ദയുടെ വിലങ്ങണിയാനുള്ളതല്ല. അതില്ലാത്തവനും അതിനർഹനാണ് എന്ന ബോധ്യത്തോടെ അതിനെ കാണുന്നതിൽനിന്നും നിങ്ങളെ പിന്തിരിപ്പിക്കുന്നതെന്തോ അതൊരു മതേതര ഡോഗ്മയാണ്. ആദിപാപഭാവനയുടെ പുരോ ഗമന പതിപ്പ്. സാമാന്യം മെച്ചപ്പെട്ട രീതിയിൽ കൊട്ടിഘോഷിക്ക പ്പെടുന്ന ഒരുടായിപ്പ് തിയറി.”

രാധ പിൻനിരയിലേക്ക് മാറിനിന്നു.

രാധയുടെ വരുത്തിത്തീർത്ത ഉത്സാഹമൊക്കെ കെട്ടു തുടങ്ങി യിരുന്നു. തോന്നുമ്പോലെ നടക്കുക എന്തോ തന്നെയിപ്പോൾ ഭ്രമി പ്പിക്കുന്നില്ലെന്ന ചിന്തയിൽ അവൾ മ്ലാനയായി പിൻനിരയിൽ ഒഴിഞ്ഞ് മാറി നിന്നു. അപ്പോഴാണ് ‘ഹേ രാധികാ’ എന്ന് കൈയു യർത്തിക്കൊണ്ട് ഫിറോസ് അടുത്തെത്തിയത്. യൂണിവേഴ്സ്റ്റിയിലെ

സഹഗവേഷകനും മുഹമ്മദിന്റെയും രാധയുടെയും മ്യൂചൽ ഫ്രണ്ടുമാണയാൾ. സുഹൃത്തായിരുന്നിട്ടും മുഹമ്മദിനെപ്പറ്റി അയാൾക്ക് നല്ല അഭിപ്രായമുണ്ടായിരുന്നില്ല, ഒരിക്കൽ ചർച്ചകളിൽ മതം മൂക്കുമ്പോൾ ഫിറോസിനെ ഇടംകണ്ണിട്ടും രാധയുടെ മുഖത്ത് കപടഗൗരവത്തോടെ നോക്കിയും മുഹമ്മദ് അവളോട് പറഞ്ഞു: "ഇവന്റെ കൂടെ ഇങ്ങനെ ഗവേഷിച്ച് നടക്കണ്ട പെണ്ണേ. നീയാ തലയൊന്ന് മറയ്ക്കാദ്യം. എന്റെ ബീവിയുടെ സൗന്ദര്യം ഞാൻ മാത്രം കണ്ടാൽ മതി."

അത്തരം ആക്ഷേപഹാസ്യങ്ങൾപോലും ഫിറോസ് കാര്യമായെടുക്കുമായിരുന്നു. അവൻ അടുത്തു വന്നപ്പോൾ രാധയോർത്തു.

"നീയിവിടെ വരുമെന്ന് കരുതിയില്ല." ഫിറോസ് പറഞ്ഞു.

"വരണമെന്ന് കരുതിയതുമില്ല." രാധ പറഞ്ഞു.

രാധ ചിരിക്കാൻ ശ്രമിച്ചു.

രാധയോർത്തു ചില വാർത്തകൾ നമ്മെ അമ്പരപ്പിക്കുമെന്ന് കരുതുമെങ്കിലും അപ്രതീക്ഷിതമായി മുന്നിലെത്തുമ്പോൾ അതുവരെ പെരുമാറിയതിൽനിന്നും നമ്മെ വ്യത്യസ്തരാക്കാതിരിക്കുകയും അതോർത്ത് നാം ചിന്താകുലരാകുകയും ചെയ്യും. രാധയെ സംബന്ധിച്ചിടത്തോളം അത്തരത്തിലൊന്നായിരുന്നു ഫിറോസുമായുള്ള സംസാരം.

"നിനക്ക് പഴയ ചിരിയൊക്കെ തിരിച്ചുകിട്ടിയോ? സീംസ് ലൈക്ക് യു ആർ വേ റ്റൂ ഓവർ ദ മൂൺ. മുഹമ്മദ് വന്നതു കൊണ്ടാണോ?" ഫിറോസ് ചോദിച്ചു.

"മുഹമ്മദ് വന്നോ?" രാധ പൊടുന്നനെ ചോദിച്ചു.

ആ ചോദ്യമുയർത്തുമ്പോൾപോലും അത് തനിക്ക് സ്വാഭാവികമായ ഒരു വാർത്ത മാത്രമായിരിക്കുന്നുവെന്ന് രാധയറിഞ്ഞു. അതിലവൾ ശരിക്കും അത്ഭുതപ്പെടുകയും ചെയ്തു.

"എന്തേ, നീ അറിഞ്ഞില്ലേ?"

"ഇല്ല."

"ഓഹ്... ഓക്കെ, ഹീ ഈസ് ബാക്, ജസ്റ്റ് റ്റു ഡെയ്സ് എഗോ. രണ്ടാളും കൊച്ചീലുണ്ടെന്ന് ഫ്രണ്ട്സ് പറഞ്ഞിരുന്നു."

"ഐ ഡിന്റ്'റ് മീറ്റ് ഹിം, തോട് യു ഡിഡ്..."

രാധ 'ഹിം' എന്ന് ഊന്നിപ്പറഞ്ഞത് ഫിറോസ് ശ്രദ്ധിച്ചു. അവൻ ചിരിച്ചു. രാധ മുഖം തിരിച്ചു.

"ഉം," മനുഷ്യവാദിയാണല്ലോ? ചിലപ്പോൾ ഞായറാഴ്ച അവരുടെ പരിപാടിക്ക് പോകുമെന്ന് തോന്നുന്നു." ഫിറോസ് ഇത്തവണ ചിരിച്ചില്ല.

രാധ മറുപടി പറഞ്ഞുമില്ല. അവൾ തിടുക്കപ്പെട്ട് ആരോടും പറയാൻ നിൽക്കാതെ വീട്ടിലേക്ക് പോയി.

* * *

അത് കടൽത്തീരത്ത് ഹിന്ദുത്വവാദത്തിനും ഭരണകൂട ഭീകരതയ്ക്കുമെതിരെ സ്വത്വവാദികളൊഴികെ ജനാധിപത്യപ്രസ്ഥാനങ്ങൾ സംയുക്തമായി സംഘടിപ്പിച്ച പ്രതിഷേധസംഗമായിരുന്നു. ശ്രദ്ധിക്കപ്പെടാതിരിക്കാൻ രാധ ശ്രമിച്ചതത്രയും വിഫലമായിക്കൊണ്ടിരുന്നു.

"ആഹാ, രാധ കൂറുമാറിയോ?!" പരിചയക്കാർ അത്ഭുതം കൂറി.

രാധ ഒന്നും മിണ്ടിയില്ല. ചിരിക്കാൻപോലും അവൾ സമയമെടുത്തു.

രാധ തിരകളിലേക്ക് നോട്ടമയച്ചു.

കടൽ ശക്തമായി സിമന്റ് തിണ്ടിലേക്കിടിച്ചു, വല്ലപ്പോഴുമടങ്ങി. അടുത്തതവണ കൂടുതൽ ആക്കത്തോടെയിടിച്ചു. സദാ വളഞ്ഞു പുളഞ്ഞ് ഇടയ്ക്ക് നേർരേഖയിൽ പിരിഞ്ഞു പിന്നെയും പുളയുന്ന ഗ്രാഫുപോലുണ്ട് തിരയുടെ വരുത്തുപോക്ക്. തിര നനച്ച മതിൽക്കെട്ടും കൂറ്റൻ പാറക്കെട്ടുകളും രാധ കണ്ടു.

പല നിറത്തിൽ പതാകകൾ പാറിയ സമ്മേളനവേദി മാത്രം കാഴ്ചയ്ക്ക് നിറമുണ്ടാക്കി. മുഹമ്മദീയ മതവർഗീയതയോട് കൂട്ടുപിടിച്ച് അധികാരത്തിലെത്തിയ കോൺഗ്രസിന്റെ പൂമ്പാറ്റച്ചിറകിനെ പഴിചാരി പാർട്ടി ബുദ്ധിജീവികൾ നീട്ടിവളർത്തിയ താടി തടവി. കാവി മുണ്ടുടുത്ത് പാർട്ടിയോഫീസിലും അമ്പലക്കമ്മിറ്റികളിലും മാറിമാറി കയറി ആയുധപൂജ നടത്തിയ വൈരുദ്ധ്യാത്മക ആത്മീയവാദത്തെ തുറന്നുകാട്ടി കോൺഗ്രസ് വൃദ്ധന്മാർ തിരിച്ചടിച്ചു. തർക്കം തെറിയാകാൻ തുടങ്ങിയപ്പോൾ ഇടതുസ്വതന്ത്രൻ ഇടപെട്ടു.

"ഇതൊരു സംയുക്ത സമ്മേളനമാണ്. തെറ്റുകൾ പലർക്കുമുണ്ടാകാം. ചൊറി മാന്തിപ്പൊളിക്കാനല്ല നമ്മളിവിടെ." ഒരു ഇടതുസ്വതന്ത്രന്റെ ഉയർന്ന ശബ്ദംകൊണ്ടോ എന്തോ പാർട്ടിവക്താക്കൾ തൽക്കാലത്തേക്ക് അടങ്ങി. മുറുക്കി ചുവപ്പിക്കുന്ന തിരക്കിനിടയിൽ അടക്ക പല്ലിനിടയിൽ ഞെരുങ്ങുന്നത് ആസ്വദിച്ച് ചെവി പിടിക്കുന്നതുപോലെ സദസ്സിലെ ഒരു പടുകിഴവൻ കമ്മ്യൂണിസ്റ്റ് അപ്പോഴും കോലീബിയെന്ന് മുറുമുറുത്ത് മുഖം ചുവപ്പിച്ചു.

വർഗ്ഗീയത വരുന്ന വഴിക്ക് തർക്കം പോയി തെറി പറച്ചിലിലെത്തിയെങ്കിലും പിന്നാമ്പുറത്തെത്തിയപ്പോൾ ആദ്യം എല്ലാവരും ബിയറിൽ തുടങ്ങി. മണൽത്തിട്ടും പാറക്കെട്ടും മാത്രമുള്ള തീരത്തേക്കും കടലിലേക്കും നോക്കി തലക്കുപിടിച്ചതുകൊണ്ടാവാം

പാർട്ടി കവിക്ക് ഭാവനയുടെ ചിറകു മുളച്ചു. ഗ്ലാസ് ആകാശത്തേക്കുയർത്തി അയാൾ താളമൊപ്പിച്ചു പാടി:

"കടലു നോക്കി കള്ളുകുടിക്കാൻ

കരളു നൊന്തു പിടഞ്ഞത് കണ്ടോ..."

"അതെ, നമുക്ക് തിരിച്ചുവരാം. ഹിന്ദുവിനെ ഉണർത്തലിലേക്ക് മടങ്ങിയെത്താം. എപ്പോഴായിരുന്നു ഹിന്ദു ഉണരേണ്ടിയിരുന്നത്? ഉത്തരേന്ത്യയിലെ ഹിന്ദുവിനെ ഇവർ ഉണർത്തുന്നുണ്ടോ? പശുവിറച്ചി തിന്നെന്ന് പറഞ്ഞ് നഗ്നരാക്കി നടുറോഡിലിട്ട് ദളിതരെ ലാത്തികൊണ്ടടിച്ചുണർത്തുന്നതാണോ നമുക്കും വേണ്ടത്? ജാതീയത മനുഷ്യനെ അധമനും വരേണ്യനുമാക്കി വേർതിരിച്ച ഇരുണ്ട യുഗത്തിലൂടെയാണ് നാം കടന്നു വന്നത്. അന്ന് നമ്മൾ ഇവരെ കണ്ടോ? അയിത്തക്കാരന് അമ്പലത്തിൽ കയറാമെന്ന് ഇവർ പറഞ്ഞിരുന്നോ? ബ്രാഹ്മണന്റെ എച്ചിലിൽ ഉരുളരുതെന്ന്? എച്ചിലിലുരുട്ടുന്ന ബ്രാഹ്മണസങ്കൽപങ്ങളുടെ ശ്രീകോവിലിനുള്ളിലേക്ക് നീട്ടിത്തുപ്പിയോ? ഇല്ല. ഇവരത് ചെയ്തിട്ടില്ല, ചെയ്യുകയുമില്ല. നവോത്ഥാന സാരഥികളാണ് ആ ഘനാന്ധകാരത്തിൽനിന്നും ഹിന്ദുസമൂഹത്തെ മോചിപ്പിച്ചത്."

പാർട്ടി സെക്രട്ടറി ഘനാന്ധകാരം എന്നൊക്കെ പറഞ്ഞപ്പോൾ അതുവരെ ശ്രദ്ധിച്ചില്ലെങ്കിലും രാധ പ്രത്യേകിച്ച് ഒന്നിനെക്കുറിച്ചും ചിന്തിക്കാതെ വേദിയിലേക്ക് നോക്കി.

"മഹാനായ ഇ.എം.എസ്, ആത്മീയ തേജസ്സായ നാരായണഗുരു, ദളിത് സിംഹമായ അയ്യങ്കാളി, ജ്ഞാനമൂർത്തിയായ സ്വാമി വിവേകാനന്ദൻ. ഈ നായകരൊക്കെയാണ് ഹിന്ദുസമൂഹത്തെ അനാചാരങ്ങളുടെ ശവപ്പറമ്പിൽനിന്നും പുറത്തെടുത്തത്. അന്നൊക്കെ ഇവർ എവിടെപ്പോയി?" അയാൾ ചോദ്യമുയർത്തി. ചോദ്യങ്ങൾക്കൊപ്പം കൈയടിക്ക് താളം മാറി.'

സ്റ്റേജിൽ മാത്രമല്ല സദസ്സിന്റെ പലയിടങ്ങളിലും ഫ്ളക്സ് ബോർഡിൽ മഹാനായ ഇ.എം.എസും ജ്ഞാനമൂർത്തിയായ വിവേകാനന്ദനുമൊക്കെയുണ്ടായിരുന്നു.

സദസ്സിലെ വെളിച്ചത്തിനപ്പുറം കടൽ ഇരുണ്ടൊഴുകി. കൂടുതൽ ആക്കത്തോടെ തിരകൾ തിണ്ടിലിടിച്ചു. പാറക്കെട്ടും മണൽപ്പരപ്പും മാത്രമായി നിലാവിലും ഇരുട്ടിലും അതു പരന്നു കിടന്നു. തിരയ്ക്കു മീതേ മദ്യക്കുപ്പികളും സിഗരറ്റിന്റെയും ലെയിസിന്റെയും പായ്ക്കറ്റുകളും കൂടിക്കൊണ്ടിരുന്നു.

ഫ്ളക്സ് ബോർഡിനടുത്ത് കസേരകൾ ഒഴിഞ്ഞു കിടന്നു. കസേരകളിലൊന്ന് കൈകൊണ്ടും മറ്റൊന്ന് കാലുകൊണ്ടും കറക്കിയാൽ

എങ്ങിനെയിരിക്കുമെന്ന് രാധ ആലോചിച്ചു. മുഹമ്മദ് അങ്ങനെ ചെയ്യുന്നതും.

പാർട്ടി സെക്രട്ടറി തുടർന്നു: "ഇന്ന് കേരളത്തിൽ ജാതിവ്യവസ്ഥ അവസാനിക്കാറായി. കമ്മ്യൂണിസത്തിന്റെ വേരോട്ടം ശക്തമായതു കൊണ്ട് മാത്രമാണത്. സവർണ്ണതയുടെ ഇരുമ്പു വാതിൽ ചവിട്ടി പ്പൊളിച്ച് പൂണൂലിന്റെ ചങ്ങല പൊട്ടിച്ചെറിഞ്ഞ് അവരിറങ്ങിയ പ്പോൾ..."

രാധ ഓർത്തു – രാഷ്ട്രീയക്കാരനാണ് ഏറ്റവും വലിയ കവിത. വികാരത്തിന്റെ ലോകത്തുകൂടി പതഞ്ഞിറങ്ങുന്നതാണ് അയാളുടെ വാക്കുകൾ. അയാൾ നിമിഷകവിയാണ്.

ഒഴിഞ്ഞു കിടന്ന ചുവന്ന കസേരകളിലേക്ക് പിന്നെയും നോക്കി യപ്പോൾ ഫ്ളക്സ് ബോർഡിലെ ഇ.എം.എസ്സിനു നേർക്കുള്ള കസേരയിൽ കറുത്ത ഷൂസു കണ്ടു രാധ. ഡെനിം ജീൻസ് വിവേകാ നന്ദനെ മറച്ചു.

കാഴ്ച പൂർണ്ണമായപ്പോൾ ഷൂസിന്റെ വള്ളി മുറുക്കി ചിരിച്ചു കൊണ്ട് മുഹമ്മദ് നോക്കുന്നതു കണ്ടു. വാച്ച്കടയിലെ എല്ലാ സൂചി കളും ഒന്നിച്ച് ഒരേ സമയം അടയാളപ്പെടുത്തിക്കൊണ്ട് കറങ്ങു ന്നതുപോലൊരു പ്രതീതി രാധയുടെ മസ്തിഷ്കത്തിലാളി.

ഇപ്പോൾ ലോക നിന്ദാഭരിതമല്ലാത്ത, പകരം കരുണയോലു ന്നതും ഗൗരവത്തിന്റെ നേരിയ കൊളുത്തുള്ളതുമായ കണ്ണുകളിൽ പൊടുന്നനെയൊരു ചിരി വിടർത്തി മുഹമ്മദ് പറഞ്ഞു:

"ദാ, അവിടേക്ക് വാ."

വേദിക്കപ്പുറം നിലാവ് നിലച്ചു, കടലിന് രൂപം നൽകിയത് തിര തിണ്ടിലിടിച്ച ശബ്ദം മാത്രമായിരുന്നു.

* * *

ബോധക്കാഴ്ചയിലെ സൂചികളൊക്കെ നിലച്ചപ്പോൾ തിരതല്ലുന്ന പാറക്കെട്ടിൽ നനഞ്ഞ പാദസരക്കാലുകളുമായി രാധ നിന്നു. തിര യിലേക്കിറങ്ങുന്നതിനു മുൻപ് മണലിൽ അഴിച്ചുവെച്ച ചെരുപ്പ് നിലാ വിൽ നിഴലുണ്ടാക്കി. അലച്ചു വന്ന തിരയൊക്ക ചെരുപ്പിനു ചുറ്റും ചേർന്നു നിന്ന് തിരിച്ചു പോയപ്പോൾ രാധ കരുതി തിരയുടെ വരുത്തു പോക്കിൽ അതൊലിച്ചുപോകുമെന്ന്. നിലാവ് പാതി നിന്നപ്പോൾ, വേദിയിലെ വെളിച്ചം മാത്രം ബാക്കിയായപ്പോൾ, തിരിച്ചുപോകു മ്പോൾ, ചെരുപ്പു കണ്ടെത്തുന്നത് എങ്ങനെയെന്നവൾ ആ നിർണ്ണാ യക നിമിഷത്തിലും സന്ദേഹിച്ചു. അത് വെറുതെയായിരുന്നു, മുഹ മ്മദ് അവിടേക്കുതന്നെ അവളെ കൊണ്ടുപോയി.

അവൾക്കവളെ തിരിച്ചുകിട്ടിയ നിമിഷങ്ങളായിരുന്നു അത്.

വീണ്ടും കാണുമ്പോൾ സംഭവിക്കുന്നതെന്തൊക്കെ എന്ന് മുൻകൂട്ടി ചിന്തിച്ചു കൂട്ടിയതൊക്കെ അതോടെ തിര മായ്ച്ചു കളഞ്ഞു. ഇനി മുഹമ്മദിനെ കാണുമ്പോൾ താൻ ആകെ വികാരാവേശപ്പെട്ടു പോവില്ലേ എന്നു ഭയന്ന രാധ എന്നിട്ടും ആ ഭയത്തെ സുഖമുള്ളൊരു നീറ്റലോടെ കാത്തിരുന്നവൾ കാഴ്ച മറയുവോളം ചെരുപ്പും തിരയും നോക്കി മുഹമ്മദിനു നേരെ മുഖമുയർത്താതെ നിന്നു.

തിരയിലൂടെ പാറക്കെട്ടിലേക്ക് ഏന്തിവലിഞ്ഞപ്പോൾ മുട്ടിനു കീഴോട്ട് നനഞ്ഞിരുന്നു. മുഹമ്മദ് കൈ പിടിച്ചു. അവന്റെ കൈക്ക് ചൂടുള്ളതുപോലെ. അവന്റെ കൈ ബലിഷ്ഠമാണെന്നു തോന്നിയപ്പോൾ തന്റെ വിരലുകൾ മൃദുവാകുന്നത് രാധയറിഞ്ഞു, അതോ മുറുക്കിപ്പിടിച്ചതോ എന്നോർത്തു.

തിണ്ടിൽ ആദ്യം എത്തി നിന്ന്, പിറകെ രാധയെത്തിയപ്പോൾ 'അവിടെ പോകാം' എന്ന് കൈ ചൂണ്ടിയത് അവനായിരുന്നു. തിര ഒഴിഞ്ഞ ലേയ്സ് പായ്ക്കറ്റുകൾ ഒഴുക്കിക്കൊണ്ടു പോയി. കടലിന്റെ രഹസ്യസങ്കേതംപോലെ തോന്നിച്ച പാറക്കെട്ടിൽ നനഞ്ഞു നിന്നപ്പോൾ മുഹമ്മദിന്റെ മുഖത്തേക്കവൾ നോക്കി, ഇന്നലെ കണ്ടതുപോലെ മാറ്റമൊന്നുമില്ലാതെ അവൻ നിന്നപ്പോൾ കരുതി വെച്ചതൊക്കെ തിരയിൽ കെട്ടിമറിഞ്ഞു. നിലാവടങ്ങിയപ്പോൾ ഇരുട്ടിൽ പരസ്പരം കാണാവുന്ന രണ്ടു നിഴലുകൾ മാത്രമായി.

ഒരാൺനിഴലും അവന്റെ പെൺനിഴലും കടലിന്റെ പാറക്കെട്ടിൽ.

അറിയിപ്പൊന്നുമില്ലാതെ ഇടയ്ക്ക് കടന്നുകളയുന്ന ആൺനിഴൽ തിരകൾക്കു നടുവിൽ.

തീരത്ത് ചെരുപ്പ് നോക്കി നിന്നവളോട് അത് ചോദിച്ചു: "നിന്റെ അച്ഛൻ വന്നില്ലല്ലോ?"

"അറിയില്ലെ"ന്നവൾ പറഞ്ഞു.

"നിന്റെ ബാപ്പ വന്നോ?"

"വന്നിട്ടുണ്ടാകാം ഞാൻ കണ്ടില്ലെ'ന്നവൻ പറഞ്ഞു.

ശാന്തമായ കടലിളക്കങ്ങളിൽ നിന്ന്, സമ്മേളനവേദിയിലെ ആരവങ്ങളിൽനിന്ന്, താൻ രണ്ടു കണ്ണുകൾ മാത്രമായി ചുരുങ്ങുന്നതായി രാധയ്ക്ക് അനുഭവപ്പെട്ടു. മുഹമ്മദിന്റെ ശബ്ദം കേട്ട്, ഏകാഗ്രയായി, ഉപ്പുകാറ്റേറ്റ്, നനഞ്ഞ പാദസരക്കാലുകളുമായി... കണ്ണുകൾ കൊണ്ട് ശബ്ദം കേട്ട് അവനും തന്നെ വരയ്ക്കുന്നുണ്ടാവാം എന്ന് രാധ കരുതി.

“മുഹമ്മദ്, നീ എന്തിനാണ് പറയാതെ പോയത്?” അവളുടെ വാക്കുകൾ തരളമായി.

സമ്മേളനവേദിയിലെ ഉയർത്തിക്കെട്ടിയ ഫ്ളക്സ് ബോർഡിലെ ചിത്രങ്ങൾക്ക് അരണ്ട വെളിച്ചത്തിൽ ഏകകമായി ഒരു രൂപമുണ്ടാക്കാൻ ശ്രമിക്കുകയായിരുന്നു മുഹമ്മദ്. ശബ്ദംകൊണ്ട് രൂപം വരയ്ക്കാനാവാഞ്ഞപ്പോൾ സന്ദേഹത്തോടെ അവൾ അടുത്തു വന്ന് കൈ നീട്ടി. അത് അവന്റെ മുഖത്തു തട്ടി. മുടിയിലൂടെ നീങ്ങിയ അവളുടെ തണുത്ത വിരലുകൾ കോർത്ത് അവളെയവൻ താനിരുന്ന പാറക്കെട്ടിനോട് ചേർത്തു.

“നിനക്ക് പാർട്ടി സെക്രട്ടറിയുടെ കവിത നഷ്ടമായി. മഹാനായ ഇ.എം.എസ്സും ജ്ഞാനമൂർത്തിയായ വിവേകാനന്ദനുമൊക്കെ...” മുഹമ്മദ് ചിരിക്കാൻ തുടങ്ങി.

കടലിളക്കം നിലച്ചതുകൊണ്ടാവാം അവന്റെ ചിരി പേടിപ്പെടുത്തുന്നതായി അവൾക്കു തോന്നി. അവൾ കൂടുതൽ ചേർന്നിരുന്നു. അതറിഞ്ഞപ്പോൾ ബലമുള്ള കൈകൊണ്ട് അവനവളെ വലിച്ചടുപ്പിച്ചു.

“നീയെന്തേ പാർട്ടി വിട്ടു? പ്രായോഗികമായ ലിറ്റിൽ ഈവിൾ തിയറിയൊക്കെ മറന്നോ?”

മുഹമ്മദ് ചിരി നിർത്തി. അവന്റെ വാക്കുകൾ ശാന്തമായിരുന്നു.

“മറന്നതല്ല. ലെസ്സർ ഈവിളിന്റെ ചെറുതായിരുക്കുന്നതിലെ ഫ്രീക്വൻസി ഒരു ബൈനറിയൻ സിനാറിയോയിൽ കൂടിക്കൊണ്ടിരിക്കുമ്പോൾ മറ്റ് ഈവിളുകളുമായി അതിന് വലിയ വ്യത്യാസമൊന്നുമില്ലെന്ന് ബോധ്യപ്പെട്ടെന്നു മാത്രം. അത് മറവിയാണോ? മറുത്തൊരു മനസ്സിലാക്കലാണെന്ന് ഞാൻ കരുതുന്നു.”

“ഞാനും അങ്ങനെ തന്നെ കരുതുന്നു.” രാധ പറഞ്ഞു: “വർഗ്ഗസംഘർഷമെന്ന ഡോഗ്മയ്ക്കപ്പുറം ബ്രാഹ്മണിസമാണ് ഇൻഡ്യൻ യൂണിയനിൽ അഭിസംബോധന ചെയ്യപ്പെടേണ്ടതെന്ന് പറയാൻ പാർട്ടിക്കൊരിക്കലും കഴിഞ്ഞിരുന്നില്ല. അത് ബ്രാഹ്മണിക്കലായിരുന്നു. ഗീതയെ പുകഴ്ത്തിപ്പാടുന്ന, വേദങ്ങളെ വേറിട്ട രീതിയിൽ മതേതരവൽക്കരിച്ച് അതിന്റെ സബവേസീവ് പൊട്ടെൻഷ്യൽ കണ്ടെത്തുന്ന ജ്ഞാനമൂർത്തിയെയും മാർക്സിസ്റ്റ് ബ്രാഹ്മണരേയും മനസ്സിലാക്കാൻ നീ വൈകി.”

മുഹമ്മദ് ചിരിയോടെ ഞെട്ട പൊട്ടിച്ച് മുഴുവൻ കേട്ടുകൊണ്ടിരുന്നു. രാധ നിറുത്തിയപ്പോൾ അവനും ചിരി നിറുത്തി. കടൽ ക്ഷോഭിച്ചു തുടങ്ങിയിരുന്നു. ഒരു നിമിഷത്തെ മൗനം മുഹമ്മദ് പതിഞ്ഞ വാക്കുകൾകൊണ്ട് ഭഞ്ജിച്ചു.

“വൈകൽ മനസ്സിലാക്കലിലല്ലായിരുന്നുവെന്ന് നിനക്കിനിയും മനസ്സിലായിട്ടില്ല രാധ. പ്രായോഗികമായ ഒരു ബദൽ രാഷ്ട്രീയത്തെ തിരയേണ്ടിരുന്നു എനിക്ക്. സ്വത്വവാദമെന്ന പ്രിവിലേജ്ട് സിദ്ധാന്ത ക്കാരുടെ മുഹമ്മദീയരോടുള്ള വിരുദ്ധതയോട് സമവായപ്പെടൽ ഒരു ബദൽ മാർഗമേയല്ല.”

“അതെന്തേ?”

“സ്ത്രീവിരുദ്ധമായതൊക്കെ സ്ത്രീകളെക്കൊണ്ട് അനുസരിപ്പി ക്കുന്നതിലും സ്ത്രീ ഇരയാണ്, സഹനമാണ്, അതൊക്കെ സ്ത്രീ യുടെ നന്മയ്ക്ക് വേണ്ടിയാണെന്ന് അവളെക്കൊണ്ട് പറയിക്കുന്ന തിലും ഭീകരമായി ശ്രമിച്ച് വിജയിച്ച അസഹിഷ്ണുക്കളായ ഗോത്രീയപുരുഷഗണത്തിന്റെ ആർജിതവാസനയുടെ പ്രത്യയ ശാസ്ത്രമാണ് മുഹമ്മദനിസം എന്ന എന്റെ നിർവ്വചനത്തിൽനിന്നും ഞാനിപ്പോഴും പിന്മാറിയിട്ടില്ല, രാധാ. മുഹമ്മദീയരോട് ഐക്യ പ്പെടാൻ മുഹമ്മദീയ മതത്തോട് ഉയർത്തിപ്പിടിക്കേണ്ടതില്ല. രണ്ടാം ലോകമഹായുദ്ധകാലത്ത് തോറയോട് തോളുരുമ്മിക്കൊണ്ട് ജൂതരെ പിന്തുണക്കേണ്ട ആവശ്യമില്ലായിരുന്നു എന്നതുപോലെ.”

“You are still an Islamophobe.” രാധ മന്ത്രിച്ചു.

മറുപടിയെന്നോണം രാധയെ അവൻ മടിയിലേക്ക് വലിച്ചിരു ത്തുകയും കൈകൾ വരിഞ്ഞുമുറുക്കി തന്നിലേക്കടുപ്പിക്കുകയും ചെയ്തു. രാധയുടെ വലതുചെവിക്കരികിൽ ചുണ്ടു ചേർത്ത് പുലമ്പു ന്നതുപോലെ മുഹമ്മദ് പറഞ്ഞു: “I will burn my circumcised Islamic tool in your biological etnrance to feminintiy, bloody privileged woman. I am scripturally allowed to do so, to view you as my paddy field and to sow my generations for Allah...”

രാധയ്ക്ക് ചെറുതായി വേദനിക്കുന്നുണ്ടായിരുന്നു.

“Don’t be a sexist, Muhammed.”

രാധ പറഞ്ഞു, പതിഞ്ഞ ശബ്ദത്തിൽ

“No, I am not being so, was just reiterating what the scripture says and its followers blindly believe. നീ പിന്തുണയ്ക്കുന്നതും അതൊക്കെത്തന്നെയാണ്. നിനക്ക് അതിനുള്ള പ്രിവിലെജുണ്ട്. മുഹ മ്മദീയമതലോകത്തെ സ്ത്രീക്കോ സ്വവർഗ്ഗാനുരാഗിക്കോ ജനാധി പത്യവാദിക്കോ ശാസ്ത്രചിന്തകനോ അതില്ല.”

മുഹമ്മദിന്റെ വാക്കുകൾ ഉറച്ചതായിരുന്നു, മുൻപ് പലതവണ കളായി അവൻതന്നെ ആവർത്തിച്ചതും.

രാധയ്ക്കപ്പോൾ ആശുപത്രിക്കിടക്കയിൽ തളർന്നു കിടന്ന് മുഹമ്മദിനു നേർക്ക് അപേക്ഷാഭാവത്തിൽ നോട്ടമയയ്ക്കുന്ന

ആയിഷയുടെ മുഖം ഓർമ്മ വന്നു. രാധ ചോദിച്ചു: "വെറുമൊരു പാട്രണൈസ്ഡ് ഭിക്ഷ മാത്രമായിരുന്നില്ലേ അത്?"

മൊഴിചൊല്ലിയ നാളുകളിലൊന്നിൽ ഗർഭമലസി ആശുപത്രി ക്കിടക്കയിലായിരുന്നപ്പോൾ, ആയിഷയുടെ മരുന്നിനും മറ്റു ചിലവു കൾക്കുമായി പണം ഏൽപ്പിക്കാൻ അവളെ കാണാൻ മുഹമ്മദി നൊപ്പം രാധയും പോയിരുന്നു. ഉമ്മയുടെ കൈയ്യിൽ ചെലവിനുള്ള തുകയേൽപ്പിച്ച മുഹമ്മദിന്റെ നേർക്ക് അവളുടെ ദീനമായ നോട്ടം ഇമവെട്ടൽപോലുമില്ലാതെ പാളിവീണുകൊണ്ടിരുന്നു. മുഹമ്മദും അതോർത്തു.

മുഹമ്മദ് പറഞ്ഞു. "സഹായഹസ്തം എന്നും പറയാം. ബട് കനോട് ലവ് സ്പ്രൌട്ട് ഫ്രം സിമ്പതി?"

ഇപ്പോൾ അവന്റെ ശബ്ദം പതിഞ്ഞതായിരുന്നു.

പ്രായശ്ചിത്തം എന്നുകൂടി പറയണമെന്നുണ്ടായിരുന്നു മുഹ മ്മദിന്. ആരുടേത്? ബാപ്പയുടേതോ തന്റെ തന്നെയോ? പാവാട യ്ക്കുള്ളിൽ വെച്ചും പർദ്ദയ്ക്കിടയിലൂടെയും അവളെയോമനിച്ച ബാപ്പ മുസല്യാർ അവനുമായി ഒരു ജനിതകവഴി വെട്ടുക മാത്രം ചെയ്തു. പരന്നുകിടന്ന കശുവണ്ടിത്തോപ്പിൽ, പറങ്കിയിലകൾ ക്കിടയിലൂടെ സൂര്യന്റെ ആദ്യകിരണങ്ങൾ നിലംതൊടുന്ന നേരം സ്ഥിരമായി മേലോട്ടു കയറ്റിക്കുത്തിയ പാവാടക്കുള്ളിലേക്ക് അണ്ടി പെറുക്കിക്കൊണ്ടുവരാൻ ഉമ്മ പറഞ്ഞയച്ചിരുന്ന പെൺകുട്ടിയെ അവനോർത്തു. പറങ്കിഗന്ധിയായ അവളുടെ പാവാടക്കുത്തും കശു വണ്ടികൾ നിലത്തു വീഴുന്നതും പറങ്കിമരത്തിലൊന്നിൽ അവളെ ചേർത്തുനിർത്തിയതും ഒരുടൽത്തള്ളിച്ചയിൽപ്പെട്ട് അവളുടെ വൃത്തിക്കാമാങ്ങ മണക്കുന്ന കൈകൾ അവന്റെ ചന്തിക്കു പിറകില മർന്നു.

ബാപ്പയുടെ അപ്രിയകരവും പരുക്കനുമായ കരവിരുതിൽനിന്നും അവളെ വിടുവിച്ചതിന്റെ തുടർച്ചയായ മകന്റെ മുതലാക്കൽ മാത്ര മായിരുന്നോ അത്? അവളോടുള്ള താൽപര്യമായിരുന്നുവോ ബാപ്പയെ അവളിൽ നിന്നകറ്റുവാൻ പ്രേരിപ്പിച്ചത്?

തോട്ടിൻവക്കത്തെ കൈതപ്പൊന്തയിൽ വീണ ചിറകൊടിഞ്ഞ മൈനയുടേതുപോലെ പിടയ്ക്കുന്ന ഒരു നോട്ടമുണ്ടായിരുന്നു നിക്കാഹ് കഴിഞ്ഞ് ഭർത്തൃവീട്ടിലേക്ക് പോകുമ്പോൾ...

ബാപ്പയുടെ വൈകൃതംപോലെ മുഹമ്മദ് തന്റെ കൗമാര തൃഷ്ണയും മനഃപ്പൂർവ്വം മറച്ചുവെച്ചു.

"പ്രണയം അങ്ങനെയുമാകരുത് എന്നില്ലല്ലോ?" മുഹമ്മദ് ചോദിച്ചു. ഇത്തവണ ശബ്ദം വീണ്ടും ദൃഢമായി.

രാധ മറുത്തൊന്നും പറയാതെ അവന്റെ നെഞ്ചിലൂടെ വിരലോടിക്കുക മാത്രം ചെയ്തു. അവൻ ആദ്യം പിൻകഴുത്തിൽ ചുണ്ടമർത്തി. അവൾ ഒരുൾപ്പൊട്ടലോടെ തിരയിളക്കത്തിനൊത്ത് ചുവടൊപ്പിച്ചു.

അവളുടെ ഹൃദയംപോലെ മിടിക്കുന്ന അധരങ്ങൾക്കുമീതെ മുഖമുയർത്തിയപ്പോൾ ഒരാന്തലോടെ അവൻ നിന്നു. വിജയത്തിലെത്താറായ കുതിരയോട്ടമത്സരത്തിൽ പൊടുന്നനെ പിറകിലായ പ്രതീതിയോടെ, ആധിയോടെ ഇരുട്ടിൽ അവൾ അവന്റെ മുഖം പരതി കിതപ്പോടെ. അപ്പോൾ അവരുടെ ശരീരങ്ങൾ ഭീമമായി വാപൊളിച്ചു നിൽക്കുന്ന പാമ്പിനെപ്പോലെ പാറക്കെട്ടിൽ ഒന്നായി പിണഞ്ഞു. നെഞ്ചുവരെ ഒട്ടിനിന്ന്, ഒരേപോലെ. മുകളിൽ അവന്റെ ഉയർത്തിയ തലയ്ക്കും അവളുടെ വിറയ്ക്കുന്ന അധരങ്ങൾക്കുമിടയിൽ വലിയൊരു വിടവ്.

തലയുയർത്തിക്കൊണ്ടുതന്നെ മുഹമ്മദ് രഹസ്യം പോലെ ചോദിച്ചു: “നീ അവനെ തൊട്ടോ?”

ശരീരത്തിന്റെ കടൽത്തിളപ്പിലേക്ക് ആഴ്ന്നുപോയ മനസ്സ് ഇരുട്ടിന്റെ ആവരണത്തിലേക്കു മടങ്ങുന്നതിനിടെ ഒന്നും പിടികിട്ടാതെ രാധ ചോദിച്ചു: “ആരെ?”

“താരാനാഥ്.” അക്ഷരങ്ങളെ അളന്നു മുറിച്ച് മുഹമ്മദ് തലയുയർത്തി അങ്ങനെതന്നെ അവൾക്കു മീതെ കിടന്നു.

“ഉം...”

നീണ്ട നിശ്ശബ്ദതയ്ക്കൊടുവിൽ അവന്റെ മുഖത്തുനിന്നും കൈയെടുത്ത് തന്റെ തലയ്ക്കു പിന്നിൽ വെച്ച് രാധ മൂളി.

നിലാവ് പിന്നെയും വീണു. മുഹമ്മദ് ചിരിച്ചു

“എന്റെ വിത്ത് പാഴായിപ്പോകില്ലെന്നുറപ്പിക്കണമല്ലോ? എനിക്ക് തോന്നുന്ന നേരത്ത് വിതയ്ക്കാനുള്ള പാടമാണല്ലോ?”

രാധ തലയ്ക്ക് പിറകിൽ വെച്ച കൈവിരലുകളിൽ ഞെട്ട പൊട്ടിക്കുക മാത്രം ചെയ്തു.

“സഞ്ചാരപ്രിയനായി ഞാൻ കടന്നു കളയുമോ എന്ന ഭയം നിന്നെയിങ്ങനെ നിശ്ശബ്ദയാക്കുന്നതുപോലെ?” അവനവളുടെ കാതിൽ മന്ത്രിച്ചു.

“നീ അവളെ തൊട്ടോ?” രാധ പൊടുന്നനെ ചോദിച്ചു.

മുഹമ്മദിന്റെ ചിരി മാഞ്ഞു. അവളുടെ ശ്വാസത്തിനു വൃത്തിക്കാമാങ്ങയുടെ മണമുള്ളതായി അവനു തോന്നി.

“ഉം...” ഒരു നിമിഷം നീണ്ട മൗനത്തിനൊടുവിൽ അവൻ അമർത്തി മൂളി.

രാധയുടെ ചുണ്ടുകൾക്കു മീതെ വലതുകൈയുടെ നടുവിരൽ ചേർത്തുവെച്ച് കൂടുതലൊന്നും ചോദിക്കേണ്ടെന്ന മട്ടിൽ മുഹമ്മദ് അവളിലേക്കാഞ്ഞു. ഒരുപക്ഷേ, നല്ല വെളിച്ചമുണ്ടായിരുന്നുവെങ്കിൽ മഴക്കാലത്ത് വീട്ടുമുറ്റത്തെ വെള്ളത്തിലൂടെ ഒഴുകിപ്പോകുന്ന കട ലാസുതോണികൾപോലെ തോന്നുമായിരുന്നു അവരുടെ നഗ്നശരീര ങ്ങൾ. പാദസരക്കാലുകൾ സോക്സിട്ട കാലുകളോട് പിണഞ്ഞ് കടലിലേക്ക് എടുത്തെറിയപ്പെട്ട നിഴൽത്തോണികളായി പാറ ക്കെട്ടിൽ തട്ടിത്തടഞ്ഞു.

ഒടുക്കം കടലിരമ്പത്തിലേക്ക് ബോധമനസ്സ് തളർച്ചയോടെ ചെവി യോർത്തപ്പോൾ പാറയുടെ കൂർത്ത മുനകളിൽ ഇത്ര നേരമെങ്ങനെ വേദനിക്കാതെ കിടന്നുവെന്നോർത്ത് അവരത്ഭുതപ്പെട്ടു. ഉദിച്ചു തുട ങ്ങിയ പകുതിച്ചന്ദ്രന്റെ മിനുസമാർന്ന വാൾമുന മുഖത്തുരസി പര സ്പരം വെളിച്ചംകൊണ്ട് കണ്ടറിഞ്ഞപ്പോൾ ഇരുവരും ചിരിച്ചു.

നിലാവിൽ കരിങ്കൽക്കെട്ടിനുമീതെ അഴിച്ചുവെച്ച വസ്ത്രം പര സ്പരം നഗ്നത നോക്കി എടുത്തണിഞ്ഞു. അവനവളെ തീരത്ത് അഴിച്ചുവച്ച ചെരുപ്പിനരികിലേക്ക് കൊണ്ടുപോയി. ഇപ്പോൾ അവന്റെ ബലമുള്ള കൈകളിൽ പിന്നെയും വിരലുകൾ മൃദുവാകുന്നതു പോലെ.

* * *

തികച്ചും സംഭവബഹുലമായിട്ടായിരുന്നു പിന്നെ രാധയുടെ ജീവിത ത്തിലെ ഓരോ നിമിഷവും കടന്നുപോയത്. തോന്നുമ്പോലെ നട ക്കണമെന്ന് ആഗ്രഹിക്കുകയും അതേസമയം സ്നേഹപൂർവ്വകമായ തളച്ചിടലുകൾക്ക് വഴങ്ങിക്കൊടുക്കുവാൻ മടിയില്ലാത്തതുമായ അവളുടെ മനസ്സ് വീണ്ടും ഉണരാൻ തുടങ്ങി. ഇരുട്ടിൽ കടലിനു മീതെയിളകിയ കടലാസുതോണിയിളക്കങ്ങൾ പകുതിച്ചന്ദ്രന്റെ വാൾ മുനകളിൽ നാണംകൊണ്ട് തിളങ്ങി. നിലാവത്ത് തുണിയുടുക്കാതെ പാറക്കെട്ടിനു മീതെ മലർന്നു കിടന്നപ്പോൾ. അതുവരെ കരുതിയ തൊക്കെയും നിസ്സാരമായി. കണ്ണാടിച്ചില്ലിൽ ഒഴുകിപ്പരന്ന ഇത്തിരി മെഴുകുതിരി വെട്ടത്തിൽനിന്നും കടൽനിലാവിലേക്ക് പകർന്നൊഴു കിയപ്പോൾ രാധയുടെ ലോകം സഫലമായി.

തിരയുടെ വരുത്തുപോക്കിൽ ഒലിച്ചുപോകാതിരുന്ന ചെരിപ്പിടു മ്പോൾ നടുക്കത്തോടെ രാധ നിന്നു. മതിൽക്കെട്ടിനു മീതെ നെഞ്ചിൽ കൈകെട്ടി കടലിരമ്പത്തിലേക്ക് നോക്കി താരാനാഥ് നിന്നു.

മതിൽക്കെട്ടിനരികിലെത്തി ആർദ്രതയോടെ അവൾ വിളിച്ചു: “താരാനാഥ്.”

ഉപ്പുകാറ്റും കടൽനിലാവും തിരയിളക്കവുമില്ലാതെ കണ്ണുനീരു മാത്രമായി അവളുടെ ലോകം തിളങ്ങി. താരാനാഥ് വരച്ചിരുന്ന ചിത്രങ്ങൾ അടുക്കും ചിട്ടയുമില്ലാതെ തെളിഞ്ഞു. കനലാഴിക്കു മുൻപിൽ ക്രുദ്ധയായി സീതയുടെ നോട്ടം രാമന്റെ നേർക്ക്, തല കുനിച്ച് പരാജിതനായി രാമൻ. പലവിധങ്ങളായ ചിത്രങ്ങൾ കെട്ടി മറിഞ്ഞു. ഒടുക്കം ഒന്നു മാത്രം ശേഷിച്ചു. ദിക്കുകൾ കിടുങ്ങുമാറുച്ചത്തിൽ നിലവിളിച്ച് തീപ്പൊളളലിൽ പുളഞ്ഞ് മരണാസന്നനായ രാമനെ കൈകളിലേന്തി അഗ്നിദേവൻ ഇറങ്ങിവന്നു. സീതയവനെ കൈകളിലേക്കേറ്റു വാങ്ങി. അവളുടെ കൈകളിൽക്കിടന്ന് അവൻ മരിച്ചു. മരണത്തിനു തൊട്ടുമുൻപ് അവളെ ദീനമായി നോക്കുന്ന രാമന്റെ മുഖമായിരുന്നു അത്. ഷർട്ടിടാതെ മയങ്ങിയ രാമന്റെ നെഞ്ചിൽ വരച്ച ചിത്രങ്ങളൊക്കെ അവളുടെ കണ്ണീരു മറച്ചു. എല്ലാ കെട്ടുപാടുകളും വിട്ടെറിഞ്ഞ് രാമന്റെ മാത്രമായി അവൾ കരഞ്ഞു.

ഗാഢമായ ആലിംഗനത്തിലൂടെ താനെവിടേക്കോ അലിഞ്ഞു വേർതിരിയുന്നതായി രാധയ്ക്ക് തോന്നി, താരാനാഥ് പിടുത്തം പതിയെ വിടുവിച്ചു. അവൾക്ക് അഭിമുഖമായി മുഹമ്മദ് നിന്നു. അവന്റെ പരുക്കൻ കണ്ണനക്കങ്ങൾക്കിടയിലെ പിടിതരാത്ത ആ ചെറു ചിരി താരാനാഥ് കണ്ടു. അവരിരുവരും ചിരിച്ചു.

“താരാനാഥ്.” മുഹമ്മദിനു നേർക്ക് കൈ നീട്ടി താരാനാഥ് തന്നെ പരിചയപ്പെടുത്തി.

“അറിയാം.” ചിരി മായ്ക്കാതെ മുഹമ്മദ് അവന്റെ കൈ പിടിച്ചു കുലുക്കി.

മുഹമ്മദ് മനപ്പൂർവം മറന്നപ്പോൾ

പുറമേയ്ക്ക് മുഹമ്മദും താരാനാഥും തമ്മിലുള്ള ബന്ധം ആഴവും തിളക്കവുമേറിയതായി താരാനാഥ് കൊല്ലപ്പെടുന്നതുവരെയും അതു പോലെതന്നെ നിന്നു. ഡിവൈഡറിന്റെ രണ്ടു കാലുകൾപോലെ, രാധയെന്ന സ്വപ്നവൃക്ഷത്തിന്റെ കെട്ടുപിണഞ്ഞു കിടക്കുന്ന വേരുകൾപോലെ, മരണഭീതിയിൽ പറക്കുന്ന പക്ഷിയുടെ വെപ്രാളച്ചിറകുകൾപോലെ... വേർപെടുത്തിയാൽ ഒരിക്കലും രുചിക്കാനാകാത്ത, അത്രമേൽ മധ്യഭാഗവുമായി ഒട്ടിച്ചേർന്ന സാൻഡ്‌വിച്ചിന്റെ രണ്ടിതൾവശങ്ങൾപോലെ...

രാധ ഒരിക്കൽ ജോൺ ഡണ്ണിന്റെ വരികൾ തിരുത്തി:

"Our three souls therefore, which are one,
if they be three, they are three so,
as the three eyes of a coconut...."[1]

എന്നിട്ട് ഉണ്ണിയുടെ കവിളിൽ വേദനയാക്കാതെ കിഴുക്കി ഭ്രാന്തിയെപ്പോലെ ചിരിച്ചു.

ഉണ്ണിയെ ആദ്യം കൈകളിലെടുത്തതും കർമ്മശാസ്ത്രംകൊണ്ട്

---

1. ജോൺ ഡണ്ണിന്റെ 'A Valediction: Forbidding Mourning' എന്ന കവിതയിലെ വരികൾ:

"Our two souls therefore, which are one,
  Though I must go, endure not yet
A breach, but an expansion,
  Like gold to airy thinness beat.

If they be two, they are two so
  As stiff twin compasses are two;
Thy soul, the fixed foot, makes no show
  To move, but doth, if the other do."

പിതാവായതും താരാനാഥാണ്. ഇവിടെ അബോധമായെങ്കിലും നാം പലർക്കും സ്വന്തമാകുന്നുവെന്ന് രാധ കരുതി.

ഒരിക്കൽ നിനക്ക് ഉപ്പയെയാണോ അച്ഛനെയാണോ കൂടുതലിഷ്ടം എന്നു രാധ ചോദിച്ചപ്പോൾ അവൻ അവളുടെ മാറുപറ്റി, രണ്ടു തോണികളിലായി വെച്ച കാലുകൾ പിൻവലിച്ച് കടലിലേക്കു മറിഞ്ഞതുപോലെ അവൻ മുഹമ്മദിനെയും താരാനാഥിനെയും നോക്കി. അവരിരുവരും ഉറക്കെച്ചിരിച്ചു.

താരാനാഥ് മതവിരുദ്ധനായിരുന്നു. എന്നാൽ പ്രപഞ്ചത്തെ നിയന്ത്രിക്കുന്ന ഒരതീതശക്തി ഉണ്ടാവാം എന്നയാൾ വിശ്വസിച്ചു. സ്വത്വവാദത്തിലോ ബ്രാഹ്മണിസത്തിലോ വിശ്വസിച്ചിരുന്നില്ലെങ്കിലും തനിക്കുള്ള പ്രിവിലെജുകളെ ഓർത്ത് അയാളൊരിക്കലും വ്യസനിച്ചിരുന്നില്ല. അയാളോ രാധയോ ഒരുതവണപോലും രാഷ്ട്രീയം ചർച്ച ചെയ്തിരുന്നില്ല. തന്റെ മകൻ ചെറുപ്പംമുതലേ സംസ്കൃതം പഠിക്കണമെന്ന് അയാളാഗ്രഹിച്ചപ്പോൾ രാധ എതിർത്തുമില്ല. മുഹമ്മദിന് അത്തരം വിചാരങ്ങളൊന്നുമില്ലായിരുന്നു. ഇടയ്ക്ക് അവന് സംസ്കൃത അക്ഷരം തല തിരിയുമ്പോൾ മുഹമ്മദ് ചിരിച്ചുകൊണ്ട് കടവാവലിനെ നേർരേഖയിൽ തൂക്കിക്കൊടുത്തു.

ഇടയ്ക്കൊക്കെ അവർ മൂവരും ആയിഷയും താരനാഥിന്റെ വീട്ടിൽ താമസിച്ചു.

ആ ദിവസങ്ങളുടെ കടന്നുപോക്കാകട്ടെ, രാധയെ ഉഗ്രമായി അലട്ടി, പുറത്ത് പറയാൻ പോലുമാകാതെ താരാനാഥിന്റെ കിടക്കയിലായിരുന്നപ്പോൾ പോലും തൊട്ടടുത്ത മുറിയിൽ മുഹമ്മദിന്റെയും ആയിഷയുടെയും വേഴ്ചയെപ്പറ്റി രാധയുടെ ചിന്തകൾ വന്യവും ഭ്രാന്തവും അസൂയ കലർന്നവയുമായിരുന്നു. അതടക്കിവെക്കാൻ ഒരിക്കൽ പിടിക്കപ്പെടുന്നതുവരെയും അവൾ സമർത്ഥമായി വിജയിച്ചു.

ആരുമില്ലാത്ത തക്കം നോക്കി കാമിക്കുന്നവരുടെ അടിവസ്ത്രം മണപ്പിക്കുന്ന സ്വഭാവമുള്ളവരെപ്പോലെ, രഹസ്യമായി അവർ കിടന്ന മുറിയിലെത്തി നോക്കി മുഹമ്മദിന്റെ വിയർപ്പു മണക്കുന്ന ഷർട്ട് നഷ്ടബോധത്തോടെയും ആസക്തിയോടെയും മണപ്പിക്കുകയും അലങ്കോലമാക്കപ്പെട്ട കിടക്കവിരിയിലേക്ക് തുറിച്ചുനോക്കുകയും ചെയ്യുമായിരുന്നു രാധ. അവർ വീട്ടിലുള്ളപ്പോൾ മാത്രം അവൾ മുഹമ്മദിന്റെ ആയിഷയുമൊത്തുള്ള ലൈംഗികജീവിതത്തെക്കുറിച്ച് ഒഴിയാബാധപോലെ ചിന്ത കാടുകയറുന്നവളായി.

ഒരുനാൾ അവൻ തലേന്നിട്ട മുണ്ട് കൈകളിലെടുത്തു വിടർത്തി രേതസ്സിന്റെ ഉണങ്ങിയ വെള്ളപ്പാടുകളുണ്ടോയെന്ന് മിഴിഞ്ഞ കണ്ണുകളോടെ തിരയുകയായിരുന്നു അവൾ. സാധാരണ അങ്ങനെ

ചെയ്യുമ്പോൾ ആരും കാണില്ലെന്ന് അവൾ നൂറുതവണ ഉറപ്പുവരുത്താറുണ്ട്. അന്നും അത് ശ്രദ്ധിച്ചിരുന്നു. പക്ഷേ ആകസ്മികമായിട്ടായിരുന്നു ഉണ്ണിയെയും ഒക്കത്ത് വെച്ച് ആയിഷ കടന്നുചെന്നത്. ഒരുപക്ഷേ ഈ സത്യം എന്നേക്കും കുഴിച്ചു മൂടപ്പെടാനായി രാധയ്ക്ക് ആ നിമിഷം അവളെ ഒറ്റവെട്ടിന് കൊന്നുകളയണം എന്ന് തോന്നി. നിന്നനിൽപ്പിൽ മരിച്ചുപോയിരുന്നുവെങ്കിൽ എന്നവൾ ആശിച്ചു.

ഒരു നിമിഷം ഇരുവരും പരസ്പരം നോക്കുക മാത്രം ചെയ്തു. ആയിഷയുടെ ചടുലമായ നോട്ടം ആദ്യമായിട്ടായിരുന്നു രാധ കാണുന്നത്. അവൾക്ക് സ്വയം ചെറുതാകുന്നതായി തോന്നി. ആശുപത്രിക്കിടക്കയിലിരുന്ന് മുഹമ്മദിനു നേരെ ദീനമായ നോട്ടമെയ്ത നരുന്ത് പോലിരുന്ന പെൺകുട്ടിയെ അവൾ അപ്പോൾ ഭയന്നു.

അറച്ചുകൊണ്ട് രാധ മുണ്ട് കട്ടിലിലേക്കിട്ടു. പതിയെ അടിവെച്ച് രാധയ്ക്ക് മുന്നിലെത്തിയ ആയിഷ ഉണ്ണിയെ കട്ടിലിരുത്തുകയും സമയമെടുത്ത് മുണ്ട് മടക്കുകയും അഴയിൽ തൂക്കുകയും ചെയ്തു.

രാധയ്ക്കൊന്നും പറയാനായില്ല. ആ നിമിഷം ഒരു വാക്കും പറയാനാകാത്തത് പിന്നെ ആയിഷ രാജ്യം വിടുന്നതുവരെയും അവൾക്കു മുൻപിൽ രാധയെ അർത്ഥഗർഭമായ നിശ്ശബ്ദതയുടെ തോലണിയിച്ചു. ആയിഷ അതേപ്പറ്റി മുഹമ്മദിനോടും യാതൊന്നും പറഞ്ഞില്ല. എന്നിട്ടും അവൾ മുഹമ്മദിനോട് പറഞ്ഞിട്ടുണ്ടാകുമെന്നൂഹിച്ച് തല പെരുത്ത രാധ അവന്റെ നെഞ്ചിലമർന്നു തേങ്ങി: "എനിക്കവളുടെ മുഖത്തു നോക്കാനാകില്ല മുഹമ്മദ്. ഇനിയവളുമായി ഒരു കൂടിക്കാഴ്ചയുണ്ടാകരുത്. ഞാൻ ചിലപ്പോൾ അവളെ കൊന്നെന്നുപോലും വരാം."

അവളുടെ മനസ്സ് വായിച്ചെന്നവിധം ഒരു നോട്ടമയച്ച് അവനവളുടെ മുഖം തന്റെ വലംകൈയിലെടുത്തു. അവൻ പതിഞ്ഞ ശബ്ദത്തിൽ ചോദിച്ചു: "എത്ര തവണ താരാനാഥിനെ കൊല്ലണമെന്ന് എനിക്ക് തോന്നിയിട്ടുണ്ടെന്ന് നിനക്കറിയാമോ?"

രാധയ്ക്ക് ചേതനയറ്റു പോകുന്നതായി തോന്നി. അരുതെന്ന ഭാവത്തിൽ അവൾ തല വെട്ടിച്ചു. അവളെന്തോ മന്ത്രിച്ചെങ്കിലും വാക്കുകൾ പുറത്തുവന്നില്ല. അപ്പോൾ മുഹമ്മദിന്റെ കണ്ണിലാളിയ തീ അവളെ ഭയപ്പെടുത്തി. അതറിഞ്ഞിട്ടെന്നോണം അവൻ ശബ്ദം മയപ്പെടുത്തുകയും ചിരിക്കാൻ ശ്രമിക്കുകയും ചെയ്തു: "പ്രസവം നിർത്തിയ നിന്റെ സാരിയിൽ മാത്രമായിരിക്കില്ല അവന്റെ രേതസ്സ് പടരുക എന്നെനിക്കറിയാം. എന്നിട്ടും ഞാൻ അവിടം ചുംബിക്കുന്നു. ഞാനപ്പോൾ നിന്നെ മാത്രം മണക്കാൻ എന്തുമാത്രം എന്റെ മൂക്കുകളെ പഠിപ്പിക്കുന്നുണ്ടെന്ന് നിനക്കറിയുമോ?"

എത്ര മാർദ്ദവപ്പെടുത്താൻ ശ്രമിച്ചിട്ടും അവസാന വാക്കുകൾ പറയുമ്പോൾ അവന്റെ കണ്ണുകളിൽ അവൾ വീണ്ടും കനലാളുന്നത് കണ്ടു. അതേപ്പറ്റി താരാനാഥിനോട് പറയാൻ അവളൊരിക്കലും മുതിർന്നില്ല.

പിറ്റേന്നു രാവിലെ താരാനാഥും മുഹമ്മദും സംസാരിക്കുന്നത് രാധ ശ്രദ്ധിച്ചു. "ഓഫീസിൽ നല്ല തിരക്കാണ്. അതാണ് അങ്ങോട്ടേക്കൊന്നും വരാൻ സാധിക്കാത്തത്." ചായ കുടിച്ചുകൊണ്ടിരിക്കെ താരനാഥ് പറഞ്ഞു.

"തിരക്കൊഴിയുമ്പോൾ രാധയുമൊത്തിറങ്ങൂ." പത്രം വായിച്ചു കൊണ്ടിരുന്ന മുഹമ്മദ് മുഖമുയർത്തി അവനെ നോക്കി പറഞ്ഞു.

"ഉറപ്പായും." താരാനാഥ് പറഞ്ഞു.

തന്റെ നേർക്ക് പാളി വീഴുന്ന രാധയുടെ നോട്ടം മുഹമ്മദ് കണ്ടു. രണ്ടു നിമിഷത്തോളം അവനവളെ ഇമവെട്ടാതെ നോക്കി. ഒടുക്കം നോട്ടം മാറ്റി രാധ മുറിയിലേക്ക് കയറിപ്പോയി.

* * *

കൊല്ലപ്പെട്ട ദിവസം താരാനാഥ് മദ്യപിച്ചിരുന്നു. വിയർത്തൊട്ടിയ ശരീരത്തോട് വെളുത്ത ഷർട്ട് ഒട്ടിച്ചേർന്നു. രാധ ഫാൻ ഓൺ ചെയ്തപ്പോൾ അതു നനഞ്ഞു പാറി. മദ്യത്തിന്റെ രൂക്ഷഗന്ധമുള്ള മൂളലോടെ അവൻ വരച്ചുകൊണ്ടിരുന്നു. വെളിച്ചത്തിൽ മലർന്നു കിടന്നു മയങ്ങുന്നത് രാധ എന്നേ മറന്നിരുന്നു. അവനെ നോക്കി ഏറെ നേരം കിടന്നിട്ടും തിരിഞ്ഞു നോക്കാതായപ്പോൾ ഉണ്ണിയുടെ കസേരയ്ക്കരികിൽ ചേർന്നിരുന്ന് പെയിന്റിങ് ബോർഡിലേക്ക് കണ്ണയച്ചു. അയാളുടെ ബ്രഷിൽ പുരാണങ്ങൾ വിട്ട് ജീവിതത്തിന്റെ നിറമുള്ള ചിത്രങ്ങൾ ചേക്കേറിയിരുന്നു. കറങ്ങുന്ന കാളവണ്ടിച്ചക്രത്തിന്റെ ഓരോ വിടവിനിടയിലും ശരീരത്തിന്റെ പിടയുന്ന ഭാഗങ്ങൾ. വെട്ടിമാറ്റപ്പെട്ട കൈകൾ, കഴുത്ത്, കാലുകൾ, ഹൃദയം ചോരയിൽ കുതിർന്ന് തറഞ്ഞുരുണ്ട്. കറുപ്പിൽ കട്ടിച്ചോരയുടെ പശ്ചാത്തലം.

ആരോ ഫോൺ വിളിച്ചപ്പോൾ ഇഷ്ടക്കേടോടെ, എന്നാൽ വാക്കുകൾ ഇടറാതെ താരാനാഥ് സംസാരിച്ചു. "മെല്ലെ വായിക്കെടാ." ഇടയ്ക്ക് ഗീത വായിച്ചിരുന്ന ഉണ്ണിയോട് പറഞ്ഞു. ഉണ്ണി മെല്ലെ വായിച്ചു.

"മയാ ഹതാംസ്ത്വം ജഹി മാ വ്യഥിഷ്ഠാഃ
യുദ്ധ്യസ്വ ജേതാസി രണേ സപത്നാൻ"[2]

2. ഭഗവദ് ഗീത 11:34

2.

അവന് ഉച്ചാരണത്തെറ്റ് വരാത്തതുകേട്ട് മലയാളത്തിലെഴുതി വായിക്കുകയാണോ എന്ന് രാധ സംശയിച്ചു.

"ഞാൻ പോയിട്ട് വേഗം വരാ"മെന്ന് പറഞ്ഞ് താരാനാഥ് തിടുക്കപ്പെട്ട് പുറത്തേക്കിറങ്ങി. തിരിച്ചുവന്നത് നേരം പുലർന്നപ്പോഴാണ്.

എപ്പോഴോ വെളിച്ചത്തിൽ മലർന്നു കിടന്നുറങ്ങിപ്പോയ രാധ ഉണർന്നപ്പോൾ ലൈറ്റണച്ച് താരാനാഥ് എന്തേ ഇതുവരെ വന്നില്ല എന്നോർത്ത് പെയിന്റിങ് ബോർഡിലെ വണ്ടിച്ചക്രങ്ങളിൽ ചോര ചിതറി വേർപ്പെട്ട മാംസക്കഷ്ണങ്ങളിലേക്ക് യാന്ത്രികമായി നോക്കിയിരുന്നുപോയി ഒരു നിമിഷത്തോളം. കാതുകളിൽ എന്തോ പ്രാണിയുടെ ഇരമ്പംപോലെയൊന്ന് അവൾക്കനുഭവപ്പെട്ടു. താരാനാഥിന്റെ നമ്പറിലേക്ക് വിളിച്ചെങ്കിലും മൊബൈൽ സ്വിച്ച്ഡോഫായിരുന്നു.

കുളിച്ചിറങ്ങി വന്നപ്പോൾ ഉണ്ണി ബ്രഷെടുത്ത് അവനു വാങ്ങിച്ച പെയിന്റിങ് ബോർഡിൽ താരാനാഥ് വരച്ചത് പകർത്തുകയായിരുന്നു. രാധ വന്നതറിഞ്ഞ് തല ചെരിച്ചു: "കൊള്ളാമോ അമ്മേ?"

കോളിങ് ബെല്ലടിച്ചപ്പോൾ ഉണ്ണിയെ മുറിയിൽ വിട്ട് വാതിൽ തുറന്നു. തിരിച്ചു വന്നത് ഒരു സംഘത്തോടൊപ്പമായിരുന്നു.

അപൂർവമായി വീട്ടുമുറ്റത്ത് കാക്കകൾ വരുമായിരുന്നു. ഉണ്ണിക്ക് പലയിനം കിളികളെ കാണിച്ചു കൊടുക്കാൻ താരാനാഥിന് മല കയറേണ്ടി വന്നു. കാക്കയുടെ കലമ്പലു കേട്ട് ആവേശംകൊണ്ടാവാം ഉണ്ണി വാതിൽക്കലെത്തി. മുറ്റത്തിനു വിലങ്ങനെ ചെളിനിറക്കഴുത്തുള്ള അങ്ങാടിക്കാക്കകൾ ഒരുമിച്ച് കലമ്പിപ്പറന്നു. സൂര്യരശ്മികൾ ആംബുലൻസിനും തുളസിക്കതിരിനും മീതെ തിളങ്ങി. പൂപ്പൽ മുറ്റത്തേക്ക് സ്ട്രെച്ചറിൽ താരാനാഥിന്റെ ശവം എടുത്തുവെച്ചു.

സഞ്ചിയിൽ പൊതിഞ്ഞ മാംസത്തുണ്ടുകൾപോലെ, വെള്ളത്തുണിയിൽ വെട്ടിമാറ്റപ്പെട്ട കഴുത്തും ചിതറിപ്പോയ അസ്ഥിഖണ്ഡങ്ങളും പെറുക്കിക്കൂട്ടിയതായി തോന്നിച്ചു. താരാനാഥിന്റെ പലതവണ വെട്ടിമുറിക്കപ്പെട്ട മുഖത്തേക്ക് ഒരിക്കലേ രാധയ്ക്ക് നോക്കാനായുള്ളൂ. രാധയെ ആയിഷ താങ്ങിപ്പിടിച്ചു.

വാതിൽപ്പടിയിൽ അനക്കമറ്റ് മിനിറ്റുകളോളം നിന്ന ഉണ്ണിയെ മുഹമ്മദ് വാരിയെടുത്തു. അവന്റെ കണ്ണുകളിൽ ചോരയുടെ വൻകരകൾ തെളിഞ്ഞു.

താരാനാഥിനെ തെക്കുവശത്ത് മണ്ണുവെട്ടി അടക്കം ചെയ്തു. സംസ്കരിച്ച മണ്ണിനു നേരെ തൊഴുതു നിൽക്കുമ്പോലെ ഒരു തെങ്ങോല താണു നിന്നു. ചളിനിറക്കഴുത്തുള്ള കാക്കകൾ വന്നിരുന്നപ്പോൾ അത് കൂടുതൽ താണു. ഭീകരമായ നിശ്ശബ്ദതയോടെ പിറകിൽ ചാരനിറ ആകാശം പതിയെ ഇരുളാൻ തുടങ്ങി.

ആൾക്കൂട്ടമൊഴിഞ്ഞ് മുഹമ്മദും അവനും മാത്രമായി ശേഷിച്ചപ്പോൾ ഉണ്ണി അതു നോക്കി നിന്നു. തുറിച്ച കണ്ണുകളിൽ അവന്റെ കുഞ്ഞുലോകത്തിന്റെ കാക്കക്കലമ്പലും തോണിയിൽനിന്ന് കടലിലേക്ക് മറിയലും അവസാനമായി വിട്ടുപോയി. കലമ്പലവസാനിപ്പിച്ച് അവയൊക്കെ തന്നെ നോക്കുന്നതായി ഉണ്ണിക്കു തോന്നി. പേടിക്കാതെ മുഹമ്മദിന്റെ തോളിൽ കൈ മുറുക്കിപ്പിടിക്കാതെ ഉണ്ണി കിടന്നു.

* * *

രാധയുടെ മാനസികവ്യാപാരം അതേപടി വിവരിക്കുക തീർത്തും പ്രയാസകരമാണ്. സംഘർഷങ്ങളൊക്കെ ശിഥിലമായിപ്പോലും കുടഞ്ഞിടാൻ അവൾക്ക് സാധിക്കില്ല. അടുക്കിച്ചിട്ടപ്പെടുത്തി അതൊക്കെയും ഓർത്തെടുക്കുക പ്രാണവേദനപോലെ തീവ്രവും ദുഷ്കരവുമാണ്. ഓരോ ഓർമ്മയ്ക്കു മീതെയും മറ്റൊന്നിന്റെ കടുംകെട്ടു വീഴുന്നു. ഓർമ്മകൾക്ക് ചക്രശ്വാസം മുട്ടുന്നു. രോഗങ്ങളിൽ അഭിശപ്തമാണ് സ്മൃതിഭ്രംശമെന്ന് അറിയുമ്പോൾപോലും അതിന്റെ കരവലയത്തിൽ ബാധ്യതകളില്ലാതെ വീണുമയങ്ങാൻ രാധ ആഗ്രഹിച്ചു.

മുഹമ്മദിനൊപ്പം ഏറെ നാളുകൾക്കുശേഷം അവൾ പുറത്തിറങ്ങി. റോഡ് മുറിച്ചു കടക്കുന്നതിനിടെ ഒരു പട്ടി ഉറക്കെ മോങ്ങിക്കൊണ്ട് ലോറിക്കടിയിൽ ചതഞ്ഞു ചത്തു. പെയിന്റിങ് ബോർഡിലെ ഉരുളുന്ന കാളവണ്ടിച്ചക്രത്തിനിടയിലൂടെ ഇരുട്ടിൽ നീളുന്ന അസ്ഥിഖണ്ഡങ്ങൾ വിവിധ ആകൃതികളിൽ ഓർമ്മയിലെത്തി. പൂപ്പൽമുറ്റത്തേക്ക് സ്ട്രെച്ചറിൽ എടുത്തു കിടത്തിയ വെള്ളത്തുണിയിലെ മാംസക്കഷ്ണങ്ങളും സൂര്യരശ്മിയേറ്റ് തുളസിക്കതിരും ആംബുലൻസിന്റെ ചുവന്ന വെളിച്ചവും തിളങ്ങി. കുഴഞ്ഞുവീഴുമെന്ന് തോന്നിയപ്പോൾ മുഹമ്മദിനെ മുറുകെ പിടിച്ചു.

ജീവിതത്തിന്റെ രക്താഭമായ ഇരുട്ടിൽ സ്മൃതിഭ്രംശം അനുഗ്രഹമായിരിക്കുമെന്ന് രാധയ്ക്കറിയാമായിരുന്നു. ഉണ്ണിയെ ഓർക്കുമ്പോൾ മാത്രം അവൾ സ്ഥലകാല ബോധത്തിലേക്ക് വഴുതിവീണു. ഭീതസ്മരണകളുടെ തുളസിക്കതിര് നിർമ്മലമാണ്. നിലനിൽപ്പ് സംഘർഷങ്ങളുടെ ഭൂമിയിലാകുമ്പോൾ എല്ലാം സങ്കടങ്ങളുടെ ചുഴലിയാകുന്നു.

താരാനാഥിനെ കൊന്നത് ആരായിരിക്കും?

അവൻ പൊതുവേ സമാധാനപ്രിയനായിരുന്നു. കോൺഗ്രസ് അനുഭാവിയായിരുന്നുവെങ്കിലും എസ്.എസ്.എസ്സുകാർക്കോ കമ്മ്യൂണിസ്റ്റുകൾക്കോ അയാളോട് വൈരാഗ്യമുണ്ടായിരുന്നില്ല. പൊലീസ്

ഇരുട്ടിൽ തപ്പി. അതോ അങ്ങനെ അഭിനയിക്കുകയായിരുന്നുവോ? താരാനാഥിന്റെ അമ്മയുടെ കനൽ പാറുന്നതും കണ്ണീരു പൊടിയുന്നതുമായ ഉടഞ്ഞുലഞ്ഞ നോട്ടങ്ങളിൽ അപഥസഞ്ചാരിണിയെന്ന് സ്വയം പഴിച്ച് ഉമ്മറത്തിരുന്ന് ഇരുണ്ട വൈകുന്നേരങ്ങളിൽ തെക്കേ മുറ്റത്തിന്റെ ഭീകരമായ നിശ്ശബ്ദതയിലേക്ക് നോക്കി രാധയിരുന്നു.

രാധയുടെ നാളേറെയായി എണ്ണ തേയ്ക്കാത്ത ഉടഞ്ഞു വീണ തലമുടികളിലൂടെ തലോടി മുഹമ്മദ് ഒഴിഞ്ഞ പെയിന്റിങ് ബോർഡിലേക്ക് കണ്ണയച്ചു. വരച്ചുതീർക്കാതെ, നിറങ്ങളെത്താതെ പോയ ഒരറ്റത്തേക്ക് നോട്ടം വീണു. ഉണ്ണി വായിച്ചു: "ഗതാസൂന ഗതാസൂംശ്ച നാനുശോചന്തി പണ്ഡിതാഃ"

രാധയുടെ കണ്ണീർ തിളങ്ങിക്കൊണ്ട് മുഹമ്മദിന്റെ നെഞ്ചിലേക്ക് പൊടിഞ്ഞു. കണ്ണുനീരിന്റെ തിളക്കത്തിൽ കനലാഴിയിൽനിന്ന് പൊള്ളിപ്പിടഞ്ഞ രാമനെ കൈകളിലേന്തി അഗ്നിദേവൻ ഇറങ്ങുന്നു. താരാനാഥ് നെഞ്ചിലേക്ക് ചേർത്ത് മേശപ്പുറത്തേക്ക് ചിതറിയ ചായക്കൂട്ടിൽനിന്ന് കുങ്കുമച്ചായം അവളുടെ നെറ്റിയിലെവിടെയോ തേച്ചു.

"ഇറ്റ്സോക്കെ." അവൻ പറയുന്നു

അവൾക്ക് മുഹമ്മദ് അപ്പോൾ രക്ഷകർത്താവ് മാത്രമായി തോന്നി; ഓർമ്മകളിൽ വിറച്ച് ആശ്വാസത്തിനായി മാത്രം അവന്റെ നെഞ്ച് തേടി. സുരഥന്റെ കുഞ്ഞിനുവേണ്ടി അർജ്ജുനന്റെ മാറില മരുന്ന ദുഃശ്ശള ഒരാന്തലോടെ മനസ്സിൽ തറഞ്ഞു.

മുഹമ്മദ് പക്ഷേ മനപ്പൂർവ്വം മറന്നുവെച്ചു, വണ്ടിച്ചക്രത്തിനിടയിൽ തിളങ്ങിക്കണ്ട രാധാകൃഷ്ണൻ നാലുകെട്ടിലിന്റെ മുഖം. പലപ്പോഴും താരാനാഥ് വരച്ചത് പൂർത്തിയാക്കാൻ ബ്രഷ് ചായത്തിൽ മുക്കിയെങ്കിലും വീണ്ടുവിചാരത്തോടെ തിരികെ വെച്ചു. മുഹമ്മദീയനൊപ്പം മകളെ വിട്ട മരുമകന്റെ അസ്ഥിഖണ്ഡങ്ങളിൽ അയാളുടെ കണ്ണനക്കങ്ങളുടെ നിഴലു പടരുന്നത് മുഹമ്മദ് കണ്ടു. നിഴലുകളിൽ അമർത്തിച്ചവുട്ടി ത്രിവർണ്ണപതാകയേന്തി സഹപ്രവർത്തകരുടെ മുറവിളി ജാഥ കടന്നു പോയി.

ജീവിതത്തിൽ ചില രഹസ്യങ്ങളൊക്കെ മറച്ചുവെയ്ക്കുക തന്നെ വേണം. ആൾക്കൂട്ടത്തിൽ, ഏറ്റവും കുറഞ്ഞത് പ്രിയപ്പെട്ടവർക്കിടയിൽ അത് നിങ്ങളെ ജീവിപ്പിക്കും.

മുഹമ്മദ് മനപ്പൂർവ്വം മറന്നു വെച്ചു.

കഴുകുകളുടെ ഗീതകങ്ങൾ: 2050ലെ മുഹമ്മദീയ കൂട്ടക്കൊല

വണ്ടിച്ചക്രത്തിനിടയിലൂടെ ചുവന്നിരുണ്ടു കണ്ട മാംസഖണ്ഡങ്ങളൊക്കെ കാലപ്രവാഹത്തിൽ നിസ്സംഗതയുടെ മഞ്ഞ പടർന്ന് നിശ്ചലമായി. ഏതോ ചിതയിലമർന്ന് ചാരമായി കണ്ണുനീരിന്റെ തിളക്കമായി. അസ്ഥിമാടത്തിലേക്ക് താണ തെങ്ങോലയിലേക്ക് ചാര വിശാല ആകാശത്തിന്റെ പശ്ചാത്തലത്തിൽ ചെളിനിറക്കഴുത്തുള്ള അങ്ങാടിക്കാക്കകൾ വന്നിരുന്നു. ഉണ്ണി കാക്കക്കലമ്പലും തുറിച്ചു നോട്ടവും കടലിലേക്ക് മറിഞ്ഞു വീഴുന്ന നിലച്ച കുട്ടിക്കാലവും ഓർത്തില്ല. ഉണ്ണി വായിച്ചു:

"മുക്തസങ്ഗോനഹം വാദീ
ധൃത്യുത്സാഹ സമന്വിത
സിദ്ധ്യസിദ്ധ്യോർ നിർവ്വികാരഃ
കർത്താ സാത്വിക ഉച്യതേ."[1]

രാധയും നിസ്സംഗയാകാൻ പരിശീലിക്കുകയായിരുന്നു. പിന്നീട് തടവിലായിട്ടും ഏറെക്കഴിഞ്ഞു മാത്രമേ അവളതിൽ ഭാഗികമായെങ്കിലും വിജയിച്ചുള്ളൂ.

* * *

സംഭവിച്ചതൊക്കെ പിന്നീട് രാധ ക്രോഡീകരിച്ചു.

സ്വതന്ത്ര ഇന്ത്യൻ യൂനിയന്റെ ചരിത്രത്തിൽ സ്വാതന്ത്ര്യ ലബ്ധിക്കു നൂറ്റിരണ്ടു വർഷങ്ങൾക്കുശേഷം ആദ്യമായി ഹിന്ദുത്വ സംഘടനകൾ മൃഗീയ ഭൂരിപക്ഷത്തിൽ അധികാരത്തിലെത്തി. ഹിന്ദു

---

1. ഭഗവദ് ഗീത 18:26 : "ആസക്തിയും അഹന്തയും ഇല്ലാത്തവനും ധൈര്യം, ഉത്സാഹം എന്നിവയുള്ളവനും ജയപരാജയങ്ങളിൽ ഇളകാത്തവനുമായ കർത്താവ് സാത്വികനാണെന്നു പറയപ്പെടുന്നു."

എന്ന വികാരം കീഴാളരിലും കുത്തിവെയ്ക്കുവാൻ എസ്.എസ്. എസ്സിന് സമർത്ഥമായി സാധിച്ചിരുന്നു. അക്കാദമികവേദികൾ ആർഷ ഭാരതത്തിന്റെ ഉത്തര കൊളോണിയലിസ്റ്റ് തനതുവായനകളാൽ സമ്പന്നമായിരുന്നു. ശാസ്ത്രവിദ്യാർത്ഥികളും ഐ.ടി. പ്രൊഫഷ ണലുകളും പുറമേയ്ക്ക് അരാഷ്ട്രീയവാദികളാണെന്ന് തോന്നിപ്പിച്ചു വെങ്കിലും ഇടയ്ക്കൊക്കെ 'മുസ്ലീങ്ങൾ വർഗീയത കളിക്കുന്നത് കാണുമ്പോൾ ഹിന്ദുക്കൾ ഒരുമിക്കണമെന്ന് പറയുന്നതിൽ ഒരു പ്രശ്നവുമില്ല. പക്ഷേ, ഞാൻ ബീഫ് കൊലകളെ ഒന്നും പിന്തുണ യ്ക്കുന്നില്ല..." എന്ന് നിഷ്പക്ഷതയുടെ നിഷ്കളങ്കഭാഷണം നടത്തി. അവരുടെ 'പക്ഷേ' തെരഞ്ഞെടുപ്പിൽ നിർണായകമായിരുന്നു. എസ്.എസ്.എസ്സിന്റെ വൻവിജയത്തിനു തുടർച്ചയായി പക്ഷേയെ അവർ പരിത്യജിക്കുകയും ചെയ്തു

ഇടതുകാലിലെ മന്ത് വലതുകാലിലേക്ക് മാറ്റുന്നതിനു സമാന മായിരുന്നു വൈരുദ്ധ്യാത്മക ഭൗതികവാദത്തിന്റെ സിദ്ധാന്തക്കണ്ണട യ്ക്കു പകരം അടവുനയങ്ങൾ പരീക്ഷിച്ച കമ്മ്യൂണിസ്റ്റ് പാർട്ടിയുടെ രാഷ്ട്രീയ തീരുമാനങ്ങൾ. വർഗ്ഗസംഘർഷത്തിനപ്പുറം ജാതിയെ അഭിസംബോധന ചെയ്യാൻ പാർട്ടി ബുദ്ധിജീവികൾക്ക് കാര്യമായ വിമ്മിട്ടമുണ്ടായി. പ്രായോഗികതയുടെ കൈയ്യാലപ്പുറം നിരങ്ങി അവർ മിക്കപ്പോഴും ഉപനിഷത്തുകളുടെയും വേദങ്ങളുടെയും പുണ്ണുകൾക്കു വലംവെച്ച് വ്യാഖ്യാന മോഹത്തോടെ ആർത്തു കൊണ്ടിരുന്നു. അവർ അവയുടെ അട്ടിമറി ശേഷി (subversive potential) ചികഞ്ഞുകൊണ്ടിരുന്നു

ജാതിയെ ചർച്ചയ്ക്കെടുക്കുന്നു എന്നു തോന്നിച്ച സ്വത്വവാദി കളാകട്ടെ ചാപ്പകുത്തലിലും അമർഷപ്രകടനങ്ങളിലും വാചകഗരിമ യിലും വസ്തുനിഷ്ഠതയുടെ നിരാകരണത്തിലും വ്യത്യസ്തത കണ്ടെത്തി. ജാതിനിർമൂലനം അവരുടെ ലക്ഷ്യമായിരുന്നില്ല, ജാതി ശാക്തീകരണം അതിനു കാരണമാകും എന്ന കനത്ത വിശ്വാസം വെച്ചു പുലർത്തിയെങ്കിലും. ദളിത് രാഷ്ട്രീയ പാർട്ടികൾ ഹിന്ദുത്വ ത്തിന്റെ വൈവിധ്യക്കുടക്കീഴിൽ ഇടവിട്ട് അണിനിരന്നു. മാർക്സിസ്റ്റ് വിശേഷങ്ങൾക്കും പ്രവചനങ്ങൾക്കും കടകവിരുദ്ധമായി പ്രായോഗിക തലത്തിൽ അയിത്തക്കാരെ ഉൾക്കൊള്ളാൻ ഹിന്ദുത്വ ശക്തികൾക്ക് അട്ടിമറി ശേഷിയുണ്ടായിരുന്നു. നവഭാരതസ്ഥാപനം വരെ അംബേ ദ്കർ എസ്.എസ്.എസ്. നേതൃത്വത്തിന് പ്രിയപ്പെട്ടവനായിരുന്നു.

കോൺഗ്രസ്സാകട്ടെ, ഓരോ പഞ്ചായത്തിലും ഓരോ നേതാവിനു കീഴിലും വിവിധ ഉപാന്തരവിഭാഗങ്ങളായി പുഴയും കൈവഴികളു മായി വരണ്ടൊഴുകി. സ്വാതന്ത്ര്യസമരചരിത്രത്തിന്റെ വീമ്പിളക്കങ്ങൾ ദുർമ്മേദസ്സുപോലെ കുന്നുകൂടി ചീർത്ത്, നെഹ്റുവിന്റെ യാഗാശ്വം

പേരക്കുട്ടിയുമായി അവശതയോടെ നിലംതൊട്ടു കഴിഞ്ഞിരുന്നു. ഊരിയെറിഞ്ഞ ഗർഭനിരോധന ഉറപോലെ ഭൂതകാലസ്മരണകളുടെ ശുക്ലം പേറി അത് ചത്തു മലച്ചു.

എസ്.എസ്.എസ്സിന് കാര്യങ്ങൾ ള്ളുപ്പമായിരുന്നു. ഇന്ത്യൻ യൂണിയനിലെ ജനതയെ സംബന്ധിച്ചിടത്തോളം ജ്യോതിഷപ്രേമിക്ക് മംഗലയാനദൗത്യംപോലെ അനർഹമായ ഒരു ആർഭാടമായിരുന്നു അവരുടെ ഭരണഘടന. അവർ മനസ്സുകൊണ്ട് എസ്.എസ്.എസ്. വ്യാഖ്യാനിച്ചു വെളുപ്പിച്ച ഹിന്ദുവായി മാറിയിരുന്നു. നാലാം അടിയന്തരാവസ്ഥക്കാലത്ത് എതിർത്തു നിലയുറപ്പിക്കുകയും റിപ്പബ്ലിക് ഓഫ് കേരളയ്ക്ക് വേണ്ടി പ്രചരണം നയിക്കുകയും ചെയ്ത യുവാക്കളെ ഉത്തരേന്ത്യൻ നേതാക്കൾ നടുറോട്ടിൽ ത്രിശൂലം കയറ്റി. വടക്കുകിഴക്കൻ സംസ്ഥാനങ്ങളിൽ ക്രിസ്ത്യൻ സംഘടനകൾ എസ്.എസ്.എസുമായി നയപരമായി മാത്രം നീങ്ങിയതല്ലാതെ പലരും നിരീക്ഷിച്ചതുപോലെ അവിടങ്ങളിലൊന്നും ശക്തമായ പ്രതിഷേധം പൊട്ടിപ്പുറപ്പെട്ടില്ല. 'വിചാരധാര' തള്ളിക്കളയുമോ എന്ന് ചോദിച്ച് മാറുന്ന ജനമനസ്സ് മനസ്സിലാക്കാൻ കഴിയാതെ പോയ മതേതരവാദികളോടും മുഹമ്മദീയ മൗദീദിയ മാധ്യമമതപ്രബോധകരോടും ബഹുദൈവ വിശ്വാസികളുടെ തലകൊയ്യാനും യഹൂദരോടും ക്രിസ്ത്യാനികളോടും സൗഹൃദമരുതെന്നും പറഞ്ഞ ഖുർആൻ തള്ളിക്കളയുമോ എന്നും ക്രിസ്ത്യാനികൾ തിരിച്ച് ചോദിച്ചു. അത്തരം വാചകങ്ങൾ സാന്ദർഭികമായി മനസ്സിലാക്കണമെന്ന് പറഞ്ഞവരോട് അത് ആ ഗ്രന്ഥത്തിൽ ഇല്ലെന്നിരിക്കെ, അതിനെ ഒന്നുകിൽ തള്ളിക്കളയുക, അല്ലെങ്കിൽ അത് എഡിറ്റ് ചെയ്തു പുതിയ വേർഷൻ ഇറക്കുക എന്ന് പറയാൻ ക്രിസ്ത്യാനികളും മറ്റ് യഥാർത്ഥ മതേതരവാദികളും മടിച്ചില്ല. ഇത്തരം യുക്തിസഹമായ മറുപടികളിൽ വെകിളി പൂണ്ട മുഹമ്മദീയ മൗദീദിയ മാധ്യമമത പ്രബോധകർ ക്രിസ്ത്യാനിക്കളെ അടച്ചാക്ഷേപിച്ചത് വാസ്തവത്തിൽ ഉർവശീശാപം ഉപകാരമെന്നപോലെ അവരെ കൂടുതൽ എസ്.എസ്.എസ്സിനോടടുപ്പിക്കുക മാത്രമേ ചെയ്തുള്ളൂ. എസ്.എസ്. എസ്സാകട്ടെ വീഗറിൽ മുഹമ്മദീയരെ ചൈനീസ് സംസ്കാരത്തോടിണ ചേർക്കാൻ ചൈനീസ് കമ്മ്യൂണിസ്റ്റ് പാർട്ടി നടത്തി വരുന്ന മഹത്തായ പരിശ്രമങ്ങളെ വാനോളം പുകഴ്ത്തിക്കൊണ്ടിരുന്നു.

വൈകാതെതന്നെ ഉണ്ണിയെ ബോർഡിങ്ങിലാക്കിയിരുന്നു. വീട്ടിൽ ഒറ്റയ്ക്കിരുന്ന് പലതും ചിന്തിച്ചു കൂട്ടാതിരിക്കാൻ മുഹമ്മദ് മുൻകൈയെടുത്ത് രാധയെക്കൊണ്ട് ഗവേഷണപഠനത്തിന് റീഅഡ്മിഷനെടുപ്പിച്ചു. അഞ്ചു വർഷങ്ങൾ കഴിഞ്ഞുവെങ്കിലും തീസിസെഴുത്ത് പകുതിപോലും പൂർത്തിയായിരുന്നില്ല. പുറമേയ്ക്ക് താരാനാഥെന്ന ഹിന്ദുവിന്റെ മകനെ അവന്റെ ജീവശാസ്ത്രപരമായ

പിതാവായിരുന്നിട്ടുകൂടെ തനിക്കൊപ്പം വളർത്താൻ മുഹമ്മദിന് ഭയമായിരുന്നു. മകനെക്കൊണ്ട് മാത്രം ഒരു പരീക്ഷണത്തിനും അവൻ ഒരുക്കമായിരുന്നില്ല.

രാധ കേന്ദ്രസർവകലാശാലയിലെ സമരത്തിന് അണിനിരന്നിരുന്നു. സമരം ചെയ്യണമെന്നുപോലും അവൾക്കപ്പോൾ തോന്നിയിരുന്നില്ലെന്നതായിരുന്നു വാസ്തവം. സഹഗവേഷകരും പഴയ കൂട്ടാളികളും വിപ്ലവദാഹികളായ വിദ്യാർത്ഥികളും വിളിച്ചപ്പോൾ മടിയൊന്നും കൂടാതെ രാധയും ആൾക്കൂട്ടത്തിലൊരാളായി. അന്നോളം കണ്ട പലരെയും പിന്നീട് നേരിൽ കണ്ടിട്ടില്ല. പൊലീസ് ബസ്സിൽ ഉന്തിത്തള്ളിക്കയറ്റിയപ്പോൾ ചെല്ലുന്നേടത്ത് അറസ്റ്റു ചെയ്യപ്പെട്ടവരൊക്കെ ഒന്നിക്കുമെന്ന് കരുതി. ബസ് നീങ്ങിയപ്പോഴേക്കും ആകാശം ഇരുണ്ടു. സൂര്യൻ മരങ്ങൾക്കിടയിൽ ചപ്പിലകളിലേക്ക് മുഖം പൊത്തി. പലരുടെയും ചോര ബസ്സിന്റെ അഴികളിൽ ഒഴുകുകയും കട്ടപിടിക്കുകയും ചെയ്തു.

സർവ്വകലാശാലയിലെ അഡ്മിനിസ്ട്രേഷൻ ബ്ലോക്കിലെ ത്രിവർണപതാക ബൂട്ട്സിട്ട കാലുകൾക്കു കീഴെയമർന്നു. വിദ്യാർത്ഥികളുടെ ചോരയിലത് ചുവന്നു. ഭഗവദ്ധ്വജം കൊടിമരത്തിന് മീതെ ഉന്നതിയിൽ പാറി.

ഉച്ചഭാഷിണികളിലൂടെ ക്യാമ്പസിന്റെ ഓരോ കോണിലും ദേശീയ ഗീതം ആലപിക്കാനുള്ള അറിയിപ്പുയർന്നു. ഹോസ്റ്റലുകളിൽ വിദ്യാർത്ഥികൾ തയ്യാറായി നിന്നു. നിർദ്ദേശിക്കപ്പെട്ട കൃത്യസമയത്ത് ഉച്ചഭാഷിണിയിലെ ശബ്ദത്തിനൊത്ത് അറ്റൻഷനിൽനിന്ന് ആവേശത്തോടെ അവർ പാടി.

"വന്ദേ മാതരം,വന്ദേ മാതരം
സുജലാം സുഫലാം..."

* * *

രാധ അറസ്റ്റിലാകുന്നതിന് ഒരാഴ്ച മുൻപായിരുന്നു മുഹമ്മദും ആയിഷയും രാജ്യം വിട്ടത്. നീക്കുപോക്കുകളില്ലാത്ത അവന്റെ തീരുമാനം പുനർവിചിന്തനത്തിന്റെ സാധ്യതകളെ കൊട്ടിയടച്ച് രാധയ്ക്കു മുന്നിൽ അവസാനവാക്കായി.

പ്രതിഷേധങ്ങളുടെ അഭാവത്തിൽ ഐക്യകണ്ഠേന ലോകസഭയിൽ ഇരുതലമൂർച്ചയുള്ള ആ ബിൽ പാസ്സായി. ആറു മാസത്തെ കാലാവധിക്കുള്ളിൽ അഹിന്ദുക്കൾ രാജ്യം വിടുക എന്നതായിരുന്നു ബില്ലിലെ പ്രമേയം. അഖണ്ഡഭാരതത്തിൽ ആവിർഭവിച്ചതാകയാൽ ബൗദ്ധ, ജൈന, സിഖ് വിഭാഗങ്ങളെ ഹിന്ദു എന്ന പൊതുഗണത്തിൽപ്പെടുത്താമെന്ന് എസ്.എസ്.എസ്. നിലപാടെടുത്തു.

സെമിറ്റിക് മതാനുയായികളും മതം ഹിന്ദു എന്നു രേഖപ്പെടുത്താൻ വിസമ്മതിക്കുന്നവരും രാജ്യം വിടേണ്ടത് നവഭാരതസൃഷ്ടിക്ക് അനിവാര്യമാണെന്നതായിരുന്നു എസ്.എസ്.എസ്സിന്റെ നിലപാട്.

മുഹമ്മദിന്റെ ഭാവചലനങ്ങളിൽ അത് സാധാരണമായ ഒരു ദിവസം മാത്രമായിരുന്നു, ചിലപ്പോൾ അവൻ പണിപ്പെട്ട് ആക്കിത്തീർത്തതും മറച്ചുപിടിച്ചതുമായ നിർണായക വഴിത്തിരിവുകളിലൊന്ന്. പരുക്കൻ കണ്ണനക്കങ്ങളിലെ പിടികൊടുക്കാത്ത അവന്റെ പതിവു ചിരി തേടി മുന്നിലെ കസേരകളിൽ രാധയും ആയിഷയും ഇരുന്നു. താരാനാഥിന്റെ വീട്ടിലെ സോഫയിൽ അമർന്നിരുന്ന് ഇടതുകാലിൽ വലതുകാൽ കയറ്റിവെച്ച് ഷൂസ് മുറുക്കുകയായിരുന്നു മുഹമ്മദ്.

നാഴികമണി നിലച്ച ശബ്ദങ്ങളുടെ അന്തരീക്ഷത്തിന് ആക്കമേറിയ കൊട്ടു കൊടുത്തു. രാധ ഒരു പരമ്പരാഗത വിധവയെപ്പോലെയും ആയിഷ വാനപ്രസ്ഥത്തിനു തയ്യാറെടുത്ത പതിവ്രതയായും കസേരകളിലിരുന്നു.

ജനലു തുറന്നപ്പോൾ ശക്തമായ സൂര്യവെളിച്ചം കടന്നെത്തി ഉണ്ണിയുടെ മുള്ളൻപന്നിമുടികളിൽ വൃത്തബിംബം തീർത്തു. പെട്ടെന്ന് ഇടിച്ചുകയറിയ പ്രകാശത്തിൽ കണ്ണു മഞ്ഞളിച്ച് മുറിയിലേക്ക് തല ചരിച്ച് കണ്ണടച്ച് ഉണ്ണി തൊട്ടുമുൻപു വായിച്ചു നിർത്തിയ ശ്ലോകമോർത്തു.

> "അപി സ്വർണമയി ലങ്കാ ന മേ
> ലക്ഷ്മണ രോചതേ ജനനി ജന്മഭൂമിശ്ച
> സ്വർഗാധപി ഗരീയസി."

സ്വർണ്ണനിറപ്രകാശത്തിൽ വീണ്ടും പൂപ്പൽമുറ്റത്തേക്ക് നോട്ടം വഴുതി വീണപ്പോൾ സൂര്യരശ്മിയിൽ തിളങ്ങുന്ന തുളസിക്കതിരും ആംബുലൻസും കൊളാഷുപോലെ മനസ്സിലിഴഞ്ഞു. പകച്ച് നോട്ടം മാറ്റിയപ്പോൾ പൊയ്പോയ ബാല്യത്തിന്റെ അടരുകൾക്കു നേരെ ചാഞ്ഞ തെങ്ങോല, ഭീകരമായ നിശ്ശബ്ദതയിൽ വിറങ്ങലിച്ച് ചാര വിശാല ആകാശം, ചെളിനിറക്കഴുത്തുള്ള അങ്ങാടിക്കാക്കളുടെ നിലയ്ക്കാത്ത കലമ്പൽ.

ഉണ്ണി ഡൈനിങ് ഹാളിലേക്കോടി. പകപ്പൊന്നും പുറത്തു കാട്ടാതെ മുഹമ്മദ് വിളിച്ചപ്പോൾ തോണികളിൽനിന്ന് കടലിലേക്ക് മറിയുന്ന മനസ്സില്ലാതെ ഓടിച്ചെന്നവന്റെ മടിയിലിരുന്നു.

"അപി സ്വർണമായി ലങ്കാ..." പഠിച്ചതൊക്കെ പറഞ്ഞുകേൾപ്പിക്കുന്ന, അതിന് അഭിനന്ദനം കേൾക്കാൻ ഇഷ്ടപ്പെടുന്ന കുട്ടിത്തം ഉണ്ണിയെ വിട്ടുപോയില്ലായിരിക്കാം. അവനതു പറഞ്ഞപ്പോൾ

ചിരിയോടെ മുഹമ്മദ് ചുണ്ടുകൾ അടച്ചുപിടിച്ചു. ചെറുതായി കുതറി ക്കൊണ്ട് ഉണ്ണി അവനെ വരിഞ്ഞു.

"ഉപ്പാ പട്ടാളക്കാരനാകാൻ പോകുവാ?"

"ആരാ പറഞ്ഞേ?"

"അമ്മ പറഞ്ഞു."

അവൻ രാധയുടെ നേർക്കു നോക്കി. മുഹമ്മദ് അവനെ മടി യിൽ മലർത്തിക്കിടത്തി. അവനും രാധയുടെ മുഖത്തു നോക്കി.

തല സോഫയിൽ അമർത്തിമുട്ടിച്ച് നാഴികമണിയിലേക്ക് കണ്ണുകൾ നട്ട് ഉണ്ണി ചോദിച്ചു: "ഉപ്പാ എന്തിനാ പാക്കിസ്താനി പട്ടാളത്തിൽ പോകണത്?"

വിരലു ഞൊടിച്ചുകൊണ്ട് വരുത്തിത്തീർത്ത ചെറുചിരിയോടെ മുഹമ്മദ് പറഞ്ഞു: "ഇന്ത്യയിലിരുന്നാൽ മോന്റെ അച്ഛനെ കൊന്ന വരെ വെടിവെക്കാൻ പറ്റോ. ഉപ്പാക്ക് അവരെയൊക്കെ കൊല്ലണം. വേണ്ടേ?"

അവനത് ചോദിച്ചപ്പോൾ പെട്ടെന്ന് മൂളിയെങ്കിലും ഉണ്ണിയുടെ മനസ്സിൽ വീണ്ടും വെളിച്ചക്കുത്തേറ്റ് തിളങ്ങിയ തുളസിക്കതിരും പൂപ്പൽമുറ്റത്തേക്ക് നീണ്ട സ്ട്രെച്ചറും തെളിഞ്ഞു. ഉണ്ണി ഭയത്തോടെ സോഫയിൽ മുഖം പൂഴ്ത്തി.

പിന്നീട് രാധയില്ലാതെ വളർന്ന രാത്രികളിൽ അവൻ പലപ്പോഴും അതേപോലെ മുഖം പൊത്തിയിരുന്നു, എസ്.എസ്.എസ്സിന്റെ അഗതിമന്ദിരത്തിലെ വിഭൂതിഗന്ധമുള്ള പുൽപ്പായയിലിരുന്ന് ഇരുട്ടി ലേക്ക് കണ്ണീരോടെ നോക്കിയിരുന്നു പട്ടുസാരിയണിഞ്ഞ ഭാര താംബയുടെ ചിത്രമുള്ള ചുമരിലെ നാഴികമണി ഇരുട്ടിലും പരതി ക്കൊണ്ട്.

* * *

പണ്ടായിരുന്നെങ്കിൽ അടർക്കളത്തിൽനിന്ന് ഒളിച്ചുപോകുന്നത് ഭീരുത്വമാണെന്ന് രാധ പുസ്തകങ്ങളുടെ ലോകത്ത് കാലുറപ്പിച്ച് ചരിത്രത്തിന്റെ ഏടുകളിൽ പിണയുമായിരുന്നു. നീക്കുപോക്കുകളി ല്ലാത്ത അവന്റെ തീരുമാനത്തിനു മുൻപിൽ രാധ നിസ്സഹായായി.

ഇന്ത്യൻ യൂണിയൻ വിടുന്ന മുസ്ലീങ്ങൾക്ക് അഭയം നൽകു മെന്നും താൽപ്പര്യമുള്ളവരെ പട്ടാളത്തിൽ ചേർക്കുമെന്നും പാക്കി സ്ഥാൻ ഐക്യദാർഢ്യം പ്രഖ്യാപിച്ചു. മാതൃരാജ്യം വിട്ടവർ അതു വരെ ശത്രുവായി കരുതിയവരുടെ പാളയത്തിൽ അഭയം തേടി. അതുവരെ അവർക്ക് ആഭ്യന്തരമായിരുന്ന യുദ്ധം കമ്പികെട്ടിയ

അതിർത്തികൾക്കപ്പുറം നീങ്ങിയപ്പോൾ കലാപത്തിന്റെ വാൾ രണ്ടു രാഷ്ട്രങ്ങൾക്കിടയിൽ തൂങ്ങി.

പോകുന്നതിന് തലേന്ന് മുഹമ്മദിന്റെ വസ്ത്രങ്ങൾ പെട്ടിയിൽ മടക്കിവെച്ചുകൊണ്ടിരിക്കെ ഇടറിയ ശബ്ദത്തിൽ രാധ ചോദിച്ചു: "അങ്ങോട്ടുതന്നെ പോകുന്നതെന്തിനാണ് മുഹമ്മദ്?"

ഷർട്ട് ഇസ്തിരിയിടുകയായിരുന്നു മുഹമ്മദ്. രാധയുടെ മുഖത്ത് നോക്കാതെ അവൻ ചോദിച്ചു: "പിന്നെ എങ്ങോട്ടു പോകാം?"

"യൂറോപ്പ് ഒക്കെ..." രാധയുടെ മിഴികൾ അവൻ അവിടം പരിഗണിക്കും എന്ന പ്രതീക്ഷയിൽ വിടർന്നു.

"ജീവിക്കാൻ താരതമ്യേന മെച്ചം യൂറോപ്പാണെന്ന് പറയുന്നത് നിന്റെ പ്രിവിലേജ് തിയറികളൊക്കെ വെച്ച് ശരിയായോ അവസാനം?" ഇസ്തിരിയിട്ടു കഴിഞ്ഞ ഷർട്ട് രാധയുടെ നേർക്ക് നീട്ടി ചെറിയൊരു പരിഹാസച്ചിരിയോടെ അവളെ നോക്കി.

ഷർട്ട് കൈകളിൽതന്നെ പിടിച്ച് മറുത്തൊന്നും പറയാതെ അവളവനെ നോക്കി. മുഹമ്മദിന്റെ മുഖത്തെ ചിരി മാഞ്ഞുപോകുന്നതായി രാധയ്ക്ക് തോന്നി.

"നീ പറയാറുണ്ടായിരുന്ന മതസ്വത്വബോധംകൊണ്ട് ഞാനിപ്പോൾ പോകേണ്ടത് അവിടേക്കു തന്നെയല്ലേ? അല്ലെങ്കിൽ പോകാനെനിക്ക് മറ്റൊരിടമുണ്ടോ?" രാധ നിശ്ശബ്ദയായി. പൂർണ്ണമായും ചിരിമാഞ്ഞ മുഖവുമായി മുഹമ്മദ് അവളെ നോക്കി. "വഴിയിലെല്ലായിടത്തും ചിതറിയ കുപ്പിച്ചീൾപ്പൊട്ടുകൾക്കുമീതെ നഗ്നപാദനായുള്ള നടത്തംപോലെ ജനസാന്ദ്രതയെപറ്റി അവർക്ക് ആകുലതയുണ്ട്, വിഭവങ്ങളെപ്പറ്റിയും. You may call them Islamophobes. Well, until and unless major Islamic nations also start giving citizenship to non-Mohammedans, they are scared of demographic bombs."

അവൻ അവൾക്കടുത്തേക്ക് അടിവെച്ചു. മുണ്ട് കട്ടിലിലേക്ക് ഊരിയെറിഞ്ഞ് രാധയുടെ മുലക്കച്ചയുടെ തുടിപ്പിലേക്ക് തുറിച്ചു നോക്കി.

അവനവളെ താരാനാഥിന്റെ പെയിന്റിങ് ബോർഡിനു നേരെ ടേബിളിനു സമാന്തരമായി കൈകളിൽ എടുത്തുയർത്തി. കുങ്കുമച്ചായംകൊണ്ട് അവളുടെ നെറ്റിയിലും ചുണ്ടിലും മുലകളിലും പൊക്കിളിലും അടയാളങ്ങൾ പതിച്ചു. വന്യമായ ലോകത്തേക്ക് എടുത്തെറിയപ്പെട്ടതായി രാധയ്ക്ക് തോന്നി. അവന്റെ മൂർച്ചയുള്ള പല്ലിനും നഖത്തിനും ഇണങ്ങുവാൻ നേരമെടുത്തു. കടൽത്തിരകൾക്കു മധ്യേ കരിങ്കൽക്കെട്ടിന് മീതെ ചേർത്തു ചുംബിച്ച

മൃദുലമായ കരചലനങ്ങൾ അല്ല ഇപ്പോൾ. തിരിച്ചറിഞ്ഞപ്പോൾ അവനോട് പൊരുത്തപ്പെടാൻ പാടുപെട്ടു.

ബെഡ് ലാമ്പിന്റെ മങ്ങിയ വെളിച്ചത്തിൽ കനലുപോലെ കണ്ണുകൾ ഉയർന്നും താണും തിളങ്ങി. മറ്റേതോ ലോകത്തു നിന്നെന്ന വിധം മുഹമ്മദ് കടുത്ത ശബ്ദത്തിൽ വിളിച്ചു: “രാധാ...”

തിളങ്ങുന്ന കണ്ണുനോക്കി രാധ മൂളി? “ഉം...”

“നിന്റെ വരവും കാത്ത് മരണംവരെ ഞാനുണ്ടാകും അതിർത്തിയിൽ.”

തിളങ്ങുന്ന കണ്ണു കാണാൻ അനുവദിക്കാതെ അവളുടെ മുഖം മുഴുവൻ ശരീരത്തിന്റെ ഘനംകൊണ്ട് മറച്ചപ്പോൾ ബെഡ്ലാമ്പിന്റെ മങ്ങിയവെട്ടത്തിൽ ഷെൽഫിന്റെ കണ്ണാടിച്ചില്ലിൽ അവന്റെ ഉടലിളക്കം തെളിഞ്ഞു. ജനലിനപ്പുറം പകുതിച്ചന്ദ്രൻ വാൾമുനകളിറക്കി. നിലച്ച ശബ്ദങ്ങൾക്ക് നാഴികമണി ആക്കത്തോടെ കൊട്ടുകൊടുത്തു.

* * *

പോകാൻ നേരത്ത് മകളുടെ വീട്ടിൽനിന്നും വിട പറയുന്ന അച്ഛനെപ്പോലെ അവനവളെ ആശ്ലേഷിച്ചു. കണ്ണുനീരു വിരലുകൊണ്ട് തട്ടിക്കളഞ്ഞു, നെറ്റിയിൽ ഉമ്മവച്ചു. ഉണ്ണിയെ പൊക്കിയെടുത്തപ്പോൾ അയാൾക്ക് അഭിനയിക്കാനായില്ല. കൈകൾക്ക് ബലം കുറഞ്ഞു. എന്നിട്ടും മുഖത്തതൊന്നും പ്രകടിപ്പിക്കാതെ അവന്റെ കവിളിൽ ചുണ്ടമർത്തി. മുഹമ്മദ് പതിവിന് വിപരീതമായി താടി നീട്ടിയിരുന്നു. മീശ മുഖത്തുരസിയപ്പോൾ ഉണ്ണി തല പിൻവലിച്ചു. മുഹമ്മദ് പിന്നെയും മുഖം നീട്ടി അവന്റെ കവിളിൽ കടിച്ചു.

“ഉപ്പാ ഇനിയെപ്പോഴാ വരുക?”

മുഹമ്മദ് രാധയെ നോക്കി: “അമ്മേടെ കൂടെ നീ അങ്ങോട്ട് വാ.”

ഉണ്ണിയെ ഉമ്മ വയ്ക്കാൻ മാത്രം ആയിഷ മക്കന ഉയർത്തി.

“പോയിട്ടു വരാം.” ആയിഷ രാധയുടെ കൈ കവർന്നു.

“ഉം.” രാധ യാന്ത്രികമായി മൂളി. അവൾക്ക് അപ്പോഴും മറക്കാൻ കഴിയില്ലായിരുന്നു അവരുടെ മുറിയിൽവെച്ച് മുഹമ്മദിന്റെ മുണ്ട് പരിശോധിക്കവെ താൻ പിടിക്കപ്പെട്ട ദിവസം. ആയിഷയെ എന്നേക്കും കാണാതിരിക്കുമല്ലോ ഇനിമുതൽ എന്ന ചിന്തപോലും രാധയെ മഥിച്ചു.

പൂപ്പൽമുറ്റം കടന്ന് അവരിരുവരും പോയി.

"അപി സ്വർണ്ണമയി ലങ്കാ ന മേ."[2]

ഉണ്ണി വായിച്ചു.

വരാന്തയുടെ തൂണിൽ ചാരി ഒഴിഞ്ഞ മുറ്റത്തേക്ക് നോക്കിയപ്പോൾ അസ്ഥിമാടത്തിലേക്ക് ചെളിനിറക്കഴുത്തുള്ള ഒരു അങ്ങാടിക്കാക്ക കയറി, അതു തുറിച്ചു നോക്കുന്നതായി തോന്നി. തൂണു ചാരി നിന്ന അമ്മയുടെ സാരിയിൽ അമർത്തിപ്പിടിച്ച് ഉണ്ണി മുഖം ചന്തിക്കു പിറകിൽ മറച്ചു.

പിന്നീട് രാധയില്ലാതെ വളർന്ന രാത്രികളിൽ അവൻ അതുപോലെ ചന്തി മറവു തേടി, സാരിയിൽ ഭയക്കുമ്പോൾ മുറുകെ പിടിക്കാനും സോഫയിൽ മുഖം പൊത്താനും അവന്റെ ഇളംമനസ്സ് വെമ്പിക്കൊണ്ടേയിരുന്നു. അഗതിമന്ദിരത്തിന്റെ വിഭൂതിഗന്ധമുള്ള പുൽപ്പായയിൽ കിടന്ന് ചുവരിലെ പട്ടുവസ്ത്രമണിഞ്ഞ ഭാരതാംബയെ അവൻ തുറിച്ചു നോക്കി. വളർന്നപ്പോഴും അച്ഛനും മുത്തച്ഛനുമായപ്പോഴും മരിക്കുന്നതു വരെയും ഉണ്ണിക്കു പിന്നെ അവളുടെ സാരിത്തലപ്പോ കൈത്തലോടലോ ലഭിച്ചിരുന്നില്ല. കടന്നുപോയ കുട്ടിക്കാലത്തെ തിരികെ വിളിച്ച് മരിച്ചു ജീവിക്കുന്ന അമ്മയുടെ മാറിൽ മുഖമമർത്തി തലമുറകളോളം കരഞ്ഞു തീർക്കാൻ

ചപ്പിലകളിൽ മുഖം പൊത്തിയ രക്തസൂര്യനിൽ ഒടുങ്ങിപ്പോയിരുന്നു അവളുടെ ലോകം. അവന്റെ ജഡത്തിനു മീതെ ആർത്തലച്ചൊന്ന് അന്ത്യചുംബനം നൽകാൻ പോലും അവൾക്കായില്ല.

നവഭാരതത്തിൽ രാഷ്ട്രദ്രോഹിക്കുള്ള ശിക്ഷ അത്രമേൽ കഠിനമായിരുന്നു.

* * *

ഓപ്പറേഷൻ ഓറോനസിനു വേണ്ടി തയ്യാറാക്കിയ കഴുമരങ്ങളിൽ വവ്വാലുകളെപ്പോലെ മുഹമ്മദീയർ കിടന്നു. സൈനികപ്രമുഖർ ഗ്ലൗസിട്ട കൈകളാൽ ഛേദിക്കപ്പെടാനൊരുങ്ങുന്ന അവരുടെ ലിംഗങ്ങൾ തമാശയെന്നവണ്ണം തട്ടിക്കൊണ്ട് ഉദ്ധരിപ്പിച്ചു.

"ഈ നിന്ദ്യമരണത്തിനു പ്രതിഫലമായി നിങ്ങൾക്കു സ്വർഗ്ഗം കിട്ടും. അക്കാര്യമാരും ശ്രദ്ധിച്ചില്ല."

---

2. ഈ ശ്ലോകത്തിന്റെ ഉത്ഭവം തർക്കവിധേയമാണ്. രാമായണത്തിൽ ഇത്തരം ഒരു ശ്ലോകമില്ല, 'മിത്രാനി ധനധാന്യാനി പ്രചാനാം സമ്മതാനീവ, ജനനി ജന്മഭൂമിശ്ച സ്വർഗാദപി ഗരീയസി' (നല്ലവരായ മിത്രങ്ങളാലും, സമ്പൽസമൃദ്ധമായ പ്രജകളാലും ഇവിടെ ഞാൻ അനുഗ്രഹീതനാണ്. എന്നിരുന്നാലും മാതാവും മാതൃഭൂമിയും സ്വർഗത്തേക്കാൾ മഹത്തരമാണ്.) എന്നതാണ് യഥാർത്ഥശ്ലോകമെന്നും ഒരു വിഭാഗം വാദിക്കുന്നു.

ഒരു പട്ടാളക്കാരൻ വക്രിച്ചു ചിരിച്ച് അവർക്ക് കുരു മഹാരാജാവിന്റെ കഥ പറഞ്ഞു കൊടുത്തു. "കുരുക്ഷേത്രമണ്ണിൽ കൊല്ലപ്പെടുന്നോർ എത്ര പാപികളാണേലും സ്വർഗ്ഗമുറപ്പ്. ശുക്ലവും കൃഷ്ണവുമായ വഴികളിലൊന്നിലൂടെ നിങ്ങളങ്ങനെ കടന്നുപോകും." അയാൾ ഇരുകൈകളുമുയർത്തി മങ്ങുന്ന അർദ്ധചന്ദ്രനിലേക്ക് നോക്കി. ഒരു കൈയിലെ തോക്ക് ചന്ദ്രനു നേർക്കുയർത്തി അയാൾ പറഞ്ഞു: "ഇനി ഈ ചന്ദ്രൻ ഇവിടെ എന്നേക്കും പൂർണമാവും." കൂടെയുള്ള പട്ടാളക്കാർ തോക്ക് മണലിൽക്കുത്തിക്കൊണ്ട് ചിരിച്ചു. മണൽക്കാറ്റിലത് ദൂരത്തോളം ചെന്നെത്താതെ അവിടെത്തന്നെ ഭീകരമായി പ്രതിധ്വനിച്ചു.

അവരിലൊരുത്തന്റെ നോട്ടം പൊടുന്നനെ തലകീഴായി തൂങ്ങിയാടുന്ന അഗ്രചർമ്മം ഛേദിക്കപ്പെടാത്ത ലിംഗത്തിന്റെ ഉടമയിന്മേലായി. അവന്റെ അരയ്ക്കു മീതെ തോക്കമർത്തി അയാൾ ചോദിച്ചു: "ക്യാ തും മുസൽമാൻ ഹോ?" അവൻ നാവുയർത്താൻ തുടങ്ങിയപ്പോൾ മണൽക്കാറ്റിൽ അയാൾ മുഖം തിരിച്ചു. കണ്ണിലേക്ക് മണലു കയറി കൈകൊണ്ടതു തുടച്ചെടുക്കാൻ വിഫലശ്രമം നടത്തി. അവൻ 'അള്ളാ' എന്നു വിളിച്ചപ്പോൾ തോളിലൊരു കൈ വീണു. മങ്ങിയ നിലാവിൽ തനിക്കൊപ്പം തൂങ്ങിയാടുന്ന അഗ്രചർമ്മം ഛേദിച്ച ലിംഗത്തിന്റെ ഉടമയെ കണ്ടു. അവന്റെ തോളിൽ മുറുക്കിപ്പിടിച്ചുകൊണ്ട് അയാൾ അവനിലേക്കടുക്കാൻ തൂങ്ങിയാടുന്നു.

"ഭായീ ബോൽ കേ തൂ മുസൽമാൻ നഥീ."[3] അയാൾ പറഞ്ഞു.

മണൽക്കാറ്റിൽ മുഖം തിരിക്കുന്നതിനേക്കാൾ വേഗം തല വെട്ടിച്ച് അവനത് നിഷേധിച്ചു. "എ ശക്യ നഥീ."[4]

രക്ഷപ്പെടലിന്റെ സൂത്രവാക്യത്തിനേ വിശ്വാസത്തിന്റെ ചോദ്യങ്ങൾക്ക് നിർധാരണം നടത്താനാകൂ. അയാൾ മാതൃഭാഷയിൽ അവനോട് സംസാരിച്ചു, പട്ടാളക്കാരൻ തങ്ങളുടെ ഭാഷ മനസ്സിലാക്കില്ലെന്ന് ഏതോ ഒരബോധം അവരെക്കൊണ്ട് തോന്നിച്ചു.

"അവിശ്വാസികളിൽനിന്നും രക്ഷപ്പെടലാണിപ്പോൾ പ്രധാനം. അവൻ നിനക്കതു പൊറുത്തുതരും. ഇതിനേക്കാൾ ഭേദമായ ഒരു ജീവിതം നാടുവിട്ടുപോയാൽ നിനക്കു കിട്ടും." പറ്റില്ലെന്നയാൾ കോപത്തോടെ തല വെട്ടിച്ചു. സൂറാ നാൽ ആയത്ത് തൊണ്ണൂറ്റിയേഴ് തൊട്ട് നൂറ് വരെ വായിക്കെന്ന് കൂടെ സഹമൃത്യാസന്നന് ജീവോപദേശം നൽകി.

3. സഹോദരാ, നീ മുഹമ്മദീയൻ (മുസ്ലിം) അല്ലെന്ന് പറയൂ. (ഗുജറാത്തി)

4. ഒരിക്കലുമില്ല.

പക്ഷേ അവനത് സ്വീകാര്യമായിരുന്നില്ല, തല ആഞ്ഞുവെട്ടിക്കാൻ പാകത്തിൽ ഭയങ്കരമായിരുന്നു ആ ചിന്ത തന്നെ അവനെ സംബന്ധിച്ചിടത്തോളം. താൻ ഒരു മുഹമ്മദീയനാണെന്നും ലിംഗാഗ്രചർമ്മഛേദം മുഹമ്മദീയമതത്തിൽ ഐച്ഛികമാണെന്നും വേദനിച്ചു തൂങ്ങിയാടിക്കൊണ്ട് അവൻ പറഞ്ഞു, ഉറച്ച ശബ്ദത്തിൽ തന്നെ.

വിശ്വാസം യാതനയാണ്, സഹനമാണ്, മരണത്തിന്റെ നിത്യപ്രതീക്ഷയുമാണ്. കൂടെ തൂങ്ങിയാടുന്നവൻ മണലിൽ എഴുതിവച്ചു. തലകീഴായി തൂങ്ങിയിട്ടും യാതൊരു അക്ഷരത്തെറ്റും അഭംഗിയുമില്ലാതെ.

"ഞാനായിരുന്നെങ്കിൽ പറയുമായിരുന്നു. ഈ മണലിന്റെ ഇരുട്ടും പിടികിട്ടാത്ത ദൂരവും എനിക്കിപ്പോൾ കാണാം." അയാൾ നെടുവീർപ്പിട്ടു.

"നിങ്ങൾക്ക് ആദ്യമേ പോകുന്നതായിരുന്നില്ലേ നല്ലത്?" ക്രോധത്താൽ അവന്റെ ലിംഗം പോലുമെഴുന്നു. ചിരിച്ചുകൊണ്ടയാൾ മണൽപരപ്പിന്റെ നോട്ടമൊടുങ്ങാത്ത ഇരുളിലേക്ക് ചൂണ്ടുവിരൽ നീട്ടി. "ഇപ്പോൾ ഞാൻ ആ ഇരുട്ട് കാണുന്നുണ്ട്. അള്ളാ പ്രകാശമാണെന്ന്, പ്രകാശത്തിനു മാത്രമായി അസ്തിത്വമില്ലെന്ന് ഞാൻ തിരിച്ചറിയുന്നു."

"തൂ പക്കോ മുർത്തദ് ചെ."[5]

അസഹ്യമായതു കേട്ടതുപോലെ അവൻ കാതുപൊത്തി. അയാളുടെ ചിരി മണൽക്കാറ്റിൽ ഇല്ലാതായി. "ഹാ! കാഷ് മേ കാഫിർ ഹോത്തേ. ഓ മനെ തോ അന്താരു ദേഖായി ചെ."[6]

മണൽ കണ്ണിലേക്കിരച്ചു കയറിയിട്ടും നിർവികാരനായി വിരലുകൾ മണലിലേക്ക് ഏന്തിത്തൊട്ട് അയാൾ തൂങ്ങിയാടി.

മണലിൽ മലർത്തിക്കിടത്തിയ പെണ്ണുങ്ങളുടെ വയറിനു മീതെ ത്രിശൂലമുയർത്തി ഇപ്പോൾ കുത്തിക്കയറ്റുമെന്ന മട്ടിൽ പട്ടാളക്കാർ നിന്നു. കണ്ണിൽ മണലു പോയ സ്ത്രീകൾ ഇരുകൈകൾകൊണ്ടും കണ്ണു തിരുമ്മുകയും വയറനക്കാതിരിക്കുകയും ചെയ്തു. ദാരുണമായ മരണം ഉദരത്തിൽ കണ്ട സ്ത്രീകൾ ദീനമായി നിലവിളിച്ചു.

നഗ്നയായി മലർന്നു കിടന്ന ഒരു മുസ്ലിംവൃദ്ധ കണ്ണുതിരുമ്മി അവസാനം കാഴ്ച കിട്ടിയപ്പോൾ തനിക്കു നേരെ ശൂലമുയർത്തിയ മകന്റെ പ്രായമുള്ള കാവിപ്പടച്ചട്ടക്കാരനെ കണ്ട് പ്രതീക്ഷയോടെയും കണ്ണീരോടെയും പണിപ്പെട്ട് വാക്കുകൾ പരതി: "മോനേ ഉമ്മാക്ക് മോന്റെ അമ്മേന്റെ പ്രായമൊണ്ട്. ഇച്ചിരി പച്ചവെള്ളന്തരുഓ..."

---

5. നീ തനി മുർത്തദ്ദാണ്.

6. I wish I were a Kafir. I can see the darkness.

ത്രിശൂലം മണലിൽ ആഴ്ത്തിയിറക്കി മുട്ടുകുത്തി നിന്ന് ഇരുട്ടിൽ പോത്തിൻകണ്ണുപോലെ തിളങ്ങുന്ന നോട്ടവുമായി അവൻ പറഞ്ഞു. "എനിക്ക് എന്റെ ഹിന്ദു സഹോദരങ്ങളുടെ താൽപര്യമാണ് വലുത്. സഹോദരനുവേണ്ടി അമ്മയ്ക്കു നേരെ വാളുയർത്തിയ ക്ഷത്രിയ രാജാവിന്റെ രാജ്യമാണിത്. എനിക്കെന്റെ പിതൃതുല്യരായ ഗുരു നാഥന്മാരുടെ താൽപര്യമാണ് വലുത്. പിതാവിനു വേണ്ടി അമ്മ യുടെ കഴുത്ത് വെട്ടിയ ബ്രാഹ്മണഭഗവാനിലാണ് എന്റെ വിശ്വാസം."

അയാളുടെ വാക്കിൽ മണൽ വിതാനത്ത് പരന്നൊഴുകുന്ന കൺ മുന്നിലെ ഇരുളിനെക്കാൾ നിബിഡതയുണ്ടെന്നറിഞ്ഞപ്പോൾ പക പ്പോടെ അവൾ നാവടച്ചു. നിലവിളിക്കാതെ മണൽത്തരികൾക്ക് കടന്നു കയറാൻ ഇനി അവസരം കൊടുക്കില്ലെന്നുറച്ച് കണ്ണുകളടച്ച് 'യാ അള്ളാഹ്' എന്നുരുവിടാൻ തുടങ്ങി.

നിറവയറു പൊത്തിപ്പിടിച്ച് നഗ്നയായി തൊട്ടടുത്തു കിടന്ന യുവതി കേണു: "ഭായീ മനെ താരി ബെഹൻ മാനീലേ. മേ ഗർ ഭിണി ച്ഛൂ." (സഹോദര, എന്നെ നിന്റെ പെങ്ങളായി കാണൂ. ഞാൻ ഗർഭിണിയാണ്.)

ദിക്കു പൊട്ടുമാറ് അയാൾ ചിരിച്ചു. ബൂട്സ് കൊണ്ട് അവളുടെ നിറവയറിൽ വേദനിപ്പിക്കാതെ ചവിട്ടി, ഇപ്പോൾ അമർത്തുമെന്ന മട്ടിൽ. എല്ലാ ബോധമാത്രയും ഒന്നിച്ചു നിലച്ച് ഈ ഒരു നിമിഷം കൊണ്ട് താൻ ഒടുങ്ങിത്തീരുമെന്ന ഭയവിഭ്രാന്തിയിൽ അവൾ ബൂട് സിട്ട കാൽ കെട്ടിപ്പിടിച്ച് അലറിക്കരഞ്ഞു.

"ജയ് ശ്രീ റാം എന്നു പറയൂ."

വവ്വാലുകളെപ്പോലെ മുസ്ലീങ്ങൾ തൂങ്ങിക്കിടന്നിടത്ത് ആക്രോശ മുയർന്നു. വളരെക്കുറച്ചു പേർ അവസാനത്തെ പ്രായോഗികമായ ബോധോദയമെന്നതുപോലെ അതേറ്റു പറഞ്ഞു. ഒരാൾ കൈകൂപ്പി ക്കൊണ്ട് നിലവിളിച്ചു. "ജയ് ശ്രീ റാം. ഞാൻ ഹിന്ദുവാകാം. എന്നെ അഴിച്ചുവിടൂ."

സൈനികരുടെ ലെഫ്റ്റ്റൈറ്റൊച്ച പോലെ അച്ചടക്കമുള്ള കൂട്ട ച്ചിരിയുയർന്നു.

ഒടുക്കം കാവിരഥത്തിൽ എസ്.എസ്.എസ് കാര്യവാഹ് എത്തി. പ്രധാനമന്ത്രി, ചീഫ് ജസ്റ്റിസ് ഗോപാൽ ഗോഗോയ് (ഇയാൾ പിന്നീട് രാജ്യസഭാംഗവുമായി) തുടങ്ങിയവർ അകമ്പടി രഥങ്ങളിലും. അയി ത്തപ്പട്ടാളക്കാരെ തൊടാതെ, തൂങ്ങിയാടുന്ന മനുഷ്യവവ്വാലുകളെ നോക്കാതെ അയാൾ പരിപാടികൾക്കു തുടക്കമിടാൻ വലതുകൈ ഉയർത്തി തിടുക്കത്തിൽ ആഹ്വാനം ചെയ്തു.

പ്രകമ്പനമുയർത്തി രൗദ്രഗീതയുയർന്നു:

"തസ്മാത് ത്വമുത്തിഷ്ഠ യശോ ലഭസ്വ
ജിത്വ ശത്രൂൻ ഭുങ്ക്ഷ രാജ്യം സമൃദ്ധം
മയൈ വൈതേ നിഹതാഃ പൂർവ്വമേവ
നിമിത്തമാത്രം ഭവ സവ്യസാചിൻ
ദ്രോണം ച ഭീഷ്മം ച ജയദ്രഥം ച
കർണ്ണം തഥാന്യാനപി യോധവീരാൻ
മയാ ഹതാംസ്ത്വം ജഹി മാ വ്യഥിഷ്ഠാഃ
യുദ്ധ്യസ്വ ജേതാസി രണേ സപത്നാൻ."[7]

ഓരോ ജനനേന്ദ്രിയവും ഛേദിച്ചെടുക്കുമ്പോഴും അതിലവർ ധർമ്മം ദർശിച്ചു. കീർത്തിയും സമൃദ്ധിയും കാംക്ഷിച്ചു. ഇവരൊക്കെ ആദ്യമേ കൊല്ലപ്പെട്ടവർ, ഇത് നിമിത്തമാത്രമായ കീഴടക്കൽ എന്ന വർ കരുതി. 'ആസുരീം യോനിമാപന്ന' എന്നുച്ചരിച്ച് ദേശീയകാര്യ വാഹ് ചിരിച്ചു. പിടയുന്ന ജീവന്റെ ഒടുക്കത്തെ അലർച്ചയും ഉട ലിൽനിന്ന് ഛേദിക്കപ്പെട്ട കോഴിക്കഴുത്തുപോലെ പിടഞ്ഞൊടുവിൽ നിലയ്ക്കുന്നവ. അപരിഹാര്യങ്ങളായവ. അവർ ചിന്തിച്ചു.

അറ്റുവീണ ലിംഗങ്ങളുടെ ഒടുക്കത്തെ പിടച്ചിലിൽ, ത്രിശൂലം കയറിയിറങ്ങിയ പെണ്ണുടലുകളുടെ വന്യമായ നിരങ്ങലിൽ ചിതറി ത്തെറിച്ച ചോര സമീപത്തു കുത്തിനിർത്തിയ കാവിപ്പതാകയിൽ മഹിഷാകൃതിയിൽ അടയാളമുണ്ടാക്കി ഒലിച്ചിറങ്ങി. അലർച്ചകൾ കൂടുതൽ തീവ്രമാക്കി കൂറ്റൻ ചിറകടികളോടെ കഴുകുകൾ പറന്നി റങ്ങി. ജീവന്റെ അവസാനമിടിപ്പും നിലയ്ക്കും മുൻപെ അവയുടെ കൂർത്ത ചുണ്ടുകൾ പിഞ്ചുടലുകൾപോലും പറിച്ചെടുത്തു.

* * *

കഴുകുകളായിരുന്നില്ല, ഉണ്ണിയുടെ നഷ്ടബാല്യവും ഒറ്റയ്ക്കായ വേളകളിൽ മുഖമമർത്തി തേങ്ങാൻ സാരിത്തലപ്പോ ചന്തി മറവോ കിട്ടാൻ കൈത്തലോടലോ ഇല്ലാതെ പോയതുമായിരുന്നു ലക്ഷ്മി യുടെ രാത്രി ഉറക്കമില്ലാതാക്കിയത്. പനി പിടിച്ചവളെപ്പോലെ ലക്ഷ്മി ചുട്ടുവിയർക്കുകയും കിടക്കയിൽ ഏറെനേരം എഴുന്നേറ്റിരിക്കുകയും ചെയ്തു.

7. ഭഗവദ്ഗീത 11:34 – "ഹേ! അർജ്ജുനാ! നീ എഴുന്നേൽക്കുക, യുദ്ധം ചെയ്തു ജയവും യശസ്സും നേടുക. ശത്രുക്കളെ ജയിച്ച് ഐശ്വര്യസമൃദ്ധ മായ രാജ്യം ഭരിച്ചുവാഴുക. പരമാർത്ഥത്തിൽ ഞാൻ ഇവരെ മുമ്പുതന്നെ വധിച്ചുകഴിഞ്ഞിരിക്കുന്നു. നീ അതിനു നിമിത്തകാരണം മാത്രമായിത്തീർ ന്നാൽ മതി. എന്നാലധിക്കപ്പെട്ടവരായ ദ്രോണരെയും ഭീഷ്മരെയും ജയ ദ്രഥനെയും മറ്റു ശത്രുസൈനികവീരന്മാരെയെല്ലാം നീ വധിച്ചുകൊണ്ടാലും. നീ വ്യസനിക്കരുത്. യുദ്ധം ചെയ്യൂ, നീ ശത്രുക്കളെ കീഴടക്കുകതന്നെ ചെയ്യും."

കുലധർമ്മം

വെള്ളാരങ്കല്ലിന്റെ ചീളുതെറിക്കുമ്പോലെ വെളിച്ചക്കീറ് വെള്ളിച്ചിൽ ജാലകത്തിന്മീതെ തട്ടി അധികവെളിച്ചത്തിൽ കണ്ണടപ്പിച്ചപ്പോൾ ചുവന്ന ക്യൂട്ടക്സിട്ട വെളുത്ത പെൺവിരലുകൾ ഏന്തിവലിഞ്ഞ് നീലക്കർട്ടൻ വലിച്ചിട്ടു. വേര് വിതാനത്തേക്കും കവരങ്ങൾ മണ്ണിലേക്കും നിലയുറപ്പിച്ച ആൽമരംപോലെ അവൾക്കു മീതെ അവൻ അവൾക്കു തലതിരിഞ്ഞും അവനു കീഴെ അവൾ അവനു വകതിരിഞ്ഞും കിടന്നു. അവന്റെ ശുക്ലനിറപ്പൂണൂലൊഴികെ നൂൽബന്ധമില്ലാതെ, അവളുടെ ഓംകാരം കൊത്തിയ താലിയൊഴികെ മറ്റൊന്നുമില്ലാതെ നീലവിരിപ്പുള്ള കിടക്കയിൽ. വെളിച്ചക്കുത്തേറ്റ് പരസ്പരം കണ്ടപ്പോൾ നാണംകൊണ്ടോ എന്തോ ചിരിച്ചുകൊണ്ടവൾ നീലക്കർട്ടനിലേക്ക് വിരലുയർത്തിയപ്പോൾ പ്രയാസപ്പെടേണ്ടെന്ന് കരുതിയോ എന്തോ അവനവളെ തനിക്കു മീതെ കിടത്തി. വെള്ളിച്ചിൽ ജാലകത്തിന്മേലിടിച്ച വെളിച്ചക്കീറു നോക്കി അവൻ അവളുടെ കാലു തടവി ചിരിയോടെ പറഞ്ഞു, ചില വരികൾ വിട്ട് കാലുകളിൽ വേദനയുണ്ടാക്കാതെ നുള്ളിക്കൊണ്ട്.

“Busy old fool, unruly sun
Saucy pedantic wretch, go chide
Late school-boys and sour prentices...”[1]

അവൾ ഏന്തിവലിഞ്ഞപ്പോൾ അവന്റെ ലിംഗാഗ്രത്തിന് മീതെയായ ഓംകാരത്താലി കട്ടിവെളിച്ചത്തിൽ മലമുകളിൽ സ്വർണ്ണനിറസൂര്യൻപോലെ വെട്ടിത്തിളങ്ങി. നീലക്കർട്ടൻ മുഴുവനായും വലിച്ചിട്ടപ്പോൾ ഇരുണ്ടുപോയ മുറിയിൽ താലിയുടെ തിളക്കം മാറി അവളുടെ സീമന്തരേഖയിലെ സിന്ദൂരം ചെമ്പോത്തിന്റെ കണ്ണുപോലെ തോന്നിച്ചു. അതവന്റെ തുടയിൽ പടർന്നു. കാലുകൾ വിട്ട് അവന്റെ പരുക്കൻ വിരലുകൾ സ്വർണ്ണരോമച്ചന്തിയിലേക്ക് നീണ്ടപ്പോൾ

1. ജോൺ ഡണ്ണിന്റെ ‘The Sun Rising’ എന്ന കവിതയിലെ വരികൾ

ചിരിച്ചുകൊണ്ടവൾ അവന്റെ തുട കടിച്ചു. ചില വരികൾ മാറ്റി അവന്റെ പുണൂലിൽ പിടിച്ച് അവൾ മൂളി.

> "അധർമാഭിഭവാദ് കാന്താ
> പ്രദുഷ്യന്തി കുലസ്ത്രിയഃ
> സ്ത്രീഷു ദുഷ്ടാസു നമ്പൂരി
> ജായതേ വർണ്ണസങ്കരഃ"[2]

എന്നിട്ടവൾ എങ്ങനെയുണ്ടെന്റെ സംസ്കൃതമെന്നമട്ടിൽ മുടിയുലച്ചു പൊട്ടിച്ചിരിക്കാൻ തുടങ്ങി.

ആ ചിരി ഏറ്റുപിടിച്ച് അവൻ പറഞ്ഞു: "ഇല്ലെന്നേ, ഇതൊക്കെ കുലധർമ്മമാകുമ്പോൾ വർണ്ണസങ്കരമുണ്ടാകില്ല. ആദി തൊട്ടേ നായരുപെണ്ണുങ്ങൾ നമ്പൂരികൾക്കു സങ്കരിച്ചതാ. അതുകൊണ്ടല്ലേ വിവേക് നായരുടെ സഹധർമ്മിണി അജിതാ മേനോന്റെ കിടക്കയിലിന്നു ഞാൻ?"

അവന്റെ അരയ്ക്കു മീതെ മുഖമമർത്തി തന്റെ തുടയ്ക്ക് കീഴെയുള്ള അവന്റെ മുഖത്തേക്കു നോക്കി അവൾ പറഞ്ഞു: 'പക്ഷേ, അതങ്ങനെയല്ലല്ലോ ശ്രീകാന്തൻ നമ്പൂതിരീ, ചാതുർവർണ്യം മയാ സൃഷ്ടം ഗുണ കർമ്മ വിഭാഗശഃ ആണല്ലോ?" ചിരിക്കൊപ്പം 'ശഃ' അവൾ ഊന്നിപ്പറഞ്ഞു.

ചന്തിയിലൂടെ കളം വരയ്ക്കൽ നിർത്തി അരഞ്ഞാണത്തിലൂടെ വിരലോടിച്ച് മുൻവശത്തെത്തിയപ്പോൾ അവൻ പറഞ്ഞു: "മാം ഹി പാർത്ഥ വ്യപാശ്രിത്യ യേപി സ്യു പാപയോനയഃ.... കേട്ടോ, സ്ത്രീകളെയും വൈശ്യശൂദ്രരെയും അതുപോലെത്തന്നെ എല്ലാ പാപയോനീജാതരേയുമാണ് പരമഗതി പ്രാപിക്കാൻ പ്രാപ്തരാക്കുന്നത്, അതുപോലെതന്നെ, അതായത് 'അപി' എന്നു സംസ്കൃതം, എല്ലാ പാപൂ മക്കളെയും എന്ന് പച്ച മലയാളം. ഇതാണ് ഗുണകർമ്മം." അവളുടെ തുടകളിലെ സ്വർണ്ണനിറരോമങ്ങൾ തടവി മുകളിലേക്ക് വിരലുയർത്തിക്കൊണ്ട് അവൻ കാലുകടിക്കാൻ തുടങ്ങി.

ഇക്കിളിപ്പെട്ട് ശരീരം പുളയുന്നതാസ്വദിച്ച് അവന്റെ അരക്കെട്ടിൽ നുള്ളിക്കൊണ്ടുതന്നെ തല ചെരിച്ച് അവൾ ചോദിച്ചു: "പക്ഷേ

---

2. "അധർമ്മാഭിഭവാത്കൃഷ്ണ പ്രദുഷ്യന്തി കുലസ്ത്രിയഃ
സ്ത്രീഷു ദുഷ്ടാസു വാർഷ്ണേയ ജായതേ വർണസങ്കരഃ"

എന്ന ഭഗവദ് ഗീത 1:41 ശ്ലോകത്തെ ധ്വനിപ്പിച്ചിരിക്കുന്നു. മൂലശ്ലോകത്തിന്റെ അർത്ഥം: "വൃഷ്ണിവംശജനായ കൃഷ്ണാ, അധർമ്മം ബാധിക്കുമ്പോൾ കുലസ്ത്രീകൾ ദുഷിക്കുന്നു. സ്ത്രീകൾ ദുഷിക്കുമ്പോൾ വർണ്ണസങ്കരം സംഭവിക്കുന്നു."

വ്യാഖ്യാനങ്ങൾ അങ്ങനെയല്ലല്ലോ? കേവലമൊരു ശൂദ്രജാബാല യ്ക്ക് മകന്റെ തന്തയെ പിടിയില്ലാതായിട്ടും സത്യഗാമനെ ബ്രാഹ്മണ നാക്കിയിട്ടുണ്ട്."

ഒടുക്കം ലക്ഷ്യസ്ഥാനത്തേക്ക് വിരലാഴ്ത്തിക്കൊണ്ട് അവളുടെ കണ്ണുകളിലേക്ക് മാത്രം നോക്കി, അവളുടെ ഉടൽ തനിക്കു മീതെ പൂക്കുന്നതറിഞ്ഞ് കനത്ത ചിരിയോടെ അവൻ കാലുകൊണ്ട് അവളുടെ മുടി വിടർത്തിട്ടുകൊണ്ട് പറഞ്ഞു: "ഏകലവ്യന്റെതടക്കം അനേകം വിരലുകൾ തിരിച്ചും തിരിയുന്നുണ്ട്. ഒരു ശൂദ്രദാസിക്ക് ഈ ദേശത്ത് മകന്റെ തന്തയാരാണെന്ന് നിയതമായി നിശ്ചയിക്കു വാൻപോലും കഴിയാതെ പീഡനങ്ങളേറ്റുവാങ്ങിയ ഒരു കാലത്തെ ചില ശ്ലോകങ്ങൾ നിരത്തി ന്യായീകരിക്കാനും വ്യാഖ്യാനിച്ചു വെളു പ്പിക്കാനും ശ്രമിക്കുന്നവർക്കു കൈവെയ്ക്കാൻ പറ്റിയ മേഖലയാണ് ഹിറ്റ്ലറുടെ ജൂതവിരോധം പ്രതീകാത്മകം മാത്രമാണ്, ജൂതവംശ ത്തെയല്ല അയാൾ ലക്ഷ്യം വെച്ചത്, ആര്യവംശമിഹിമ ആര്യജനത യെയല്ല മറിച്ച് കർമ്മഗതമായ ആര്യാഭിമാനത്തെയാണ് കുറിക്കു ന്നത് എന്നൊക്കെ പ്രസംഗിക്കുന്നതും."

പതിയെ അവൻ അവളെ നേരെ കിടത്തുകയും തനിക്കു കീഴെ യാക്കുകയും ചെയ്തു. ഇപ്പോഴാണ് എല്ലാം നേരെയായത് എന്ന മട്ടിൽ കൈയുയർത്തി അവൻ വിരലു ഞൊടിച്ചപ്പോൾ പൂണൂലി നുള്ളിൽ മുഖം കടത്തി അവൾ ചോദിച്ചു: "നായർ സ്ത്രീകൾക്ക് മാത്രം അപ്പോൾ സംബന്ധം കുലധർമ്മമാണെന്നാണോ?"

അവളുടെ പിൻകഴുത്തിൽ കിടന്ന ഓംകാരത്താലിയിൽ മുഖ മമർത്തി അവൻ താടി കഴുത്തിലുരച്ചു: "ധർമ്മം രക്ഷിക്കാൻ ആരെയും കൊല്ലാം. കാമം തീർക്കൽ ആരോടുമാകാം, ബ്രാഹ്മണന് ഹിതകരമെങ്കിൽ അതിനു വശപ്പെട്ടു കിടക്കറയ്ക്കു പുറത്തു നിന്ന തല്ലേ പഴയ നായർപുരുഷന്മാരുടെ കേരളസംസ്കാരഗരിമ."

വെള്ളാരങ്കല്ലിന്റെ ചീളു തെറിക്കുമ്പോലെ പിന്നെയവൻ ചിരിച്ചു കൊണ്ട് മന്ത്രിച്ചു: "ഈ ശരീരത്തിൽ എപ്രകാരമാണോ കൗമാരവും യൗവനവും വാർദ്ധക്യവും മാറിമാറി വരുന്നത്, അപ്രകാരം തന്നെ യാണ് വേറൊരുത്തനെ, ഒരുത്തിയെ ഭോഗിക്കുന്നതും. വിവേകികൾ അതിൽ പരിഭ്രമിക്കുകയില്ല."

'വിവേകി' എന്ന വാക്കിനവൻ ഊന്നൽ കൊടുത്തതു കേട്ട് ചുമ രിലെ വിവാഹഫോട്ടോ നോക്കി അജിത ചുണ്ടുകടിച്ചു. തൊട്ടടുത്തു തൂക്കിയ ലക്ഷ്മിയുടെ പടം നോക്കി മുന കൂർപ്പിച്ച് അവനും ചിറി കോട്ടി. അജിതയുടെ മുഖത്ത് നോട്ടമുടക്കിയപ്പോൾ നെറ്റി ചുളിച്ചു.

"പെണ്ണെവിടെ?"

അവൾ നേർത്ത ശബ്ദത്തിൽ നോട്ടമെടുക്കാതെ പറഞ്ഞു: “ഇന്നു വേണ്ട, വിഷ്ണു വരുന്നതിനു മുൻപൊരിക്കൽ, തീർച്ചയായും.”

വാതിൽമറവിൽ കരിപിടിച്ച നിലവിളക്കുപോലെ ജടായു കേട്ടു നിന്നു.

* * *

ലക്ഷ്മി പനി പിടിച്ചവളെപ്പോലെ ചുട്ടുവിയർത്ത് കിടക്കയിൽ എഴുന്നേറ്റിരിക്കുകയായിരുന്നു. ഇന്നലത്തേതിനെക്കാൾ തളരുന്നതായി അവൾക്കു തോന്നി. അച്ഛന്റെ ഉരുക്കുശരീരം ഇപ്പോഴും തനിക്കു മീതെ കിതച്ചു കൊണ്ടിളകുന്നു എന്ന തോന്നലിൽ എല്ലു നുറുങ്ങുന്നതുപോലെ ലക്ഷ്മിയുടെ ശരീരം വിറച്ചു. അവളപ്പോൾ വിഷ്ണുവിന്റെ ശരീരത്തെക്കുറിച്ചോർത്തു. അവിടെയവന് പതിമൂന്നു കിലോയോളം ഭാരമുണ്ട്. ഭൂമിയിലത് മുപ്പത്തഞ്ചോളമാവും. കായബലമുള്ള പുരുഷനെ സ്ത്രീകൾ ഭയക്കുന്നുവോ എന്നവൾ ഡയറിയിൽ സംശയക്കുറിപ്പെഴുതി. തെരുവിന്റെ ഏതു മൂലയിൽ വെച്ചും വിളിപ്പുറപ്പാടുകളില്ലാതെ ഉത്തേജിതനാവുന്ന ഒരു കാട്ടാളൻ നഗരത്തിരക്കിൽ അവളെ പരിഭ്രമിപ്പിച്ചു. അച്ഛൻ തീർത്ത അത്തരം ഒരു പെൺഭ്രമം തന്റെയുള്ളിൽ നിഴലു വീഴ്ത്തുന്നത് ലക്ഷ്മിയറിഞ്ഞു. വിഷ്ണു എത്തിക്കൊണ്ടിരിക്കുന്നു എന്ന ആധി അവന്റെ ശരീരപ്രകൃതത്തെക്കുറിച്ചുള്ള ആലോചനകളിൽ ഏതു നിമിഷവും അക്രമാസക്തനായേക്കാവുന്ന എന്നാൽ നിലവിൽ നിസ്സംഗനായ ഒരു ഗറില്ലയെപ്പോലെ അവളുടെ ഉള്ളു കിടുക്കി കടന്നുപോയി.

വിഷ്ണു ഇന്നലെ ചോദിച്ചു: “നീ എന്താണ് ലക്ഷ്മി ഒന്നും പറയാത്തത്? ആരോ നിന്നെ നിർബന്ധിപ്പിച്ച് സംസാരിപ്പിക്കുന്നതുപോലെ?”

അവൾ ഒന്നും പറഞ്ഞില്ല.

“ഹാ... ഞാനെന്തായാലും വരാറായി. പേടകമിപ്പോൾ റസ്സലിന്റെ ചായക്കോപ്പ വലംവെച്ചു കൊണ്ടിരിക്കുന്നു. ഇനിയധികം കാത്തിരിക്കേണ്ട. കുറച്ച് ദിവസം കൂടി മാത്രം. വിക്കിപീഡിയയിലെ വിവരങ്ങളും ചില വീഡിയോകളും വെച്ച് ഞാൻ മനസ്സിലാക്കുന്ന ഭൂമിയിൽ അധികം വൈകാതെ പറന്നിറങ്ങുമ്പോൾ ആദ്യമെനിക്ക് കാണേണ്ടത് നിന്നെയാണ്. ചൊവ്വ എങ്ങനെയാണെന്ന് വിവരിക്കാൻ എനിക്കാവില്ല. തിരികെ വരുമ്പോൾ നീ നേരിട്ടു കാണുക തന്നെ ചെയ്യണം. അതോ നിന്റെ ഭൂമി എന്നേക്കുമായി എന്നെ അവിടെ പിടിച്ചു നിർത്തുമോ? ഞാനെന്തായാലും തിടുക്കത്തിലാണ്.

ഭൂമിയുടെ കോൺക്രീറ്റുമാറിൽ വന്നിറങ്ങുന്ന ആ നിമിഷത്തിനായി, നിന്റെ തിളങ്ങുന്ന നീലക്കണ്ണുകൾക്കായി..."

എല്ലാം മൂളിക്കേട്ട് കിടക്കയിലമർന്നപ്പോൾ ക്ഷീണിച്ച ശരീരം കൂടുതൽ വിറച്ചു.

* * *

ഇപ്പോൾ അപ്പുറത്ത് ഒരു പഴയ ഇൻഡ്യക്കാരിയുണ്ട്. രണ്ടായിരത്തി അൻപതിലെ മുഹമ്മദീയരുടെ കൂട്ടക്കൊലയ്ക്ക് മുന്നോടിയായി രാജ്യം വിട്ട പഴയൊരു മലയാളി. നിലവിൽ സ്കാൻഡിനേവിയൻ പൗരത്വം സ്വീകരിച്ച നാസ്തിക. ഭാരതത്തിലേക്ക് മടങ്ങിയെത്തണമെന്ന് ആഗ്രഹിക്കുന്നില്ലേയെന്ന ചോദ്യത്തിന് അവർ ഒരിക്കലുമില്ലെന്ന് മറുപടി നൽകി. സ്വജന്മഭൂമി എത്ര പെട്ടെന്ന് അന്യവും വെറുക്കപ്പെട്ടതുമാകുന്നുവെന്ന് ലക്ഷ്മി അത്ഭുതപ്പെട്ടു. ജന്മഭൂമിയോട് വൈകാരികമായ ഇഴയടുപ്പമുണ്ടാകണമെന്ന മുൻധാരണയാണ് ഈ കരുതലിനും കൗതുകത്തിനും കാരണമെന്ന് അവർ പറഞ്ഞു, ജന്മഭൂമിയിൽ നാം ആസ്വദിച്ചു പോന്ന സാമൂഹിക സ്ഥാനമാനങ്ങളും ശ്രേണീബദ്ധമായ സവിശേഷാധികാരങ്ങളും അവിടത്തെ ജനങ്ങളുമാണ് നമ്മളെ പിറന്ന മണ്ണിനോട് അടുപ്പിക്കുന്നതും അതിന്റെ ചുറ്റുപാടുകളിൽനിന്നും അകറ്റുന്നതും. എം.ടി. വാസുദേവൻനായർക്ക് കണ്ണാന്തളിപ്പൂക്കളുടെ കാലം ഇളംമഞ്ഞുപോലെ ഗൃഹാതുരമായതും ഭാമമാർ അത്രത്തോളം കാൽപ്പനികരാവാഞ്ഞതും.

അവർ പറഞ്ഞു: "ഞാൻ ഇവിടെ സന്തുഷ്ടയാണ്. എനിക്കിവിടത്തോട് പ്രത്യേക മമതയൊന്നുമില്ല, എന്നാൽ ഇവിടത്തെ എന്റെ ജീവിതത്തോടുണ്ട്. എനിക്കെന്നല്ല ഇവിടെ എല്ലാവർക്കും സാമൂഹികമായ പ്രിവിലെജുകൾ ഉണ്ട്. ഇവിടെ ജീവിതം അലട്ടലുകളില്ലാത്തതാണ്. പട്ടിണിയിലാരും പുളയുന്നില്ല. ഇന്ത്യയിൽ വേദങ്ങൾ, സ്മൃതികൾ, ഉപനിഷത്തുകൾ എന്നു തുടങ്ങി അനേകം ജീർണ്ണ ഗ്രന്ഥക്കെട്ടുകളിൽ തലയിട്ടിളക്കി സാംസ്കാരിക മഹിമയും ആത്മീയ മാമൂലുകളും ഉയർത്തിക്കാട്ടാം എന്നതിലപ്പുറം മൗലികമായി നിങ്ങൾക്കവിടെ കൂടുതലൊന്നും കിട്ടാനില്ല. മെക്കോളയുടെ കൊളോണിയലിസത്തെ വീണ്ടും ബ്രാഹ്മണകൊളോണിയലിസം തോൽപ്പിച്ചു. കടലാസിലെ താത്വികമായ കളികളല്ല, താരതമ്യേന നിലനിൽപ്പിനായുള്ള യത്നമാണ് സാധാരണക്കാരനായ ആധുനിക മനുഷ്യന്റെ ജീവിതം.'

മുസ്ലീങ്ങളുടെ ശവശരീരങ്ങളെ ചവിട്ടുമ്പോൾ പോലും 'ആനന്ദമഠ'ത്തിൽ ആലപിക്കപ്പെടുന്ന 'വന്ദേമാതരം' പോലുള്ള ആക്രമണോത്സുക മതാത്മക ദേശീയതയുടെ കൊലവിളിപ്പാട്ടുകൾ സ്വാതന്ത്ര്യ

സമരത്തിന്റെ ഭാഗമായിപ്പോയതിനെപ്പറ്റി അവർ സംസാരിച്ചു. പിൽക്കാല ഹിന്ദുത്വദേശീയതയെ ഇന്ത്യൻ യൂനിയന്റെ ദേശീയതയിൽ നിന്നും വേർതിരിക്കാൻ പറ്റാതായതിനെപ്പറ്റിയും.

അയിത്തപ്പട്ടാളക്കാരെക്കുറിച്ച് പറഞ്ഞപ്പോൾ പഴയ ജാതി സംവരണവിഷയത്തിലേക്ക് സംഭാഷണം വഴിമാറി. ശ്രേണീബദ്ധമായി വിവേചനങ്ങൾ അനുഭവിച്ചു പോന്ന ഒരു അധഃകൃതജനത സംവരണം വഴി ജനാധിപത്യവ്യവസ്ഥയിൽ പങ്കാളിത്തം ഉറപ്പിക്കുന്നതിനെപ്പറ്റി കാലങ്ങളായി സവിശേഷ സാമൂഹികാധികാരം നുകർന്നുപോന്ന ജനവിഭാഗങ്ങൾക്കിടയിലുണ്ടായിരുന്ന അമർഷത്തെക്കുറിച്ച്. അവർ വ്യക്തിബദ്ധവും സാമ്പത്തികവുമായ അസമത്വങ്ങൾ പെരുപ്പിച്ചു കാട്ടുകയും കീഴാളന്റെ നേരനുഭവങ്ങളെ പാർവ്വതീകരിക്കുന്നതായി പരാതിപ്പെട്ടുകൊണ്ടിരുന്നു. വേട്ടക്കാരന്റെ കാലിൽ തറച്ച കാരമുള്ളിനെയോർത്ത് അവർ കണ്ണുനീർ വാർത്തു, ഇരയുടെ തോരാക്കണ്ണീരും മുൾമെത്തയിൽ ചോർന്ന ചുടുചോരയും അവർക്ക് ഊതിപ്പെരുപ്പിച്ച അനുഭവവർണ്ണനകളായി.

എന്നാൽ വ്യക്തിനീതിയെ പലപ്പോഴുമത് കളക്ടീവ് നീതിക്കും നഷ്ടപരിഹാരനീതിക്കും പിറകിൽ വിതരണനീതിയുടെ മറവിൽ ചവിട്ടിച്ചേർത്തു. ജനാധിപത്യപരമായി തെരഞ്ഞെടുപ്പിനെ നേരിട്ട് വിജയിക്കുന്നവരല്ലാതെ ആരും ആരെയും പ്രതിനിധാനം ചെയ്യില്ലെന്നും ജാതിസംഘടനകളുടെ തെരഞ്ഞെടുപ്പുകളിൽ വിജയിക്കാത്തവരും ആരുടെയും പ്രതിനിധികൾ അല്ലെന്നുമിരിക്കെ വ്യക്തികളുടെ വിജയത്തെ എപ്പോഴും ജാതിയുടേതാക്കി ജാതിവാദികളും ജാതിവിരുദ്ധരും ജാതിയെ നിലനിറുത്തിക്കൊണ്ടിരുന്നു. ജാതിയുന്മൂലനവും ജാതിസംവരണവും പരസ്പരവിരുദ്ധങ്ങളാണെന്നും വിവേചനമാണ് ജാതിയുടെ അടിത്തറയെന്നിരിക്കെ പുലയനും പറയനും കുടുംബിയും കുറുപ്പും നായാടിയും നമ്പൂതിരിയും ഒന്നാകുന്ന വിവേചനമില്ലാത്ത ഉട്ടോപ്യൻ സ്വത്വവാദത്തുരുത്തുകൾ യുക്തിവാദികളെയും വർഗ്ഗദ്വന്ദരായ മാർക്സിസ്റ്റുകളെപ്പോലും ഹഠാദകർഷിച്ചിരുന്നു. മനുഷ്യൻ ഒരു ജാതിയാണ്, ജാതി പഞ്ചസാരട്ടിന്നിന്റെ പുറത്തുനിന്നും പഞ്ചസാര എന്ന ലേബൽ മാറ്റിയാലും അതായിത്തന്നെ നിലനിൽക്കുന്ന തന്മാത്രാഘടകംപോലെ ഒരു ആത്യന്തികസത്തയല്ലെന്നും പറഞ്ഞ, മനഃസ്ഥിതിയുടെ വ്യവസ്ഥാപിതത്വത്തെ ജാതി ചോദിച്ചും പറഞ്ഞും പ്രവർത്തിച്ചുംകൊണ്ട് നശീകരിക്കാനാകുമെന്ന് ആത്മാർത്ഥമായി വിശ്വസിക്കുകയും പ്രചരിപ്പിപ്പിക്കുകയും ചെയ്തവരെ എതിർത്ത വ്യക്തികളെ അവർ ജനിച്ചത് സവർണ വിഭാഗത്തിലാണെങ്കിൽ ഇല്ലാത്ത ജാതിവാൽ ചേർത്തു വിളിച്ചും കീഴാളരായി ഗണിക്കപ്പെടുന്ന ജാതികളിലാണെങ്കിൽ

സവർണ്ണന്റെ വാലാട്ടികളായും ഉത്തരാധുനിക വിരുദ്ധരായ ഉത്തരാധുനിക ജാതിവാദികൾ ആരോപണഫണം വിടർത്തിയ കാലമായിരുന്നു അത്. സാമൂഹികവും സംസ്കാരികവുമായ മൂലധനമാണ് ജാതി പ്രിവിലേജ് എന്നതു കൊണ്ടുദ്ദേശിക്കുന്നതെങ്കിൽ അതില്ലാത്ത എല്ലാ വ്യക്തികൾക്കും സംവരണമോ ആനുകൂല്യങ്ങളോ നൽകുന്നതിനെക്കുറിച്ച് പറഞ്ഞവരെ സാമ്പത്തിക സംവരണവാദികളാക്കി വൈക്കോൽവാദവും പ്രബലമായിരുന്നു. സ്വത്വം ഊട്ടിയുറപ്പിക്കപ്പെടുക എല്ലാ തലത്തിലും പ്രാവർത്തികമായിരുന്നു.

"നിലവിൽ ഭാരതത്തിൽ എന്തെങ്കിലും പ്രതീക്ഷയുണ്ടോ?" ലക്ഷ്മി ചോദിച്ചു.

"ഈ എഴുപതു വയസ്സിൽ എനിക്കിനി ആർത്തവം വരാൻ വകുപ്പൊന്നും കാണുന്നില്ല." അവർ കുറേ സ്മൈലികൾ അയച്ചു.

തലയ്ക്കു പിറകിൽ കൈ കെട്ടി കിടക്കയിൽ അമർന്നപ്പോൾ ഭീമൻ ചിറകുകളുള്ള കഴുകുകളും വിഭൂതിഗന്ധമുള്ള പുൽപ്പായയിലിരുന്ന് അലക്ഷ്യമായി ഇരുട്ടിലേക്ക് തുറിച്ചു നോക്കുന്ന ഉണ്ണിയുടെ ചിത്രവും തലയ്ക്കുള്ളിൽ ചുരമാന്തി. തല പെരുത്ത് കിതച്ചു കൊണ്ടവൾ തലയണയിൽ മുഖം പൂഴ്ത്തി.

* * *

ചാറ്റിങ് അവസാനിപ്പിച്ച്, വാതിലിന്റെ മറവിൽ നിന്ന ജടായുവിന്റെ പുറത്തു തട്ടി, അമ്മയും അച്ഛന്റെ മേലുദ്യോഗസ്ഥനും രാധയുടെ തടവറ സൂക്ഷിപ്പുകാരനുമായ ശ്രീകാന്തൻ നമ്പൂതിരിയും കിടന്നിരുന്ന മുറിവിട്ട് പുറത്തിറങ്ങിയപ്പോൾ മേലാകെ വിയർത്തു. പിറകിൽ നടന്നെത്തിയ ജടായു ചോദിച്ചു: "മുത്തശ്ശിയുടെയടുത്തേക്കല്ലേ പോകുന്നത്?"

അവൾ അതെയെന്ന് പറഞ്ഞു.

"എങ്കിൽ നടക്കൂ. ഇടനാഴിയിൽ തന്നെ നിന്നാൽ ഈ ചൂടത്തു നന്നായി വിയർക്കും." ജടായു അവളുടെ മുഖത്തേക്കുതന്നെ നോക്കി. അവന്റെ മുഖം വികാരരഹിതമായിരുന്നു.

ജടായു മുന്നിൽ നീങ്ങി.

അവർ രാധയെ അടച്ച ജയിൽ മുറിയിലേക്ക് നടന്നു.

* * *

രാധയുടെ ജയിൽമുറി ഭൗതികസൗകര്യങ്ങൾക്ക് കുറവു വരുത്താത്തതായിരുന്നു. ശിക്ഷ സാമൂഹികപുനഃചംക്രണമാണെന്നും മുഹമ്മദീയ

മതരാഷ്ട്രങ്ങളിലേതുപോലെ പ്രതികാരബോധത്തിലാണ്ട ഹമ്മുറാബിയൻ നിയമത്തിന്റെ ചാട്ടുളി പ്രയോഗത്തിന് ഇന്ന് പ്രസക്തിയില്ലെന്നും വാദിച്ച എസ്.എസ്.എസ്. ഭരണകൂടം തടവറകൾ പ്രൗഢമാക്കി. പശുവിറച്ചി കഴിക്കുന്നതിനൊഴിച്ച് വധശിക്ഷപോലും നിരോധിച്ച എസ്.എസ്.എസ്സിന് എന്നാൽ മുസ്ലീം നരഹത്യയെക്കുറിച്ചുള്ള കാഴ്ചപ്പാട് ശ്രദ്ധേയമായിരുന്നു. ഓരോ രാഷ്ട്രത്തെയും അഭിസംബോധന ചെയ്യേണ്ടത് അതിന്റെ സാംസ്കാരികചരിത്രത്തെ ഉൾക്കൊണ്ടാണെന്ന് എസ്.എസ്.എസ്. അഭിപ്രായപ്പെട്ടു, സാർവ്വദേശീയമായ ഏതു പ്രത്യയശാസ്ത്രവും അസത്യവൽക്കരണക്ഷമതയില്ലാത്തവയാണെന്നും. മഹത്തായ പൈതൃകമുള്ള ഭാരതത്തിന്റെ സനാതനധർമ്മത്തിലേക്ക് അതിക്രമിച്ചു കയറിയവരായിരുന്നു മുഗൾ ബ്രിട്ടീഷ് ഭരണകൂടങ്ങൾ, ആഫ്രിക്കയിൽ നിന്നടക്കം കുടിയേറി ഭാരതദേശത്ത് അധിവസിച്ച ഗോത്രജനതയെ ആദ്യമായി ജ്ഞാനോദയം കൊള്ളിച്ചത് പിന്നീടു വന്ന ആര്യജനതയാണെന്ന് എസ്.എസ്.എസ്. നയവിശദീകരണ ശാഖകളിലൂടെ അണികളെ പഠിപ്പിച്ചു. ഈ പ്രഥമജ്ഞാനോദയത്തെ വസ്തുനിഷ്ഠവും മാനവികവാദപരവുമായ പാശ്ചാത്യജ്ഞാനോദയം കൊണ്ട് പ്രതിരോധിക്കാൻ ശ്രമിച്ച പിൽക്കാല മതേതരവാദികളിൽനിന്നും ഭാരതത്തെ വീണ്ടെടുക്കാൻ ബലപ്രയോഗം വേണ്ടി വന്നുവെന്നും. എസ്.എസ്.എസ്സിന്റെ ഒരു ലഘുലേഖ ഇങ്ങനെ നിരീക്ഷിച്ചു:

'പരിണാമഗതി തന്നെ അതിജീവന ശേഷിയുള്ളവനും ദുർബലനും തമ്മിലുള്ള നിരന്തര സംഘർഷമാണ്. ദുർബലർ ജയിക്കേണ്ട ചിലയിടങ്ങളിൽ ദൃഢകായർക്ക് അതിജീവനശേഷിയറ്റു പോകുന്നു. സാമൂഹികപരിണാമവും അബോധപൂർവം നടക്കാം. അനർഹമായി അതിക്രമിച്ചു കയറിയ മുഹമ്മദീയമതം ഭാരതത്തിൽ ദുർബലമായിരുന്നു. സനാതനസംസ്കാരത്തോട് ചെറുത്തു നിൽക്കാനോ, ക്രൈസ്തവരെപ്പോലെ ഇഴുകിച്ചേരാനോ അതിനു സാധിച്ചില്ല. അറ്റുപോകുന്നതിന്റെ മുന്നോടിയായിരുന്നു മുഹമ്മദീയരുടെ കൂട്ടക്കൊല. ആർഷഭാരതസംസ്കാരം പുനഃസ്ഥാപിക്കുവാൻ മതേതരത്വത്തിന്റെ എല്ലാ കെട്ടുപാടുകളിൽനിന്നും സ്വതന്ത്രരാകേണ്ടിയിരുന്നു. മുഹമ്മദീയരുടെ കൂട്ടക്കൊലയ്ക്കുശേഷം രാജ്യം ഹിന്ദുവിന്റേതു മാത്രമായി. രാഷ്ട്രോദ്ധാരണം അതിന്റെ ബൃഹത്തായ സാംസ്കാരിക അടിത്തറയിൽ സാർത്ഥകമായി. ആർഷഭാരതത്തിൽ പ്രകൃതിനിർദ്ധാരണം വഴിയുള്ള അതിജീവനം 'കളിമണ്ണു കുഴച്ചു സൃഷ്ടിക്കപ്പെട്ടവർ'ക്ക് അപ്രാപ്യമായിരുന്നു...."

നവഭാരതത്തിൽ പുതിയ ശിക്ഷാവ്യവസ്ഥ നിലവിൽ വന്നിരുന്നു. കുറ്റവാളികൾക്ക് വർണ്ണാശ്രമനിയമങ്ങൾ ബാധകമാക്കി. എതിരിടാൻ

ആഭ്യന്തരശത്രുക്കൾ ഇല്ലാത്തിടത്തോളം സ്വേച്ഛാധിപത്യത്തിന്റെ പോലും നിയമനിർമ്മാണം ഉദാത്തവും ഉദാരവുമായിരിക്കും.

* * *

ലക്ഷ്മിയും ജടായുവും ചെന്നപ്പോൾ ശ്രീകാന്തൻ നമ്പൂതിരി വാതിൽ തുറന്നു കൊടുത്ത് ലക്ഷ്മിയെ ഒന്നു കടക്കണ്ണിട്ട് നോക്കി ചിറികോട്ടിച്ചിരിച്ച് തന്റെ വിശ്രമമുറിയിലേക്ക് തിരിച്ചു പോയി. രാധ കിടക്കയിൽ നിന്നെഴുന്നേറ്റ് അഴികൾക്കു മുന്നിൽ വന്നു നിന്നു. ജടായുവും ലക്ഷ്മിയും നിന്നത് സന്ദർശകമുറിയിലായിരുന്നു. അവിടെ നിന്ന് രാധയുടെ മുറിയിലേക്കുള്ള വാതിൽ പൂട്ടിയതാണ്. മുൻവശത്ത് ചുവരുകൾക്ക് പകരം ഇരുമ്പഴിയാണുള്ളത്. പ്രത്യേക അലാം ഘടിപ്പിച്ചിട്ടുണ്ട്. ഫാനിലോ മറ്റോ തൊടുകയാണെങ്കിൽ ഈ അലാം മുഴങ്ങുകയും സെക്യൂരിറ്റി വന്നു പരിശോധിക്കുകയും ചെയ്യും. ആത്മഹത്യാശ്രമം തടയുവാനായി സ്ഥാപിച്ചവയാണ് ഇത്തരം സംവിധാനങ്ങൾ.

ചിലരുടെ ചരിത്രവും ജീവിതവും അറിയുമ്പോൾ മാത്രം നമുക്ക് അവർ പുതുതായി വെളിപ്പെട്ടതായി തോന്നും. അതുവരെ കരുതിയവരിൽനിന്നും വ്യതിരിക്തരായി അവർക്ക് പുതിയ ഭാവവും മുഖചിത്രവും കൈവരുന്നു. രാധയെ അങ്ങനെ കണ്ടപ്പോൾ അതുവരെയും തോന്നാത്ത തളർച്ചയുണ്ടായി ലക്ഷ്മിക്ക്. ലക്ഷ്മിയോട് അധികമൊന്നും പറയേണ്ടിയിരുന്നില്ലെന്നും അതവളെ കൂടുതൽ തളർത്തിയിരിക്കുന്നുവെന്നും രാധ കരുതി.

അവൾ ചോദിച്ചു: “നിനക്കെന്ത് പറ്റി കുട്ടീ! കൂട്ടക്കുരുതിയുടെ വിവരണം കേട്ട് പേടിച്ചതാണോ?”

“ഒന്നുമില്ല. ഏസി വിട്ട് പുറത്തിറങ്ങിയപ്പോൾ പെട്ടെന്ന് വിയർത്തൊലിക്കുന്നതാണ്.” ലക്ഷ്മി ചിരിക്കാൻ ശ്രമിച്ചു.

ജടായു ലക്ഷ്മിയെത്തന്നെ തുറിച്ചു നോക്കി. അവന് ശ്രീകാന്തനും അജിതയും രാവിലെ സംസാരിച്ചത് ഓർമ്മ വന്നു. ലക്ഷ്മി വിചാരിച്ചിരിക്കാതെ, പെട്ടെന്ന്, എന്നാൽ സമയമെടുത്ത് ഉറച്ച ശബ്ദത്തിൽ അവൻ രാധയോട് പറഞ്ഞു: “ലക്ഷ്മി കള്ളം പറയുകയാണ്.”

“കള്ളമോ?” രാധ നെറ്റി കൂർപ്പിച്ചു.

“ജടായൂ.” ചകിതയായ ലക്ഷ്മി അവനെ വിലക്കുകയും കൈക്കു കയറിപ്പിടിക്കുകയും ചെയ്തു. ജടായു മെല്ലെ അവളുടെ കൈകൾ വിടുവിച്ച് തന്റെ വലംകൈ അവളുടെ തോളിൽവെച്ച് ഗൗരവം വെടിയാതെ പറഞ്ഞു: “അവിടെ വെച്ച് എനിക്ക് പറയാൻ പറ്റാത്തതാണിത്. ഇടനാഴിയിൽവെച്ച് നമുക്കിങ്ങനെ പറയാനുമാകില്ല.”

ലക്ഷ്മിക്ക് ഒന്നും പിടി കിട്ടിയില്ല, രാധയ്ക്കും.

"നീ എന്താണ് പറയുന്നത്?" ലക്ഷ്മി ആകുലപ്പെട്ടു.

"പറയാം, ഞാൻ പറഞ്ഞതായി നീ ഒരിടത്തും, ആരോടും ഇതേപ്പറ്റി സൂചിപ്പിക്കുകപോലും ചെയ്യരുത്." ജടായുവിന്റെ കണ്ണുകൾ വല്ലാതെ കൂർത്തുവന്നു. നേരിയ ഭയത്തോടെ ലക്ഷ്മി പറഞ്ഞു "ഒരിക്കലുമില്ല."

അവളുടെ തോളിൽനിന്നും വലംകൈയെടുത്ത് കണ്ണിലേക്കു മാത്രം തറപ്പിച്ചു നോക്കിക്കൊണ്ട് ഇമവെട്ടാതെ ജടായു നിന്നു.

"ശ്രീകാന്തൻ നമ്പൂതിരി സാർ അജിതാമാഡത്തിനു മീതെ കിടന്ന് ഇന്നു രാവിലെ ലക്ഷ്മിയുടെ ഫോട്ടോ നോക്കി നിന്നെക്കുറിച്ചു ചോദിച്ചപ്പോൾ വിഷ്ണു വരുന്നതിനു മുൻപ് ഒരിക്കൽ തരാമെന്ന് അജിതാമാഡം പറയുന്നത് ഞാൻ കേട്ടതാണ്. വിഷ്ണു വരാൻ ഇനി ദിവസങ്ങളേയുള്ളൂ. അപ്പോൾ നാളെയോ മറ്റന്നാളോ അതുണ്ടാകും."

ജടായു അവളുടെ പ്രതികരണം നിരീക്ഷിക്കാനെന്നപോലെ ഒരു നിമിഷം നിർത്തി. മിഴിഞ്ഞുപോയ കണ്ണുകളുയർത്തി 'ജടായൂ' എന്നവൾ വിളിച്ചെങ്കിലും ശബ്ദം മുഴുവൻ പുറത്തു വന്നില്ല. ജടായു തന്റെ ചുണ്ടിനു നേർക്ക് ചൂണ്ടുവിരലുയർത്തി ശബ്ദിക്കരുതെന്ന് കാണിച്ചു.

"ഒച്ചവെച്ച് അയാളെ അറിയിക്കാനല്ല ഞാനിത് പറഞ്ഞത്. ഇപ്പോൾ തന്നെ അയാളുടെ വക്രിച്ച ചിരി നീ കണ്ടതാണല്ലോ? എന്തെങ്കിലും കാരണം പറഞ്ഞ് പിടിച്ചു നിൽക്കണം."

ലക്ഷ്മി ഇരമ്പിയെത്തിയ കരച്ചിൽ തടയുവാനെന്നോണം വാ പൊത്തിപ്പിടിച്ച് അവനെയും രാധയെയും മാറിമാറി നോക്കി.

"വിവേക് സാർ നിനക്കു മീതെ കയറിക്കിടന്നതുകൊണ്ട് നീയിങ്ങനെ തളർന്നുപോയി. സാറിനേക്കാൾ തടിയും പൊക്കവുമുള്ള നമ്പൂതിരിസാർ ആണെങ്കിൽ ലക്ഷ്മിയുടെ എല്ലു പൊടിയും." പകുതി ലക്ഷ്മിയോടും പകുതി രാധയോടും എന്ന മട്ടിൽ ഇരുവരെയും നോക്കി ജടായു പറഞ്ഞു.

രാധയ്ക്ക് അഴികളിൽ മുറുക്കിപിടിച്ചില്ലെങ്കിൽ മലർന്നു വീഴുമെന്നു തോന്നി. എത്ര തടഞ്ഞിട്ടും പുറത്തുവന്ന നിലവിളിയോടെ രാധ ചോദിച്ചു: "ലക്ഷ്മിയോട് വിവേക് അത് ചെയ്തോ?"

രാധയുടെ ശബ്ദം കേട്ട് ആന്തലോടെ ലക്ഷ്മി വിശ്രമമുറിയിലേക്ക് പാളി നോക്കി. ഇത്തവണ, അതുവരെയും പക്വതയെത്തിയ മുതിർന്നൊരാളെപ്പോലെ വികാരരഹിതമായി കാര്യങ്ങൾ അവതരിപ്പിച്ച ജടായുവിനും ഇടറിപ്പോയി.

“മെല്ലെപ്പറയൂ ദയവായി.” അവന്റെ ശബ്ദവും ഉയർന്നുപോയി.

അവൻ പറഞ്ഞുതീർക്കും മുൻപേ രാധ പിറകോട്ടു മലർന്നു വീഴുകയും വീഴുമ്പോൾ ടേബിൾ ഫാനിൽ തട്ടിയതിനെത്തുടർന്ന് അപകടസൂചനയുള്ള അലാം മുഴങ്ങുകയും ചെയ്തു. രാധയ്ക്ക് പെട്ടെന്നുണ്ടായ മാറ്റം കണ്ട് വിറങ്ങലിക്കുകയും കനത്ത ശബ്ദം കേട്ട് നടുങ്ങുകയും ചെയ്ത ലക്ഷ്മി അലർച്ചയോടെ ചെവി പൊത്തി. രാധയുടെ തലയോ മറ്റോ ഇടിച്ചുണ്ടായ ശബ്ദമാണോ അതെന്ന് പോലും അവൾക്കു തോന്നി.

മിനിറ്റുകൾക്കുള്ളിൽ തന്റെ വാതിൽ തുറന്ന് കുതിച്ചെത്തിയ ശ്രീകാന്തൻ നമ്പൂതിരി രാധയെ കട്ടിലിലേക്കു കിടത്തിയശേഷം മുറിക്കിപ്പുറം നിന്ന ജടായുവിനെയും ലക്ഷ്മിയെയും കനപ്പിച്ച് നോക്കി. അയാൾ എന്തോ പണിത്തിരക്കിൽനിന്നും ഓടി വന്നതാണെന്ന് തോന്നിച്ചു. അയാൾ ഷർട്ട് ഇട്ടിട്ടില്ലായിരുന്നു. പൂണൂൽ വിലങ്ങനെ വിയർത്തു കിടന്നു. രാധയ്ക്ക് വല്ല പരിക്കും പറ്റിയോ എന്ന ആധിയിൽ ജടായുവിന്റെ വിലക്ക് വകവെക്കാതെ തുറന്നിട്ട മുറിയിലേക്ക്, രാധയ്ക്കരികിലേക്ക് അവൾ ഓടിച്ചെന്നു. കിടക്കയിലേക്കമർന്ന് അവരുടെ കാലു തടവി അവൾ “മുത്തശ്ശീ” എന്ന് ഉറക്കെ വിളിച്ചുകൊണ്ടിരുന്നു.

രാധ ഞരങ്ങുക മാത്രം ചെയ്തു.

ഇതിനിടയിൽ സംഭവിച്ചതെന്താണെന്നറിയാൻ ക്യാമറയിലെ രംഗങ്ങൾ ധൃതിപ്പെട്ട് തിരയുകയായിരുന്ന ശ്രീകാന്തൻ ഒടുക്കം തിരിഞ്ഞുനിന്ന് കിടക്കയിലിരുന്ന് രാധയുടെ നെഞ്ചു തടവിക്കൊണ്ടിരുന്ന ലക്ഷ്മിക്കു നേരെ വിയർപ്പുപുണൂലിലൂടെ വിരലോടിച്ച് വക്രിച്ച ചിരിയോടെ ചോദിച്ചു: “നീ വിളഞ്ഞു അല്ലേ?” ലക്ഷ്മിക്കത് മനസ്സിലായില്ല.

“എനിക്ക് കാണുമ്പോലെ വലിയ കനമൊന്നുമില്ല. നിന്റെ അമ്മയ്ക്കതറിയാം. അച്ഛനു ശേഷം ഞാനാകട്ടെ.”

ചുണ്ടുകടിച്ച് തന്റെ വിയർത്തുമെലിഞ്ഞ ശരീരത്തിനു കുറുകെ നടുവിരൽകൊണ്ട് വര വരഞ്ഞ് അയാൾ വിരൽ ഞൊടിച്ചു.

ജടായുവിന് മുന്നിൽ വാതിലുകളടഞ്ഞു.

മംഗലപുത്രൻ

പൂർണ്ണമാനസികവളർച്ചയെത്തിയ ഒരു ചോരക്കുഞ്ഞ് ഭക്തിയും ആദരവും മിഴിഞ്ഞ കലമാൻ കണ്ണുകളോടെ നീണ്ട പൊക്കിൾക്കൊടി മാസങ്ങളറുത്ത് ആദ്യമായി ഭൂമിയിലേക്ക് പിറന്നുവീഴുന്നത് പേടകത്തിലിരുന്ന് ഞാനിന്നലെ സ്വപ്നം കണ്ടു. അവന്റെ കണ്ണുകളിൽ യുഗ്മതാരകങ്ങളുടെ പൂത്തിരി ചിതറി. അമ്മയുടെ യോനി ആവേശത്തോടെയും വേദനയോടെയും വിടരുന്നത് പേടകത്തിൽനിന്ന് പുറത്തു നോക്കുമ്പോൾ ഓരോ നക്ഷത്രത്തിലും തിളങ്ങിക്കാണാം. പൂർണ്ണമാനസികവളർച്ചയെത്തിയ ആ വിചിത്രനവജാതശിശു ലേബർ റൂമിന്റെ വെള്ളയും ചുവപ്പും തിരിഞ്ഞും മറിഞ്ഞും നോക്കുന്നതും പിന്നെ അമ്മ തന്നെയിറക്കിവിട്ട പരിണാമത്തുരുത്തിലേക്ക് തല ചെരിച്ച് അത്ഭുതം കൂറുന്നതും ഞാൻ കാണുന്നു.

ഭൂമിയുടെ കോൺക്രീറ്റു തറയിൽ ആദ്യമായി കാലമർത്തിയപ്പോൾ ഞാൻ ആ ചോരക്കുഞ്ഞായിരുന്നു. ഭൂമിയുടെ തെക്കും വടക്കും വടക്കും തെക്കും മാറിത്തിരിഞ്ഞു നോക്കി ഒടുക്കം ചക്രവാളത്തിലേക്ക് ഞാൻ കണ്ണുയർത്തുന്നു. "അമ്മേ, ചൊവ്വേ നീയെവിടെ! എന്റെ ശരീരം വിറയ്ക്കുന്നു. എനിക്ക് ഭാരം കൂടുന്നതായി തോന്നുന്നു. നീയതറിയുന്നില്ലേ?"

പരശുസങ്കേതത്തിലെ ബഹിരാകാശ പര്യടനനിലയത്തിന്റെ കാവി കോൺക്രീറ്റ് തറ തൊട്ടു ഞാൻ നമസ്കരിച്ചു. എന്തിനെയും മറക്കാനും മയക്കാനും പോന്നൊരു കാന്തികതയുണ്ട് ഭൂമിക്കെന്ന് തോന്നിപ്പോയ നിമിഷങ്ങളായിരുന്നു അത്. ലക്ഷ്മി ഇഷ്ടക്കേടോടെ വിവരിച്ച നിരനിരക്കെട്ടിടങ്ങൾ ദൂരത്തേക്ക് കണ്ണാടിച്ചില്ലിനപ്പുറം തെളിഞ്ഞു കണ്ടിട്ടും എനിക്കതുതന്നെ തോന്നി. ഈ കെട്ടിടങ്ങൾ ഭൂമിയെ വികൃതമാക്കുന്നുവെന്ന് അവൾ പറഞ്ഞതോർക്കുന്നു. അവൾപോലും കണ്ടിട്ടില്ലാത്ത, പറഞ്ഞു മാത്രം കേട്ട, വനപ്പച്ചയാണത്രെ ഇതിലും നയനമനോജ്ഞകം. എനിക്കെന്തായാലും ആദ്യകാഴ്ചയിൽ തന്നെ ഇവിടം പ്രിയതരമായി അനുഭവപ്പെട്ടു.

പ്രിയ ഭൂജാതരെ, ഈ കെട്ടിടങ്ങളും മുനിഞ്ഞുകത്തുന്ന തെരുവുവിളക്കുകളും അതിജീവനത്തിന്റെ പ്രകൃതിപാഠങ്ങളായി ഞാൻ മനസ്സിലാക്കുന്നു. ഒരുപക്ഷേ, ഇവയൊക്കെ തികച്ചും വികൃതവും വിരൂപവുമായി തോന്നുന്നുവെങ്കിൽ നിഷ്കളങ്കനും ഗൃഹാതുരനുമായ ഒരു ഗുഹാമനുഷ്യൻ നിങ്ങളിലുണ്ട്. നിങ്ങളുടെ മസ്തിഷ്കത്തിലുണ്ട്. നിങ്ങളുടെ ബുദ്ധിയുടെയും അദ്ധ്വാനത്തിന്റെയും സാങ്കേതികതയുടെയും ജ്വലിക്കുന്ന വൈദ്യുത പ്രതിരൂപങ്ങളുടെ കൂറ്റൻ സമുച്ചയങ്ങൾക്കു മുന്നിൽ ഞാനിതാ തൊഴുതു നിൽക്കുന്നു. വരച്ചു തീർക്കാതെ ആരോ മറന്നിട്ടു പോയ ജലച്ഛായത്തിന്റെ മുഴുമിക്കാത്ത ഭാഗങ്ങൾക്ക് സ്വയം നിറം പകരുന്ന വരച്ചു തീർന്ന കുറേ വരകൾ മനസ്സിന്റെ താളിലിപ്പോൾ തെളിയുകയാണ്. അപൂർണതകളുടെയും ഒത്തുതീർപ്പിന്റെയും കലവറയ്ക്കു മുകളിൽ ആദിപൂർവികന്റെ തീനാളം പേറി പടർന്നു കത്തുന്ന വൈദ്യുതവിളക്കുകൾക്കു മുന്നിൽ ആനന്ദക്കണ്ണീരണിഞ്ഞ് ഞാൻ നിൽക്കുന്നു.

ഇതാണെന്റെ ആദ്യ ഭൗമനിമിഷം!

പത്തുവയസ്സുകാരൻ മംഗലജാതൻ വിഷ്ണുവിന്റെ കാഴ്ചയിൽ ഭൂമിയും അവളിലെ ശാസ്ത്രാഭയും.

“ഭാരതഭൂമിയിലേക്ക് സ്വാഗതം വിഷ്ണൂ. അന്തംവിട്ടിങ്ങനെ നിൽക്കാതെ.”

ചിരിയോടെ അജിത ആശ്ലേഷിച്ചപ്പോഴാണ് പരിസരബോധം തിരിച്ചുകിട്ടിയത്. ഭൂമിയിലേക്ക് എന്നു മാത്രം പറഞ്ഞു കൂടായിരുന്നോ അവർക്ക്! ഞാൻ ആലോചിച്ചു.

ലേബർ റൂം ഒരു തുടക്കത്താവളം മാത്രമാണ്. തുടർസങ്കേതം പുറത്താണ്. ഇവിടമെനിക്കൊരിടത്താവളം മാത്രം. എത്രയും പെട്ടെന്ന് ഭൂമിയാകെ കറങ്ങിത്തിരിയുകയാണെന്റെ പ്രഥമപദ്ധതി.

ലക്ഷ്മി എന്നെക്കാണാനെത്തിയിട്ടുണ്ട്, ഞാനവളെ ജീവിതത്തിൽ ആദ്യമായി നേരിട്ടു കാണാൻ പോകുന്നു എന്നീ ചിന്തകളൊക്കെ ബോധമനസ്സിൽ വർണ്ണപ്പൊലിമയോടെ ചിതറിത്തുടങ്ങിയത് ഏറെക്കഴിഞ്ഞ് ഒന്നു നെടുവീർപ്പിട്ടപ്പോഴാണ്.

“നന്ദി അമ്മ.”

ആലോചിച്ചും ചിരിച്ചും കൊണ്ട് അജിതയുടെ കഴുത്തിലൂടെ കൈയിട്ട് ലക്ഷ്മിയെത്തിരഞ്ഞു. അവളെവിടെ?!

പേടകം റസ്സലിന്റെ ചായക്കോപ്പ വലംവെച്ചു കൊണ്ടിരുന്നപ്പോഴാണ് അവളോട് അവസാനമായി ചാറ്റ് ചെയ്തത്. അന്ന് ആരോ നിർബന്ധിപ്പിച്ച് സംസാരിപ്പിക്കുന്നതുപോലെ തോന്നിയിരുന്നു. അനുഭാവപൂർവ്വം അവളോട് ചോദിച്ചിരുന്നു എന്തുപറ്റിയെന്ന്.

ഒന്നുമില്ലെന്ന് ആവർത്തിച്ചു പറഞ്ഞപ്പോൾ ആദ്യആർത്തവത്തിന്റെ തളർച്ചയോ വരാൻ പോകുന്ന ദിവസങ്ങളോർത്തുള്ള ആകുലതയോ ആയിരിക്കാമെന്ന് കരുതി.

തീർച്ചയായും ആധികൊള്ളാൻ വകയുണ്ട്. വർഷക്കണക്കിന് എട്ടും പത്തും പ്രായം തികഞ്ഞ വിവാഹനിശ്ചയം കഴിഞ്ഞ രണ്ട് വ്യക്തികളാണ് ഞങ്ങളിരുവരും. എനിക്കോ അവൾക്കോ ഇരുപത്തി രണ്ടാം നൂറ്റാണ്ടിന്റെ സന്തതികൾക്കോ അതിൽ അതിഭാവുകത്വ മൊന്നുമില്ലെങ്കിലും ഉൾക്കൊള്ളാൻ പ്രയാസമുള്ള ചിലരുണ്ട്. ലക്ഷ്മിയുടെയും എന്റെയുമൊക്കെ മുത്തശ്ശിമാരെപ്പോലെ ചിലർ.

എന്റെ മുത്തശ്ശിയെക്കുറിച്ചു പറയാം.

രണ്ടായിരത്തി അൻപതിലെ മുഹമ്മദീയരുടെ കൂട്ടക്കുരുതിക്കു ശേഷം ലോകരാഷ്ട്രങ്ങൾ ഇന്ത്യൻ യൂണിയനെ നരാധമന്മാർ അധി കാരം കൈയാളുന്ന ഭീകരവാദരാഷ്ട്രമായി സമീപിക്കാൻ തുടങ്ങി യത് പുതിയ രാഷ്ട്രതന്ത്രം ആവിഷ്കരിക്കേണ്ടതിന്റെ ആവശ്യ കതയിലേക്കു വിരൽ ചൂണ്ടി. ശിക്ഷാനിയമങ്ങളുടെ ഉദാത്തീകരണം, ശാസ്ത്രത്തിനും സാങ്കേതികതയ്ക്കും പ്രാമുഖ്യം തുടങ്ങിയ പ്രധാന തീരുമാനങ്ങൾക്ക് എസ്.എസ്.എസ്. നേതൃത്വം രൂപം നൽകി. ശാസ്ത്രത്തിനു പ്രാധാന്യം നൽകുക എന്ന പ്രഖ്യാപനത്തിലൂടെ ജ്യോതിഷം, വാസ്തു എന്നീ തട്ടിപ്പുകൾക്കും ശാസ്ത്രീയമാനം കൈവരിക്കാനായി. വാസ്തുശാസ്ത്രപ്രകാരമല്ലാതെ ഒരു കെട്ടിടവും ഭാരതത്തിൽ ഉയരില്ല, ജ്യോതിഷം അനുശാസിക്കാത്ത വിവാഹം നടക്കില്ല എന്നീ നയങ്ങൾ കുറ്റിയറ്റു പോകാറായ ജ്യോതിഷി കൾക്കും വാസ്തു വിദ്വാന്മാർക്കും പച്ച തൊടാനുതകി. മുഴക്കോലും കവടിയും ശാസ്ത്രലേബലിൽ പിന്നെയും നിരത്തിലിറങ്ങി.

മുത്തശ്ശിയുടെ പ്രണയത്തിന് ഇടങ്കോലിട്ടത് ഏതോ ഒരപശ കുനക്കാരൻ ജോത്സ്യരുടെ കവടിയാണ്. അയാൾ പ്രസ്താവിച്ചു: "ഏഴിൽ ചൊവ്വ. വിവാഹം അനുവദനീയമല്ല. അകാലഭർത്തൃ വിയോഗം സുനിശ്ചിതം."

അന്ന് മുത്തശ്ശി എത്രത്തോളം കരളു പിടഞ്ഞ് കരഞ്ഞിട്ടുണ്ടാകു മെന്ന് എനിക്ക് മനസ്സിലാകും. എന്നോട് പറയുമ്പോൾ പോലും അവരുടെ കണ്ണീരിനെ മറച്ചത് ചിരിക്കാനുള്ള ശ്രമമാണ്. മുത്തച്ഛന്റെ കഴുത്തിലൂടെ കൈയിട്ട് ആ നെറ്റിയിൽ ചുംബിച്ചപ്പോൾ അവരതു മറന്നു കളയാൻ ശ്രമിക്കുന്നതായി എനിക്കു തോന്നി.

"നീയിപ്പോഴും മരിച്ചിട്ടില്ലല്ലോടാ."

അവർ മുത്തച്ഛന്റെ നരച്ച താടിയിൽ മുഖമുരസി മന്ദഹസിച്ചു. പിറകുവശത്തുകൂടെ കൈയിട്ട് അവരെ മടിയിലേക്ക് പിടിച്ചിരുത്തി

തിളങ്ങുന്ന കണ്ണുകളോടെ മുത്തച്ഛൻ പറഞ്ഞു: "ഭൂമിയിലായിരുന്നെങ്കിൽ ചൊവ്വാദോഷം കാരണം ഞാനിപ്പോഴേക്കും ചത്തേനേ."

യുഗ്മതാരകങ്ങളുടെ പ്രകാശമുണ്ട് മുത്തച്ഛന്റെ കൃഷ്ണമണികൾക്ക്. അദ്ദേഹം സാഹസികനാണ്. ഗൃഹാതുര പാഴ്വേലകൾക്കതീതനും. അന്നും ദൃഢമായ നിലപാടെടുത്തത് അദ്ദേഹമായിരുന്നു. റഷ്യൻ ശാസ്ത്രജ്ഞർ മനുഷ്യനെ ചൊവ്വയിൽ സ്ഥിരതാമസത്തിന് കൊണ്ടുപോകുന്നെന്ന വാർത്ത ആ മനുഷ്യനെ കുസൃതിക്കാരനാക്കിയിരുന്നിരിക്കണം. എല്ലാ രാഷ്ട്രങ്ങളിൽനിന്നും സുധീരരായ ചെറുപ്പക്കാരെ ക്ഷണിക്കുന്നു എന്ന പരസ്യത്തിലെ സുധീരതയിലേക്ക് അദ്ദേഹത്തിന്റെ കണ്ണ് ഊന്നിപ്പോയിരിക്കണം. ചൊവ്വാദോഷം കാരണം ഇന്ത്യൻ യൂണിയനിൽ വെച്ച് തന്റെ വിവാഹം ഒരിക്കലും നടക്കാൻ പോകുന്നില്ല എന്ന കനത്ത നിരാശത ഒരുപക്ഷേ അയാളിൽ കുസൃതി നിറഞ്ഞൊരു സാഹസികതയായി ഉരുവംകൊള്ളാൻ തുടങ്ങിയത് അങ്ങനെയാകാം.

ഏറ്റവും കഠിനവും അതേവരെ ചിന്തയിലില്ലാത്ത പലതും വാശി നമ്മെക്കൊണ്ട് തോന്നിപ്പിക്കുന്നു. പിന്നെ അതൊരാത്മപീഡയായി ത്തീരുന്നു. ഇനി പരാജയപ്പെട്ടാൽ തന്നെ എനിക്കൊന്നും നഷ്ടമാകാനില്ല എന്ന അതിശയകരമായ നിശ്ചയദാർഢ്യം, നിർമമത.

തന്റെ തീരുമാനം പ്രിയതമയെ അറിയിച്ചപ്പോൾ അദ്ദേഹം നേരിട്ട പ്രതികരണം എന്താവാം? വിവാഹം അല്ലെങ്കിൽ മരണം എന്ന ആവർത്തിച്ചു തേഞ്ഞ, ക്ലാവു പിടിച്ച ജീവിതസമവാക്യത്തെ പരീക്ഷണാടിസ്ഥാനത്തിൽ പുനർനിർദ്ധാരണം ചെയ്യാൻ മുത്തശ്ശി ചകിതയാകാതെ നേരെയങ്ങ് സമ്മതിച്ചിട്ടുണ്ടാവുമോ? ചിലപ്പോൾ ഉണ്ടാവാം. പ്രണയം അത്രമേൽ ഭ്രാന്തമാണ്, അവർ അത്രത്തോളം വിഭ്രാന്തരും.

ഞാൻ അധികം ഒന്നും ചോദിച്ചിട്ടില്ല. ഭൂമിയെക്കുറിച്ച് പറയുമ്പോൾ മുത്തശ്ശിയുടെ കണ്ണുകളിലെ വിദൂരവും ഗൃഹാതുരവുമായ ആ നനവ് എനിക്ക് കാണാം. മുത്തച്ഛനിൽ നിന്നകന്ന് ഒരിക്കലും അവരെ കാണാറില്ലാത്തതുകൊണ്ട് ഒറ്റക്കാവുന്ന നേരത്ത് അദ്ദേഹത്തോട് ചോദിക്കുക എന്നതും അടഞ്ഞ അധ്യായമാണ്.

വിവാഹം അല്ലെങ്കിൽ മരണം എന്ന വാൾമുന സമവാക്യത്തിൽ നിന്നും ഒരു പടി കൂടി കടന്ന് അന്യഗ്രഹം അവർക്കു മുന്നിൽ മറ്റൊരു സാധ്യതയായി തിളങ്ങി. ചൊവ്വാദോഷം അല്ലെങ്കിൽ ചൊവ്വ എന്ന സുധീരസാധ്യത അവർക്ക് ഒരു മരുപ്പച്ചയോ മരീചികയോ ഏതായിരുന്നിരിക്കണം?

പരീക്ഷണാടിസ്ഥാനത്തിൽ മറ്റൊരു ഗ്രഹത്തിൽ അധിവസിക്കുക എന്ന നിർദ്ധാരണമൂല്യം തീർച്ചയായും അവർക്കും

ആകുലതകൾ നൽകിയിരിക്കണം. മരണത്തേക്കാളും സാഹസികത ഒരു പടി കടന്നു നിൽക്കുന്നു എന്ന തിരിച്ചറിവ് മുത്തച്ഛന്റെ തിളങ്ങും കണ്ണിൽ നോക്കിനിൽക്കെ പ്രിയപ്പെട്ടവൾക്കും തീർച്ചയായും തോന്നിക്കാണണം. ബഹിരാകാശപേടകത്തിലിരുന്ന് ഉടനീളം അവർ അയാളുടെ കണ്ണു നോക്കിയിരുന്നിരിക്കണം, അവരൊരുമിച്ച് പേടകം റസ്സലിന്റെ ചായക്കോപ്പ വലംവെക്കെ ഏതെങ്കിലും ജ്യോതിഷി ഗ്രഹങ്ങളെ ശൂന്യതയിലിട്ടുരച്ച് കവടി നിരത്തുന്നുണ്ടോയെന്ന് എന്തി നോക്കിയിരുന്നിട്ടുണ്ടാകാം.

ചൊവ്വയിൽ ആദ്യമെത്തിയ നിമിഷം മുത്തച്ഛൻ ടെലികാസ്റ്റ് ചെയ്തതോർക്കുന്നു. ഒരേ സമയം ചിരിക്കുന്നുവെന്നും പരിഹസിക്കുന്നുവെന്നും തോന്നലുളവാക്കുന്ന തിളങ്ങും നോട്ടവുമായി മുത്തശ്ശിയെ ചേർത്തുപിടിച്ച് അദ്ദേഹം പറഞ്ഞു: “എനിക്കിപ്പോൾ ചൊവ്വയോട് കൂടുതൽ ഇഷ്ടം തോന്നുന്നു. ഒരുപക്ഷേ ഇനി മുതൽ ഞാനിവിടെ തങ്ങേണ്ടവനായതുകൊണ്ടാവാം. ഞാനിങ്ങനെ തന്നെയായിരുന്നു ഭൂമിയിൽ. എങ്കിലും ചൊവ്വാദോഷവും കനത്ത ഭൂഗുരുത്വവും എനിക്ക് നേരിടേണ്ടി വന്നു. ഭൂമി കൂർത്ത നോട്ടവുമായി പിടിച്ചു വലിച്ചു. ഇവിടെയും എനിക്ക് അതേ ശരീരമാണ് പക്ഷേ, കെട്ടുപാടുകളുടെ ഭാരം കുറവാണ്.”

നിറകണ്ണുകളോടെ മുത്തശ്ശി പറഞ്ഞതും സമാനമായിരുന്നു. അവർ പറഞ്ഞു: “മരക്കുറ്റിയിൽ കെട്ടിയിട്ടൊരപ്പൂപ്പൻതാടി കാറ്റത്ത് പറന്നു പൊങ്ങി കാറ്റടങ്ങുമ്പോൾ നിലംപറ്റുന്നത് പോലുണ്ട് ഓരോ ചെറിയ കാൽവെപ്പിന്റെയും ഓടുന്ന പ്രതീതി.”

അവർ ചിരിച്ചു. “എങ്കിലും ഒടുക്കം നാം മണ്ണിലേക്ക് തന്നെയെത്തും, എവിടെയാണേലും.”

ചൊവ്വയിലെ ഭാരക്കുറവ് ആസ്വദിക്കുന്നതുകൊണ്ടായിരിക്കാം പേരക്കുട്ടി ആദ്യമായി ഭൂമിയിലേക്ക് പോകുന്നതറിഞ്ഞ് യാതൊരു ഗൃഹാതുരതയുമില്ലാതെ അദ്ദേഹം തിളങ്ങും കൺചിരിയോടെ യാത്രയാക്കിയത്. കട്ടിക്കണ്ണട നേരയാക്കി നരച്ച താടി തടവിക്കൊണ്ട് മുത്തച്ഛൻ ചിരിയോടെ പറഞ്ഞു: “അവളെയും കൊണ്ടു വരൂ ഇവിടേയ്ക്ക്. ചുവന്ന മേഘക്കീറുകൾക്കിടയിൽ ഇവിടെയീ ക്ഷാരമണലിൽ കെട്ടിമറിയൂ.”

ഒരുപക്ഷേ, അങ്ങനെയായിരുന്നിരിക്കണം മുത്തശ്ശിയുമൊത്ത് നവഗ്രഹത്തിലിറങ്ങിയപ്പോൾ അദ്ദേഹം ദിവസങ്ങൾ തിമിർത്തത്. എന്നിട്ടും വിദൂരവും അടക്കിപ്പിടിച്ചതും ഗൃഹാതുരവുമായ നനവുണ്ട് മുത്തശ്ശിയുടെ കണ്ണുകൾക്കിപ്പോഴും. അവർക്കിപ്പോഴും കൂടുതൽ ഭാരം വേണമെന്ന് തോന്നുന്നുണ്ടാവുമോ, അപ്പൂപ്പൻതാടിയോട് ചേർക്കുന്ന നൂലിന് നീളം കുറയണമെന്ന്?

ചങ്ങലകളുടെ കിലുക്കം കാലുകൾക്ക് സൗന്ദര്യമാണെന്ന് കരുതുന്ന അനേകം മനുഷ്യരെക്കുറിച്ച് ഞാൻ കേട്ടിട്ടുണ്ട്.

മുത്തശ്ശി പുറത്തേക്കൊന്നും പറഞ്ഞില്ല

മുത്തശ്ശി പറഞ്ഞു: "പോയി വരൂ. അച്ഛൻ പോയ പോലെയാകരുത്."

നടുക്കത്തോടെ ഞാൻ അവരെ നോക്കി. ഭാരമുള്ള നോട്ടമായിരുന്നു എന്റേത്. വാത്സല്യത്തോടെ അവരെന്റെ നെറ്റിയിൽ മുത്തം നൽകി ആ ചൊവ്വാദോഷക്കാരി, മംഗലമണ്ണിലെ ആദിപൂർവ്വികരിലൊരുവൾ തന്റെ മാതൃഗ്രഹത്തിലേക്ക് കൈവീശി. ഒരുപക്ഷേ, തനിക്കിനിയൊരു മടക്കയാത്രയില്ലെന്ന തിരിച്ചറിവോ അതോ കൂടെ പോരട്ടേ എന്ന കെട്ടുപൊട്ടാത്ത വിതുമ്പലോ അവരിലുണ്ടായിരുന്നോ! ഗോത്രവിലക്ക് കൽപ്പിക്കപ്പെട്ട കാട്ടുപെണ്ണ് നാട്ടുകവലയിൽ കുന്തിച്ചിരുന്ന് തേങ്ങിക്കരഞ്ഞും ഞെട്ടപൊട്ടിച്ചും കാട്ടുവഴിയുടെ വേരും ചൂരും ഓർത്തെടുക്കുമ്പോലെ, ഒന്നുകൂടി ആഢ്യമായി പറഞ്ഞാൽ പിണ്ഡം വെച്ച് പടിയിറക്കപ്പെട്ട സവർണ സ്ത്രീ നാട്ടിലെ അടിയാളക്കരുത്തന്മാരുടെ കിടക്കറയുടെ ജനൽക്കമ്പികളിൽ ഏന്തിത്തൊട്ട് താൻ കളിച്ചുവളർന്ന തറവാടിന്റെ അടഞ്ഞവഴി പലർക്കും തുറക്കപ്പെടുന്നതും നോക്കി ചുണ്ടു കടിക്കുന്നതുപോലെ ചില ചിത്രങ്ങളെന്റെ മനസ്സിലൂടെ മറഞ്ഞു. വിലക്കുകളെ വകവയ്ക്കാതെ മുന്നേറിയവർക്ക് താൻ എല്ലാത്തിന്റെയും വിധേയനായിരുന്നുവെങ്കിൽ എന്നാഗ്രഹിക്കുന്ന ഒരു നിമിഷം എങ്ങനെ നേരിടാനാകും? ആത്മാവ് കൈകൊട്ടിപ്പാടുന്ന ആ നിമിഷമായിരിക്കില്ലേ അത്!

ഞാൻ എന്തിനാണ് ഇങ്ങനെയൊക്കെ ചിന്തിക്കുന്നത്? പത്തു വയസ്സുകാരനായ ഒരു പ്രായപൂർത്തിക്കാരനിൽ ഇത്രയും ചിന്തകളൊക്കെ കുത്തിവെച്ച എന്റെ വിധാതാവ് (അങ്ങനെയൊരാൾ ഉണ്ടെങ്കിൽ, വിധി എന്ന സാങ്കൽപികവാതിലിന് തെളിവിന്റെ വിജാഗിരികളുണ്ടെങ്കിൽ അത് ഒരു പരികൽപനയായി ഞാനെടുക്കും) അയാളുടെ പരീക്ഷണശാലയിലെ ഗിനിപ്പന്നിയെപ്പോലെയാണ് എന്നെ കാണുന്നതെന്ന് പലപ്പോഴും എനിക്ക് തോന്നിയിട്ടുണ്ട്. ചൊവ്വ വിട്ട് പേടകമുയർന്നപ്പോൾ പോലും വൈകാരികമായി പലതും ചിന്തിക്കാൻ ഞാൻ പരിശ്രമിച്ചു. എന്നിട്ടും അറ്റമില്ലാത്ത ചിന്തകളും ഒരു വസ്തുവിനെ അതായിത്തന്നെ കാണാനാകാത്ത ഭാവനയുടെ മായക്കാഴ്ചകളും ഞാൻ കാണുന്നു.

പേടകം മംഗലമണ്ണ് വിട്ടുയർന്നു.

മുത്തച്ഛനും മുത്തശ്ശിയും കൈ വീശുന്നത് ഞാൻ കണ്ടു. മരക്കുറ്റിയിൽ നൂൽകൊണ്ട് കെട്ടിയ അപ്പൂപ്പൻതാടികളിലൊന്ന് നൂൽ

പൊട്ടിച്ച് കൂടുതൽ മുകളിലേക്കുയരാനും മറ്റേത് കാറ്റടങ്ങി നിലം പൊത്താനും ആശിച്ചും പ്രാർത്ഥിച്ചുംകൊണ്ടിരുന്നു,

പേടകത്തിലിരിക്കെ മനംപിരട്ടലും മലബന്ധവും അനുഭവപ്പെട്ടു. തലയ്ക്ക് വല്ലാതെ ഭാരം തോന്നിക്കുകയും മുഖം വീർത്തു വരുന്നതായി അനുഭവപ്പെടുകയും ചെയ്തു. എന്റെ ആദ്യ യഥാർത്ഥ ബഹിരാകാശ യാത്രയായിരുന്നു അത്. ഒരു മാസത്തോളം യാത്രാനുമതിക്കായി നീണ്ട പരിശീലനപ്പറക്കലുകൾ കൃത്രിമമായി ഒരുക്കിയ ബഹിരാകാശത്ത് നടത്തിയിട്ടുണ്ട്. സമയത്തേയും ദിശയേയും തോൽപ്പിക്കുന്ന അതിദ്രുത ബഹിരാകാശ പേടകങ്ങൾ ഗ്രഹാന്തര യാത്രകൾ നടത്താൻ തക്കവണ്ണം മനുഷ്യൻ വികസിപ്പിച്ചത് നീണ്ട മരവിപ്പിനും ആകുലതകൾക്കും കാത്തിരിപ്പിനും വിരാമമിട്ടു. പ്രാവിന്റെ കാലുകളിൽ സന്ദേശം കെട്ടിയയച്ച് അക്ഷമനായി കാത്തിരിക്കുന്ന അനേകം രാജാക്കന്മാർ ഇലക്ട്രോണിക് സന്ദേശങ്ങളുടെ ചടുലതയും സൂക്ഷ്മതയും കണ്ട് അന്ധാളിക്കുന്നതുപോലെ, അടുത്ത വീട്ടിലേക്ക് മതിലു ചാടിക്കടക്കുന്നതുപോലെ പെട്ടെന്നായിരുന്നു പുതിയ കണ്ടെത്തലുകളും ഗഗനയാനങ്ങളും. ഗുരുത്വാകർഷണമില്ലാതെ രൂപം കൊള്ളുന്ന തീനാളത്തിന്റെ കാഴ്ച എന്നിൽ കൗതുകമുണർത്തി. അനാദിയായ മഹാശൂന്യതയിലേക്ക്, വിചിത്രമായി ചിതറിക്കത്തുന്ന തീനാളങ്ങളുടെ പശ്ചാത്തലത്തിൽ ലക്ഷ്മിയെയോർത്ത് ഞാനിരുന്നു. കാത്തിരിപ്പിന്റെ ആകാംക്ഷയും വിരസതയും ത്രസിക്കുന്നൊരു ഗഗനചാരിയായിട്ട് ഇന്നേക്ക് ആറു മാസം തികയുന്നു.

പേടകത്തിലിരുന്ന് ഞാൻ പ്രത്യാശാപൂർവ്വം വിഭാവനം ചെയ്ത പദ്ധതികളെന്തൊക്കെയാണ്? അവൾക്കൊപ്പം ഭൂമി മുഴുവൻ കറങ്ങിത്തിരിയുക എന്നതു മാത്രമാണോ? ഒരു മടക്കയാത്ര അനിവാര്യമാണോ എന്ന കുഴക്കുന്ന പ്രശ്നത്തെ ഭൂമിയിലെ അനുഭവങ്ങളുമായി തട്ടിച്ച് ഉചിതമായ തീരുമാനമെടുക്കുക എന്നതാണ് രണ്ടാമത്തേതും അവസാനത്തേതുമായ പദ്ധതി. ഒരുപക്ഷേ മൂന്നു വർഷം മുൻപ് ഇതുപോലൊരു പേടകത്തിലിരുന്ന എന്റെ അച്ഛനെയും ഈ മടക്കയാത്രയുടെ കുഴക്കുന്ന ചിന്ത മഥിച്ചിട്ടുണ്ടാവില്ലേ?

അച്ഛനെക്കുറിച്ചുള്ള ഓർമ്മതന്നെ തല പെരുപ്പിക്കുന്നു.

ഞാനതൊക്കെ മറക്കാൻ ആഗ്രഹിക്കുന്നു. രോഗിണിയായ അമ്മയെ തനിച്ചാക്കി ഉടൻ വരുമെന്ന് പറഞ്ഞ് പ്രിയതമയെത്തേടി പൂർവ്വികരുടെ മാതൃഗൃഹത്തിലേക്ക് തിരിച്ച അച്ഛൻ പിന്നീടറിഞ്ഞത് അമ്മ മരിച്ചു എന്ന വാർത്തയാണ്.

മുത്തച്ഛൻ എന്റെ കൈയിലേക്ക് കത്തുന്ന വിറക് തന്നു.

മുത്തച്ഛൻ പറഞ്ഞു: "കത്തിക്കൂ."

വിറയ്ക്കുന്ന കൈകകളോടെ ഞാൻ തീകൊളുത്തി

ക്ഷാരമണലിൽ ചിതയാളി. മന്ദഹസിച്ചും വേദനിക്കുന്ന ചിരിയിലാണ്ടും മാത്രം കാണാറുള്ള അമ്മയുടെ നീല ഞരമ്പുന്തിയ മുഖം തീനാളങ്ങളിൽ ഉയർന്നുതാണു.

അച്ഛൻ പിന്നീടൊരിക്കൽ വിളിച്ചു. കാശ്മീരിൽ, ഭാരതത്തിന്റെ അതിർത്തിയിൽ, പട്ടാളക്കാരനായി സേവനമനുഷ്ഠിക്കുന്ന അയാളുടെ പുതിയ രൂപം ഞാൻ മനസ്സിൽ വരഞ്ഞു.

മുത്തച്ഛൻ പറഞ്ഞു: "മതിയാക്ക്. അങ്ങനെയൊരച്ഛൻ ഇനി നിനക്ക് വേണ്ട."

ഒരുപക്ഷേ, അഞ്ചു വർഷങ്ങൾക്കു മുൻപ് ഇതുപോലൊരു പേടകത്തിലിരുന്ന് മടക്കയാത്രയെക്കുറിച്ച് നിശ്ചയിച്ചുറപ്പിച്ചിട്ടും വിധി അയാളെ തടഞ്ഞതായിക്കൂടേ? ബോധമനസ്സുകൊണ്ട് കൊന്നു തള്ളിയ മനുഷ്യർ ഉപബോധത്തിൽ മങ്ങിക്കത്തുന്ന ഒരു തിരിനാളം കണക്ക് വീണ്ടുമെത്തുന്നത് മസ്തിഷ്കമരണംപോലെ ഭയാനകമാണ്. അച്ഛനെക്കുറിച്ച് ചിന്തിക്കേണ്ട എന്ന് ഞാനെപ്പോഴും കരുതുന്നു. മറ്റാരെക്കാളും ഞാൻ മനസ്സു കൊണ്ടടുത്തത് അമ്മയോടും മുത്തച്ഛനോടും മുത്തശ്ശിയോടും പിന്നെ ലക്ഷ്മിയോടുമാണ്. ചിന്തിക്കുന്നത് അവരെക്കുറിച്ചാകാം. അവരും അവർക്ക് പ്രിയപ്പെട്ടവരുമൊഴിച്ചാൽ മറ്റെല്ലാം എനിക്ക് അപ്രധാനമാണ്. ആരുടെയൊക്കെയോ നിഴലുകൾ.

കൈയ്യിൽ മടക്കയാത്രയ്ക്കുള്ള രണ്ട് ടിക്കറ്റുകൾ കരുതിയിട്ടുണ്ട്. ജനുവരി മുപ്പതിലേക്ക് കരുതിവെച്ചത്. ഭാരതത്തിലെ ജനസംഖ്യ നിയന്ത്രിക്കാൻ ഒരു കുടുംബത്തിൽ നിന്നും നിർബന്ധമായും ഒരംഗം അന്യഗ്രഹത്തിലേക്കു പോകേണ്ടതുണ്ട്. ഒരുപക്ഷേ, രണ്ടാമത്തേതും പ്രധാനവുമായ തീരുമാനം മടങ്ങേണ്ട എന്നാണെങ്കിൽ ടിക്കറ്റുകൾ അജിതയ്ക്കോ, വിവേകിനോ നൽകും. മൂന്നുവർഷങ്ങൾക്കു മുൻപ് അച്ഛൻ വഴി പരിചയപ്പെട്ടതാണ് ഞാനവരെ, ആഴമുള്ള ബന്ധമുണ്ട് ഞങ്ങൾക്കിടയിൽ. എന്റെ താൽപര്യത്തോട് മുഖം തിരിക്കാൻ ഒരിക്കലും അവർക്കാകില്ല.

ഭാരതം യാഥാസ്ഥിതിക ഹിന്ദുക്കളുടെ പാളയമാണെന്ന് ലക്ഷ്മി പലപ്പോഴും ഓർമ്മിപ്പിച്ചിട്ടുണ്ട്, മടക്കയാത്രാ ടിക്കറ്റുകളിൽ വരുന്നത് അജിതയോ വിവേകോ ആണെങ്കിൽ തീർച്ചയായും അവർ ആകാശക്കീറുകൾക്കിടയിലെവിടെവെച്ചെങ്കിലും രണ്ട് സ്വതന്ത്ര വ്യക്തികളായിത്തീരും. ആത്മാവിൽനിന്നും വ്യതിരിക്തരായി രണ്ട് പച്ചമനുഷ്യർ അവരുടെ നിസ്സാരവും വിലക്ഷണവുമായ ദൈവം

ഒരു വിഭ്രാന്തിയാണെന്ന് ചിരിച്ചുകൊണ്ട് മനസ്സിലാക്കും. ബഹിരാകാശത്തിന്റെ മോക്ഷകവാടത്തിലൂടെ മംഗലപഥം പൂണ്ട രണ്ട് സ്വാതന്ത്ര്യദാഹികളായിത്തീരും അവരിരുവരും.

ഇനിയഥവാ, ലക്ഷ്മിക്കൊപ്പം ഒരു മടക്കയാത്രയാണെങ്കിലോ? തീർച്ചയായും ഞാനെന്റെ മാതൃഗ്രഹത്തിലേക്ക് അവളെ ക്ഷണിക്കും. വർദ്ധിച്ച ആനന്ദത്തോടെ ശൂന്യതയിൽ വലിയൊരു ചോദ്യചിഹ്നമോ ഇന്ത്യൻ ക്ലോസറ്റോ ദൈവത്തിന്റെ ഇരിപ്പിടമോപോലെ പ്രകാശിക്കുന്ന റസ്സലിന്റെ സ്വർണവർണ്ണ ചായക്കോപ്പ ചൂണ്ടിക്കാട്ടി ഞാനവളുടെ കണ്ണിൽ തീ ചിതറിക്കും. റസ്സലിന്റെ ഓർമ്മയ്ക്ക് ഭൂമിയിലെ പല തീർത്ഥസ്ഥാനങ്ങളെയുംപോലെ കുസൃതി കലർത്തി ശാസ്ത്രജ്ഞർ പണിതീർത്ത ആ സ്മാരകത്തിനു ചുറ്റും വലം വെയ്ക്കെ, അനാദിയായ മഹാശൂന്യതയിലേക്ക് വിചിത്രമായി ചിതറിക്കത്തുന്ന തീനാളത്തിന്റെ പശ്ചാത്തലത്തിൽ അവളുടെ മടിയിൽ തലവെച്ചു കിടക്കും. മംഗലപഥം പൂണ്ടയുടനെ ചുവന്ന മേഘക്കീറുകൾക്കു കീഴെ ക്ഷാരമണലിൽ മദാലസരായ രണ്ട് ഭ്രാന്തൻ നക്ഷത്രങ്ങളെപ്പോലെ കെട്ടിമറിയും, വക്കുകളിൽ തീ ചിതറിക്കും... ഒട്ടിപ്പിടിച്ച രണ്ട് അപ്പൂപ്പൻതാടികൾ മരക്കുറ്റിയും നൂലും വിട്ട് കൂടുതൽ ഉയരത്തേക്ക് പറക്കാനുള്ള വ്യഗ്രതയിൽ തൃഷ്ണയുടെ വളഞ്ഞ അക്ഷരങ്ങൾ വായുവിൽ കൊത്തിവരിയും.

പക്ഷേ, അവളെവിടെ?

ഇത്രയൊക്കെ സ്വപ്നം കണ്ടിട്ടും എല്ലേടത്തും കണ്ണേറ് പോയിട്ടും അജിതയും വിവേകും ജടായുവുമല്ലാതെ അവളെവിടെ?

“ഭാരതഭൂമിയിലേക്ക് സ്വാഗതം വിഷ്ണൂ. അന്തംവിട്ടിങ്ങനെ നിൽക്കാതെ.” അജിത ആശ്ലേഷിച്ചു.

“നന്ദി അമ്മേ.” അവരുടെ കഴുത്തിൽ കൈയിട്ട് ഞാൻ ലക്ഷ്മിയെ തിരഞ്ഞു.

“വരൂ, വീട്ടിലേക്കു പോകാം.” വിവേക് കൈപിടിച്ചു കുലുക്കി.

ഞാൻ നേരിയ അനിഷ്ടത്തോടെയും നിരാശയോടെയും ചോദിച്ചു: “ലക്ഷ്മി എവിടെ?”

“ഓ. അതു പറയാൻ വിട്ടു, വിഷ്ണൂ.”

മുടി ഒതുക്കി വെച്ച് സ്വർണ്ണവളകൾ നേരെയാക്കി സാരിത്തലപ്പിന്റെ ചുളിവു നിവർത്തി, ചെരിപ്പ് കാലിൽ ഒന്നുകൂടി നേരാംവണ്ണം ഉറപ്പിക്കുന്നതിൽ ശ്രദ്ധിച്ച് അജിത പറഞ്ഞു: “ഇന്നലെയാണ് പെട്ടെന്ന് സർക്കാർ ഉത്തരവ് വന്നത്. വിവാഹത്തിനു മുൻപ് ഓരോ പെൺകുട്ടിക്കും ലൈംഗിക വിദ്യാഭ്യാസപരിശീലനം നിർബന്ധമാക്കിയിട്ടുണ്ട്. അവൾ ആ ക്യാമ്പിന് പോയതാണ്. മോൻ അത്

ആലോചിക്കാതെ. അവളു നാളെയിങ്ങെത്തും. വരൂ. വീട്ടിലേക്കു പോകാം.”

അജിത കറുത്ത കൂളിംഗ് ഗ്ലാസ് ധരിച്ച് മുൻപു പറഞ്ഞതിന് അനുബന്ധമെന്നോണം ജടായുവിന് നേരെ തിരിഞ്ഞ് ‘ഇല്ലേ’ എന്നു ചോദിച്ചു. വിവേക് കാവിമുണ്ടിന്റെ മടിക്കുത്തിൽനിന്ന് കൂളിംഗ് ഗ്ലാസ് എടുത്ത് ധരിക്കുകയും എന്റെ ലഗേജ് എടുക്കുകയും ചെയ്തു.

“നടക്കൂ.” വിവേക് പറഞ്ഞു.

ജടായുവാകട്ടെ അപ്പോഴും അനങ്ങാതെ നിൽക്കുകയായിരുന്നു. ഏറെ നേരം കഴിഞ്ഞ് അവൻ ‘അതെ’ എന്ന് അജിതയെ പിന്താങ്ങിയെങ്കിലും അത് വിലക്ഷണവും വ്യാകരണപ്പിശകുള്ളതുമായി തോന്നിച്ചു. ജടായു പ്രപഞ്ചരഹസ്യം കാത്തുസൂക്ഷിക്കുന്ന ഏതോ ഒരു അത്ഭുതകണംപോലെ കാണപ്പെട്ടു. അവൻ വല്ലാതെ സംശയാലുവും അമർഷക്കാരനുമാണെന്ന് തോന്നുന്നു. ഒരു കുപ്പിച്ചീൾ വാക്ക് തന്റെ ഖണ്ഡികയ്ക്ക് ചേരാതെ തെറിച്ചു വീണു കിടക്കുന്നതുകണ്ട് യജമാനത്തി ഭാവത്തോടെ ജടായുവിനെ കനപ്പിച്ചു നോക്കി അജിത പറഞ്ഞു: “നടക്ക്.”

എനിക്ക് കൂടുതൽ അവരെ കേൾക്കാനായില്ല. അവർ പിന്നെ എന്താണ് പറഞ്ഞതെന്ന് ഞാൻ ശ്രദ്ധിച്ചില്ല.

അടക്കിപ്പിടിച്ച ഹൃദയമിടിപ്പോടെയും കാത്തിരിപ്പോടെയും പ്രിയപ്പെട്ടവളെത്തേടിയെത്തിയപ്പോൾ അവളുടെ അഭാവം എന്നെ നിരാശനാക്കി. എനിക്ക് മറ്റൊന്നിലും ശ്രദ്ധ കേന്ദ്രീകരിക്കാനായില്ല. ഞാൻ ജടായുവിനെപ്പോലെ ഖണ്ഡിക തെറ്റിയൊരു യാന്ത്രിക വാക്കായി. പൂർണ്ണമാനസികവളർച്ചയെത്തിയ ചോരക്കുഞ്ഞ് ആദ്യമായി ഭൂമി കണ്ടപ്പോൾ ലേബർ റൂമിനോട് ഭയം തോന്നുന്നു. മുലപ്പാലിനായി കരയുമ്പോൾ ആരൊക്കെയോ പൊതിഞ്ഞുകെട്ടി കത്രികകളുടെയും സൂചിമുനകളുടെയും ലോകത്തേക്ക് കൊണ്ടുപോകുന്നു, അവരുടെ കൈകളിൽ വഴുക്കുന്നു.

ഒരാളെ മാത്രം ആശിച്ചും കിനാവ് കണ്ടും അപരിചിതമായ അയാളുടെ വിദൂരത്തെ താവളത്തിലേക്ക് എത്തിച്ചേരുകയും അയാളവിടെ ഇല്ലെന്നും അടുത്തൊന്നും ഒരു മടക്കയാത്ര നടക്കില്ലെന്നും അറിയുമ്പോൾ ആഴ്ന്നുപോകുന്ന നിരാശതയുടെയും ഒറ്റപ്പെടലിന്റെയും മടുപ്പിന്റെയും വന്യശൂന്യത. വാടിപ്പോയ കണ്ണുകളിൽ ഒളിപ്പിക്കാൻ ശ്രമിച്ച നനവും ഉള്ളിൽ വിചിത്രമായി ചിതറിക്കത്തുന്ന തീനാളവും ഞാനറിഞ്ഞു.

“എന്തുകൊണ്ടാണ് ഞാനിത്ര വേഗം തളർന്നുപോയത്?”

“ഒരുപക്ഷേ, ലക്ഷ്മി ആഗ്രഹിച്ച ശൗര്യക്കാരൻ പുരുഷൻ ആയിരിക്കില്ലേ ഞാൻ?”

അവളുടെ ഭാവനയിലെ കായബലമുള്ള പുരുഷനെക്കുറിച്ച് രണ്ടു നാൾ മുൻപ് പറഞ്ഞത് ഞാനോർക്കുന്നു. നാളെ അവൾ മടങ്ങിയെത്തുമെന്നിരിക്കെ ഇപ്പോഴത്തെ ഈ ആധി തീർത്തും അയുക്തികമാണ്. അവൾ ആഗ്രഹിക്കുന്ന പുരുഷനായിത്തീരാൻ ബാലിശമായ ഇത്തരം ആകുലതകൾ ഉപേക്ഷിക്കേണ്ടതുണ്ട്.

മനസ്സിനെ യുക്തിഭദ്രമാക്കാൻ ശ്രമിക്കുന്തോറും ശരീരത്തിന് പഴയ ബലം കൈവരുന്നതുപോലെ തോന്നുന്നു.

“കയറൂ.” ജടായു പിൻസീറ്റിന്റെ ഡോർ തുറന്നു.

കയറിയിരുന്നപ്പോൾ ഞാൻ അവൾ മനഃപാഠമാക്കിയ ശ്ലോകം പരതുകയായിരുന്നു. ജടായു കയറുകയും വിവേക് കാർ സ്റ്റാർട്ട് ചെയ്യുകയും ചെയ്തു. കാവിപ്പതാകകളുടെയും നിരനിരക്കെട്ടിടങ്ങളുടെയും കണ്ണാടിക്കാഴ്ചകൾക്കപ്പുറം ഞാൻ ദൃഢമായ മനസ്സോടെ മന്ത്രിക്കാൻ തുടങ്ങി: “ശൗര്യം തേജോ ധൃതിർദാക്ഷ്യം യുദ്ധേ ചാപ്യപലായനം.”[1]

---

1. ഭഗവദ് ഗീത 18:43

യന്ത്രഗതം

ക്ലാവു വിളക്കു വിളങ്ങുന്നു

ലക്ഷ്മിയുടെ കിടക്കറയിലെ കരിപിടിച്ച ത്രിശൂലാഗ്രമുള്ള മൂന്നു തട്ട് നിലവിളക്ക് തേച്ചുവെളുപ്പിക്കുകയായിരുന്നു വിഷ്ണു. അവന്റെ കണ്ണിൽ നാളെ അവിടെ മുല്ലപ്പൂക്കൾ കൊണ്ടലങ്കരിച്ച അവരുടെ കിടക്കയ്ക്കരികിൽ നിലവിളക്കിന് തിരിയാളും. ത്രിശൂലാഗ്രം എണ്ണയിലാണ്ട് തിരിവെളിച്ചത്തിൽ തിളങ്ങും. അവളുടെ മുലഞെട്ടുകളിലും മുടിനാരുകളിലും ഓരോ തിരിനാളം അവനുവേണ്ടി എരിയും.

കാറിൽ കയറിയപ്പോൾ കണ്ട വാടിപ്പോയ മുഖമല്ല ഇപ്പോൾ വിഷ്ണുവിന്റേത്. പക്വതയെത്തിയ ഒരു പരുക്കൻ കണ്ണനക്കമുണ്ട് അവനിപ്പോൾ. ക്ലാവ് തുടയ്ക്കുകയും അഴിഞ്ഞുപോയ കാവിമുണ്ടിന്റെ മടിക്കുത്ത് മാടിക്കുത്തുകയും ഇടയ്ക്ക് തുടയ്ക്കൽ നിർത്തി ഇതുവരേയ്ക്കും വിളക്കെത്ര ഭംഗിയായി എന്നു നോക്കുകയും ചെയ്തു അവൻ.

കാവിപ്പതാകയുടെ പശ്ചാത്തലത്തിൽ വെള്ളിച്ചിൽ ജാലകത്തിനരികെ കൈകെട്ടി കാൽ ചുമരിൽ ചാരി കോഹ്ലറുടെ[1] കൂട്ടിലെ നിസ്സംഗനായ ആൾക്കുരങ്ങിനെ ഭാവന ചെയ്ത് ജടായു നിന്നു. അവന്റെ കണ്ണുകളിലിപ്പോഴും കൊട്ടിയടയ്ക്കപ്പെടുന്ന വലിയൊരു വാതിലുമാത്രം. അന്ധന്റെ ശബ്ദമുദ്രപോലെ മറ്റാർക്കും വിവരിച്ചു കൊടുക്കാനാകത്തക്കവിധം അകത്തുനിന്ന് സാക്ഷ വീഴുന്നതിന്റെ കനത്ത ശബ്ദം. വിഷ്ണുവിനെ കൂട്ടിക്കൊണ്ടു വരാൻ രാവിലെ പോയപ്പോൾ പോലും അജിത ഓർമ്മിപ്പിച്ചതാണ്, ഇതുപോലെ

---

1. വോൾഫ്ഗാങ് കൊഹ്ലർ (Wolfgang Köhler) എന്ന ജർമ്മൻ മനഃശാസ്ത്രജ്ഞന്റെ സുപ്രസിദ്ധമായ അന്തർദർശനജ്ഞാനം വിശദീകരിക്കുന്ന പരീക്ഷണം. ആൾക്കുരങ്ങുകൾ (Anthropoid Apes) അവയ്ക്ക് എത്തിപ്പിടിക്കാൻ എളുപ്പമല്ലാത്ത സ്ഥലങ്ങളിൽ വാഴപ്പഴവും സമീപത്ത് ദണ്ഡുകളും വെച്ചപ്പോൾ ക്രമേണ ദണ്ഡുകൾ ഉപയോഗിച്ച് ഭക്ഷണം കൈക്കലാക്കാൻ പഠിച്ചു.

പലതും ആലോചിച്ചു കൂട്ടുന്നത് അവനുതന്നെ വിനാശമാകുമെന്ന്. രണ്ടുതരം ആകുലതകളാണ് മുൻപിലുള്ളത്. ഒന്ന്, ഒരു യാന്ത്രിക ജീവന്റെ അസ്വാതന്ത്ര്യം, അസ്തിത്വവ്യഥ അഥവാ ആസന്നമരണ വിഭ്രാന്തി. മറ്റേത്, യന്ത്രമനുഷ്യന്റെ മാനവികത അല്ലെങ്കിൽ യാന്ത്രിക രക്തസാക്ഷിയാകാനുള്ള ത്വര.

അതെന്തുതന്നെയായാലും മറ്റാരും അറിയാതിരിക്കേണ്ടത് നിലവിൽ നിലനിൽപ്പിന്റെ പ്രശ്നമാണ്. ജടായു അഭിനയിക്കാൻ തീരുമാനിച്ചു, ഒടുവിലെപ്പോഴെങ്കിലും വേദിയിൽവെച്ച് അവൻ തന്നെ അവന്റെ മുഖംമൂടി വലിച്ചുകീറുമെന്ന് ഉൾവിളിയുണ്ടായിട്ടും.

ക്ലാവ് തുടയ്ക്കുകയും വിളക്ക് നോക്കുകയും കാവിമുണ്ട് മാടിക്കുത്തുകയും ചെയ്യുന്നതിനിടെ വിഷ്ണു അവനെ നോക്കി പുരികം വളയ്ക്കുകയും എന്തുപറ്റിയെന്ന് ചോദിക്കുകയും ചെയ്തു. ഒന്നുമില്ലെന്ന് പറയുന്നത് അഭംഗിയാകുമെന്ന് തോന്നിയപ്പോൾ ജടായു ചിരിക്കാൻ ശ്രമിച്ചു.

“വിഷ്ണു വരുന്നതിനു മുൻപ് ഞാൻ ഇത് തുടച്ചുവെക്കേണ്ടതായിരുന്നു എന്നാലോചിച്ചതാണ്.”

“ഹ! എപ്പോഴായാലും വിളക്കാളിയാൽ മതി.” വിഷ്ണു ഞെട്ട പൊട്ടിച്ച് മഞ്ഞവെള്ളപ്പല്ലുകാട്ടി നിറഞ്ഞു ചിരിച്ചു. ചിരിക്കാൻ ജടായു കൂടെച്ചേർന്നു.

“ഞാൻ ചിലതൊക്കെ ചോദിക്കട്ടെ ജടായൂ?”

അവന്റെ നോട്ടം കണ്ണിലുടക്കിയപ്പോൾ ജടായു ഒന്ന് പതറുകയും അതവനെ കാണിക്കാതിരിക്കാൻ ശ്രമിക്കുകയും ചെയ്തു.

“എന്താണ്? ചോദിക്കൂ.”

ജടായു ആകാംക്ഷ അഭിനയിച്ചു.

“ഏയ് അങ്ങനെ കാര്യമായിട്ടൊന്നുമില്ല. നേരം പോക്കാനാണ്. ഒരു യന്ത്രമനുഷ്യനെ ഔപചാരികമായി അഭിമുഖം ചെയ്യുന്നതു പോലെ ഒരു തമാശയാണ് മനസ്സിൽ.” വിഷ്ണു പറഞ്ഞു.

“ഓ. അതിനെന്താ?”

അങ്ങനെ മറുപടി പറഞ്ഞെങ്കിലും ജടായുവിന്റെ മനസ്സ് അപ്പോഴും ‘ചിലതൊക്കെ’യിൽ തൂങ്ങിക്കിടന്നു.

അവർ സംസാരിക്കാൻ തുടങ്ങി. വിഷ്ണു ക്ലാവു തുടച്ചും മുണ്ടു മാടിക്കുത്തിയും ജടായു കൈകെട്ടിയും കാൽ ചുമരിൽ കയറ്റിവെച്ച് കോഫ്ലറുടെ കൂട്ടിലെ ആൾക്കുരങ്ങിനെ ഭാവന ചെയ്തും സമാന്തരമായി, യാന്ത്രികമായി സംസാരിച്ചു. ഒരുപക്ഷേ, ജടായു ഒരു കൃത്രിമ ജീവനായതുകൊണ്ടായിരിക്കാം അവന്റെ വാക്കുകളും

ജടായുവിന്റെ വിവരണങ്ങളും വളരെ യാന്ത്രികമായിപ്പോയത്. ചില പ്പോൾ, ആത്മീയമായി പറഞ്ഞാൽ വിധാതാവിന് ചിലതൊക്കെ പകിടയെറിയേണ്ടിയിരിക്കുന്നു. വിധാതാവ് എന്ന സങ്കൽപത്തെ തന്നെ ജടായു നിസ്സംഗതകൊണ്ട് വിഭേദിച്ചു.

യാന്ത്രിക അസ്തിത്വവും വിഗ്രഹവൽക്കരണവും: ജടായുവുമായി ഒരഭിമുഖം

ജടായു എന്ന വന്ധ്യംകരണം ചെയ്യപ്പെട്ട കൃത്രിമജീവൻ തന്റെ യാന്ത്രിക അസ്തിത്വത്തെ എങ്ങനെ അഭിസംബോധന ചെയ്യുന്നു? സ്വന്തം സ്രഷ്ടാവിനെ, അവന്റെ വിധാതാവ് എന്ന സങ്കൽപ്പത്തെ എങ്ങനെ നോക്കിക്കാണുന്നു?

മനുഷ്യനെ സംബന്ധിച്ചിടത്തോളം യന്ത്രമനുഷ്യൻ എന്ന ആശയം അത്ര നവീനമൊന്നുമല്ല. താത്വികമായി ഒരു വാചക ക്കസർത്ത് അനുവദിക്കുകയാണെങ്കിൽ ഞാൻ പറയും പ്രിയപ്പെട്ട ഒരു പരാദജീവിയെപ്പോലെയായിരുന്നിരിക്കാം അത്. ഒരിക്കലും തലമുടി വിതിർത്തിട്ട് പേൻ ചീകിപ്പൊട്ടിക്കാത്ത ഒരു പേൻപുഴുപ്പിയെ പ്പോലെയായിരുന്നു വ്യവസ്ഥകളോടുള്ള അവന്റെ ഇണങ്ങിച്ചേരൽ. ജീവിതക്രമങ്ങളുടെ കണിശതയിൽ, പട്ടാളച്ചിട്ടയുടെ ലെഫ്റ്റ് റൈറ്റൊച്ചയിൽ, വിരസമായ തനിയാവർത്തനങ്ങളിൽ തനിക്കു സമാനമായ ഒരു യാന്ത്രികമനുഷ്യനെ, ചിന്തിക്കുന്ന ഓരോ മനു ഷ്യനും വരച്ചു നോക്കുന്നുണ്ട്. യാന്ത്രികമായ കുറേ ചര്യകളുടെ, രക്തക്കുഴലുകളുടെ ആകെത്തുകയാണ് മനുഷ്യൻ. അവൻ തന്നെ ഓരോ നിമിഷവും ഒരു യാന്ത്രികപ്രതിരൂപത്തെ അഭിസംബോധന ചെയ്യുന്നു. കൃത്രിമജീവൻ നവീനമായ ആശയമൊന്നുമല്ല. പരീക്ഷണ ശാലയിൽ ഒഴിവുവേളയിലിരുന്ന് ചിലപ്പോൾ ക്രെയ്ഗ് വെന്റർ പോലും ഭാവന ചെയ്തിട്ടുണ്ടാകാം, തന്റെ ബാക്ടീരിയം പോലെ പെരുകുന്ന, ഓരോ യന്ത്രമനുഷ്യനും ഭസ്മാസുരന്റെ പുനരവതാര ങ്ങളാകുന്ന അതിവിദൂര ഭാവി.

പ്രപഞ്ചവയലിൽ തലകുത്തി മറിഞ്ഞ് മടുത്തുപോയ ദൈവമെ ന്നൊരു ഗ്രഹണി പിടിച്ച പ്രാകൃതബാലൻ ദേഹത്തെ കളിമണ്ണ് വിയർപ്പിൽ കുഴച്ച് തന്നെപ്പോലൊരു സുന്ദരവിഡ്ഢിയെ പടച്ചു വെന്ന സഹസ്രാബ്ദങ്ങളുടെ മഹാനുണ മുട്ടുവിറച്ച് മൂത്രമൊഴിച്ച് തലകുനിച്ച് നിൽക്കുന്നതും ഓരോ കൃത്രിമ ജീവന്റെയും മുൻപിലാണ്. പ്രപഞ്ചത്തിന് ഒരു വിധാതാവില്ലെന്ന് ഇനിയഥവാ ഉണ്ടെങ്കിൽ തന്നെ അത് മനുഷ്യനാണെന്ന് ഞാൻ വിശ്വസിക്കുന്നു. ഉദാരനും

ക്രൂരനുമായ മനുഷ്യനെന്ന പ്രകൃതിവിരുദ്ധജീവിയുടെ സൃഷ്ടിയാണ് എന്നെപ്പോലെ ഓരോ യാന്ത്രികജീവനും.

യാന്ത്രികം എന്നു കേൾക്കുമ്പോൾ പെട്ടെന്ന് ഓർമ്മ വരുന്ന നിർവ്വചനങ്ങൾ; വികാരരഹിതം, ലിംഗരഹിതം... ഒക്കെ ജാംബവാന്റെ നിഘണ്ടുവിലാണിന്ന്. ഞങ്ങൾക്ക് പ്രണയിക്കാം, പ്രസവിക്കാം, മാർക് ആന്റണിയെപ്പോലെ പ്രസംഗിക്കാം. പക്ഷേ, ആ പറഞ്ഞ അസ്തിത്വമുണ്ടല്ലോ, ഓരോ ചുവടുവെയ്പിലും നിരീക്ഷണത്തിലാണ്. അധികപ്രസംഗിയും ഏതു നിമിഷവും ഭസ്മാസുരനുമായേക്കാവുന്ന ഓരോ യാന്ത്രികജീവനെയും ചാരമാക്കാൻ ഒരു ലേസർ രശ്മി മതി. ഇരുപത്തിരണ്ടാം നൂറ്റാണ്ടിന്റെ മനുഷ്യൻ നിഷ്കളങ്കനും വിശാലഹൃദയനുമായ ഒരു ബ്രൂട്ടസ്സ് അല്ല. എന്റെ ഉടമകളും അങ്ങനെയല്ല. They say that I should be cotnrolled and sterilized. But they are honorable owners.

അങ്ങേയറ്റം കൃത്രിമത്വത്തോടെ ജടായു പറഞ്ഞു. വിഷ്ണുവിന്റെ മിഴിവലുതാകുന്നത് ജടായു കണ്ടു. കണ്ണുകളടക്കാതെ, ഭാവഭേദങ്ങളില്ലാത്ത മുഖത്തോടെ അവൻ നിന്നു.

പുതിയ നിഘണ്ടുവിലെ യാന്ത്രികം ചിന്തിക്കുകയും ചലിക്കുകയും ചെയ്യുന്ന വിഗ്രഹങ്ങളാകുന്നു അപ്പോൾ. ജീവിക്കുന്ന വിഗ്രഹങ്ങളുടെ ചിന്തകൾക്ക് മൗലികതയുണ്ടോ?

ചിന്തകളുടെ മൗലികത എന്നതു തന്നെ വിചിത്രമാണ്. മനുഷ്യന്റെ ചിന്ത (താത്ത്വികമായി പറയാൻ അനുവദിക്കുക) പൊതുവായി യാന്ത്രികമാണ്. വിഗ്രഹം എന്ന വാക്കിനെ ഓക്സ്ഫോഡ് നിഘണ്ടു ആരാധനാവിധേയമായ വ്യക്തി അല്ലെങ്കിൽ സാമഗ്രി എന്നു നിർവചിക്കുന്നു. പൊതുവ്യവഹാരത്തിൽ വിഗ്രഹം ഒരു സാമഗ്രി മാത്രമാണ്. വിഗ്രഹം പ്രതിമ മാത്രമാകുന്ന കേവല നിർവ്വചനമാണ് ഭൂരിപക്ഷത്തിന്റെയും നിഘണ്ടുവിൽ. അതുകൊണ്ടാണ് മുഹമ്മദീയർ തങ്ങൾ വിഗ്രഹാരാധകരല്ലെന്ന് വാദിക്കുന്നത്. വിഗ്രഹം വ്യക്തിയുമാകാം. ഗാന്ധി ഇന്ത്യൻ സമൂഹത്തിൽ വിഗ്രഹവൽക്കരിക്കപ്പെട്ട വ്യക്തിയായിരുന്നു. ഒരേസമയം ഒരായിരം കപ്പലുകളിലൂടെ വിചിത്രക്കാലുകളാഴ്ത്തി നിലയുറപ്പിച്ച ഗാന്ധി, ആർക്കും പിടികൊടുക്കാത്ത മഹാത്മാവ്, ജാതിയുടെ വർണ്ണവ്യാഖ്യാതാവ്. ഓക്സിമോറോൺ ആയിരുന്നു ഗാന്ധിയുടെ അഹിംസയും ഭഗവദ്ഗീതയോടുള്ള ഭക്തിയും. എന്നിട്ടും ജാതിവിരുദ്ധരുടെ പോലും പ്രവാചകനുമായിരുന്നു ഗാന്ധി.

മുഹമ്മദീയമത മനസ്സുകളിലെ വിഗ്രഹമാണ് മുഹമ്മദ്. ഖുർആൻ പ്രിന്റ് ചെയ്യുന്നതും പ്രൂഫ് വായിക്കുന്നതും കവർ ബൈൻഡ് ചെയ്യുന്നതും മനുഷ്യനാണ്. എന്നിട്ടും ആ പുസ്തകം കത്തിച്ചാൽ

അല്ലെങ്കിൽ വെളിക്കിരിക്കുമ്പോൾ കൂടെക്കരുതിയാൽ മുസ്ലീങ്ങൾക്ക് വ്രണപ്പെടും. കാരണം അവർക്ക് ആ മനുഷ്യനിർമ്മിത വസ്തുവിനോട്, ഖുർആൻ എന്ന വിഗ്രഹത്തോട് ആരാധനയാണ്. ഓരോ മനുഷ്യനും ഇത്തരം വിഗ്രഹങ്ങളെ ഭ്രമണം ചെയ്യുന്നു. അച്ഛനെ തല്ലുമ്പോൾ കടന്നു പിടിക്കുന്നതുമായി ഇത് താരതമ്യം ചെയ്യാനാകില്ല. അച്ഛനെ തല്ലുന്നത് യാഥാർത്ഥ്യവും അച്ഛന്റെ പടം തകർക്കുന്നത് പ്രതീകാത്മകവുമാണ്. നേരിട്ട് ശാരീരികമായ ഒരാക്രമണം അവിടെ നടക്കുന്നില്ല.

പുരാണങ്ങളെ പിന്നെയും ഗർഭം ധരിക്കാനേ ചില എഴുത്തുകാർക്ക് താൽപര്യവും കഴിവുമുള്ളൂ. ചിലർ ബൈബിളിനെയും ദാസ് കാപിറ്റലിനേയും ചുറ്റിത്തിരിയുന്നു. ഗ്രന്ഥക്കെട്ടുകളിൽനിന്നും പ്രമാണം നിർമ്മിച്ച് പ്രതിഭാസങ്ങളിൽ ആരോപിക്കുന്ന സിദ്ധാന്തങ്ങളിൽ നിന്നുമാണ് മനുഷ്യൻ സ്വതന്ത്രനാകേണ്ടത്. വിഗ്രഹവൽകൃതസമൂഹത്തിന്റെ മൗലികത പുനരവലോകനങ്ങളെ ഭയപ്പെടുന്നു. സൈദ്ധാന്തികമനുഷ്യനും യന്ത്രമനുഷ്യനും തമ്മിൽ വ്യത്യാസമൊന്നുമില്ല; ഉണ്ടെങ്കിൽത്തന്നെ അത് വളരെ നേരിയതായിരിക്കും. ഞങ്ങളുടെ ചിന്തകൾക്കും മുദ്രകൾക്കും മനുഷ്യനിൽ നിന്നും തെന്നിമാറുന്ന മൗലികത ഒന്നുമില്ല. അവന്റേതുപോലെ യാന്ത്രികമാണവ. നൂറ്റാണ്ടുകൾക്കു മുൻപ് പശുക്കളെ ആലയിലേക്ക് തെളിച്ച ലാഘവത്തോടെ ഇന്നു ഞങ്ങളെ ഏതു നേരത്തും പൊട്ടിത്തെറിക്കാവുന്ന ഒരു അണുബോംബെന്ന വിധം കരുതലോടെ കൂടെക്കൂട്ടുന്നത് അവന്റെ യാന്ത്രിക ദിനചര്യയായിക്കഴിഞ്ഞു.

ജടായു തുടരുന്നു

മൗലികതയുള്ള ഒരു ചിരിയോടെ വിഷ്ണു ജടായുവിന്റെ മുൻപിൽ എത്തിനിന്നു. ജടായുവിന് അവന്റെ ചിരിയുടെ അർത്ഥം മനസ്സിലാക്കാനായില്ല. മനസ്സപ്പോഴും 'ചിലതൊക്കെ'യിൽ ഉടക്കിനിന്നു.

"ഞാനൊരു കാര്യം ചോദിക്കട്ടെ?"

ജടായുവിന്റെ ഹൃദയമിടിപ്പ് കൂടി. പതറാതിരിക്കാൻ പരമാവധി ശ്രമിച്ചു. "എന്താണ്?"

വിഷ്ണു ശ്വാസമടക്കിപ്പിടിച്ചതുപോലെ ജടായുവിന് തോന്നി. നോട്ടം മാറ്റാതെ വിഷ്ണു മുഖമുയർത്തി.

"എന്റെ അച്ഛനെന്തു പറ്റിയതാണെന്ന് ജടായുവിനറിയാമോ?"

വിഷ്ണു തുടച്ചു വൃത്തിയാക്കിയ നിലവിളക്ക് ആളിക്കത്തുന്നതായി ജടായുവിന് തോന്നി. ത്രിശൂലാഗ്രം തല പിളർന്ന് കടന്നുപോകുന്നു.

വിഷ്ണു തോളത്തു തട്ടി മന്ത്രിക്കുന്നതുപോലെ പറഞ്ഞു.

“പരിഭ്രമിക്കാതെ ജടായു. മനസ്സുകൊണ്ട് കൊന്നുതള്ളിയ മനുഷ്യർ പിന്നെയും ഓർമ്മകളിൽ തേടിയെത്തുക മസ്തിഷ്കമരണം പോലെ ഭയങ്കരമാണ്. ഞാനിന്നലെ ലക്ഷ്മിയുടെ ഡയറി തുറന്നു. അതിൽ എഴുതിയതൊക്കെ വായിച്ചപ്പോൾ ഇവിടെ ചോദിക്കാനിപ്പോൾ ജടായു മാത്രമേ ഉള്ളൂ എന്നു മനസ്സിലാക്കി.”

അവൻ തിരിഞ്ഞുനിന്ന് ടേബിളിൽ നിന്നും എസ്.എസ്.എസ്സിന്റെ മുദ്രണം ചെയ്ത പുറംചട്ടയുള്ള ഡയറി കൈയിലെടുത്ത് താളുകൾ മറിച്ചിട്ട് ജടായുവിനു നേരെ നീട്ടി. എത്ര അഭിനയിച്ചാലും ഒടുവിൽ വേദിയിൽ വെച്ച് സ്വയം മുഖംമൂടി വലിച്ചുകീറും എന്ന ഉൾവിളി ജടായു ഓർത്തു.

വിഷ്ണു ചിരിച്ചു: “ജടായുവിന് വിരോധമില്ലെങ്കിൽ പറഞ്ഞാൽ മതി. ഇല്ലെങ്കിൽ അവളു നാളെയിങ്ങെത്തും. എനിക്ക് ധൃതിയില്ല. ഇപ്പോഴെന്തായാലും വിളക്ക് നേരെയായി.”

കാവിമുണ്ട് മാടിക്കുത്തി വിഷ്ണു നിലവിളക്കിനു നേരെ നീങ്ങി.

ഡയറി വാങ്ങുമ്പോൾ എന്തുകൊണ്ടായിരുന്നു ജടായുവിന്റെ കൈകൾ വിറച്ചത്.

മനസ്സിപ്പോഴും ചഞ്ചലമാണ്, മനുഷ്യന്റേതുപോലെ തന്നെ. അഭിനയിക്കാൻ വേണ്ടി യാന്ത്രികമായി പലതും പറയുന്നു, ചെയ്തുകൂട്ടുന്നു. ഉൾവിളി എപ്പോഴും കാര്യമാക്കുന്നില്ല. കോഫ്ലറുടെ ആൾക്കുരങ്ങിന്റെ ഉൾക്കണ്ണുകൾക്ക് തിമിരം മൂടിയിരിക്കുന്നു.

ലക്ഷ്മിയുടെ ഡയറി 2100 ജനുവരി 2

“റസ്സലിന്റെ ചായക്കോപ്പ വലംവെയ്ക്കെ വിഷ്ണു വിളിച്ചു. ഉടനിങ്ങെത്തുമെന്ന് പറഞ്ഞു. എനിക്കെന്തോ വല്ലാത്ത ഉൾഭയം. അകാരണമായ ആധി. ചിലപ്പോൾ മുത്തശ്ശിയുടെ വാക്കുകളിലൂടെ ഞാൻ മനസ്സിലാക്കിയ വിവാഹം എന്ന ഏടാകൂടം പേടിപ്പെടുത്തുന്നത് കൊണ്ടാവാം. മനസ്സുകൊണ്ട് പക്വതയെത്താത്തതുമാവാം. അതാകാൻ വഴിയില്ല. ഇത്രയേറെ മുതിർന്ന ആകുലതകൾ ഞാൻ ചിന്തിച്ചുകൂട്ടുന്നുണ്ടല്ലോ? വിഷ്ണുവിന്റെ കട്ടിക്കൂട്ടുപുരികങ്ങളും മഞ്ഞവെള്ളപ്പല്ലും ഞാൻ ഭാവന ചെയ്യുന്നു. മഴനൂലുകളിൽ വയലിൻ കമ്പികൾപോലെ അവന്റെ മഞ്ഞവെള്ളപ്പല്ലുകാട്ടിച്ചിരി. ആ ചിരിക്കപ്പുറം കൂടുതലൊന്നും ചിന്ത പോവുന്നില്ല. മുത്തശ്ശിയുടെ കാഴ്ച്ചയിൽ ഇത്രതന്നെ ആലോചിക്കുക ഒരെട്ടുവയസ്സുകാരിക്ക് പറഞ്ഞിട്ടില്ലാത്തതാണ്. തലപെരുത്ത കുഞ്ഞുടലുകളാണ് ഇരുപത്തിരണ്ടാം നൂറ്റാണ്ടിന്റെ സന്തതികൾ.

ഇനി കൂടുതൽ ചിന്തിക്കണമെന്ന് കരുതിയാൽത്തന്നെ എനിക്ക് വിഷ്ണുവിന്റെ മറ്റ് ഓർമ്മകളോ ചിത്രങ്ങളോ ലഭിക്കുന്നില്ല. മനസ്സ് ഒരേ ചിത്രത്തിൽ തറഞ്ഞു നിൽക്കുന്നു. ഇടക്കെപ്പോഴോ അതൊരു കട്ടിമീശക്കാരനിൽ അവ്യക്തമായി ലയിച്ചു വേർതിരിയുന്നു. നില വിളക്കിന്റെ കരിന്തിരിപോലെ അയാളുടെ കട്ടിമീശ. വിഷ്ണുവിന്റെ അതേ മഞ്ഞവെള്ളപ്പല്ലു കാട്ടിച്ചിരി. ഉടൽ പെരുത്തൊരു വിഷ്ണു വിനെപ്പോലെ അയാൾ! അയാൾക്കു പിറകിൽ കറുത്ത പശ്ചാത്തലം. ഇടയ്ക്കെവിടെയൊക്കെയോ കാക്കിനിറത്തോക്കുകൾ കാണുന്നു. അടുത്ത് ആകാശത്ത് ചുവന്ന ഒരു വൃത്തബിംബം കാണാം. എനി ക്കൊന്നും മനസ്സിലായില്ല. എന്നിട്ടും പതിവായി ഉടൽപെരുത്ത വിഷ്ണു എന്റെ സ്വപ്നങ്ങളിലെത്തുന്നു. ഇന്നലെ ജടായു പറഞ്ഞു, വിഷ്ണുവിന്റെ അച്ഛനയാളാണെന്ന്! ജടായുവിന് നൽകിയ ഉറപ്പി ന്മേൽ ഞാൻ കൂടുതലൊന്നും എഴുതുന്നില്ല.

ഒരുപക്ഷേ ശ്രീകാന്തൻ നമ്പൂതിരിയെപ്പോലെ ഒരധമനായിരി ക്കുമോ അയാൾ?

അയാളെന്തിനാണ് എന്നെത്തേടിയെത്തുന്നത്, പോക്കിനാവു കൾക്ക് ഒരു ആടയാഭരണമെന്ന പോലെ?

ജടായു പറഞ്ഞു: "എനിക്ക് രണ്ടു വയസ്സുള്ളപ്പോൾ ഞാൻ അയാളെ കണ്ടതാണെന്ന്. ആ കട്ടിമീശയമർത്തി അയാളെന്നെ ചുംബിച്ചതാണെന്ന്. അയാളുടെ ചിരി ഒരേ സമയം വിലക്ഷണവും കരുണവുമായി തോന്നി."

ജടായു മുൻകൂട്ടി ചിന്തിക്കാതെ പറഞ്ഞത്

ലക്ഷ്മി ഇതൊക്കെ രേഖപ്പെടുത്തുമെന്ന് ഒരിക്കലും ജടായു കരുതി യിരുന്നില്ല. വിഷ്ണുവിന്റെ വിഹഗവീക്ഷണം ജടായുവിനു നേരെ തിരിയുകയാണ്. ഒരുപക്ഷേ, അറിഞ്ഞിരുന്നുവെങ്കിൽ അവനൊന്നും അവളോട് പറയില്ലായിരുന്നു. അത്തരമൊരു തുറന്നുപറച്ചിൽ തന്റെ ആസന്നമരണവിഭ്രാന്തിയെ വർദ്ധിപ്പിക്കുകയേ ഉള്ളൂ എന്ന് അവന പ്പോൾ ചിന്തിച്ചില്ല.

ഒരു സ്വപ്നവുമായാണ് ലക്ഷ്മി അരികിലെത്തിയത്. പറഞ്ഞു കേട്ടപ്പോൾ തന്നെ അവൻ ശബ്ദിക്കാൻ മടിച്ചതാണ്.

"സ്വപ്നവ്യാഖ്യാതാവാകുക മറ്റൊരാളുടെ സ്വകാര്യതയിലേ ക്കുള്ള ഒളിഞ്ഞുനോട്ടമാണ്; അവൻ യാന്ത്രികമായി പറഞ്ഞു.

"എനിക്ക് ജടായുവിന്റെ ഒളിക്യാമറ നോട്ടം ഇഷ്ടമാണ്." ലക്ഷ്മി കുലുങ്ങിച്ചിരിച്ചത് ജടായു ഓർത്തു.

പലപ്പോഴും തോന്നിയിട്ടുണ്ട് അവളുടെ ഉടലിളക്കിച്ചിരിക്ക് അജിതയുടെ പൊട്ടിച്ചിരിയുമായി സാമ്യമുണ്ടെന്ന്. വെള്ളിച്ചിൽ ജാലകത്തിന്റെ കമ്പികളിൽ ക്യൂട്ടക്സിട്ട വിരലുകൾ ഏന്തിത്തൊട്ട് അവൾ ചിരിക്കുന്നത് അധികവെളിച്ചത്തിൽ തിളങ്ങിക്കാണാറുണ്ട്. ഇടയ്ക്ക് മാത്രം വിവേകിനൊപ്പം, കൂടുതലും അയാളുടെ അഭാവത്തിൽ അവൾ തേടിപ്പിടിച്ചിരുന്ന പുരുഷന്മാർക്കൊപ്പം. തലമറന്നു ചിരിക്കുമ്പോഴും അവളുടെ കണ്ണുകൾ നിഗൂഢമായി പലതും ഒളിപ്പിക്കുന്നതുപോലെ തോന്നിച്ചു. കുലീനയായ ഒരു വേശ്യയെപ്പോലെ തോന്നിച്ചിരുന്നു അവളുടെ കിടപ്പറനേരങ്ങൾ.

മുറിയിൽ എല്ലേടത്തും ഏതു നേരത്തും കയറിച്ചെല്ലാൻ സ്വാതന്ത്ര്യമുള്ള ജടായു വിവേക് ചോദിക്കുന്നത് കേട്ടു, ആഴ്ചകൾക്കു ശേഷം അയാൾ വീട്ടിലേക്ക് മടങ്ങിയെത്തിയ വൈകുന്നേരം.

“നീയൊരു കാമോന്മാദിനിയാണോ അജിതാ?”

അയഞ്ഞ ഒരു ചുവന്ന നിശാവസ്ത്രം ധരിച്ച് ജനലരികിൽനിന്ന് മുടി കോതുകയായിരുന്ന അജിത ഇടതുവശത്തുനിന്നും മുടി പിറകിലേക്കിട്ട് ചീപ്പിലെ മുടിനാരുകൾ പുറത്തെടുത്ത് മന്ത്രിക്കുന്നതുപോലെ പറഞ്ഞു.

“ഞാനങ്ങനെയാണെങ്കിൽ അതിനുത്തരവാദി നീയാണ്.”

മനസ്സിലാകാത്ത മട്ടിൽ കണ്ണട നേരെയാക്കിക്കൊണ്ട് വിവേക് കിടക്കയിലെണീറ്റിരുന്നു. ചീപ്പിൽ കുടുങ്ങിയ തലനാരുകൾ പുറത്തെടുത്ത് വെള്ളിച്ചിൽ ജാലകം തുറന്ന് അവളത് പുറത്തേക്കിട്ടു. ക്യൂട്ടക്സിട്ട വിരലുകൾ ജനൽക്കമ്പികളിൽ വെച്ച് അവൾ അസ്തമയസൂര്യനെ നോക്കി. ഇപ്പോൾ അവൾ ചിരിച്ചില്ല. കണ്ണുകൾ പതിവു നിഗൂഢതയിലേക്ക് ചൂഴ്ന്നു.

“മാസങ്ങളോളം നീണ്ട രാഷ്ട്രസേവനമാണെങ്കിൽ നീ കല്യാണം കഴിക്കരുതായിരുന്നു വിവേക്. അത്തരമൊരു പെണ്ണിനെ കണ്ടെത്തേണ്ടിയിരുന്നു. നിനക്ക് കാവിത്തുണിയും രുദ്രാക്ഷവും ചുറ്റി ഫ്ളാറ്റിനു മുകളിൽ തപസ്സിരിക്കാമായിരുന്നു.”

വിവേകിന്റെ കണ്ണു ചുവക്കുന്നത് ജടായു കണ്ടു. കിടക്കയിൽ നിന്നെണീറ്റ് കാവിമുണ്ട് വലിച്ചെടുത്ത് അയാൾ പല്ലുകടിച്ചു.

“നിർത്ത് തേവിടിശ്ശി. നീ വേറെ വല്ല രാജ്യത്തും ജനിക്കണമായിരുന്നു. You are a werternised whore; burden on my dick’.

വിവേകിനു നേരെ തിരിഞ്ഞ് കൈകൾ നെഞ്ചിൽ കെട്ടി ഉറച്ച നോട്ടത്തോടെ അജിത പറഞ്ഞു: “നിന്റെ മേലുദ്യോഗസ്ഥന്മാരെ, കുറെ പൂണൂൽക്കാരെ സംബന്ധം പറഞ്ഞു മുറിയിലേക്ക് കയറ്റി വിടുമ്പോൾ നീ ഇതുതന്നെ കരുതണമായിരുന്നു.”

അവൾ ഉടലിളക്കിച്ചിരിയോടെ വിവേകിനു നേരെ ഒരടി വെച്ചു. അവന്റെ ധൃതിപ്പെട്ട് വലിച്ചെടുത്ത മുണ്ടിന് മുകളിലൂടെ അരയിൽ മുറുക്കിപ്പിടിച്ച് പകച്ച കണ്ണുകളിൽ അമർത്തി ചുംബിച്ചു.

അസ്തമനസൂര്യന്റെ കത്തിയൊടുങ്ങാൻ പോകുന്ന ആ ദിവസത്തിന്റെ അവസാനവെളിച്ചക്കുത്ത് അവളുടെ അയഞ്ഞ നിശാവസ്ത്രത്തിലൂടെ അരിച്ചിറങ്ങി ഉടലായങ്ങളിൽ പ്രതിബിംബിക്കുന്നത് ജടായു കണ്ടു.

അവളുടെ ഉടൽത്തുരുത്തുകൾ ഏറ്റവുമധികം പുളകംകൊണ്ടതും നിലമറന്നവൾ വെളിച്ചക്കുത്തിൽ തലയുയർത്തി പൊട്ടിച്ചിരിച്ചതും വിഷ്ണുവിന്റെ അച്ഛന്റെ ഉരുക്കുശരീരത്തിനു മീതെ കിടന്നാണ്. തന്റെ നെഞ്ചിലിരുന്ന് തലമലർത്തി ആർത്തു ചിരിക്കുന്ന അവളെ അയാൾ വീഴാതിരിക്കാൻ മുറുക്കിപ്പിടിച്ചു. അയാൾ എണീറ്റിരുന്ന് അവളുടെ മാറിലും കഴുത്തിലും നിലവിളക്കിന്റെ കരിന്തിരിപോലെ നീണ്ട തന്റെ മീശയുരസി. സൂര്യവെളിച്ചത്തിൽ അവരുടെ ഉടലായങ്ങൾ നൂൽബന്ധമില്ലാതെ തിളങ്ങി.

അയാളുടെ കൈകളിലെന്നതുപോലെ അത്രയും ബലിഷ്ഠമായി അവളൊരിക്കലും വലിഞ്ഞു മുറുക്കപ്പെട്ടിരുന്നില്ല, മറ്റാരുടെയും കരവലയങ്ങളിൽ നിഗൂഢത വെടിഞ്ഞ കടലിളകും കണ്ണുകളുമായി അവളത്രമാത്രം ഉന്മാദിനിയുമായിരുന്നില്ല.

അയാളുടെ ഭാര്യ മരിച്ചതറിഞ്ഞ ദിവസം അയാൾ ഏറെനേരം ഇമവെട്ടുകപോലും ചെയ്യാതെ ഇരുട്ടിലേക്ക് തുറിച്ചുനോക്കിക്കൊണ്ട് ജനലഴികൾക്കരികിൽ എത്തിനിന്നു. ജാലകത്തിനപ്പുറം കാണുന്ന ചാരവിശാല ആകാശത്തിലേക്ക് നോക്കി

അയാളേറെ നിന്നു. നേരമിരുട്ടിയപ്പോൾ അയാൾക്ക് കണ്ണീരുറന്നു. പിന്നെ, ഒന്നും സംഭവിച്ചിട്ടില്ലെന്ന മട്ടിൽ കൈകൾ നിവർത്തി വെച്ച് ക്രൂശിതനെപ്പോലെ മലർന്നു കിടന്നു. നീണ്ട ദിവസങ്ങൾക്കു ശേഷം ആദ്യമായി അയാളെ തൊടാതെ അവൾ തലയണയിൽ മുഖമമർത്തി കിടന്നു.

വിവേക് നാളെ വരുന്നുവെന്നറിഞ്ഞ വൈകുന്നേരം അയാൾ കമിഴ്ന്നു കിടന്ന് ബെഡ്റൂം ടീപ്പോയിയിലെ പൊട്ടിയ ഫ്ളവർകേസിലേക്ക് നോട്ടമയച്ചു. അയാളോർത്തിട്ടുണ്ടാകാം അവളെ നിലത്തുനിന്നും ബലിഷ്ഠമായ കൈകളിൽ വാരിയെടുക്കവെ അവളുടെ കാലു തട്ടി നിലത്തു വീണ ഫ്ളവർകേസ് അയാൾ തന്നെ അവളെ കൈകളിലെടുത്ത് ഒരഭ്യാസിയെപ്പോലെ കാലുകൾകൊണ്ട് എടുത്തുയർത്തി ടീപ്പോയിൽ വെച്ച നിലയില്ലാച്ചിരിയുടെ നേരങ്ങളിലൊന്ന്.

അയാളുടെ അഭ്യാസപ്രകടനവും മെയ്വഴക്കവും ഉറച്ച ശരീരവും പട്ടാളത്തിലേക്കുള്ള പ്രവേശനം എന്ന അതിഭാവുകത്വമുള്ള

വഴിത്തിരിവിന് തടസ്സമായിത്തീർന്നില്ല. പക്ഷേ, പിന്നീടയാൾ എങ്ങനെയാകും ജീവിതം തള്ളിനീക്കിയത്? പൊടുന്നനെ കരുത്തനായൊരു നക്ഷത്രത്തിന്റെ ആകർഷണപരിധിയിൽനിന്നും ശൂന്യതയിലേക്ക് എടുത്തെറിയപ്പെട്ടതുപോലെ ആയിരുന്നിരിക്കാം. ഓരോ മനുഷ്യമനസ്സിലും ചുറ്റിത്തിരിയുന്ന അനേകം ഗ്രഹങ്ങളെ കണ്ടെത്തുക എത്ര പ്രയാസകരമാണ്.

പട്ടാളച്ചിട്ടയുടെ യാന്ത്രികജീവിതം അനുവർത്തിക്കുമ്പോൾ ജീവനോടെ, യഥാർത്ഥ അയാളായിത്തന്നെ മാതൃഗ്രഹത്തിലേക്കയാൾ നോക്കിയിരുന്നിട്ടുണ്ടാകുമോ?

അജിത, കണിശയും പക്വമതിയുമായ ഒരു ഭാരതീയസ്ത്രീയിലേക്ക് പെട്ടെന്ന് പരിണമിച്ചതുപോലെ തോന്നിച്ചു. മൂന്നു വയസ്സുകാരി ലക്ഷ്മിക്ക് ആദ്യമായി അയാളുടെ മുൻപിൽ വെച്ച് മറച്ചുകൊണ്ട് മുലകൊടുത്ത് അവൾ ചോദിച്ചു: “നാളെ എപ്പോഴാണ് പോകുന്നത്?”

നിലവിളക്കിന്റെ കരിന്തിരിപോലെ അയാളുടെ, ഉടൽ പെരുത്ത വിഷ്ണുവിന്റെ കട്ടി മീശ; കാക്കിനിറത്തോക്കിന്റെ കറുത്ത പശ്ചാത്തലത്തിൽ ലക്ഷ്മി സ്വപ്നം കണ്ടത് എന്തിനായിരിക്കാം? അവളോട് അയാളെപ്പറ്റി പറയുമ്പോൾപോലും ജടായു ആ ചിന്തയിലായിരുന്നു. എന്തൊക്കെയോ വിനാശകരമായത് സംഭവിക്കാൻ പോകുന്നു എന്ന ഭീതി ജടായുവിനെ പൊതിയുന്നതായി ലക്ഷ്മിക്ക് തോന്നി. സ്വപ്നശരീരത്തിന്റെ ഓരോ വിടവിലും ജടായു സ്വയമത് കണ്ടു. ഭീതിയുടെ ഉടൽപ്പായലുകൾ, പൊയ്ച്ഛായകൾ, ചിലപ്പോൾ അതാകാം അവളതൊക്കെ രേഖപ്പെടുത്തുമെന്നറിയാതെ, മുൻകൂട്ടി ചിന്തിക്കാതെ അവനതൊക്കെ പറഞ്ഞത്.

ചോരയിൽ കത്തുന്ന ത്രിശൂലവിളക്ക്

സ്വപ്നശരീരത്തിന്റെ പായൽത്തുരുത്തുകൾ ഇപ്പോഴും ആകുലതയോടെ, ഒരു പ്രളയഭീതിയോടെ ജടായുവിനെ ചൂഴ്ന്നു നിൽക്കുന്നുണ്ടാകാം. തീർത്തും മൗലികമായ, അകാരണമായ ആകുലത വേദിയിൽവെച്ച് അപ്രത്യക്ഷമായി മുഖപടം വലിച്ചുകീറുന്ന സമർത്ഥനായ അഭിനേതാവിനെപ്പോലെ അവനെ ആക്കിത്തീർക്കുന്ന നിമിഷം ഉടനെത്തുമെന്ന് ഉൾവിളിയുണ്ടായി.

വിഷ്ണു മന്ത്രിക്കുന്നതുപോലെ വിളിച്ചു: “ജടായൂ.”

പൊടുന്നനെ കടന്നെത്തിയ കുത്തഴിഞ്ഞ കാറ്റിൽ നിലവിളക്കിനുമീതെ നീലക്കർട്ടനിളകുന്നതിന്റെ നിഴലു പടർന്നു.

വിഷ്ണു ഡയറിത്താൾ പിറകിലോട്ടു മറിച്ചിട്ട് ജടായുവിന്റെ കണ്ണുകളിലേക്ക് നോക്കി. ജടായു വായിച്ചു.

> "അച്ഛന്റെ ഉരുക്കുശരീരം എന്നെ വരിഞ്ഞുമുറുക്കിക്കൊണ്ട് ഉയർന്നു താണു. എന്റെ കുഞ്ഞുചുണ്ടുകൾ അച്ഛന്റെ വായ്ക്കുള്ളിൽ വേദനിച്ചു. മുഖത്താരോ തലയണ അമർത്തുന്നതുപോലെ ശ്വാസം കിട്ടാതെ പിടഞ്ഞു. തിടുക്കത്തിൽ മുഖം വലിച്ചെടുത്തപ്പോൾ ചെറുതായി ചുണ്ടു പൊട്ടി. ഒടുവിൽ രക്തവും അച്ഛന്റെ അമേധ്യവും തുടകളിലേക്ക് പടർന്നു. എല്ലുകൾ പൊടിയുന്നതുപോലെ തോന്നി. സ്വബോധം വീണതുപോലെ അച്ഛൻ പിടഞ്ഞെണീറ്റപ്പോൾ പഴയ സാധനങ്ങൾ സൂക്ഷിച്ചുവെച്ച ഷെൽഫിൽ തട്ടി ബ്രഹ്മാവിന്റെയും സരസ്വതിയുടെയും ശിൽപം അച്ഛന്റെ മുഖത്തുകൂടെ കാൽച്ചുവട്ടിലേക്ക് വീണു. പൊട്ടിയിട്ടും ബ്രഹ്മാവിന്റെ അരഭാഗം സരസ്വതിയുടെ മുഖത്തോട് ചേർന്നു കിടന്നു. വാതിൽ മറവിൽ കരിപിടിച്ച നിലവിളക്കുപോലെ ജടായു നിന്നു."

ഒരുൾക്കിടിലത്തോടെ ജടായു വിഷ്ണുവിനെ നോക്കി. അവനപ്പോഴും കൊട്ടിയടയ്ക്കപ്പെടുന്ന വാതിലിന്റെ, ഉയർന്നുതാഴുന്ന ഒരു തടിച്ച പുരുഷാകാരത്തിന്റെ പിറകെ അന്ധന്റെ ശബ്ദമുദ്രപോലെ എന്തോ തേടുന്നതായി വിഷ്ണുവിന് തോന്നിക്കാണണം.

കനത്ത നോട്ടവുമായി മന്ത്രിക്കുന്നതുപോലെ വിഷ്ണു ചോദിച്ചു: "അവളെവിടെ?"

ശാന്തമായിത്തന്നെ ആ വഴിത്തിരിവും കടന്നുപോയി.

ജടായു പറഞ്ഞു, ഒട്ടും നാടകീയതയില്ലാതെ: "റൂം നമ്പർ മുപ്പത്തിരണ്ടിൽ, ജയിൽ വാർഡന്റെ കിടക്കയിൽ."

ആ നിർണായകനിമിഷം ജടായുവിനെ വലയം ചെയ്ത നിലയില്ലാത്ത ചിന്തകളെന്താവാം? ഒരു യാന്ത്രികജീവന്റെ അസ്വാതന്ത്ര്യം, അസ്തിത്വവ്യഥ അഥവാ ആസന്നമരണവിഭ്രാന്തി. ചിലപ്പോൾ യന്ത്രമനുഷ്യന്റെ മാനവികത അല്ലെങ്കിൽ യാന്ത്രികരക്തസാക്ഷിയാകാനുള്ള ഗോത്രവാഞ്ഛ. ഏതായിരിക്കാം? ജടായു മനക്കണക്കു കൂട്ടി ഏറ്റവും പ്രധാനപ്പെട്ടതെന്ന് അനുമാനിച്ചത്?

ജടായുവിന് ചിന്തിക്കാൻ നേരമില്ലെന്നതായിരുന്നു വാസ്തവം. ഉൾക്കണ്ണിൽ ജ്ഞാനോദയം നേടിയ ഒരു ആൾക്കുരങ്ങ് വന്യമായ ആനന്ദത്തോടെ, പകയോടെ സ്വന്തം കൂടുപിടിച്ചു കുലുക്കാൻ തുടങ്ങുന്നത് ജടായു അറിഞ്ഞു. ആൾക്കുരങ്ങിന് ഉൾക്കാഴ്ച ഒരു

ദണ്ഡായിരുന്നെങ്കിൽ ജടായുവിന്റെ കാഴ്ചയെ മറച്ചത് ചോരയിൽ കത്തുന്ന നീണ്ടൊരു ത്രിശൂലവിളക്കിന്റെ മായക്കാഴ്ചയായിരുന്നു.

വിഷ്ണുവിന്റെ കണ്ണു ചുവക്കുന്നത് നിലക്കണ്ണാടിയിൽ പ്രതിബിംബിച്ചു. അവന്റെ ഭാവഭേദങ്ങൾ പ്രതിബിംബിക്കുന്ന മറ്റൊരു കണ്ണാടിയായി ജടായുവിന്റെ കണ്ണുകൾ രൂപാന്തരം പ്രാപിച്ചു. ഉയർന്നു പൊങ്ങുന്ന പുരുഷാകാരത്തിനു മീതെ പൊട്ടിയടരുന്നൊരു ശിഥിലസരസ്വതി, കൊട്ടിയടയ്ക്കപ്പെടുന്ന വാതിൽ, കനത്ത ഓടാമ്പൽ വീഴ്ച. ജടായുവിന്റെ കണ്ണുകൾ ഒന്നൊന്നായി പ്രതിബിംബം വരഞ്ഞു.

ക്രുദ്ധഭാവത്തോടെ ഏതോ രൗദ്രഗീതത്തിന്റെ അലകൾ കുത്തഴിഞ്ഞ കാറ്റിൽ നിലവിളക്കിനു നീലക്കർട്ടന്റെ നിഴലു പടർത്തി. നിലവിളക്കിനു തിരിയാളുന്നതായും അത് പല കോണിലേക്ക് പുളഞ്ഞു കത്തുന്നതായും ജടായുവിന് തോന്നിക്കാണണം.

ചോരയിളകുന്ന കണ്ണുകളോടെ വിഷ്ണു തൊട്ടടുത്ത മുറിയിലേക്ക് ഒരോട്ടമായിരുന്നു.

അജിതയെ വെള്ളിച്ചിൽ ജാലകത്തിലേക്ക് ചേർത്തുനിർത്തി ചുംബിക്കുകയായിരുന്നു വിവേക്. അവളുടെ നിശാവസ്ത്രം തിടുക്കത്തിൽ മുകളിലേക്കുയർത്തി വിവേക് ഒരു നിമിഷം എന്തോ ചിന്തയിൽ കൈ പിൻവലിച്ചു. അവന്റെ മുണ്ട് വേർപ്പെടുത്തിക്കൊണ്ട് അജിത ആരാഞ്ഞു.

“എന്തേ?”

അവളുടെ കണ്ണുകളിൽനിന്നും മുഖമെടുക്കാതെ വിവേക് മന്ത്രിച്ചു: “അയാൾ അത് ആരോടെങ്കിലും പറയുമോ?”

വിവേകിനെ തന്നിലേക്ക് വലിച്ചടുപ്പിച്ച് അജിത അവന്റെ പതറിയ കണ്ണുകളിൽ ചുംബിച്ചു. അവൾ പറഞ്ഞു: “പേടിക്കാതെ വിവേക്. അതുകൊണ്ടാണല്ലോ ഇന്നവൾ അയാളുടെ കിടക്കയിൽ. ഇനി പറയാൻ അയാളും പേടിക്കും.”

ഒരമർത്തിമൂളലോടെ വിവേക് അവളുടെ ചുവന്ന വസ്ത്രം പിഴുതെറിഞ്ഞു. അവളെ ജാലകക്കമ്പികളിൽ ചേർത്തൊട്ടിക്കുന്നതുപോലെ കഴുത്തിൽ അമർത്തിച്ചുംബിച്ചു. തിടുക്കത്തിൽ ഉടലിളക്കിക്കൊണ്ട് അവളെ അയാൾ കമ്പികളിൽ ഒരു ക്രൂശിതരൂപംപോലെ ചേർത്തുവെച്ചു. തല വെട്ടിക്കുന്നനേരങ്ങളിൽ ചാരനിറ മേഘക്കീറുകളെണ്ണുകയായിരുന്ന വിവേക് ഒരൊറ്റച്ചവിട്ടിന് വിഷ്ണു വാതിൽ മലർക്കെ പിളർത്തിയതറിഞ്ഞില്ല. അജിത മാത്രം അനങ്ങാനാവാതെ അവനെക്കണ്ടു ഞെട്ടി. പകച്ചുകൊണ്ട് അവൾ കുതറാൻ ശ്രമിക്കവേ വിവേക് കമ്പികളിലൂടെ കൈ കടത്തി ഭ്രാന്തമായ ഒരുന്മാദത്തിലാണ്ട് അവളുടെ കാഴ്ചയെ മറച്ചുകൊണ്ട് ചുണ്ടു കടിക്കാൻ തുടങ്ങി.

കുതറിക്കൊണ്ട് അവളെന്തോ പറയാൻ ശ്രമിച്ചെങ്കിലും വാക്കുകൾ ചോരയ്ക്കൊപ്പം പുറത്തേക്കു ചീറ്റി.

അവളുടെ ചുണ്ടുകളിൽ ആണിയടിച്ചതുപോലെ മരണപ്പിടച്ചിലോടെ വിവേകിന്റെ ചുണ്ടുകൾ നിശ്ചലമായി.

ഇരുവരുടെയും കഴുത്ത് പിളർന്ന് നീണ്ട നിലവിളക്കിന്റെ ത്രിശൂലാഗ്രം വെള്ളിച്ചിൽ ജാലകം തുറന്ന് പുറത്തേക്ക് നില കൊണ്ടു.

ഒന്നു നിലവിളിക്കാൻ പോലുമാകാതെ ത്രിശൂലവിളക്കിൽ തൂങ്ങി പിടഞ്ഞു നിലച്ചു, കണ്ണു തള്ളിക്കൊണ്ട് വെള്ളിച്ചിൽ ജാലകക്കമ്പികളിലേക്ക് ബന്ധിതരായി അവരിരുവരും.

പകച്ചുകൊണ്ട് വിഷ്ണു പിറകിലേക്ക് നോക്കി. കടലിളകുന്ന കണ്ണുകളുമായി ജടായു നിന്നു. വിഷ്ണു തന്നെ പരിഭ്രാന്തിയോടെ നോക്കുന്നത് മനസ്സിലാക്കാൻ ജടായു നേരമെടുത്തു, ആൾക്കുരങ്ങിന് ഉൾക്കാഴ്ച ഒരു ദണ്ഡായിരുന്നെങ്കിൽ ജടായുവിന്റെ കാഴ്ചയെ മറച്ചത് ചോരയിൽ കത്തുന്ന നീണ്ടൊരു ത്രിശൂലവിളക്കായിരുന്നു. വെള്ളിച്ചിൽ ജാലകങ്ങളുടെയും നിരനിരക്കെട്ടിടങ്ങളുടെയും ഏകതാനതയെ ഭേദിച്ച് വന്യമായി ഉദ്ധരിച്ചൊരു പുരുഷലിംഗം പോലെ ത്രിശൂലാഗ്രം അസ്തമനസൂര്യന്റെ കിരണങ്ങളേറ്റു വിളങ്ങി.

ശാന്തമായിത്തന്നെ ആ വഴിത്തിരിവും കടന്നുപോയി. ഒട്ടും നാടകീയതയില്ലാതെ ജടായു പറഞ്ഞു: “വരൂ. റൂം നമ്പർ മുപ്പത്തിരണ്ടിൽ അവരുണ്ട്.”

ജടായു മുന്നിൽ നടന്നു.

അരനൂറ്റാണ്ട് തകരുന്ന ഒരു നിമിഷം

മുഖം കാൽമുട്ടുകളിലൊളിപ്പിച്ച് പടുവൃദ്ധയായിട്ടും പകുതി മാത്രം നരച്ച നീണ്ട തലമുടി ഭ്രാന്തിയെപ്പോലെ വിതിർത്തിട്ട് തുറിച്ച കണ്ണുകളോടെ രാധ കിടക്കയുടെ ഒത്ത നടുവിൽ കൂനിക്കൂടിയിരുന്നു. അരണ്ടവെളിച്ചത്തിൽ ശബ്ദമുണ്ടാക്കിക്കൊണ്ട് വേഗത്തിൽ കറങ്ങിത്തിരിയുന്ന ഫാനിനു കീഴിൽ അനക്കമില്ലാതെ രാധയിരുന്നു, ഏറെക്കുറെ ചിന്തകളൊന്നുമില്ലാതെ. തുറിച്ച കണ്ണുകളിലൂടെ കൊളാഷു പോലെ പലതും കടന്നുപോയിക്കൊണ്ടിരുന്നു. അവ ഓർമ്മകളുടെ വഴുക്കുന്ന സർപ്പക്കാലുകളോട് കെട്ടുപിണഞ്ഞ് മനസ്സിന്റെ മണ്ണിൽ കടന്നുപോയതിന്റെ ചവിട്ടടയാളം പതിക്കുന്നു.

നിശ്ചയദാർഢ്യം സ്ഫുരിക്കുന്ന കണ്ണുകളോടെ ഒരു യുവതി തലയുയർത്തിക്കൊണ്ട് പൊലീസ് അകമ്പടിയോടെ ഫ്ളാറ്റിന്റെ ഇടനാഴിയിലൂടെ കടന്നുവരുന്നത് അവൾ കണ്ടു. പൊലീസുകാർ കനത്ത ബൂട്സൊച്ചകളുമായി റൂംനമ്പർ മുപ്പത്തിരണ്ടിനു മുന്നിൽ നിന്നു. ത്രിശൂലം കൊത്തിയ താക്കോൽകൊണ്ട് ഒരാൾ വാതിൽ തുറന്നു. നൂറ്റാണ്ടുകളുടെ തടവുകാരിക്ക് ആദ്യ കാഴ്ചയൊരുക്കി ഹാളിനെ വിഭജിച്ച് ഒത്തനടുക്ക് മെറൂൺ പെയിന്റടിച്ച ഇരുമ്പഴി നിന്നു. 'കയററെടീ' എന്നാരോ ആക്രോശിച്ചപ്പോൾ കേട്ടില്ലെന്ന മട്ടിൽ പുച്ഛം വഴിയുന്ന നോട്ടവുമായി അകത്തേക്ക് കാലെടുത്തു വെച്ചു. ഇരുമ്പഴി വാതിൽ വലിച്ചു തുറന്ന് മുറിക്കുള്ളിലേക്ക് കയറാൻ അയാൾ കൈ ചൂണ്ടി. ഒട്ടും പതറാതെ അകത്തുകയറി, പിറകിൽ വാതിലുകളടഞ്ഞു. അരനൂറ്റാണ്ട് ഒരു നിമിഷംകൊണ്ട് ഇരുമ്പഴിയുടെ പുത്തൻ മെറൂൺ പെയിന്റുമണത്തിലേക്ക് സന്നിവേശിപ്പിച്ചു.

തുറിച്ച കണ്ണുകളിൽ മനസ്സുകൊണ്ട് ഇത്രയും താൻ മുൻപേക്കു തന്നെ അനുഭവിച്ചു തീർത്തുവെന്ന ഭാവത്തോടെ ഇരുമ്പഴി ചാരി അവൾ നിന്നു.

സർപ്പക്കാലുകളുടെ ഓരോ ചവിട്ടടയാളത്തിലും വഴുപ്പോടെ വിഷധൂളികൾ മണ്ണിൽ പടർന്നു. ആഴമുള്ള, വിഷം തീണ്ടിയ ഓർമ്മകളുടെ മുറിവുകൾ പതിയെ കൊളാഷുകളുടെ ഇരുമ്പഴി ചാരുന്ന തുറിച്ച കണ്ണുകൾ തിമിരം ബാധിച്ചതുപോലെ മങ്ങി. കണ്ണുകളിൽ പാട കെട്ടി. അവ പെട്ടെന്ന് നിറഞ്ഞൊഴുകി, ചിറകറ്റൊരു ശലഭത്തിന്റെ പിടച്ചിൽപോലെ താടിയുടെ അറ്റത്തു തങ്ങിയ കണ്ണീർ ടേബിൾ ഫാനിന്റെ കാറ്റിൽപ്പെട്ട് നിലത്തു വീഴാതെ അങ്ങനെത്തന്നെ നിന്നു.

ഇത്രകാലവും കരുതിവെച്ച കാത്തിരിപ്പിന്റെയും പ്രതീക്ഷകളുടെയും മഴക്കാട് കാതലില്ലാത്തൊരു പടുമരംപോലെ പൊള്ളയായിരുന്നുവെന്ന് രാധയറിഞ്ഞു. അവിടെ ഓർമ്മകളുടെ വഴുക്കുന്ന സർപ്പക്കാലുകൾ പിന്തുടരുന്നു. പേടിച്ചരണ്ട് ഓരോ മരത്തിന്റെയും മറവിലും മാറിമാറിപ്പതുങ്ങി ഓടിക്കൊണ്ടിരുന്നു. കാലത്തിന്റെ ഇതളുകളടർന്നുകൊണ്ടിരുന്നു. ദശാബ്ദങ്ങളുടെ പരിദേവനംപോലെ ഇലകൾ പൊഴിഞ്ഞു. ഒടുക്കം ആ ചതുപ്പിൽപ്പെട്ട് ഒളിക്കാനാവാതെ പിടഞ്ഞപ്പോൾ സർപ്പക്കാലുകൾ വഴുക്കിക്കൊണ്ട് കടന്നെത്തി. തിടുക്കം കാട്ടാതെ അത് ഓർമ്മകളുടെ ചേർപ്പിലേക്ക് ചവിട്ടിച്ചേർത്തു.

പ്രതീക്ഷകളോടെ കാത്തിരിക്കുമായിരുന്ന രാധയെന്ന യുവതി മരിച്ചിരിക്കുന്നു. താൻ തീർത്തും വൃദ്ധയായിരിക്കുന്നുവെന്ന് നിസ്സഹായതയോടെ അവൾ തിരിച്ചറിഞ്ഞു.

പ്രിയതരമായിരുന്ന മായക്കാഴ്ചകളിൽനിന്നും വസ്തുതകളുടെ അഴിമുഖത്തേക്ക് പൊടുന്നനെ അടിഞ്ഞു കൂടവെ, ഇനിയൊരു മടക്കമില്ലെന്ന് രാധയറിഞ്ഞു.

രാധ കരഞ്ഞു, കരഞ്ഞു തീരുവോളം.

മനസ്സിന്റെ അടിക്കാടുകളിലേക്ക് ആർദ്രതയോടെ നിലാമഴത്തുള്ളികൾ പെയ്തു.

ഇപ്പോൾ തോർന്നു തീരാറായ രാത്രി മഴയിൽ പരുക്കൻ കണ്ണനക്കങ്ങളുമായി മുഹമ്മദ് സന്ദേഹിക്കുന്നു: "തെറ്റല്ലേ രാധാ?"

നറുനിലാവുപോലെ രാധ ചിരിക്കുന്നു. അവനവളെ വലിച്ചടുപ്പിച്ചു. വിയർപ്പിൽ കുതിർന്ന അവന്റെ ശ്വാസനാളം പിൻകഴുത്തിൽ മന്ത്രിച്ചു: "രാധാ..."

ഓർമ്മക്കടൽ ഉന്മാദം കൊണ്ടു. കടലിന്റെ മാറിൽ കോട്ടപോലെ ഉയർന്നുനിന്ന കരിങ്കല്ലിടുക്കിലേക്ക് അവനവളെ ചേർത്തു ചുംബിക്കുന്നു. രാധ ചോദിച്ചു: "വേണ്ടിയിരുന്നില്ലല്ലോ മുഹമ്മദ് ഇതൊക്കെ?"

പതിയെ നിലാവിൽ കരിങ്കൽക്കെട്ടിനു മീതെ അഴിച്ചുവെച്ച വസ്ത്രം പരസ്പരം നഗ്നത നോക്കി അവരിരുവരും എടുത്തണിഞ്ഞു.

അവനവളെ തീരത്ത് അഴിച്ചുവെച്ച ചെരിപ്പിനരികിലേക്ക് കൊണ്ടു പോയി. അവന്റെ ബലമുള്ള കൈകളിൽ വിരലുകൾ മൃദുലമായി.

ഉപ്പുകാറ്റും കടൽനിലാവും തിരയിളക്കവുമില്ലാതെ കണ്ണുനീരു മാത്രമായി വീണ്ടും അവളുടെ ലോകം ചുരുങ്ങി. അതിനുള്ളിൽ താരാനാഥിന്റെ അടുക്കും ചിട്ടയുമില്ലാത്ത ചിത്രങ്ങൾ; കറങ്ങുന്ന കാളവണ്ടിച്ചക്രത്തിന്റെ ഓരോ വിടവിനിടയിലും പിടയുന്ന ഉടൽ ച്ചിന്തുകൾ; വെട്ടിമാറ്റപ്പെട്ട കൈകൾ, കഴുത്ത്, കാലുകൾ, ഹൃദയം ചോരയിൽ കുതിർന്ന്, തറഞ്ഞുരുണ്ട്. കറുപ്പിൽ, ചിതറിയ ചോര യുടെ പശ്ചാത്തലം. സൂര്യരശ്മി ആംബുലൻസിനും തുളസിക്കതി രിനും മീതെ തിളങ്ങുന്നു. പച്ചനിറമുറ്റം നിഴലിലും വെയിലിലും അപായഭീതിയുണർത്തി. പൂപ്പൽമുറ്റത്തേയ്ക്ക് സ്ട്രെച്ചറിൽ താരാ നാഥിന്റെ ശവം നീണ്ടു.

താരാനാഥിന്റെ ചേതനയറ്റ ശരീരം മുഹമ്മദിന്റെ ഉയർന്നു താഴുന്ന നഗ്നശരീരത്തിലേക്ക് വിലയിച്ചു. ബെഡ് ലാംപിന്റെ മങ്ങിയ വെളിച്ചത്തിൽ കനലുപോലെ കണ്ണുകൾ ഉയർന്നും താഴ്ന്നും തിളങ്ങി. മറ്റേതോ ലോകത്തു നിന്നെന്ന വിധം മുഹമ്മദ് കടുത്ത ശബ്ദത്തിൽ വിളിക്കുന്നു: “രാധാ...”

തിളങ്ങുന്ന കണ്ണുനോക്കി രാധ മൂളി: “ഉം...”

അവളുടെ മുഖം മുഴുവൻ ശരീരത്തിന്റെ ഘനംകൊണ്ട് മറച്ച പ്പോൾ ബെഡ്ലാംപിന്റെ മങ്ങിയവെട്ടത്തിൽ അവന്റെ ഉടലിളക്കം തെളിഞ്ഞു. തിളങ്ങുന്ന കണ്ണു കാണാൻ അനുവദിക്കാതെ അവൻ അമർത്തിമൂളുന്നു.

“നിന്റെ വരവും കാത്ത്...”

ജനലിനപ്പുറം പകുതിച്ചന്ദ്രൻ വാൾമുനകളിറക്കി, നിലച്ച ശബ്ദ ങ്ങൾക്ക് നാഴികമണി ആക്കത്തോടെ കൊട്ടു കൊടുത്തു.

പോകാൻ നേരത്ത് മകളുടെ വീട്ടിൽ നിന്നും വിട പറയുന്ന അച്ഛനെപ്പോലെ അവൻ അവളെ ആശ്ലേഷിച്ചു.

കണ്ണുനീർ വിരലുകൊണ്ട് തട്ടിക്കളഞ്ഞു. നെറ്റിയിൽ അമർത്തി ച്ചുംബിച്ചു.

പൂപ്പൽമുറ്റം കടന്ന് അവരിരുവരും പോയി.

ഇപ്പോഴും കണ്ണുനീരിന്റെ ഓരോ പാളിയിലും മുഹമ്മദിന്റെ ഏതോ ചിന്തയിലാണ്ട മുഖം തെളിയുന്നു. പരുക്കൻ കണ്ണനക്ക ങ്ങളിൽ പിടികൊടുക്കാത്ത നോട്ടം. ഓരോ തവണയും കണ്ണു നീരിലെ മുഹമ്മദിനെ അനുഭവിക്കാൻ മാത്രമായി അവൾ കരഞ്ഞു.

രാധ കരഞ്ഞു, കരഞ്ഞു തീരുവോളം.

മനസ്സിന്റെ അടിക്കാടുകളിൽ ആർദ്രതയോടെ നിലാമഴത്തുള്ളികൾ പെയ്തു.

തീർന്നപ്പോൾ കലങ്ങിത്തെളിഞ്ഞൊരു ചളിക്കുണ്ടുപോലെ കിടക്കയിലേക്കടിഞ്ഞു.

അടിത്തട്ടിലെവിടെയോ അസ്തിത്വം പേറുന്ന ചേർപ്പുണ്ടെന്നറിയിച്ച് ചെറുകാറ്റിലിളകുന്ന പായലുപോലെ കണ്ണുനീരിന്റെ കവിളടയാളം ശേഷിച്ചു.

ലക്ഷ്മി തൊട്ടടുത്ത മുറിയിലുണ്ടെന്ന് രാധയറിഞ്ഞില്ല.

കാത്തിരിപ്പുകളുടെ യൗവ്വനത്തിൽ നിന്നും ഓർമ്മകളുടെ സർപ്പക്കാലുകൾ പിടിച്ചാഴ്ത്തിയ വാർദ്ധക്യത്തിന്റെ ചേർപ്പിലേക്ക് കുതറാനാകാതെ ഒട്ടിച്ചേർന്നപ്പോൾ അരനൂറ്റാണ്ടിന്റെ പ്രതീക്ഷകൾക്ക് മുനയൊടിയാൻ ഒരു നിമിഷം മതിയെന്ന് പക്ഷേ അവളറിഞ്ഞു.

മരിച്ചവളെപ്പോലെ രാധ ഉറങ്ങി.

എണീറ്റത് ദിക്കു പൊട്ടുന്ന ഒരലർച്ച കേട്ടാണ്.

* * *

മൂക്കു പിളർത്തുംവിധം വന്യമായിരുന്നു അയാളുടെ വിയർപ്പ്. അരണ്ട വെളിച്ചത്തിൽ ടേബിൾഫാനിന്റെ കാറ്റിൽ മഞ്ഞജനാലക്കർട്ടനിളകിക്കൊണ്ടിരുന്നു. ഇരുട്ടിന്റെ ഭീമൻ ശരീരത്തിന് ഒരു ആഘാതംപോലെ ചുമർഘടികാരം ചലിച്ചുകൊണ്ടിരുന്നു. ജനാലക്കർട്ടനിൽ അവളുടെ മുഖം മാത്രം തെളിഞ്ഞു. കിടക്കയിലവൾ ശ്വാസഗതിയെക്കുറിച്ച് ബോധവതിയായി കിടന്നു. മഞ്ഞക്കർട്ടൻ കൂടുതലിളകിയപ്പോൾ ഉയർന്നു താഴുന്ന ചെറിയ മാർവിടത്തിന്റെ നിഴലു പടർന്നു. മീതെ വന്യമായ വിയർപ്പുള്ളൊരു ആൺനിഴലുയർന്നു. രണ്ടു മുഖങ്ങൾക്കും മധ്യേ അയാളുടെ പൂണൂൽനിഴലു വീണു. പതിയെ അതില്ലാതായി. കർട്ടൻ ഇളകിക്കൊണ്ടിരുന്നു. ഉടലുകളുടെ നിഴലിളക്കം നാഴികമണിയുടെ ശബ്ദത്തോളം വളർന്നു.

ഒരു ഭ്രാന്തനെപ്പോലെ അയാൾ അവളിലൂടെ താഴേക്കിറങ്ങി.

ചെറിയ മാർവിടങ്ങളെ ശക്തമായി ഞെരിച്ചു. വെട്ടിയൊതുക്കാത്ത മഞ്ഞനഖങ്ങളോടെ അവളുടെ മേൽക്കുപ്പായം വലിച്ചൂരിക്കൊണ്ടിരിക്കെ പൊടുന്നനെ അയാളൊന്നു നിർത്തി, എന്തോ പറയാനുണ്ടെന്നതുപോലെ. അതുമല്ലെങ്കിൽ തുടർച്ചയ്ക്കുള്ള ആരംഭബിന്ദുവിനു വേണ്ടി. ഒരു സൗകര്യത്തിനെന്നവിധം അയാളവളെ ചെരിച്ചു കിടത്തി.

നാഡികൾ വേർപ്പെടുന്നതുപോലെ ലക്ഷ്മിക്കു തോന്നി.

ഭ്രാന്തനെപ്പോലെ ഉടലുലച്ച് അവളുടെ കാലുകൾ ഇടതുകാലുയർത്തി സ്വന്തം കാലിടുക്കിലേക്ക് കടത്തി ശക്തിയായി വരിഞ്ഞുമുറുക്കിക്കൊണ്ട് ശ്രീകാന്തൻ നാഴികമണിയുടെ ശബ്ദത്തോടു മത്സരിച്ചു. മരക്കട്ടിൽ സിമന്റുതറയിൽ അപസ്വരത്തിലുരഞ്ഞു. വെട്ടിയൊതുക്കാത്ത അയാളുടെ മഞ്ഞനഖങ്ങൾ കഴുത്തിലും മാറിലും പിറകിലും നീറ്റലുണ്ടാക്കി. വെളുത്തുള്ളിയുടെ മണമുള്ള പല്ലുകൾ കൊണ്ട് അരിച്ചെടുക്കെ ചുണ്ടുകളിൽ മുറിവും നീറ്റലുമുണ്ടായി.

അയാൾ ഒന്നുകൂടി വരിഞ്ഞു ചേർത്തപ്പോൾ ഒരു പരീക്ഷണം പോലെ കൂടുതൽ സ്വതന്ത്രമായ കൈകളുയുയർത്തി അവൾ അയാളുടെ പിറകിൽ വെച്ചു. വീണ്ടും എന്തോ പറയാനുണ്ടെന്നതുപോലെ അതുമല്ലെങ്കിൽ തുടർച്ചയ്ക്കുള്ള ആരംഭബിന്ദുവിനു വേണ്ടിയെന്നോണം അയാൾ ഉടലിളക്കം നിർത്തി. സിമന്റുതറയിലുരഞ്ഞ് ഇരുമ്പുകട്ടിൽ ഒരു നിമിഷം നിശ്ശബ്ദമായി. നാഴികമണി മാത്രം ശബ്ദിച്ചു.

അരണ്ടവെളിച്ചത്തിൽ മഞ്ഞ ജനൽക്കർട്ടനിളകി.

പൂണൂലിനുള്ളിലൂടെ വലതുകൈയിട്ട് ചെറിയ നിഴൽ നിശ്ശബ്ദമായി ഇഴയുന്ന ആ ഒരു നിമിഷം വീണ്ടും പരീക്ഷണംപോലെ തന്റേതാക്കി. അവൾ സ്വയം അയാളിലേക്കൊട്ടിച്ചേർന്നു, അയാളെ കൂടുതൽ തന്നിലേക്ക് വലിച്ചടുപ്പിക്കുമ്പോലെ...

ഇപ്പോൾ അയാളുടെ ഉടലനക്കത്തിന് വേഗം കുറഞ്ഞു.

മരക്കട്ടിൽ സിമന്റ് തറയിൽ താളത്തിലുരഞ്ഞു.

ആഭിചാരക്കാരിയുടെ വശീകരണംപോലെ അപ്രതീക്ഷിതമായൊരു മലക്കംമറിയൽ സംഭവിച്ചു. അയാളുടെ അക്ഷമയും വ്യഗ്രതയും എരിയുന്ന കണ്ണുകളിലേക്ക് മായികമായി അവൾ നോക്കി. പതിയെ അയാളെ ചെരിച്ചു കിടത്തി തന്റെ കൈകൾ സ്വതന്ത്രമാക്കി. ഇടതുകൈ പൂണൂലിനുള്ളിലൂടെ കടത്തി വിയർപ്പിൽ ത്രസിച്ച രോമങ്ങൾക്ക് മീതെ വെച്ചു. പ്രാവീണ്യം നേടിയ ഒരു ബാലവേശ്യയെപ്പോലെ തോന്നിച്ചു അവൾ അയാൾക്ക്.

അയാളുടെ ആ തോന്നലിന്റെയും നിശ്ശബ്ദതയുടെയും ആനുകൂല്യം മതിയായിരുന്നു അവൾക്ക്, ഒരു പക്ഷേ ഇനിയെന്നേക്കും തന്റെ ശരീരം മറ്റാർക്കും അവകാശപ്പെട്ടതല്ലെന്ന് വരുത്തിത്തീർക്കാൻ.

അച്ഛന്റെ കനത്ത ശരീരം തനിക്കു മീതെയിളകിയത് ലക്ഷ്മിയോർത്തു.

അയാളുടെ വിയർത്തു തുള്ളിയ രോമങ്ങളിലൂടെ അരക്കെട്ടിലേക്ക് വിരലോടിക്കവേ സമാന്തരലോകത്ത് ലക്ഷ്മി കണ്ടു, വൃഷണം

പൊട്ടി ദിഗന്തം പിളർത്തുന്ന ഒരു യുവാവിന്റെ നിലവിളി, ഒരു നിമിഷ ത്തേക്ക് മാത്രം. ഹൃദയം നിലച്ച് അയാളുടെ കണ്ണുകളിൽ വന്യത മുറ്റി. അവ ഗോട്ടികൾപോലെ മിഴിഞ്ഞു വന്നു.

അത്രനേരവും നാഴികമണിയോടും മരക്കട്ടിൽ സിമന്റുതറയി ലുരയുന്ന അപസ്വരത്തോടും മത്സരിച്ച അയാൾ ഏതോ മായിക ലോകത്തെന്നതുപോലെ അവളുടെ കണ്ണുകളിൽ അവിശ്വസനീയ തയോടെ നോക്കി കരചലനങ്ങളിൽ ഉടലിളക്കി വിയർത്തു കുളിച്ച് മലർന്നു കിടന്നു. അയാൾക്കു മീതെ ഒരു അഭിസാരികയുടെ ചാതുര്യ ത്തോടെ നെഞ്ചിൽനിന്നും അരക്കെട്ടുവരെ ചുണ്ടമർത്തിക്കൊണ്ട് അവൾ കാലുകൾക്കിടയിലേക്ക് മുഖമാഴ്ത്തി. പുളഞ്ഞുകൊണ്ടയാൾ മെലിഞ്ഞ കാലുകൾ അവളുടെ ചുമലിൽ കയറ്റിവെച്ചപ്പോൾ വിയർപ്പും വെളുത്തുള്ളിയും കലർന്ന വന്യഗന്ധം മൂക്കുതുളച്ചു. ചുണ്ടുകളിൽ പശിമ പടർന്നു.

അവൾക്ക് ആലോചിക്കാൻ ഏറെ നേരമുണ്ടായിരുന്നില്ല. നാഴിക മണിയുടെ ശബ്ദം കൂടുന്നതായി തോന്നി. അയാളുടെ ഉടലിളക്ക ത്തിൽ മരക്കട്ടിൽ സിമന്റുതറയിലുരഞ്ഞ് കടുത്ത ശബ്ദമുണ്ടാക്കി.

വൃഷണങ്ങൾ ചുംബിച്ചപ്പോൾ ഭ്രാന്തനെപ്പോലെ അയാൾ അവളെ കാലുകൾകൊണ്ടു വരിഞ്ഞു.

ആലോചിക്കാൻ ഏറെ നേരമുണ്ടായിരുന്നില്ല. ഒരുപക്ഷേ, വ്യഗ്ര തയും അക്ഷമയും കത്തുന്ന വെട്ടിയൊതുക്കാത്ത മഞ്ഞനഖവും വെളുത്തുള്ളിപ്പല്ലും മുലകളിലും ചുണ്ടുകളിലും മുറിവുകൾ കോറി യിട്ടേക്കാമെന്ന ഭീകരമായ ഒരു സാധ്യത ലക്ഷ്മി കണ്ടു,

പഴുത്തു പൊട്ടിയ വ്രണങ്ങളിൽനിന്നും പുഴു നുളയ്ക്കുന്ന തൊലിപ്പുറം കണ്ട ട്രൈപ്പൊഫോബിയാകിനെപ്പോലെ അയാളുടെ കാലിടുക്കിലെ വന്യഗന്ധവും പശിമയും അവളിൽ ഓക്കാനമുണ്ടാ ക്കിയെങ്കിലും വിശദമായി തിടുക്കമേതുമില്ലാതെ അഗ്രചർമ്മം നീക്കു കയും ഇരുവൃഷണങ്ങളും വായ്ക്കകത്താക്കുകയും ചെയ്ത് നാഴിക മണിയുടെ ചലനത്തിന് കാതോർത്തു. കാതുകളിൽ കടലിളക്കം കേട്ടു. കണ്ണുകൾ ഇറുക്കിപ്പൂട്ടി, സെക്കൻഡ് സൂചിയൊന്നനങ്ങും മുൻപെ പല്ലുകൾ പിളർന്നുപോകാൻ പാകത്തിൽ ആഞ്ഞുകടിച്ചു.

ദിക്കു പിളർത്തിക്കൊണ്ടയാൾ അലറി. അലർച്ചയുടെയും പിട ച്ചിലിന്റെയും ആക്കം കൂട്ടി ഒരു മൃഗത്തിന്റെ കരുത്തോടെ അവള യാളുടെ ലിംഗം കടിക്കുകയും വൃഷണങ്ങൾ കൈകളിൽ ഞെരിക്കു കയും ചെയ്തു. രണ്ടു ഗോട്ടികൾ പോലെ അയാളുടെ കണ്ണുകൾ മിഴിഞ്ഞുവന്നു. മഞ്ഞനഖങ്ങളിലും വെളുത്തുള്ളിപ്പല്ലുകളിലും വന്യത കനത്തു.

പതിയെ ഘടികാരസൂചിയുടെ അനക്കത്തിലേക്ക്, നിലച്ച മരക്കട്ടിലിന്റെ രൗദ്രഗീതയിലേക്ക്, ടേബിൾ ഫാനിന്റെ കാറ്റിലേക്ക് ചോരയിറ്റുന്ന നാക്കു നീട്ടി അവളുയർന്നു.

അരണ്ട വെളിച്ചത്തിൽ ചോരക്കണ്ണു മിഴിച്ചയാൾ കിടന്നു. കരുതിവെച്ച ആത്മബലം ചോരുന്നതായി ലക്ഷ്മിക്കു തോന്നി. വിശ്വാസം വരാനാകാതെ അവളയാളുടെ ചോരയിൽ കുതിർന്ന ലിംഗത്തിലേക്ക് കൈ നീട്ടി.

ആരുടെയോ ശബ്ദം കേൾക്കുന്നതായി അവൾക്കു തോന്നി, എവിടെ നിന്നോ തിടുക്കത്തിൽ വാതിലിൽ മുട്ടുന്നതുപോലെ.

ശബ്ദങ്ങൾ കോലാഹലങ്ങളാകുന്നു.

ആരൊക്കെയോ പിന്തുടരുന്നതുപോലെ.

ഭയത്തോടെ കൈ പിൻവലിച്ചു. ചെവി പൊത്തിക്കൊണ്ട് കിടക്കയിൽ നിന്നിറങ്ങാനോങ്ങി. പെട്ടെന്ന് പിറകിലെന്തോ വീണതിന്റെ ശബ്ദം കേട്ടു. അയാളുടെ മിഴിഞ്ഞ കണ്ണുകൾ നാഴികമണിയിലും ഇളകുന്ന മഞ്ഞക്കർട്ടനിലും അവൾ കണ്ടു. പൂക്കുലപോലെ വിറച്ച് തിരിഞ്ഞു നോക്കി. അയാൾ അഴിച്ചിട്ട ഷർട്ട് അവൾ തിടുക്കത്തിലിറങ്ങിയപ്പോൾ തട്ടി പകുതി നിലത്തു വീഴാറായി കിടന്നു. നിലത്ത് ടേബിൾഫാനിനരികിൽ ത്രിശൂലം കൊത്തിയ മുറിയുടെ താക്കോൽക്കൂട്ടം കിടന്നു.

പുറത്ത് ആരുടെയോ ശബ്ദം കേൾക്കുന്നതായി തോന്നി. വാതിലിൽ മുട്ടുന്നതുപോലെ.

ശബ്ദങ്ങൾ കോലാഹലങ്ങളാകുന്നു.

* * *

ഉപബോധമനസ്സിന്റെ ഇരുണ്ടകോണിൽ അറ്റം തിളങ്ങുന്ന ഒരു കന്മഴു ഉയരുകയും നെറ്റിത്തടം വെട്ടിക്കീറാൻ തുടങ്ങുകയും ചെയ്യുന്നൊരു പേക്കിനാവിന്റെ മൂർധന്യത്തിൽ കാതുകളെ പിളർത്തിക്കൊണ്ട് ഭീകരമായ ഒരു നിലവിളി കേട്ടു. പിടഞ്ഞെണീറ്റ് മരണഭീതിയിലെന്നതുപോലെ രാധയും നിലവിളിച്ചു.

കണ്ണുകൾ മുറുക്കിയടച്ചും കാതുപൊത്തിയും അവൾ കിടക്കയുടെ ഒത്തനടുക്ക് കൂനിക്കൂടിയിരുന്നു. കന്മഴുവിന്റെ കാച്ചിത്തിളങ്ങിയ അഗ്രം ഇപ്പോൾ പൂർണ്ണമായും മറഞ്ഞു. ഒരു നിമിഷംകൊണ്ട് ദിക്കു പിളർത്തുന്ന അലർച്ച നിലച്ചു.

സംഭ്രമത്തോടെ രാധ പതിയെ കണ്ണു തുറന്നു. അവിശ്വസനീയതയോടെ കാതുകളിൽനിന്നും കൈകളെടുത്ത് അരണ്ട വെളിച്ചത്തിലേക്ക് ഭ്രാന്തിയെപ്പോലെ തുറിച്ചു നോക്കി.

വിയർത്ത ശരീരത്തെ തണുപ്പിച്ച് പകുതിയിരുട്ടത്ത് വന്യമായൊരു സ്വപ്നസർപ്പത്തിന്റെ പടംപോലെ ടേബിൾഫാനിന്റെ കാറ്റിൽ തലമുടിയിളകി. കാറ്റുപോലും ഭയപ്പെടുത്തുന്നതായി രാധയ്ക്ക് തോന്നി.

കാൽമുട്ടുകളിൽനിന്നും മുഖമുയർത്തി ചുറ്റും നോക്കി. ശബ്ദങ്ങളുടെ ലോകത്തും താൻ തടവുകാരിയാണെന്ന് രാധയറിഞ്ഞു. സൗണ്ട് പ്രൂഫ് സംവിധാനമുള്ള മുറിയിൽ ഒരിക്കലും ഒരനക്കം പോലും പുറത്തുനിന്ന് കടന്നെത്തില്ല. വാതിലിൽ മുട്ടുന്നതൊഴിച്ച്. അലർച്ച ഉള്ളിൽ നിന്നാണ്. ഇനിയഥവാ അതൊരു നിലവിളി തന്നെയാണോ?

അത്രയും സംഭ്രമാകമായ ഒരുഗ്രക്രന്ദനം അരനൂറ്റാണ്ടിനപ്പുറം അവൾക്കന്യമായിരുന്നു. അത്തരമൊരലർച്ച ഓർമ്മയുടെ ശബ്ദനിഘണ്ടുവിൽ എവിടെയും അവൾ കേട്ടില്ല. വിചിത്രമായ ഭയാനകത്വം, അപരിചിതത്വം, ആത്മാവിന്റെ കഴുത്തു പൊട്ടുന്ന നിലവിളി!

പരിചിതമായ വാതിലിന്റെ തുറന്നടയൽ ശബ്ദങ്ങളേക്കാളും ആക്കം കൂടിയൊരു ടേബിൾ സ്റ്റോൺ നിലത്തു വീണതാവാം. ജയിലർ അയാളുടെ മരക്കട്ടിൽ വലിച്ചുനീക്കി സ്ഥലം മാറ്റിയിട്ടതാവാം. അവൾ സാധ്യതകൾ പരതി.

പരിചിതമായ ഒന്നിൽനിന്നും ഏറെക്കാലത്തേക്ക് അകന്നുപോയി അതിനു വിരുദ്ധമായ ഒന്നുമൊന്നിച്ച് തുടർച്ചയായി സഹവസിച്ചുപോകെ പൊടുന്നനെ വീണ്ടും കണ്ടുമുട്ടുമ്പോഴുള്ള പതർച്ച, പരിചിതത്വത്തിന്റെ പ്രകൃതം തന്നെ നഷ്ടപ്പെടൽ... പുതിയ ലോകം ചിലപ്പോൾ ഇങ്ങനെയൊക്കെയാകുന്നു. പെട്ടെന്ന് ജയിലറുടെ മുറിയുടെ വാതിൽ കാറ്റിലെന്നതുപോലെ തുറന്നുവരുന്നത് പകുതി വെളിച്ചത്തിൽ കണ്ടു. ഭയത്തോടെ രാധ വാതിൽക്കലേക്കു നോക്കി. വാതിൽ പൂർണമായും തുറന്നു. ആരോ അവൾക്കടുത്തേക്ക് ചുവടുവെച്ചു. ഉൾവിറയലോടെ രാധ കണ്ണുവിടർത്തി.

എന്തോ പറയാനാഞ്ഞ് വാക്കുകൾ തൊണ്ടയിൽ കുരുങ്ങി. വിറയാർന്ന കൈകളോടെ ഏന്തിവലിഞ്ഞ് മുറിയിലെ ലൈറ്റിട്ടു, ഷോക്കേറ്റ് സ്വിച്ച്ബോഡിൽ ഒട്ടിച്ചേരുന്നതുപോലൊരു മറുവിറയൽ കൈവിരലുകളിലൂടെ കത്തിയൊഴുകി.

മുന്നിൽ ചോരയൊഴുകുന്ന മുഖവുമായി ലക്ഷ്മി നിന്നു.

"മോളേ" എന്നലച്ചു കൊണ്ട് അവൾക്കടുത്തേക്ക് നിരങ്ങിയെങ്കിലും തൊടാൻ ഭയം തോന്നി. ആളുന്ന പരിഭ്രാന്തിയുടെ നാളം ലക്ഷ്മിയുടെ കണ്ണുകളിലും രാധ കണ്ടു. കട്ടിലിനരികിൽ മുട്ടുകുത്തി രാധയുടെ കാലുകൾ മുറുകെപ്പിടിച്ച് ലക്ഷ്മി പറഞ്ഞു: "പേടിക്കല്ലേ മുത്തശ്ശീ ഇതു ഞാനാ."

അവളുടെ തലമുടികളിൽ ഭയത്തോടെ തൊട്ടു, വിറയ്ക്കുന്ന കൈകളോടെ ചോരപ്പാടുകളുള്ള മുഖമുയർത്താൻ രാധ ശ്രമിച്ചു.

"നീയെങ്ങനാ ഇവിടെയ്യത്ത്യത്?" പതർച്ചയോടെ, തുറിച്ച കണ്ണുകളോടെ രാധ ചോദിച്ചു. പതിയെ അവളുടെ നോട്ടം കനത്തുവന്നു.

ലക്ഷ്മിയത് കേട്ടില്ല, സമാന്തരലോകത്ത് കാഹളം മുഴങ്ങുകയായിരുന്നു.

ആരോ പിന്തുടരുന്നതുപോലെ, കൊലയാളിയെത്തേടി വേട്ടനായ്ക്കൾ മണപ്പിച്ചു പതിയിരിക്കുമ്പോലെ.

ഹാളിന്റെ വാതിലിൽ ആരോ തിടുക്കത്തിൽ മുട്ടി.

ലക്ഷ്മി, രാധ കിടന്ന മുറി വരാന്തയിലേക്ക് ബന്ധിപ്പിക്കുന്ന വാതിൽക്കലേക്ക് കുതിച്ചു. മുറുകെപ്പിടിച്ചിരുന്ന ജയിൽമുറിയുടെ ത്രിശൂലം കൊത്തിയ താക്കോൽ അവൾ കൈകളിലെടുത്തു. തലയ്ക്ക് അടികിട്ടിയതുപോലെ രാധ പിടഞ്ഞെണീറ്റു. മിഴിഞ്ഞ കണ്ണുകളോടെ അവൾ ചോദിച്ചു: "ഇതു നിനക്കെങ്ങനെ കിട്ടി?"

വാതിൽക്കലേക്ക് തിരിഞ്ഞ് ലക്ഷ്മി പറഞ്ഞു: "ഞാനയാളെ കൊന്നു."

കഴുത്തിലൂടെ ആരോ ചങ്ങല വലിച്ചു മുറുക്കുന്നതായി രാധയ്ക്ക് തോന്നി. കണ്ണുകൾ വന്യമായി മിഴിഞ്ഞു.

അവൾക്കൊന്നനങ്ങാൻ പോലുമായില്ല.

വാതിലിൽ വീണ്ടും മുട്ടു കേട്ടു.

ആരോ തിടുക്കത്തിൽ വാതിലിൽ കൊട്ടുകയാണ്.

ലക്ഷ്മി ഓരോ താക്കോലുമെടുത്ത് പൂട്ടിൽ തിരുകി. ഒടുക്കം അഞ്ചു ദശാബ്ദങ്ങളുടെ വന്യത മുറ്റിയ മെറൂൺ ഇരുമ്പഴി ശബ്ദമുണ്ടാക്കിക്കൊണ്ട് തുറക്കപ്പെട്ടു. ഹാളിന്റെ വാതിൽക്കലേക്ക് ലക്ഷ്മിയോടി, സ്ഥലകാലബോധം നഷ്ടപ്പെട്ടവളെപ്പോലെ രാധ തലയുയർത്തി.

സമാന്തര ലോകത്ത് നിശ്ചയദാർഢ്യം സ്ഫുരിക്കുന്ന കണ്ണുകളോടെ ഒരു യുവതി തലയുയർത്തിക്കൊണ്ട് പൊലീസ് അകമ്പടിയിൽ കടന്നുവരുന്നു. പൊലീസുകാർ കനത്ത ബൂട്സൊച്ചകളുമായി റൂംനമ്പർ മുപ്പത്തിരണ്ടിനു മുന്നിൽ നിന്നു. ത്രിശൂലം കൊത്തിയ താക്കോൽകൊണ്ട് ഒരാൾ വാതിൽ തുറന്നു. നൂറ്റാണ്ടുകളുടെ തടവുകാരിക്ക് ആദ്യകാഴ്ചയൊരുക്കി മെറൂൺ പെയിന്റടിച്ച ഇരുമ്പഴി നിന്നു. 'കയറെടീ' എന്നാരോ ആക്രോശിക്കുന്നു. ഇരുമ്പഴിവാതിൽ വലിച്ചു തുറന്ന് മുറിക്കുള്ളിൽ കയറാൻ ആരോ കൈ ചൂണ്ടുന്നു. ഒട്ടും പതറാതെ അകത്തു കയറി, പിറകിൽ വാതിലുകളടഞ്ഞു.

അരനൂറ്റാണ്ട് ഒരുനിമിഷം കൊണ്ട് പുത്തൻ മെറൂൺ പെയിന്റുമണത്തിലേക്ക് സന്നിവേശിച്ചു.

കൊളാഷു പോലെ നിമിഷങ്ങൾക്കുള്ളിൽ ഓർമ്മകളുടെ സർപ്പക്കാലുകൾ വീണ്ടും ചതുപ്പിലേക്ക് ചവിട്ടിച്ചേർക്കുന്നു. ഇത്തവണ ശക്തിയോടെ കുതറി മഴക്കാടുകളിലെ മരമറവിലേക്ക് ഓടിപ്പോകുന്നു.

കഴുത്തിൽ കുരുങ്ങിയ ചങ്ങല ഒന്നയഞ്ഞതു പോലെ രാധയ്ക്ക് തോന്നി. സ്വപ്നാടകയെപ്പോലെ രാധ ഇരുമ്പഴിക്കടുത്തേക്ക് നടന്നു. വിറയ്ക്കുന്ന കാലുകളോടെ ഹാളിലേക്കിറങ്ങി.

വാതിൽക്കൽ വീണ്ടും മുട്ടുകേട്ടു.

ആരോ ഉറക്കെ വാതിലിൽ കൊട്ടുന്നു.

ലക്ഷ്മിയുടെ ഉള്ളിലൂടെ ഒരപരാധിബോധം വാൾമുനയാഴ്ത്തിക്കൊണ്ട് കടന്നുപോയി. ആരാവാമത്?

വാതിൽ തുറന്നാൽ കടന്നാക്രമിക്കുന്ന ഒരുകൂട്ടം വേട്ടനായ്ക്കളെ ലക്ഷ്മി ഭയന്നു. അയാൾ കൊല്ലപ്പെട്ടതറിഞ്ഞ് വന്നതാകുമോ?

"വാതിൽ തുറക്കൂ." പുറത്തുനിന്ന് ക്ഷമകെട്ട പരിചിതശബ്ദം ആക്രോശമാകുന്നു. ആരോ വാതിലിൽ ആഞ്ഞു ചവിട്ടുന്നു.

ലക്ഷ്മി ചെവി കൂർപ്പിച്ചു.

"തുറക്ക്." പിന്നെയും പരിചിതശബ്ദം.

ജടായു!

അത്രനേരവും വിറപടർന്ന ശരീരത്തിൽ അസ്ഥി പൂക്കുന്നതായി ലക്ഷ്മിക്കു തോന്നി. വാതിലിൽ തല മുട്ടിച്ച് ദീർഘമായി നിശ്വസിച്ചു. ത്രിശൂലം കൊത്തിയ പല താക്കോലുകളിലൊന്ന് പൂട്ടിൽ അനായാസേന തിരിഞ്ഞു. രാധയുടെ കഴുത്തിൽ മുറുകിയ അവസാന വരി ചങ്ങലയും അയഞ്ഞു കാൽക്കൽ വീണു. അരനൂറ്റാണ്ടു തകരുന്ന ഒരു നിമിഷത്തിനായി രാധ കാത്തു, പഴയ യുവതിയുടെ കത്തുന്ന കണ്ണുകളിലേക്ക് പരശ്ശതം വേഗത്തിൽ മടങ്ങിക്കൊണ്ട്. മനസ്സിന്റെ മഴക്കാടുകളിലെ മരമറവുകളിലേക്ക് പിന്തുടർന്നെത്തിയ ഓർമ്മയുടെ വഴുക്കുന്ന സർപ്പക്കാലുകൾ അറ്റം തിളങ്ങുന്ന കന്മഴു കൊണ്ട് വർദ്ധിതവീര്യത്തോടെ കീറിമുറിച്ചുകൊണ്ട്.

ത്രിശൂലം കൊത്തിയ താക്കോലുകളിലൊന്ന് അനായാസേന തിരിഞ്ഞു.

വാതിൽ മലർക്കെ തുറന്നു.

വാതിലിനപ്പുറം പരിഭ്രാന്തരായി ജടായുവും വിഷ്ണുവും നിന്നു.

സമയദൂത്

മരണാസന്നനായ ഒരു ക്ഷയരോഗിയെപ്പോലെ അച്ഛന്റെ വാക്കുകൾ വിറയ്ക്കുന്നത് ഞാനറിഞ്ഞു. വാക്കുകൾക്കു മീതെ എത്ര മറയ്ക്കാൻ ശ്രമിച്ചിട്ടും കുറ്റബോധത്തിന്റെ കുപ്പിച്ചീളുകൾപോലെ രക്തം പുരണ്ട ഓർമ്മയുടെ കഫം ചിതറി. ബോധമനസ്സു കൊണ്ടു കൊന്നു തള്ളിയ മനുഷ്യർ വീണ്ടും മങ്ങിയ ഒരു നാളം കണക്ക് ഓർമ്മയിലെത്തുക മസ്തിഷ്കമരണംപോലെ ഭയാനകമാണ്. ആ ഭയാനകത്വത്തിന്റെ ഇരുട്ടിലും കരിന്തിരി കെടാറായ നേരിയൊരു കൈത്തിരിപോലെ കാഴ്ചയ്ക്കു പിടികൊടുക്കാതെ സ്നേഹത്തിന്റെ വിങ്ങലുണ്ടെന്ന് ഞാനറിഞ്ഞു.

മൊബൈൽ കൈകളിൽ വിറച്ചു.

"അങ്ങനെയൊരച്ഛൻ നിനക്ക് വേണ്ട." മറുതലയ്ക്കൽ മുത്തച്ഛൻ ശബ്ദമുയർത്തുന്നതുപോലെ. ക്ഷാരമണലിൽ അമ്മയുടെ ചിതയാളുന്നതു നോക്കി നിറകണ്ണുകളോടെ ഒരു കുട്ടി നിന്നു. ക്ഷമിക്കാൻ തോന്നിയില്ല. കോൾ കട്ട് ചെയ്യണമെന്ന് മനസ്സ് പറഞ്ഞു.

ദിക്കുപിളർത്തുന്ന രാജശാസനപോലെ മനസ്സിലിരുന്ന് മറ്റാരോ അരുതെന്ന് കൽപിച്ചു. ഒരു നിമിഷംകൊണ്ട് യാഥാർത്ഥ്യത്തിന്റെ ചിതലെടുത്ത ഏണിപ്പടികളിലേക്ക് ചവിട്ടിക്കയറി.

പിറകിൽ ചോരയിൽ കുതിർന്ന മുഖവുമായി ലക്ഷ്മി നിൽക്കുന്നു, അമ്മയും അച്ഛനും ഒന്നു നിലവിളിക്കാൻ പോലുമാവാതെ പിടഞ്ഞു നിലച്ചെന്ന വാർത്തയുടെ ഞെട്ടലിൽ ഒരു കൽപ്രതിമപോലെ മുൻവശവാതിൽക്കൽ. കൊലപാതകത്തിന്റെ കൃതാർത്ഥതയിലും ആസന്നമരണവിഭ്രാന്തിയിലുമുഴറി ജടായു വാതിൽപ്പടിയിൽ നിന്നു. നൂറ്റാണ്ടുകൾക്കപ്പുറത്തേക്ക് കണ്ണുമിഴിച്ച് അപരിചിതമായൊരു ലോകത്ത് പൊടുന്നനെ അടിഞ്ഞുചേർന്നതിന്റെ പകപ്പിൽ രാധ ലക്ഷ്മിക്കരികെ നിന്നു.

തലയ്ക്കുമീതെ മൂന്ന് ശവങ്ങൾ തൂങ്ങി.

ലിംഗംപൊട്ടി ദിക്കുകിടുക്കിക്കൊണ്ട് നിലവിളിക്കുന്ന ഒരു പൂണൂൽധാരി!

ത്രിശൂലം കഴുത്തു പിളർത്തിയടുയൊടുക്കിയ ദമ്പതികൾ!

ചിന്തകൾ കടന്നുപോയി. ഒടുക്കം ജീവിക്കാനും മരിക്കാനും തീരുമാനിച്ചു. ജീവിതം തന്നെ മരണത്തോടുള്ള മത്സരമാണ്. എത്ര മാത്രം മരണത്തിൽനിന്നും കുതറിയോടാമെന്നുള്ള പരീക്ഷണം.

രക്ഷപ്പെടുക... പക്ഷേ എങ്ങോട്ട്?

ആരാണ് നരഘാതകനായ ഒരു യന്ത്രമനുഷ്യനെയും പെൺകുട്ടിയെയും രക്ഷിക്കുക? കൊലപാതകത്തിനു കൂട്ടുനിന്ന ചൊവ്വാജാതനെ ആരു പിന്തുണയ്ക്കും? നൂറ്റാണ്ടുകളുടെ തടവറ ഭേദിച്ച രാജ്യദ്രോഹിയായ ഒരു വൃദ്ധയെ ആരു കൊല്ലാതിരിക്കും?

ആ വലിയ ആരുമില്ലായ്മക്കിടയിൽ കരിന്തിരി കെടാറായ ഒരു നാളം പോലെ എവിടെയോ സ്നേഹത്തിന്റെ വിങ്ങലു തേടി. എത്രയൊക്കെയാണെങ്കിലും ഈ ഭൂമിയിൽ എന്നെ ജനിപ്പിച്ചവനുണ്ട് എന്ന അന്ധമായൊരു സംരക്ഷണബോധം തലയ്ക്കു മീതെ തൂങ്ങി, അത് ശവങ്ങളെ ഭാഗികമായി മറച്ചു.

അപ്പുറത്ത് അച്ഛൻ സംസാരിക്കുന്നു.

കാതുകളിൽ കാറ്റിന്റെ അനക്കം സൂചിക്കുത്തുപോലെ തോന്നിച്ചു.

മറുതലയ്ക്കൽ ചോദ്യമുയർന്നു: "ആരാണ്?"

മരണാസന്നനായ ക്ഷയരോഗിയെപ്പോലെ വാക്കുകൾ വിറച്ചു. രക്തം പുരണ്ട് ഓർമ്മയുടെ കഫം ചിതറി. യാഥാർത്ഥ്യത്തിന്റെ ചിതലരിച്ച ഏണിപ്പടികൾ നിമിഷങ്ങൾകൊണ്ട് ചവിട്ടിക്കയറി, പൊള്ളുന്ന കാലുകളോടെ.

ഒട്ടും വിറയ്ക്കാതെ, എന്നാൽ പതിഞ്ഞ ശബ്ദത്തിൽ കണ്ണുകളടച്ചുകൊണ്ട് ഞാൻ പറഞ്ഞു: "അച്ഛാ, ഞാനാണ് വിഷ്ണു."

* * *

പട്ടാളടെന്റിലെ മങ്ങിയ വെളിച്ചത്തിൽ കമ്പിവേലിയുടെ ദ്രവിച്ചു തുടങ്ങിയ മുകൾനിലയിലെ ഒരു വരി കമ്പി പകുതിവെച്ച് മുറിഞ്ഞുപോവുകയും തൊഴുകൈ കണക്ക് വായുവിലുയരുകയും ചെയ്തത് ഞാൻ കണ്ടു. കടുത്ത തണുപ്പിൽ കട്ടിയുള്ള രോമക്കുപ്പായം കൊണ്ട് ഉടലാകെ മറച്ചിട്ടും കിട്ടാത്ത ഒരു ചൂട് നെറുക വരെ അരിച്ചുകയറി, കാതിലാരോ കനൽ കോരിയിട്ടതുപോലെ.

ഒരു കൊല്ലത്തിനു ശേഷമാണ് ഞാനവന്റെ ശബ്ദം കേൾക്കുന്നത്,

അതും പതിഞ്ഞതും നിരാലംബവുമായി ഒരു ഇഴയുന്ന ഈരടി പോലെ. അവൻ ആരെയോ ഭയക്കുന്നതായി തോന്നി.

അവനൊരിക്കലും തിരിച്ചുവിളിക്കുമെന്ന് കരുതിയില്ല. അച്ഛന്റെ കൽപന കാതുകളിലിപ്പോഴും മുഴങ്ങുന്നുണ്ട്: "ഇനി നിനക്ക് അങ്ങ നൊരച്ഛനില്ല." നെഞ്ചിലൂടാരോ ഒരു കമ്പിവര വരഞ്ഞു.

പിന്നീടവനെ വിളിച്ചിട്ടില്ല, തിരിച്ചിങ്ങോട്ടും.

വിളിക്കണമെന്നാഗ്രഹിച്ചതാണ്. എത്രയോ തവണ നമ്പർ ഡയൽ ചെയ്തു. ഡിസ്‌പ്ലേയിൽ കനൽപോലെ കത്തുന്ന കണ്ണുകളുള്ളൊരു വികൃതസത്വം അനങ്ങുന്നതായി തോന്നി. പലതും ആളിപ്പടർന്നു. കനൽക്കണ്ണുകൾ ക്ഷാരമണലിലെ ആളുന്നൊരു ചിതയായി. പൊടു ന്നനെ കത്തിപ്പിടഞ്ഞ് ചിതയിൽനിന്നും ഒരു സ്ത്രീ ഇറങ്ങിയോ ടുന്നു. അവൾക്ക് അവന്റെ അമ്മയുടെ മുഖം! കണ്ണുകൾ ഇറുക്കി പ്പൂട്ടി, ഏൻഡ് ബട്ടനിൽ വിരലമർത്തി.

വീണ്ടും കനലൊന്നാളിയപ്പോൾ ഉടലിളക്കി പൊട്ടിച്ചിരിക്കുന്ന ഉന്മാദിനിയായ ഒരു സ്ത്രീയുടെ മുഖം തെളിഞ്ഞു വന്നു.

വെള്ളിനിറച്ചില്ലുജാലകത്തിന്റെ കമ്പികളിൽ ക്യൂട്ടെക്സിട്ട വിര ലുകൾ ഏന്തിത്തൊട്ട് അവൾ ചിരിക്കുന്നത് അധികവെളിച്ചത്തിൽ തിളങ്ങിക്കാണാറുണ്ട്, എപ്പോഴും. അപ്പോഴൊക്കെയും ദൃഢകായനായ ഒരു യുവാവ് എണീറ്റിരുന്ന് അവളുടെ മാറിലും കഴുത്തിലും നില വിളക്കിന്റെ കരിന്തിരിപോലെ നീണ്ട അയാളുടെ മീശയുരസി. സൂര്യ വെളിച്ചത്തിൽ അവരുടെ ഉടലായങ്ങൾ നൂൽബന്ധമില്ലാതെ തിളങ്ങി.

ആലിംഗനബദ്ധരായിരിക്കെ പൊടുന്നനെ വെള്ളിച്ചിൽജാലക ത്തിലേക്ക് കൂട്ടിച്ചേർത്ത് കഴുത്തുപിളർന്നു കടന്നുപോകുന്ന ഒരു ത്രിശൂലവിളക്ക് അന്നയാൾ മുൻകൂട്ടി കണ്ടിരുന്നുവോ?

അജിത കൊല്ലപ്പെട്ടെന്ന വാർത്ത, അത്രയും ദാരുണമായി അവൾ പിടഞ്ഞുനിലച്ചത് കേട്ടപ്പോൾ നടുക്കത്തെക്കാളധികം വെറുപ്പ് തോന്നി, അളവില്ലാത്തത്രയും എന്നോട് തന്നെ വെറുപ്പും അവ മതിപ്പും തോന്നി. ചോര കുടിച്ചു ചീർത്തിട്ടും ശരീരത്തിൽനിന്നും വിട്ടു പോകാത്ത അട്ടയെപ്പോലെ കുറ്റബോധം എനിക്കെന്നും കൂടെ പ്പിറപ്പാണ്. ഇവിടെയിന്ന് ഏതു രാജ്യത്തെ സംരക്ഷിക്കാനാണ് ഞാൻ കാവൽ നിൽക്കേണ്ടത്? ഏതു ജനതയ്ക്കു വേണ്ടിയാണ് തോക്കേ ന്തേണ്ടത്?

നിലനിൽപ്പിന്റെ അർത്ഥമാനങ്ങൾ തേടുക എന്ന പാഴ്ശ്രമത്തിനു പിറകെ ഞാനൊരിക്കലും നീന്തിയിട്ടില്ല. അകപ്പെട്ടു പോയ ഒഴുക്കി നൊത്ത് ആവുന്നത്ര തുഴയുക. അസ്തിത്വം, സത്ത എന്നിവയൊന്നും നിയതമായി നീണ്ടുപോകുന്നതായി ഞാൻ കരുതുന്നില്ല. കാലദേശ ങ്ങൾക്കൊത്ത് കോലം മാറ്റപ്പെടുന്ന അനുസ്യൂതമായൊരൊഴുക്കാണ്

പ്രകൃതിയും ജീവനും. ചിലത് വഴിമധ്യേ വരണ്ടുപോകുന്നു. പല പ്പോഴും ഞാനിങ്ങനെ ചിന്തിക്കുകയും സമാധാനിപ്പിക്കുകയും ചെയ്യാറുണ്ട്. ചിന്തിക്കാൻ വേണ്ടിയല്ല. എനിക്ക്, അസ്തിത്വം മിഥ്യ യാണെന്ന് മുൻകൂട്ടി വരുത്തിത്തീർക്കേണ്ടിയിരുന്നു. ജീവിതത്തിന്റെ അസ്തിത്വവും അർത്ഥവും തേടി ഒരിക്കലും തൃപ്തികരമായ ഒരു ത്തരം നേടാനാകാതെ വന്യമായ നിരാശയിലേക്ക് നിപതിക്കുമായി രുന്നു ഞാനല്ലെങ്കിൽ. അപ്പോൾ നിലനിൽപ്പ് സ്വയം ചോദ്യം ചെയ്യ പ്പെടേണ്ടതായി വരുമെന്ന് ഞാനറിഞ്ഞു.

അങ്ങനെയെങ്കിൽ എന്റെ ജീവിതത്തിന്റെ അർത്ഥമെന്ത്? പ്രിയ പ്പെട്ട രണ്ടുപേർ രണ്ട് ഗ്രഹങ്ങളിൽ എന്നേക്കും എന്റെ നിലനിൽ പിനു കീഴെ ചോരകൊണ്ട് ചോദ്യചിഹ്നം കോറിയിട്ടു. ജന്മഗൃഹത്തി ലേക്കൊരു മടക്കം ഇനിയില്ല.ആരെയും അഭിമുഖീകരിക്കാൻ മന ക്കരുത്തില്ല. ക്ഷാരമണലിലെ ആളുന്ന ചിത ഒരു നഗരത്തിനു തീ പിടിച്ചതിന്റെ ആകാശക്കാഴ്ചപോലെ തെളിയുന്നു. ഇവിടെ എന്റേ തല്ലാത്ത ഒരു ജനതയ്ക്കുവേണ്ടി തോക്കുയർത്തി നിൽക്കുന്നതിൽ അർത്ഥമെന്ത്? പ്രിയപ്പെട്ട മറ്റൊരുവൾ മണിക്കൂറുകൾക്കു മുൻപ് കഴുത്തിലൂടെ നിലവിളക്ക് കയറി പിടഞ്ഞൊടുങ്ങി. ഇനി ഞാൻ ആർക്കു കാവൽ നിൽക്കണം? അല്ലെങ്കിൽ എന്റേതായി ഏതെ ങ്കിലും ഒരു ജനതയുണ്ടോ? എവിടെയും നമ്മൾ ആർക്കും സ്വന്ത മല്ല. ആരോടൊക്കെയോ കൂടുതൽ അടുക്കുമ്പോൾ മറ്റാരെയൊ ക്കെയോ അകറ്റുവാൻ നെഞ്ചിലൂടാരോ കമ്പിവര വരയുന്നു.

ദാർശനികതയുടെ വിജനതയിൽ പലപ്പോഴുമിങ്ങനെ കടുത്ത തണുപ്പിൽ കട്ടിയുള്ള രോമക്കുപ്പായമിട്ട് മലർന്നു കിടന്നിട്ടുണ്ട്, പട്ടാളച്ചിട്ടയുടെ പ്രായോഗികതയിൽനിന്നും അരയിൽ തൂങ്ങുന്ന തോക്കിന്റെ ദേശീയതയിൽനിന്നും കാതങ്ങളോളം ഒറ്റപ്പെട്ട് മാതൃ ഗ്രഹത്തിലേക്ക് കണ്ണയച്ച് മണിക്കൂറുകളോളം ഞാനങ്ങനെ കിടക്കാ റുണ്ട്. ചിലപ്പോൾ ഇവിടെത്തന്നെ കിടന്നുറങ്ങുകയും ചെയ്യും. എന്നിട്ടും ഒരിക്കലും പട്ടാളക്കാരന്റെ ദിനചര്യകളിൽനിന്നും ഞാൻ നേരം തെറ്റിച്ചിട്ടില്ല. അത്തരമൊരു നിരതെറ്റിയ ചിന്തയുടെ നേര ത്താണ് അവൻ വിളിക്കുന്നത്.

ഞാൻ കാലത്താൽ നിയോഗിക്കപ്പെട്ടവനാണെന്ന അന്ധമായൊ രുൾവിളി ചിന്തിക്കാൻ തുടങ്ങിയപ്പോൾ തൊട്ട് എനിക്കൊപ്പമുണ്ട്. കാലം എന്നെ എന്തിനൊക്കെയോ വേണ്ടി തിരഞ്ഞെടുത്തിരിക്കുന്നു, എന്നിട്ട് ഞാൻ കാലത്തെതന്നെ അതിവർത്തിക്കുകയും ചെയ്യുമെന്ന് ചൊവ്വയുടെ മണലിൽ മലർന്നുകിടന്നു നിസ്സംഗനായി നക്ഷത്രങ്ങ ളെണ്ണിയ എന്റെ ഓരോ നോട്ടവും സ്വയം മന്ത്രിച്ചുകൊണ്ടിരുന്നു. ഇവിടെ നിൽക്കേണ്ടവനല്ല, ഏറെ അകലെ എനിക്കൊരു കടൽ

ദൂരം കടക്കാനുണ്ടെന്ന വിശുദ്ധമായൊരു വിഭ്രാന്തിയിലേക്ക് പലപ്പോഴും ഞാൻ ഇറങ്ങിച്ചെന്നു. രോഗിണിയായ പ്രിയപ്പെട്ടവളുടെ കഴുത്തിന്റെ വാൽക്കണ്ണാടി പോലെ, ആഴമുള്ള തൊണ്ടക്കുഴിയിൽ എന്റെ ഇമവെട്ടൽ ശലഭച്ചിറകടിപോലെ പ്രതിബിംബിച്ച വിലപ്പെട്ട ഓരോ കിടപ്പറനേരങ്ങളിലും ആരോ ഉള്ളിലിരുന്ന് അശരീരി കൊള്ളുന്നത് ഒരു വിറപോലെ ഞാനറിഞ്ഞിരുന്നു. എനിക്കായി മറ്റെന്തൊക്കെയോ നിയോഗിക്കപ്പെട്ടിരിക്കുന്നു, ഒടുക്കം നിയോഗത്തെ ഞാൻ അതിവർത്തിക്കുകയും ചെയ്യും. അജിതയെത്തേടിയെത്തിയപ്പോൾ കാലത്തിന്റെ വഴിത്തിരിവുകളിലൂടെ കടന്നുപോകുന്നുവെന്ന് തോന്നി. ഒടുക്കം വഴിമുട്ടി കമ്പിവേലികൾക്കു മുന്നിൽ ദിക്കു തിരിയാനാകാതെ തനിച്ചു നിൽക്കുമ്പോൾ അവളുടെ കഴുത്തിലൂടൊരു നിലവിളക്ക് തറഞ്ഞുപോകുന്നു. ഇനി ഏത് കാലത്തെയാണ് അതിവർത്തിക്കേണ്ടത്?

അതിജീവനത്തിന്റെ അകക്കാമ്പുള്ളൊരു വിത്തുപോലെ അവൻ പറഞ്ഞു: "അച്ഛാ ഞാനാണ്. വിഷ്ണു. രക്ഷിക്കണം. അവരറിഞ്ഞാൽ കൊല്ലും."

വർഷങ്ങളുടെ നിസ്സംഗതയിൽനിന്നും മഞ്ഞുവീഴ്ചയിൽ ഉറഞ്ഞ മണലിൽനിന്നും നടുക്കത്തോടെ എണീറ്റുപോയി. കാലം ഇനിയുമെന്തോ കരുതിവെച്ചിരിക്കുന്നു. അജിതയുടെ കൊലപാതകം അവൻ പറഞ്ഞതനുസരിച്ച് മനസ്സിൽ പുനഃസൃഷ്ടിക്കുന്നതിനിടയിലും ചിന്തയുടെ ഒരു കോണിൽ അവ്യക്തമായ ഒരു സ്ത്രീരൂപം ഉയർന്നുവന്നു. എത്ര ശ്രമിച്ചിട്ടും അവളെ വരച്ചുതീർക്കാനായില്ല. ഓർമ്മയുടെ ചുമരിൽ നാനാശിലകൾകൊണ്ട് കോറിവരഞ്ഞു. ഒടുക്കം, ഒരു കരിങ്കൽക്കെട്ടിന്റെ ഒത്ത നടുക്ക്, അലയടിക്കുന്ന കടലിന്റെ തിരകളിൽ കാലുകൾ നനഞ്ഞ് ആരുടെയോ കരവലയത്തിൽ ഉടലുപൂത്ത് ഒരു സ്ത്രീ മുഖമുയർത്തി ചുണ്ടു കടിച്ചു. അരക്കെട്ടിൽ മുറുകെപ്പിടിച്ച് പിൻകഴുത്തിൽ ചുംബിക്കുന്ന പുരുഷന്റെ മുടികളിൽ വിരലോടിച്ച് അവൾ മന്ത്രിച്ചു: "മുഹമ്മദ്."

മനസ്സിന്റെ കൽച്ചുമരിൽ വരഞ്ഞിട്ട വൃദ്ധയ്ക്ക് മുഹമ്മദ് പറഞ്ഞുകേട്ട, ഒരിക്കലും കണ്ടിട്ടില്ലാത്ത രാധയുടെ ഛായ.

കാലത്താൽ തെരഞ്ഞെടുക്കപ്പെട്ടവനാണ് ഞാനെന്ന വിശുദ്ധ വിഭ്രാന്തി വിഷ്ണു രാധയെപ്പറ്റി പറഞ്ഞപ്പോൾ ഒരിക്കൽക്കൂടി എന്നെ ആവേശിച്ചു. ഞാൻ പലതിനും സാക്ഷിയാകേണ്ടിയിരിക്കുന്നു എന്ന ആകാംക്ഷ കലർന്ന അശരീരിപോലൊരുൾവിളി.

ഇരുരാഷ്ട്രങ്ങളും സമാധാനത്തിലൂടെ കടന്നുപോകുന്ന കഴിഞ്ഞ ഒരു വർഷക്കാലത്തിനിടയ്ക്ക്, ഞാൻ പട്ടാളത്തിൽ ചേർന്നതിനു ശേഷം കമ്പിവേലിക്കിരുവശത്തും രണ്ടു രാഷ്ട്രങ്ങളുടെയും പട്ടാളം

അടുത്ത ആക്രമണത്തിനു മുന്നോടിയെന്നോണം സമാധാനവേള ഫലപ്രദമായി വിനിയോഗിച്ച് ടെന്റുകൾ കെട്ടിത്തുടങ്ങി. സമാധാന നേരങ്ങളിലായിരുന്നിട്ടുകൂടി ഇരുരാജ്യത്തെയും പട്ടാളക്കാർ പരസ്പരം ഉപചാരങ്ങളോ ഭംഗിവാക്കു പോലുമോ കൈമാറിയില്ല. കുടിപ്പകയുടെ തികട്ടലുപോലെ എതിർരാജ്യത്തിന്റെ പതാക ഇടയ്ക്കൊക്കെ പാളിനോക്കുകയും ഹിന്ദിയിൽ പിറുപിറുക്കുകയും ചെയ്തു. ഹിന്ദിയൊഴികെ മറ്റൊരു ഭാഷയും സംസാരിക്കുന്ന ഒരാളെയും ഞാൻ അവിടെ കണ്ടില്ല. അത്തരമൊരു ദാർശനികരാത്രിയിലാണ് ഇഴയുന്ന നിശ്ശബ്ദതയെ കമ്പിവര വിഭജിച്ചത്. കമ്പിവേലിക്കപ്പുറത്തുനിന്നും ആരോ പാടുന്നു, ഓർമ്മയുടെ അലകൾക്കു മീതെ ഒരു കടൽക്കിഴവനെപ്പോലെ അടിഞ്ഞുചേർന്ന് ഇരുണ്ട ആകാശവിരലുകളിലെ നക്ഷത്രനഖക്ഷതങ്ങൾ നോക്കി ആരുടെയോ കനത്ത ശബ്ദം.

"കടലു നോക്കി കള്ളു കുടിക്കാൻ
കരളു നൊന്തു പിടഞ്ഞതു കണ്ടോ
കടലു തീർത്തൊരു കോട്ടയിലിന്ന്
കവിളു നീർത്തും കാമുകി നീയേ..."

മുഹമ്മദിന്റെ പാട്ട്! അത്, ഒരുപക്ഷേ കടൽത്തിരകൾക്കു മധ്യേ അവനവളെ ചേർത്തു ചുംബിച്ച ആലക്തികാലിംഗനത്തിന്റെ ഒരിക്കലും തിരിച്ചു കിട്ടാത്ത ആ രാത്രിയെക്കുറിച്ചായിരുന്നില്ലേ? അയാളുടെ എൺപതു കഴിഞ്ഞിട്ടും കാര്യമായി നരയ്ക്കാത്ത തലമുടികളും പരുക്കൻ കണ്ണനക്കങ്ങളും അപൂർവ്വമായി വിടരുന്ന ചെറുചിരിയും ആരെയോ വിശ്വസിപ്പിക്കുവാനെന്നോണം വെട്ടിയൊതുക്കിയ താടിയും എപ്പോഴും എനിക്കൊരു ചോദ്യചിഹ്നമായിരുന്നു, അവ ചൂണ്ടൽക്കൊളുത്തുപോലെ മനസ്സിൽ പലേടത്തും കുടുങ്ങിക്കിടന്നു.

അയാൾ ആർക്കാണ് കാവൽ നിൽക്കുന്നത്? തന്റേതല്ലാത്ത ഒരു ജനതയെ എന്തിനയാൾ സംരക്ഷിക്കണം? ഒരിക്കലും ഒരു പുനഃസമാഗമത്തിന് നേരിയ സാധ്യത പോലുമില്ലാതിരുന്നിട്ടും അതിർത്തിയിൽനിന്നും പിരിച്ചുവിടാതിരിക്കാൻ എൺപതു കഴിഞ്ഞിട്ടും മെയ്‌വഴക്കം സൂക്ഷിക്കുന്ന അയാളല്ലേ എന്നെക്കാൾ വിശുദ്ധമായ വിഭ്രാന്തിയിൽ?

കാലം എന്തിനോ നിയോഗിച്ചിരിക്കുന്നു, ഒടുക്കം നിയോഗത്തെ താൻ അതിവർത്തിക്കുമെന്ന് അയാളും കരുതുന്നു.

വിഷ്ണു പറഞ്ഞു: "അച്ഛാ, ഇവിടെ നിന്നാൽ കൊല്ലപ്പെടുമെന്നുറപ്പാണ്. എത്രയും വേഗം രക്ഷപ്പെടണം, എങ്ങോട്ട് പോവണം

എന്നറിയില്ല. ഒരിക്കലും പ്രതീക്ഷിക്കാതിരുന്നിട്ടും മുത്തശ്ശി പുറത്തെത്തി...”

കാലത്തിന്റെ പകിടയേറിൽ അവനും നിയോഗിക്കപ്പെടുകയാണ്. അവന്റെ ഓരോ ഭൗമനിമിഷവും ഇനി മറ്റു പലരുടെയും അതിജീവനത്തെ കുറിക്കും. നിയോഗത്തിന്റെ ദിശാസൂചിപോലെ അത് ആരെയൊക്കെയോ വിളക്കിച്ചേർക്കുന്നു, മറ്റാരെയൊക്കെയോ തട്ടിമാറ്റുന്നു.

നെഞ്ചിലൂടാരോ ഒരു കമ്പിവര വരഞ്ഞു.

കണ്ണുകളടച്ച് ദീർഘശ്വാസമെടുത്ത് ഉറച്ചശബ്ദത്തിൽ തിടുക്കമില്ലാതെ ഞാൻ പറഞ്ഞു: “മുത്തശ്ശിയെ കൂട്ടി ഇങ്ങോട്ട് വാ. ധൈര്യമായിരിക്ക്. ഇവിടെ അച്ഛനുണ്ട്. ഇപ്പോൾതന്നെ പുറപ്പെട്ടോ...”

മരണാസന്നനായ ക്ഷയരോഗിയുടെ കഫംപോലെ ചിതറിയ വാക്കുകൾ പടത്തലവന്റെ സമയമെടുത്തിറക്കുന്ന ഉമിനീരുപോലെ ധീരത കൊണ്ടു. കാലത്തോട് പടവെട്ടാൻ, നിയോഗത്തെ അതിവർത്തിക്കാൻ മനസ്സും ശരീരവും സജ്ജമായി. ഓർമ്മകളുടെ അലകൾക്കു മീതെ കടൽക്കിഴവനെപ്പോലെ അടിഞ്ഞുചേർന്ന് ഇരുണ്ട ആകാശവിരലുകളിലെ നക്ഷത്രനഖക്ഷതങ്ങൾ നോക്കി മുഹമ്മദ് കിടക്കുകയാവാം. ദാർശനിക രാത്രിയുടെ വഴുക്കുന്ന നിശ്ശബ്ദത ഭേദിച്ച് പ്രായോഗികതയുടെ ശാസനംപോലെ ഉറക്കെ വിളിച്ചു. “മുഹമ്മദ് നിങ്ങളുടെ രാധ വരാറായി.”

പാട്ട് നിലച്ചു. നിശ്ശബ്ദത കനത്തു. അന്തിമകാഹളത്തിനു ചെവിയോർക്കുമ്പോലെ തുറിച്ച നോട്ടവുമായി മുഹമ്മദ് കമ്പിവേലിക്കപ്പുറം പട്ടാളടെന്റിൽനിന്നും തല പുറത്തേക്കിട്ടത് മങ്ങിയ വെളിച്ചത്തിൽ എനിക്ക് കാണാമായിരുന്നു. അയാളൊരു സൂഫിവര്യനെപ്പോലെ തോന്നിച്ചു.

കമ്പിവേലിയുടെ ദ്രവിച്ചു തുടങ്ങിയ മുകൾനിരയിലെ പകുതി വെച്ചു മുറിഞ്ഞ ഒരു വരി കമ്പി തണുത്ത കാറ്റിൽ കൂടുതൽ തൊഴുകൈ കണക്ക് വായുവിലുയർന്നു.

ഞാനാകട്ടെ, ഇവിടെ ഞാനുണ്ട് എന്നതിനു പകരം ഇവിടെ അച്ഛനുണ്ട് എന്ന് ഏറെ വർഷങ്ങൾക്കുശേഷവും എനിക്കവനോട് പറയാനായതിനെപ്പറ്റി ആലോചിച്ചു.

മൃത്യുവിന്റെ മൗലികത

ലക്ഷ്മി കണ്ണുകളടച്ച് വാതിൽപ്പടിയിലേക്ക് മുഖമമർത്തി നിന്നു. സമയമെടുത്ത് നിശ്വസിച്ചു. ശ്വാസഗതിക്കനുസരിച്ച് അവളുടെ മാർ വിടം ഉയർന്നുതാണു. അവൾ ശ്വസിക്കുന്ന ഒരു ശിലാപ്രതിമപോലെ തോന്നിച്ചു. ഏറെ നേരത്തേക്ക് അനങ്ങാനായില്ല. കാതുകളിലൂടെ ദിക്കു പൊട്ടുന്ന ഒരലർച്ച പുളഞ്ഞെത്തുന്ന കരിനാഗങ്ങളുടെ ചൂളം വിളിപോലെ കാറ്റിലേക്ക് കലർന്നു. കാറ്റിന്റെ ഓരോ അനക്കവും തോളൊപ്പം വെട്ടിയ മുടിയുലച്ചു. വിയർപ്പ് മുടികളിലൂടെ കഴുത്തി ലേക്കിറങ്ങി.

അവൾക്ക് കരയാനായില്ല.

ചൂളം വിളിക്കുന്ന കറുത്ത സർപ്പങ്ങളുടെ വിടർത്തിയ പടം അനേകം ത്രിശൂലങ്ങളിലേക്ക് ലയിച്ചു. ത്രിശൂലാഗ്രത്തിൽ വിളക്കാളി. ജനലരികിൽ ക്രൂശിതരെപ്പോലെ പരസ്പരം ഒട്ടിച്ചേർന്ന രണ്ടു പേരുടെ കഴുത്തിലൂടെ കത്തുന്ന നാഗശൂലങ്ങൾ തറഞ്ഞു. ഒന്നു നിലവിളിക്കാൻ പോലുമാകാതെ നിമിഷങ്ങൾക്കുള്ളിൽ മിഴിഞ്ഞ കണ്ണുകളോടെ അവർ പിടഞ്ഞു നിലച്ചു.

ലക്ഷ്മി ആ രംഗം സങ്കൽപ്പിച്ചു. ഉള്ളിലെവിടെയോ വിഷപ്പല്ലു കളാഴ്ത്തുന്ന ഒരു സർപ്പത്തെ അവളറിഞ്ഞു. തന്റേതു മാത്രമായ ഒരു ലോകത്തുനിന്നും ഉണർന്നത് നിസ്സംഗയായോ അഭിനയിച്ചു കൊണ്ടോ! ലക്ഷ്മി ആലോചിക്കാൻ ശ്രമിച്ചു.

അവൾക്ക് കരയാനായില്ല. കാറ്റ് ചൂളം വിളിച്ചു. ഒരു ജാലക ക്കാഴ്ചപോലെ മനസ്സിലെന്തോ കൊളുത്തിപ്പിടിച്ചു. അവൾ അച്ഛ നെയും അമ്മയെയും കണ്ടു. വെള്ളിച്ചിൽ ജാലകത്തിലൂടെ പുറ ത്തേക്കുന്തിയ ത്രിശൂലവിളക്കിന്റെ വന്യതയിൽ തൂങ്ങി ജനലിനപ്പുറം മിഴിഞ്ഞ കണ്ണുകളോടെ. എന്നിട്ടും കണ്ണു നിറഞ്ഞില്ല. നിസ്സംഗമായ ഒരു അവാന്തരബോധത്തിന് മനസ്സിലെവിടെയോ കനലാളി.

"ലക്ഷ്മി." ജടായു വിളിച്ചു.

അപരാധിയുടെ ക്ഷമാപണം കുതിർന്ന പതിഞ്ഞ പിന്നണിത്താളം ലക്ഷ്മി കേട്ടു. ആസന്നമരണവിഭ്രാന്തിയും അസ്തിത്വവ്യഥയും അവനെ എന്നേക്കുമായി വിട്ടുപോയി. ജടായു കരഞ്ഞില്ല. കഫക്കെട്ടുപോലെ കണ്ണീർച്ചിറകെട്ടി കാഴ്ച മങ്ങി.

ലക്ഷ്മി അനങ്ങിയില്ല. അവളെ പിന്നെയവൻ വിളിച്ചില്ല. തൊട്ടടുത്തായിരുന്നിട്ടും കാതങ്ങളോളം അകലത്താണവളെന്ന് അവനു തോന്നി.

"മോളേ..." രാധ വിളിച്ചു

തോളൊപ്പം വെട്ടിയൊതുക്കിയ വിയർത്ത മുടികളിൽ രാധ വിരലോടിച്ചു. നൂറ്റാണ്ടുകളോളം കനത്ത ഇരുണ്ട തുരങ്കം ഭേദിച്ച് വെളിച്ചക്കീറിൽ സ്വയംമറന്നു വിലയിച്ച തന്നെ അവളെവിടെയോ മറന്നുവെച്ചു. പേരക്കുട്ടികളുടെ ദാരുണമരണം ഓരോ വെളിച്ചക്കീറും കൂർത്ത കുപ്പിച്ചീളുകളാക്കി, അവ കനത്ത മുറിവുണ്ടാക്കി.

ജടായുവിന് രാധയെ നോക്കാനും ഭയം തോന്നി.

അവൻ വിഷ്ണുവിന്റെ വിരലുകളിൽ മുറുക്കിപ്പിടിച്ചു. അവന്റെ കൈകൾ മരണംപോലെ തണുത്തിരുന്നു. കൈകൾ ചെറുതായി വിറയ്ക്കുന്നുണ്ടായിരുന്നെങ്കിലും അവനത് മറയ്ക്കാൻ ശ്രമിച്ചു. ജയിലറുടെ മൃതദേഹം അയാളുടെ ഐസ്ക്രീം റഫ്രിജറേറ്ററിൽ ഇറക്കിവെച്ചപ്പോൾ അയാളുടെ കണ്ണുകൾ തുറിച്ചു നോക്കുന്നതായി അവന് തോന്നിയിരുന്നു.

വിറയ്ക്കുന്ന കൈകൾ കൂട്ടിപ്പിടിച്ച് ജടായു പറഞ്ഞു: "പൊട്ടിയ ജാലകം മാറ്റിവെക്കണം, റൂമിലേക്ക് പോകട്ടെ. അതിനു മുൻപ് കാണണമെങ്കിൽ..."

വിഷ്ണു എന്തു പറയണമെന്നറിയാതെ വാതിൽപ്പടിയിലേക്ക് നോക്കി. രാധ ഒന്നും പറഞ്ഞില്ല.

ലക്ഷ്മി പതിയെ മുഖമുയർത്തി. ആരെയും നോക്കാതെ അവൾ പറഞ്ഞു: "കാണണ്ട, ജാലകം മാറ്റിവെച്ചേക്കൂ. ഞങ്ങൾ അവിടെത്തും വരെ ചിതയൊരുക്കാതെ പറ്റുമെങ്കിൽ കാവലിരിക്കുക."

ജടായു മറുപടി പറഞ്ഞില്ല. വിഷ്ണുവിന്റെ ചുമലിൽ തട്ടി എന്തോ പറയാൻ ശ്രമിച്ചെങ്കിലും വാക്കുകൾ കിട്ടാതെ നിർത്തി. പിന്നെ കൂട്ടിച്ചേർത്തു. "എത്തുമ്പോൾ വിളിക്കുക." മറുത്തെന്ത് പറയുമെന്ന് കേൾക്കാൻ നിൽക്കാതെ ഇടനാഴിയിലൂടെ തിടുക്കമേതുമില്ലാതെ ജടായു നടന്നുമറഞ്ഞു.

"പോകാം." വിഷ്ണു ചോദിച്ചു

നിശ്ശബ്ദതയുടെ താളം അസ്തമിക്കാൻ പോകും മുൻപ് ആളിക്കത്തുന്ന വെളിച്ചക്കീറോളം ചുരുങ്ങി. ആരും ഒന്നും പറഞ്ഞില്ല.

മരണവീടിന്റെ മൂകതപോലെ ഒരു നഗരം ശബ്ദങ്ങളോട് മുഖം തിരിച്ചു. കാറ്റിൽ പുളഞ്ഞെത്തുന്ന ചൂളംവിളി എപ്പോഴോ തന്നെയും കടന്നുപോയത് ലക്ഷ്മിയറിഞ്ഞു. ലക്ഷ്മി ഇടനാഴിയിലേക്കിറങ്ങി.

വിഷ്ണു വാതിൽ വലിച്ചടയ്ക്കുന്നതും പൂട്ടിൽ ത്രിശൂലം കൊത്തിയ താക്കോൽ തിരിയുന്നതും വിചിത്രമായൊരു കൗതുകത്തോടെ രാധ നോക്കി.

ഫ്ളാറ്റിനു മുകളിലേക്ക് തിടുക്കത്തിലവർ പടികൾ കയറി, ഏറ്റവും മുകളിൽ ഫ്ളാറ്റുകളുടെ തലതൊട്ട് ഒടുക്കം നഗരത്തിനു സമാന്തരമായി ആകാശപാതപോലെ നീളുന്ന പാളത്തിലൂടെ നിശ്ശബ്ദതയുടെ ആളിക്കത്തുന്ന അവസാനനാളവും കെടുത്തിക്കൊണ്ട് കടന്നുപോകാനായി ഒരു തീവണ്ടി കാത്തുകിടന്നു.

നഗരനിശ്ശബ്ദതയെ ഞൊടിച്ചുകൊണ്ടത് കടന്നുപോയി.

* * *

അച്ഛന്റെ അപ്രതീക്ഷിതമായ മരണത്തെത്തുടർന്ന് പൊടുന്നനെ ഉത്തരവാദിത്തങ്ങൾ ചുമലിലേറ്റേണ്ടിവന്ന ഒരു ഇന്ത്യൻ പുരുഷനെപ്പോലെ വിഷ്ണു മിതഭാഷിയും കാര്യപ്രാപ്തി നേടിയ കുടുംബനാഥനെപ്പോലെ ഇടയ്ക്ക് ഇരുട്ടിലേക്ക് തിരിഞ്ഞുനോക്കുന്നവനുമായി കാണപ്പെട്ടു. പതിവിലും മെല്ലെ ഭാരതത്തിലെ ഒട്ടുമിക്ക തീർത്ഥാടനകേന്ദ്രങ്ങളും കടന്ന് കാശ്മീരിലേക്ക് പോകുന്ന ഒരു ലോക്കൽ ട്രെയിനായിരുന്നു അത്, കംപാർട്ട്മെന്റിന്റെ ഡോറിനരികിലിരുന്ന് ഇരുട്ടിലേക്കും ഇടയ്ക്കൊക്കെ തെളിഞ്ഞ് വളരെ മെല്ലെ പിറകിലേക്ക് മറയുന്ന തെരുവുവിളക്കുകളിലേക്കും തുറിച്ചുനോക്കി വിഷ്ണു ഇരുന്നു, മിക്കപ്പോഴും പുകവലിച്ചുകൊണ്ട്. അത് ഒഴിവാക്കാനാവാത്ത ഒരനുഷ്ഠാനംപോലെ തോന്നിച്ചു അവന്.

എന്തൊക്കെയോ ഓർമ്മകളിൽനിന്നും ഒഴിവാക്കേണ്ടിയിരുന്നു. മരണം പോലെ തണുത്ത ഐസ്ക്രീം റഫ്രിജറേറ്ററിൽ ചോരയിറ്റുന്ന ഒരു ശവത്തെ ആഴ്ത്തിവെക്കുന്ന ഓർമ്മയിൽ കൈവിറ പടർന്നു.

അസാധാരണമായ എന്തൊക്കെയോ സംഭവിക്കാൻ പോകുന്നുവെന്ന് രാധയ്ക്കും തോന്നിത്തുടങ്ങിയിരുന്നു. ഇരുട്ടും നഗരവിളക്കും ജനലിനപ്പുറം മറഞ്ഞുപോകുന്നതും നോക്കിയിരിക്കെ പെട്ടെന്ന് ബർത്തിൽനിന്നും ആരോ താഴേക്കു ചാടിയിറങ്ങിയപ്പോൾ അവൾ ഞെട്ടിക്കൊണ്ട് മുഖം തിരിച്ചു.

“ഹഹ. പേടിച്ചു പോയോ? ഒറങ്ങിയതായിരിക്കും.”

ചുവന്ന കുപ്പിവളകളിട്ട ഒരു കറുത്ത പെണ്ണ് ബർത്തിൽനിന്നും ലഗേജുകളെടുക്കെ അവളെ നോക്കി കുലുങ്ങിച്ചിരിച്ചു. രാധ വരണ്ട

ഒരു ചിരി ചിരിച്ചു. പലപ്പോഴും ഒരു ബലത്തിനെന്നോണം ലക്ഷ്മിയുടെ വിരലുകളിൽ അവൾ മുറുക്കിപ്പിടിച്ചു, കൈക്കുഞ്ഞ് അമ്മയെ എന്ന പോലെ താൻ ദുർബലയാണെന്നറിയിച്ച്. തടവറയിൽനിന്നും പുറത്തിറങ്ങിയപ്പോൾ ചൂഴ്ന്ന് നിന്ന മനസ്ഥൈര്യം തണുത്തുറഞ്ഞ ഒരു ശവത്തിന്റെ തുറിച്ച കണ്ണുകളിലേക്ക് മടങ്ങിപ്പോയി.

പടുവൃദ്ധയായിട്ടും പകുതി മാത്രം നരച്ച അവളുടെ മുടികൾ ചിടകെട്ടിയതുപോലെ തലയ്ക്കു പിറകിൽ കനംകൊണ്ടു. അത് അഴിച്ചിടാനോ ചീകിയൊതുക്കാനോ പോലും അവൾ ഭയന്നു. നീളൻ മുടികളിലൂടെ വിലക്കപ്പെട്ട ഓർമ്മകൾ വീണ്ടും അരിച്ചെത്തുന്നത് അവളങ്ങനെ മുൻകൂട്ടി തടഞ്ഞു. ടോയ്‌ലറ്റിലെ കണ്ണാടിയിൽ മുഖം നോക്കുമ്പോഴൊക്കെ ഭയം ഉള്ളിലെവിടെയോ ചിറകു വിടർത്തുന്നത് അവളറിഞ്ഞു.

മുടി അഴിച്ചിടാതെ നിന്ന നിലയ്ക്കുതന്നെ ഒന്നുകൂടി കനപ്പിച്ചു കെട്ടിക്കൊണ്ട് അവൾ കണ്ണാടിയിൽ നോക്കി. അരനൂറ്റാണ്ടിന്റെ തടവറ ഭേദിച്ച രാജ്യദ്രോഹി! അവൾ അത്ഭുതപ്പെട്ടു. ആരെങ്കിലും തനിക്കുവേണ്ടി തിരച്ചിൽ ആരംഭിച്ചിട്ടുണ്ടാവുമോ.

ഭയത്തിന്റെയും ജിജ്ഞാസയുടെയും തവിട്ടുനിറച്ചിറകുകൾ വിടരുന്ന പത്തികളായി. വഴുക്കുന്ന വെളുപ്പ് ഉദരഭാഗത്തിഴഞ്ഞു. ഒറ്റയ്ക്കു നിൽക്കാൻ ഭയം തോന്നി, പരിഭ്രമം പുറത്തു കാട്ടാതെ തിടുക്കത്തിൽ ലക്ഷ്മിക്കടുത്തു പോയിരുന്നു. വിരലുകൾ തെരുപ്പിടിച്ചു.

ലക്ഷ്മിയുടെ വിരലുകൾ വിറയ്ക്കുന്നുണ്ടോ എന്ന് രാധ സംശയിച്ചു.

രാധയെ വിട്ട് പരിഭ്രമിക്കുമ്പോഴൊക്കെ ലക്ഷ്മി കംപാർട്ട്മെന്റിന്റെ ഡോറിനരികിലേക്ക് ചെന്നു, അവൾ ചെല്ലുമ്പോഴൊക്കെ അവൻ പുകവലിച്ചുകൊണ്ട് അടുത്തിരിക്കുന്നവരോട് സംസാരിച്ചു. ആരുമില്ലെങ്കിൽ പുറത്തേക്കു നോക്കി കണ്ണുകളടച്ച് പുകവിട്ടു, ഒഴിവാക്കാനാവാത്ത ഒരനുഷ്ഠാനംപോലെ. ലക്ഷ്മി അടുത്തുണ്ടെന്ന് പലപ്പോഴും ശ്രദ്ധിച്ചില്ല. കുറഞ്ഞ വാക്കുകളിൽ അവളോട് സംസാരിച്ചു. ചിലപ്പോൾ അവൾ പറയുന്നതൊക്കെ കേൾക്കുന്നുണ്ടെന്ന് കാണിക്കാനെന്നോണം വിരളമായി മൂളി.

അവർ മൂന്നുപേരും കനത്ത ശബ്ദങ്ങളുടെ ലോകത്ത് ശവത്തിന്റെ നിശ്ശബ്ദത തേടി. ഒരിക്കലും ജഡത്തെപ്പോലെ ഓരോ സൂചിമുനയുടെ അനക്കത്തിനും കാതോർത്ത് കിടക്കാനാവില്ലെന്നറിഞ്ഞപ്പോൾ ശബ്ദങ്ങളുടെ ലോകത്തുനിന്നും രക്ഷപ്പെടാൻ കൊതിച്ചും മുടിയഴിച്ചിടാൻ ഭയപ്പെട്ടും വിറയ്ക്കുന്ന വിരലുകളോടെ പരിഭ്രമിച്ചും മനക്കണ്ണിലെ തണുത്തുറഞ്ഞ ജഡത്തിന്റെ തുറിച്ച

കണ്ണിലേക്ക് പുക വിട്ടും ഇഴയുന്ന സമയചക്രത്തിനു മീതെ അക്ഷമയോടെ കാത്തു.

അതൊരു ദളിത് കംപാർട്ട്മെന്റായിരുന്നു. തീർച്ചയായും പുറത്തറിഞ്ഞാൽ രാജ്യദ്രോഹമാവുന്ന വെട്ടിത്തുറക്കലുകളുടെ പായുന്ന കീഴാളലോകം. ഒരിക്കലും നിലയ്ക്കാത്ത പൊട്ടിച്ചിരികളുടെയും തർക്കങ്ങളുടെയും നെടുവീർപ്പിന്റെയും പാളം പിളർത്തുന്ന കൂർക്കം വലിയുടെയും ശബ്ദായമാനലോകം. അവർക്കിടയിലെ ചിന്തകർ ഔപചാരികതകളില്ലാതെ സംസാരിച്ചു.

"ആളുകൾ തോനെയുണ്ടായിട്ട് മതിയായില്ല. ഒരുമയില്ലാത്തതാണ് നമ്മുടെ പ്രശ്നം." കറങ്ങിത്തിരിയുന്ന ഫാനിലേക്കും ഇടയ്ക്ക് തങ്ങളുടെ വൃത്തത്തിനപ്പുറത്തേക്ക് ശബ്ദം കടന്നു പോകുന്നുവോ എന്നു ശ്രദ്ധിച്ചും ഒരു വൃദ്ധൻ പറഞ്ഞു. "ഇപ്പോൾ കൂട്ടത്തിലുള്ള കാവിദളിതൻ ഒറ്റിയാൽ മതി, രാജ്യദ്രോഹം പറഞ്ഞതിന് ആജീവനാന്തം വിചാരണകളൊന്നുമില്ലാതെ നമ്മൾ ജയിലിലാകും."

"ഒരുമ മാത്രം പോരാ. നമുക്കെന്തു ചെയ്യാനാകുമെന്ന്, നമ്മുടെ കഴിവിനെക്കുറിച്ച് നമുക്കറിയില്ലായിരുന്നു. പലരും പാദ്രണൈസ് ചെയ്തുകൊണ്ടിരുന്നു." ബർത്തിൽനിന്നും പതിഞ്ഞ ശബ്ദത്തിൽ ഒരാൾ ഏറ്റുപിടിച്ചു.

"നമ്മുടെയൊക്കെ തന്തയ്ക്കും തള്ളയ്ക്കും ക്രിസ്ത്യാനിയോ മുസ്ലീമോ എങ്കിലും ആകാൻ തോന്നിയില്ല." കനത്ത നിരാശതയിൽ ഒരുവൻ സിഗരറ്റിന് തീ കൊടുത്തു.

രാധയ്ക്ക് താനിപ്പോൾ നീണ്ട വർഷങ്ങൾക്കു പിറകിലാണെന്ന് തോന്നി. ചുറ്റുമുള്ളവർ സംസാരിച്ചുകൊണ്ടിരുന്നു. യൂറ്റ്യൂബിൽ ഹ്യൂമനിസത്തെക്കുറിച്ചുള്ള മലയാളം ചാനൽ ചർച്ച കണ്ട് കടൽത്തീരത്തേക്ക് പോയ ആ ദിവസം രാധയോർത്തു. അവളുടെ കനപ്പെട്ട മുടികളഴിഞ്ഞു. അവൾക്ക് ശ്വാസം മുട്ടുന്നതായി തോന്നി. പതിവിലധികം വിയർത്തു

ട്രെയിൻ ഇടയ്ക്ക് സമയമെടുത്ത് ഒരു തുരങ്കത്തിലൂടെ കടന്നുപോയി. ഇരുട്ടിൽ തെളിഞ്ഞ നഗരവിളക്കുകൾ പൂർണമായി ഒടുങ്ങി. ലക്ഷ്മി വിഷ്ണുവിന്റെ വിരലുകളിൽ മുറുക്കിപ്പിടിച്ചു. ഏറെനേരത്തേക്ക് അവനൊന്നും പ്രതികരിച്ചില്ല. പിന്നെ, സാവധാനത്തിൽ അവനവളുടെ വിരലുകൾ കൈക്കുള്ളിലാക്കി. അവളവന്റെ തോളോടു ചേർന്നു, ക്രമാതീതമായി ഹൃദയമിടിച്ചു.

"പേടിയുണ്ടോ?" ശബ്ദംകൊണ്ട് അവനവളുടെ രൂപം വരഞ്ഞു.

"ഉം." തോളൊപ്പം വെട്ടിയ അവളുടെ തലമുടി അടക്കിവെച്ചുകൊണ്ട് കഴുത്തിലൂടെ കയ്യിട്ടു.

"വിഷ്ണുവുണ്ട്." കൈയിലെ സിഗരറ്റ് ഇരുട്ടിന്റെ തുരങ്കത്തിലേക്ക് എറിഞ്ഞുകൊണ്ട് അവളുടെ മുടികളിലേക്ക് ശേഷിച്ച പുകയൂതി.

"ഉം..." പുക മണക്കുന്ന ചുണ്ടുകൾ അവളുടെ ചുണ്ടുകൾക്ക് തൊട്ടു വെച്ചു.

ട്രെയിൻ നഗരവിളക്കിലേക്ക് നിരങ്ങി.

പതിനഞ്ചാമത്തെ ദിവസം വിഷ്ണു ജടായുവിനെ വിളിച്ചു.

"പറയൂ."

"എത്താറായി."

"ഉം..." ജടായുവിന്റെ ശബ്ദത്തിന് മൗലികത നഷ്ടപ്പെട്ടതായി വിഷ്ണുവിന് തോന്നി. മരണത്തെ ഉപാസിക്കുന്ന യാന്ത്രികത അവൻ കേട്ടു. വണ്ടി കാവിപ്പതാകകളുടെ തോരണം മുഴുനീളം തൂങ്ങിയ കശ്മീരി പാളത്തിലേക്കു കടന്നു.

ഞാനുണ്ട് എന്നതിനു പകരം വിഷ്ണുവുണ്ട് എന്ന് അവളോട് പറഞ്ഞതിനെപ്പറ്റി അവൻ ആലോചിച്ചു.

* * *

ഭയം ജടായുവിനെ എന്നേക്കുമായി വിട്ടുപോയിരുന്നു. ആസന്ന മരണവിഭ്രാന്തിയും അസ്തിത്വവ്യഥയും അവനെ കടന്നുപോയി. മുറിയിലെത്തിയ ഉടനെത്തന്നെ ത്രിശൂലവിളക്കിലെ മൃതദേഹങ്ങൾ നിലത്തു കിടത്തി. സ്റ്റോർറൂമിൽ കരുതിവെച്ചിരുന്ന വെള്ളിച്ചിൽ ജാലകം തിടുക്കപ്പെടാതെ ഘടിപ്പിച്ചു. പൊട്ടിയ ജാലകം മാറ്റി ബെഡ്റൂം അടിച്ചു വൃത്തിയാക്കി. സ്റ്റോർ റൂമിലെ ഐസ്ക്രീം റഫ്രിജറേറ്ററിൽ കൈവിറ കൂടാതെ മൃതദേഹങ്ങൾ ഇറക്കിവെച്ചു.

രാധ കിടന്ന മുറിയിൽനിന്നും പുറത്തിറങ്ങിയപ്പോഴേക്കും ശ്രീകാന്തന്റെ മൊബൈലടക്കം പെട്ടെന്ന് ഒരു അന്വേഷണം സാധ്യമായേക്കാവുന്നതെല്ലാം അവർ നശിപ്പിച്ചിരുന്നു. പുറത്തിറങ്ങിയപ്പോൾ ലക്ഷ്മി വിവേകിനേയും അജിതയെയും കുറിച്ച് ചോദിച്ചു.

ജടായു മറക്കാൻ ശ്രമിച്ചു.

അവൾ കാതങ്ങളോളം അകലത്താണെന്ന് അവനറിഞ്ഞു. അവൻ കിടക്കയിൽ വന്നിരുന്നു. കിടക്കയിൽ വിവേകിന്റെ ലാപ്ടോപ് തുറന്നു വെച്ചിരുന്നു. സോഷ്യൽ മീഡിയയിലെ അക്കൗണ്ടുകളൊക്കെ ലോഗ് ഇൻ ആണ്. വിവേക് സാധാരണയായി ഉപയോഗിക്കുന്ന അഭിവാദനങ്ങളുടെ തലക്കുറിയോടെ വേണ്ടപ്പെട്ടവർക്ക്, പ്രത്യേകിച്ച് എസ്.എസ്.എസിന്, ഇ-മെയിൽ അയച്ചു. പതിനഞ്ചു

ദിവസം നീളുന്ന ഒരു തീർത്ഥാടനത്തിന് മരുമകന്റെ നിർബന്ധ പ്രകാരം കുടുംബത്തോടൊപ്പം പോവുകയാണെന്നും അതുവരെ സോഷ്യൽ മീഡിയയിൽനിന്നും പിൻവാങ്ങുകയാണെന്നും എഴുതി. ആരും അവിശ്വസിച്ചില്ല, കൂടുതലൊന്നും ചോദിച്ചുമില്ല. ഫോൺ സ്വിച്ച്ഡോഫാക്കി അലമാരയിൽ വെച്ചുപൂട്ടി.

മൂന്നാം ദിവസം വാതിലിലാരോ മുട്ടി. ജനലിനപ്പുറം തെളിഞ്ഞു മങ്ങുന്ന നഗരവിളക്കിലേക്കും ആകാശപാതയിലേക്കും നോക്കി വിവേകിന്റെ കിടക്കയിലിരുന്ന ജടായുവിന്റെ കണ്ണുകൾ ഘടികാര സൂചികൾപോലെ കൂർത്തു. സംശയാത്മകവും എന്നാൽ നിർവ്വി കാരവുമായ തന്റെ ശ്വാസതാളം ജടായു കേട്ടു.

“വിവേക് എവിടെപ്പോയി?”

പകുതി നരച്ച താടി വെട്ടിയൊതുക്കിയ എസ്.എസ്.എസ്. പ്രാദേ ശികകാര്യവാഹ് വാതിൽക്കൽ നിന്നു, അറുപതിനടുത്ത് പ്രായം വരും അയാൾക്ക്. നിസ്സംഗതയുടെ അസാംഭവ്യതയെപ്പറ്റി, ഗീത യിലെ ഒരു ശ്ലോകത്തെ വിമർശനാത്മകമായി മുൻനിർത്തി വിവേക് ഒരിക്കൽ അയാളുമായി ദീർഘനേരം സംസാരിച്ചിരുന്നത് ജടായു ഓർത്തു.

അയാൾ അകത്തേക്ക് പാളി നോക്കി.

“കാശിയിലേക്ക് തീർത്ഥാടനത്തിന് പോയതാണ്. മരുമകൻ വന്നി രുന്നു.”

“ഒന്നും പറഞ്ഞില്ല വിളിച്ചിട്ട് കിട്ടിയുമില്ല.” അയാൾ കനപ്പി ച്ചൊന്ന് മൂളി.

വാതിൽ തിടുക്കമേതുമില്ലാതെ അടച്ചു കുറ്റിയിട്ടപ്പോൾ ജടായു സംശയിച്ചു. അയാൾക്ക് എന്തെങ്കിലും സൂചന കിട്ടിക്കാണുമോ? അവൻ വാതിലുചാരി നിന്നു. ടേബിൾ ഫാൻ കറങ്ങിക്കൊണ്ടിരുന്നു. കാറ്റിന്റെ സ്പർശംപോലും ജടായു സംശയിച്ചു.

പതിനഞ്ചാമത്തെ ദിവസം, വെള്ളിച്ചിൽ ജാലകത്തിലൂടെ അസ്തമനസൂര്യന്റെ സൂചിക്കീറ് ചില്ലു തുളയ്ക്കുന്നതു നോക്കി ജടായു നിന്നു. മരണത്തെ ഉപാസിക്കുന്ന നിർമ്മമനായ ഒരു യോഗി യിലേക്ക് പരിണമിക്കാനെടുത്ത യുഗചക്രത്തിന്റെ നിമിഷവേഗം ജടായു കണക്കു കൂട്ടാൻ ശ്രമിച്ചു. ബോധത്തിന്റെ നൂലിഴയിലൂടെ കൊക്കിനെപ്പോലെ ധ്യാനനിരതനായി നടന്നു. കൺചിമ്മിത്തുറ ക്കുന്ന മാത്രയിൽ പ്രളയത്തിലേക്ക് നിപതിക്കുന്നു. ബോധം, വഴു ക്കുന്ന പാറക്കെട്ടുകളിലിടിച്ച് ചുഴലികളിലേക്ക് തെറിച്ച് നിലകിട്ടാതെ കറങ്ങി. ഒന്നും കൃത്യമായി ഓർത്തെടുക്കാനായില്ല. ഘടികാരസൂചി പോലെ കണ്ണുകൾ കൂർത്തു.

വിഷ്ണു വിളിച്ചു: "എത്താറായി."

"ഉം." സ്റ്റോർ റൂമിലേക്ക് നോക്കി മൂളി.

ഉറച്ച അടിവെയ്പുകളോടെ സ്റ്റോർ റൂമിലേക്കു നടന്നു. സാവധാനത്തിൽ വാതിൽ തുറന്നു. പതിനഞ്ചു ദിവസങ്ങൾക്കുശേഷം ഐസ്ക്രീം റഫ്രിജറേറ്റർ തുറന്നു. തണുത്തുറഞ്ഞ മൃതദേഹങ്ങൾ മൂന്നു ചാക്കുകൾക്കുള്ളിൽ പൊതിയുന്നതുവരെയും സ്റ്റോർ റൂമിന്റെ വാതിൽ അകത്തുനിന്നും കുറ്റിയിട്ടു. ചാക്കുകൾ വലിച്ച് ബെഡ് റൂമിലെത്തിച്ചപ്പോൾ വെള്ളിച്ചിൽ ജാലകത്തിലേക്കൊന്നു പാളി നോക്കി. ജാലകത്തിനു മുൻപിൽ കഴുകിത്തുടച്ചു വെച്ച ത്രിശൂലാഗ്രം അസ്തമനസൂര്യന്റെ വെളിച്ചക്കീറിൽ തിളങ്ങി.

ഫ്ളാറ്റുമുറിയുടെ വാതിൽ തിടുക്കമൊന്നുമില്ലാതെ പുറത്തു നിന്നും പൂട്ടി.

ഇടനാഴിയിൽ ആരുമില്ലായിരുന്നു.

മൃതദേഹങ്ങൾക്ക് നല്ല ഭാരമുണ്ടായിരുന്നു. ചാക്കുകൾ ചുമന്ന് ലിഫ്റ്റിലേക്ക് കയറി. ലിഫ്റ്റിൽ ആരുമുണ്ടായിരുന്നില്ല. പോകാൻ നേരത്ത് താടിക്കാരൻ എസ്.എസ്.എസ്. കാര്യവാഹ് ഓടിക്കയറി. ചാക്കിലേക്കു നോക്കി അയാൾ ചോദിച്ചു.

"ഇതെന്താണ്?" അയാളുടെ കണ്ണുകളിലേക്ക് നോക്കാൻ ജടായു മടിച്ചു.

"സാറിന്റെ മരുമോൻ വിളിച്ചു. ചില സാധനങ്ങളാണ്."

മറുപടി കേൾക്കാൻ നിൽക്കാതെ പുറത്തിറങ്ങി. ചാക്കുകൾ ഡിക്കിയിലേക്കിട്ട് ഡ്രൈവിങ് സീറ്റിലേക്ക് കയറി. ശപിക്കപ്പെട്ട ഒരു യുഗം കടന്നു പോകുന്നതായി തോന്നി. ഭാരം താങ്ങിയതിന്റെ നേരിയ തളർച്ചയോടെയും അലൗകികമായ എന്തോ അനുഭവിക്കാൻ പോകുന്ന മന്ദതയോടെയും ദീർഘമായി നിശ്വസിച്ചു.

കാർ മുൻപിൻ നോക്കാതെ കുതിച്ചു

* * *

കാര്യമായൊരിടത്തും നിൽക്കാതെ തുടർച്ചയായ മൂന്ന് ദിവസവും കാർ ഓടി. മൂന്ന് ദിവസവും ജടായു ഭക്ഷണം കഴിച്ചില്ല. വിശപ്പ് നഷ്ടപ്പെട്ടതായി തോന്നി. ഇടയ്ക്കൊക്കെ വഴിയിൽ കാർ നിർത്തിയിട്ട് കണ്ണുകളടച്ച് ദീർഘമായി നിശ്വസിച്ചു. അപ്പൊഴൊക്കെ മനസ്സ് തെളിഞ്ഞ ജലാശയംപോലെ സ്വച്ഛമായി. നിസ്സംഗമായ ഒരു താമര വെളിച്ചക്കീറിൽ തിളങ്ങി. മൂന്ന് ദിവസവും ജടായു കാറിൽ കരുതിവെച്ച വെള്ളം മാത്രം കുടിച്ചു. ഓരോ ദിവസവും തുല്യമായ

അളവിൽ. തീർന്നപ്പോൾ മിനറൽ വാട്ടർബോട്ടിൽ പിൻസീറ്റിലേക്കിട്ടു. ഇപ്പോൾ ദാഹവും വിട്ടുപോയതായി തോന്നി. ശവം അഴുകിത്തുടങ്ങിയിരുന്നു. ദുർഗന്ധം മൂക്കിലേക്ക് അടിച്ചു കയറി.

ജീവച്ഛവംപോലെ ഗംഗയൊഴുകി. നൂറ്റാണ്ടുകളോളം കാത്തു കിടന്നിട്ടും മരണം, കത്തുന്ന കണ്ണുകളോടെ പുണർന്നു കൊല്ലുന്ന ഒരു ദിവസം അവളുമിപ്പോൾ മറന്നിരിക്കാം. ചുളിവുകളും വസൂരിക്കലയും പതിഞ്ഞ മുഖത്തോടെ, മോക്ഷം തേടുന്ന ശവങ്ങളുടെ ആത്മാവിനെ ഉദരത്തിലേറ്റി ബാല്യത്തിലേ തലയ്ക്കു മീതെ തൂങ്ങിയ കൊലക്കയർ ഒരിക്കലും പൂർണമായി ജീവനൊടുക്കില്ലെന്നൊരുൾവിളിയോടെ ചെറുകാറ്റിൽ ഓളങ്ങളിളകി. ഒഴുകുന്ന ശവങ്ങളുടെ കണ്ണുകൾ വെളിച്ചക്കീറിൽ ഗോലികൾ പോലെ തിളങ്ങി. ശവങ്ങൾ ഒരുമയോടെ തൊട്ടുതൊട്ടൊഴുകി.

ചിതയൊരുക്കുന്നേടത്ത് തിരക്കുകളുള്ള മക്കൾക്കു വേണ്ടി യന്ത്രമനുഷ്യർ തീരത്ത് കർമ്മങ്ങൾ ചെയ്തു. ഓഫീസിൽനിന്നും ചീട്ടെടുത്ത് തനിയ്ക്ക് കിട്ടിയ ചിതയ്ക്കടുത്തേക്ക് ജടായു നടന്നു. അടുത്തൊന്നും അധികമാരെയും കണ്ടില്ല. പലരും കർമ്മങ്ങളിൽ മുഴുകി. ആരെങ്കിലും നോക്കുന്നോ എന്ന് ജടായു ശ്രദ്ധിച്ചില്ല. തിടുക്കമേതുമില്ലാതെ പതിഞ്ഞ അടിവെയ്പ്പുകളോടെ അഴുകിത്തുടങ്ങിയ ശവങ്ങൾ ഒരേ തട്ടിൽ ചേർത്തുവെച്ചു. അവയ്ക്കു മീതെ ഉണക്കവിറക് പെറുക്കിവെച്ചു.

ചിതയ്ക്ക് തീകൊടുത്തു. അസ്തമനസൂര്യന്റെ കടുംചുവപ്പ് കിരണങ്ങൾ തീനാളങ്ങൾക്കൊപ്പം സാവധാനത്തിൽ ആളി.

ജടായു കണ്ണുകളടച്ചു. ധ്യാനരഹിതനായ യോഗിയെപ്പോലെ ചെറുകാറ്റിൽ മണൽത്തരികളിൽ ഇടറാത്ത കാലടികളോടെ നിന്നു.

കോഫ്ലറുടെ ആൾക്കുരങ്ങിന്റെ തലയ്ക്കു മീതെ കൊലക്കയർ തൂങ്ങി. അത് ചിന്താത്മകമായ ഒരു നോട്ടമെയ്ത് ഉൾവിളി കാത്തു.

ആളുന്ന ചിതയിലേക്ക് ഒരു പരകായപ്രവേശംപോലെ ജടായു കയറി. ചിതയ്ക്കു മുകളിൽ കത്തിക്കൊണ്ട് ജടായു കിടന്നു. രണ്ട് കൈകളിലും മുറുക്കിപ്പിടിച്ച നാണയത്തുട്ടുകൾ കണ്ണുകൾക്കു മീതെ വെച്ചു. മൗലികമായ ഒരു മരണത്തെ കത്തിത്തീരും വരെയും ജടായു ഉപാസിച്ചു. അസ്തമനസൂര്യന്റെ കടുംചുവപ്പ് കിരണങ്ങൾ കട്ടിമഞ്ഞ തീനാളങ്ങൾക്കൊത്ത് ഒഴുകുന്ന ശവങ്ങളുടെ ഉടലിൽ പ്രതിബിംബിച്ചു. തീനാളങ്ങൾ നാണയത്തുട്ടോളം ചുരുങ്ങി. പൊള്ളുന്ന നാണയം പോലെ ഒരു ശവത്തിന്റെ കണ്ണ് അനാദിയോളം തുറിച്ചു.

പ്രളയനിഴലുകൾ പതിഞ്ഞ പർവ്വതങ്ങൾ

ഇപ്പോൾ, കാത്തിരിപ്പിന്റെ, കഴുത്തറക്കാൻ പോകുന്ന അരിവാളറ്റം പുലർമഞ്ഞിന്റെ വെണ്മയും വിശുദ്ധിയുംപോലെ വിളങ്ങുന്നു. ചില പ്പോഴത് വിരക്തിയുടെയോ നിസംഗതയുടെയോ താമരപോലെ സൂര്യവെളിച്ചത്തിൽ തിളങ്ങി. മറ്റു ചിലപ്പോൾ ഉച്ചച്ചൂടിൽ ആവി പൊന്തുന്ന മണൽപ്പുറ്റിനു മീതെ തിടുക്കത്തിൽ പായുന്ന ക്രുദ്ധ നായൊരു പാമ്പിന്റെ വെളുത്ത ഉദരംപോലെ ഓർമ്മകളുടെ വഴു ക്കിൽപ്പെട്ടത് തിളങ്ങിക്കൊണ്ടിരുന്നു. കാലത്തിന്റെ കൊയ്ത്തരി വാൾത്തിളക്കം മഹാപ്രളയത്തോളം നീണ്ടു. കടൽത്തിരകൾക്കു മധ്യേ കരിങ്കൽക്കെട്ടിനു മീതെ നിഴലുകൾ പുണർന്നു. പ്രളയജല ത്തിൽ ആലിംഗനബദ്ധരായി അവ കെട്ടിമറിഞ്ഞു.

"മുഹമ്മദ് നിങ്ങളുടെ രാധ വരാറായി..." എന്ന് ദാർശനികരാത്രി യുടെ വഴുക്കുന്ന നിശ്ശബ്ദത ഭേദിച്ച് അരവിന്ദ് പറഞ്ഞപ്പോൾ ലോകം ഒരു നിമിഷം എനിക്കു മുന്നിൽ തറഞ്ഞു നിന്നു. എന്റെ നിലനിൽ പ്പിനെ അടയാളപ്പെടുത്തിയിട്ടെന്നവണ്ണം മിഴിഞ്ഞകണ്ണുകളിലൂടെ വീണ്ടും അത് അനങ്ങിത്തുടങ്ങി. ഞാൻ ഓർമ്മകളുടെ അലകൾക്കു മീതെ കടൽക്കിവനെപ്പോലെ അടിഞ്ഞുചേർന്ന്, ഇരുണ്ട ആകാശ വിരലുകളിലെ നക്ഷത്രനഖക്ഷതങ്ങൾ നോക്കി ടെന്റിൽ കിടക്കുക യായിരുന്നു. എന്റെ പാട്ടു നിലച്ചു. ഒരു നിമിഷം, നിലച്ച ലോക ത്തോടൊപ്പം നിശ്ശബ്ദത കനത്തു. അരിവാൾത്താമരയും വഴുക്കുന്ന പാമ്പിൻ വയറും പ്രളയജലത്തിൽ പുണർന്നൊഴുകുന്ന നിഴലുകളും ഒരു നിമിഷം ലോകത്തോടൊപ്പം നിലച്ചു.

രാധയുടെ ചുവന്ന കവിളിണയും ചുണ്ടുകളും ഓർക്കുന്നു. പ്രണയം കാലത്തിന്റെ ഭ്രമസ്വപ്നമല്ലെന്ന് ഒരിക്കൽക്കൂടി മനസ്സു പറയുന്നു.

മഴ ചെറുതായി പെയ്യുന്നുണ്ടായിരുന്നു. ഇരുട്ടിൽ കാവിപ്പതാക പാറി. ആദ്യമായി അവളുടെ ചുണ്ടുകൾ നുണഞ്ഞുകൊണ്ട് ചോദിച്ച തോർക്കുന്നു: "തെറ്റല്ലേ രാധാ?"

അതോർക്കുമ്പോൾ ഇപ്പോഴുമെനിക്ക് കണ്ണുനീരിന്റെ നനവുള്ളൊരു ചിരി പൊടിയും. തെറ്റ്! അന്നൊരുപക്ഷേ തെറ്റാണെന്ന് ഭയന്ന് പിന്മാറിയിരുന്നെങ്കിൽ...

ശരി തെറ്റുകളെക്കുറിച്ചാലോചിച്ച് ഞാൻ നേരം പോക്കാറില്ല. എന്റെ ശരി ചിലപ്പോൾ മറ്റു പലരുടെയും കാഴ്ചയിൽ തെറ്റാവാം. ഞാൻ അവരെക്കുറിച്ച് ചിന്തിക്കുന്നില്ല. അവരുടെ ധാരണകളോ വിധി പ്രസ്താവങ്ങളോ എനിക്ക് ബാധകമല്ല. മാർക്സിസ്റ്റെന്നും യുക്തിവാദിയെന്നും കാലാന്തരത്തിൽ മാറിമാറി സ്വയം വിശേഷിപ്പിച്ചപ്പോഴും പിന്നീട് മുഹമ്മദീയ മതവർഗീയവാദിയെന്ന് മുദ്ര ചാർത്തപ്പെട്ടപ്പോഴും എനിക്കിതേ മനസ്സും ചിന്തയുമായിരുന്നു. അതാണെന്നെ ജീവിപ്പിക്കുന്നതും.

തെറ്റും ശരിയും വിഷയമാകുമ്പോൾ എനിക്ക് ഒരുത്തരാധുനികന്റെ ഉടൽഛായ കിട്ടുന്നു. എന്റെ ശരിതെറ്റുകളളക്കാൻ അതിനൊരു മാനകവുമില്ല. ഒരു ക്വിസ് മാസ്റ്ററെപ്പോലെയാണ് അത് പലപ്പോഴും. ചോദ്യങ്ങൾ തയ്യാറാക്കി അയാൾ കാത്തിരിക്കുന്നു. രാജ്യത്തിന്റെ നിലവിലെ പ്രധാനമന്ത്രി ആരെന്ന്, പെട്രോൾ നിരക്ക് നിലവിൽ എത്രയെന്ന്, പ്രപഞ്ചത്തിന്റെ പ്രായമെത്രയെന്ന് അയാൾ ചോദ്യമുണ്ടാക്കുന്നു. അയാളത് അധികാരികളെ ഏൽപ്പിക്കുന്നു. രണ്ടു ദിവസങ്ങൾക്കു ശേഷമേ അയാൾക്കത് തുറക്കാനും ചോദിക്കാനുമാകൂ. അതിനിടയ്ക്ക് പ്രധാനമന്ത്രി മരിക്കുന്നു, പെട്രോൾ വില കൂട്ടുന്നു, പ്രപഞ്ചത്തിന്റെ പ്രായം ശാസ്ത്രീയമായി പുനർനിർണ്ണയിക്കപ്പെടുന്നു. പക്ഷേ അയാൾക്ക് നിർവാഹമില്ല. അയാൾ കരുതിയത് ഒരിക്കലും തെറ്റല്ല. നിലവിലെ ശരി പഴയ ശരികളാവണമെന്നില്ല. ഇന്നറിയുന്ന പഴയ തെറ്റുകൾ പൂർണമായും ആ കാലത്തിന്റെ ശരിയായിരിക്കാം. ഇന്ന് നിങ്ങൾക്കൊരു പക്ഷേ അതിനെ കുറഞ്ഞ ശരിയെന്ന് വിളിക്കാം. സംസ്കാരത്തോടൊപ്പം തെറ്റുകളുടെ ശരിയും അനുസ്യൂതിയാണ്.

രാധയെന്നും എന്റെ ശരിയായിരുന്നു. പലപ്പോഴും നഷ്ടസാധ്യതകളുടെ മറുചിന്തകളിലുലഞ്ഞെങ്കിലും. അരവിന്ദിനെ അഞ്ചുവർഷങ്ങൾക്കു മുൻപ് കണ്ടപ്പോൾ ഞാൻ എന്നിലേക്കും അവളിലേക്കും മടങ്ങിപ്പോയി. താരാനാഥിന്റെ കിടക്കയിൽ അവന്റെ ചിത്രക്കൂട്ട് പലകയ്ക്കു ചേർന്ന് ഞാനും രാധയും കിടന്നു. നിമിഷങ്ങൾ ഞങ്ങൾക്ക് നിലച്ച നാഴികമണിപോലെ തോന്നി. കിടക്കയിൽ നൂൽബന്ധമില്ലാതെ ഞങ്ങൾ കിടന്നു.

അരവിന്ദ് അജിതയെ പുണരുന്നത് ഞാൻ കണ്ടു. അവളെങ്ങനെയിരിക്കുമെന്ന് ഒരിക്കലും കണ്ടിട്ടില്ലെങ്കിലും ഞാൻ ഭാവന ചെയ്തു. അവളുടെ ഭർത്താവ്, എന്റെ പേരക്കുട്ടി (!) വഞ്ചിക്കപ്പെടുകയായിരുന്നോ? ഒരുപക്ഷേ താരാനാഥിലെ മുറിവേറ്റ ഭർത്താവ് അവനിൽ പുനർജ്ജനി കൊണ്ടതാവാം. തലമുറകളോളം അതങ്ങനെ തുടരുന്നുണ്ടാകാം. നീണ്ട അൻപതു വർഷങ്ങൾ അവളുടെ തുടിക്കുന്ന മുലകൾക്കിടയിൽ ഒരു ത്രിശൂലം കണക്ക് തറഞ്ഞു. അവിടം ആദ്യം കണ്ടെത്തിയത് ഞാനായിരുന്നു, വൈകിമാത്രം താരാനാഥും. തുടിക്കുന്ന മുലകൾക്കും വിടരുന്ന ഉടൽത്രികോണത്തിനുമിടയ്ക്ക് അവൾക്കൊരാത്മാവുണ്ടെന്ന് ചാറ്റൽമഴയിൽ വിറച്ച് ആദ്യസംഗമത്തിന്റെ പകപ്പും പാരുഷ്യവുമുൾക്കൊണ്ട് ഞാനറിഞ്ഞു.

മഴ ചെറുതായി പെയ്യുന്നുണ്ടായിരുന്നു. ഇരുട്ടിൽ കാവിപ്പതാക പാറി. ആദ്യമായവളുടെ ചുണ്ടുകൾ നുണഞ്ഞുകൊണ്ട് ചോദിച്ചു: “തെറ്റല്ലേ രാധാ?” വാക്കുകൾക്ക് പൊള്ളുന്ന തുപ്പൽബന്ധമായിരുന്നു.

അരനൂറ്റാണ്ടോളം രാധ തടവറയിലാണെന്നറിഞ്ഞപ്പോൾ ഇന്നത്തേതുപോലെ ലോകം എനിക്കു ചുറ്റും ഒരുവേള നിലച്ചതായി തോന്നി. അതൊരു കുറഞ്ഞ ശരിയായി എനിക്കു തോന്നി. എങ്കിലും ഞാനൊരിക്കലും താരാനാഥിനെ വഞ്ചിച്ചിരുന്നില്ല. ഞങ്ങൾ പ്രണയത്തെ ഉപാസിച്ചു, വിവിധങ്ങളായ സാധനകളിലൂടെ.....

നിറക്കൂട്ടുകളുടെ പലകയ്ക്കരികുപറ്റി അവന്റെ കിടക്കയിൽ നൂൽബന്ധമില്ലാതെ പുണർന്നു. ഇടയ്ക്കെപ്പോഴോ, അവനത് ഉൾക്കൊള്ളാനായി. അപ്പോഴവൻ തുടിക്കുന്ന മുലകൾക്കും വിടരുന്ന ഉടൽ ത്രികോണത്തിനുമിടയ്ക്ക് അവൾക്കൊരാത്മാവുണ്ടെന്നറിഞ്ഞു.

അജിത ഒരിക്കലും അവളുടെ ഭർത്താവിനെ, എന്റെ ഉണ്ണിയുടെ മകനെ വഞ്ചിച്ചിട്ടില്ല. അസ്തിത്വം ഇരുട്ടിനാണ്. സ്നേഹം പരിണാമദശയിലെവിടെയോ, കൊഴിഞ്ഞു കിട്ടിയ ആലിപ്പഴംപോലെ വെണ്മയും തണുപ്പുമുള്ളത്. അവൾക്കും ഭർത്താവിനുമുടയിൽ യാന്ത്രികമായ ഉടലനക്കങ്ങൾക്കപ്പുറം സ്നേഹത്തിനോ വഞ്ചനയ്ക്കോ വിലയില്ല. ഒരുപക്ഷേ താരാനാഥിലെ മുറിവേറ്റ ഭർത്താവ് വൈകിക്കണ്ടെത്തിയതുപോലെ ഇല്ലെങ്കിലയാൾ അവളുടെ ആത്മാവ് തേടുമായിരുന്നില്ലേ?

അവളുടെ ആത്മാവ് കണ്ടെത്തിയ പുരുഷനെ നിറഞ്ഞ ചിരിയോടെ ഞാൻ നോക്കി. കമ്പിവേലിക്കിപ്പുറം ഞാനെത്തിയ പിൻവഴികൾ താണ്ടി അയാൾ അത്ഭുതപ്പെട്ടു.

കമ്പിവേലിക്ക് ഇരുവശവും നിന്ന് ഞങ്ങൾ 'മെൻഡിങ് വാൾ' പാടി. ഞങ്ങൾ മതിലു കെട്ടാൻ തൽപ്പരരോ പിതാവിന്റെ വാക്കുകൾക്കപ്പുറം നീങ്ങാത്തവരോ ആയിരുന്നില്ലെങ്കിലും അതിന്റെ നിർമ്മാണത്തിലും പരിപാലനത്തിലും ഭാഗമാകേണ്ടിയിരുന്നു. ചൊവ്വയിൽ നിന്നെത്തി അയാളെന്തിന് ഇന്ത്യൻ യൂണിയന്റെ അതിർത്തി കാക്കുന്നെന്നും മതരഹിതനായിട്ടും ഞാനെന്തിന് ഒരു മതരാഷ്ട്രത്തിന്റെ പട്ടാളക്കാരനായെന്നും ഞങ്ങൾ പരസ്പരം അതിശയിച്ചു. ക്ഷാരമണലിലാളിയ ചിതയിൽനിന്ന് അയാളുടെ ഭാര്യയും തുടിക്കുന്ന മുലകൾക്കിടയിൽ ഹൃദയത്തിനോടു തൊട്ടടുത്ത് ത്രിശൂലം കണക്കു തറഞ്ഞ നീണ്ട അൻപതു വർഷങ്ങളിൽ ആളിക്കത്തുന്ന രാധ എന്ന കെടാച്ചിതയും ഞങ്ങൾക്ക് മറുപടി നൽകി.

കമ്പിവേലിയുടെ ദ്രവിച്ചു തുടങ്ങിയ മുകൾനിരയിലെ പകുതി വെച്ചു മുറിഞ്ഞ ഒരു വരി കമ്പി തണുത്ത കാറ്റിൽ കൂടുതൽ തൊഴുകൈ കണക്ക് വായുവിലുയർന്നു. പട്ടാള ടെന്റിൽ, ദാർശനികരാത്രിയുടെ മരവിപ്പിൽ നിലച്ച ലോകം വീണ്ടും അനങ്ങിത്തുടങ്ങിയപ്പോൾ വിസ്മയം തിളങ്ങുന്ന കണ്ണുകളോടെ ഞാൻ അയാളോട് ചോദിച്ചു: "എങ്ങനെ?"

അരവിന്ദ് നെടുവീർപ്പിട്ടു: "കാത്തിരിക്കൂ, കാലം നമ്മളെ എന്തിനൊക്കെയോ തെരഞ്ഞെടുത്തിരിക്കുന്നു. അവരോട് ഇവിടേക്ക് വരാൻ ഞാൻ പറഞ്ഞിട്ടുണ്ട്." അയാൾ പലതും പറഞ്ഞു. ഞാനതൊന്നും കേട്ടില്ല. മനസ്സ് മായികമായ മറ്റൊരു ലോകത്തായിരുന്നു.

ചില്ലുകൂട്ടിൽ പമ്പ് ചെയ്യപ്പെടുന്ന വെള്ളംപോലെ മനസ്സ് തെളിഞ്ഞു. വർണഗപ്പികൾ ഓർമ്മകളിലൂടെ വഴുക്കിക്കൊണ്ട് കുതറി. ഗപ്പികൾക്ക് തീറ്റ ഇട്ടുകൊണ്ട് രാധ പതിഞ്ഞ ശബ്ദത്തിൽ പറഞ്ഞു. "പശ്ചാത്തലത്തിനൊത്ത് പുള്ളികളുടെ ആകൃതിക്ക് മാറ്റം വരുന്നത് പരീക്ഷണശാലയിൽ ചിലപ്പോൾ നടന്നേക്കാം. ലോകമൊട്ടുക്ക് പരിണമിച്ചേക്കാം. പ്രണയം, ഒരിക്കലും മാറാതെ, പുറത്തുനിന്ന് ആരെയെങ്കിലുംകുറിച്ച് ആകുലപ്പെടാതെ തീർത്തും സ്വാർത്ഥമായിരിക്കും."

തീറ്റയിടുന്നത് നിർത്തി തിളങ്ങുന്ന കണ്ണുകളോടെ അവൾ എനിക്കുനേരെ തിരിഞ്ഞു. എന്നെയോ നാഴികമണിയെയോ അതോ രണ്ടിനെയും ഒരുമിച്ചുമോ നോക്കി. അവളുടെ ചുണ്ടുകൾ ചെറിപ്പഴം പോലെ ചുവന്നതായി തോന്നി. മുടി രണ്ടു വശത്തേക്കും പകുത്തിട്ടിരുന്നു. അധികം നീളമില്ലാത്ത തൂക്കുകമ്മൽ എടുത്തു കാണിക്കുന്നതായിരുന്നു. കറുപ്പും സ്വർണ്ണനിറവും ചേർന്ന് തുന്നൽപ്പണികൾ നിറഞ്ഞ സാരി അവളുടെ ഇരുനിറത്തൊലിക്ക് മാദകത്വം നൽകുന്നുണ്ടായിരുന്നു.

അവൾ പ്രണയത്തെയോ പ്രതിപരിണാമത്തെയൊകുറിച്ച് പറഞ്ഞതൊന്നും ആ നിമിഷം ഓർത്തില്ല. വന്യമായ ആവേശത്തോടെ, അരയിലെ ഭാരം ഇറക്കിവെക്കാനുള്ള വ്യഗ്രതയോടെ നെഞ്ചിലേക്ക് വലിച്ചു ചേർത്തു. താരാനാഥിന്റെ നിറക്കൂട്ടുകളിൽ വിരലാഴ്ത്തി അവളുടെ ഇരുനിറത്തൊലിയിൽ വിവിധങ്ങളായ ചിത്രങ്ങൾ വരച്ചു. മുലകൾക്കിടയിൽ താഴ്വാരത്തേക്ക് കാട്ടുവള്ളിയിൽ ചേർന്നു ചാടുന്ന നഗ്നപ്രണയികളെ വരച്ചു. അരക്കെട്ടിനു കീഴെ മിഴിഞ്ഞ കണ്ണുകളോടെ പുറത്തേക്കു നോക്കുന്ന ഗുഹാമനുഷ്യരെ വരച്ചു. അവൾ ചിത്രക്കൂട്ട് പലകയിൽ ചേർന്നു നിന്നു. ഗപ്പികൾ അനങ്ങാതെ തുറിച്ച കണ്ണുകളോടെ ഞങ്ങളെ നോക്കി. നാഴികമണി ആരെയോ ഭയപ്പെട്ടെന്നതുപോലെ ശബ്ദമുണ്ടാക്കി. അതിന്റെ ദിക്കെവിടെയെന്ന് പിടികിട്ടിയില്ല.

എന്റെ തൃഷ്ണ ഉടലാകെ എരിച്ചിട്ടും പിന്നെയും നിറഞ്ഞു കത്തുന്നതായിരുന്നു. "മനുഷ്യൻ വന്നിടത്തേക്ക് ഒടുങ്ങുന്നു." എന്ന് ഉപ്പ പറയാറുണ്ടായിരുന്നു. ഉമ്മയുടേത് സ്വാഭാവികപ്രസവമായിരുന്നു. തുടകൾക്കിടയിൽ ഞാൻ വികസിക്കുന്ന നേരങ്ങളിൽ വന്നിടത്തേക്ക് മടങ്ങാനായി പല്ലും നഖവുമുള്ള ചോദന വേട്ടയാടി.

രാധയോടുള്ള എന്റെ കാമം വന്യവും അന്ധവുമായിരുന്നു. ദിക്കു പിടികിട്ടാതിരുന്നത്.

ഉടൽവർണ്ണങ്ങളുടെ ധാരാളിമയിൽ ചുവന്ന കിടക്കയിൽ എനിക്കു മേലെ കിടന്ന് മേശപ്പുറത്തെ നിറക്കൂട്ടിൽ വിരലാഴ്ത്തി എന്റെ നെഞ്ചിൽ ചിത്രങ്ങൾ വരച്ച് അവൾ പാടി:

"Love alters not with his brief hours and weeks,
but bears it out even to the edge of doom."[1]

അവൾ എന്റെ നെഞ്ചിൽ പ്രളയത്തിന്റെ ചിത്രം വരച്ചു. പ്രളയത്തിൽ വന്മരങ്ങൾ കടപുഴകി. മരങ്ങളുടെ നിഴൽ പർവ്വതങ്ങളിൽ പതിച്ചു. ഒരു പക്ഷി തിരശ്ചീനമായി ആകാശത്തോട്ട് പറക്കുകയും ഉയരുന്ന വെള്ളത്തോട് മത്സരിക്കുകയും ചെയ്തു. പ്രളയവൃക്ഷങ്ങൾക്കു മീതെ കമിതാക്കൾ സംഗമിച്ചു. രണ്ടു നിഴലുകൾ മാത്രം പർവ്വതങ്ങളിൽ പതിച്ചു. അവ പെട്ടെന്ന് ദൂരത്തേക്ക് അകന്നുപോയി. പ്രളയത്തിലും അവരെ ഭേദിച്ച് വലിയൊരു കമ്പിവേലി ഒഴുകി വന്നു. ആൺനിഴലിന് അതിനു മീതെ കുതിച്ചു ചാടാനായില്ല.

കാലം ഒടുങ്ങിത്തീരാൻ പോകുന്നുവെന്ന് തോന്നുന്നു. അയാൾ

1. ഷേക്സ്പിയറുടെ സോണറ്റ്: 116

പറഞ്ഞതുപോലെ എന്തിനൊക്കെയോ വേണ്ടി അത് എന്നെ തെരഞ്ഞെടുത്തിട്ടുണ്ടാവാം.

പ്രളയത്തിനു മുൻപ് രാധയെ എനിക്ക് കാണാനാകുമോ?

ഒരിക്കൽ മാത്രം കണ്ടാൽ മതി. മരിക്കുന്നതിനും അരനിമിഷം മുൻപെങ്കിലും. അത് പ്രാണന്റെ ഓരോ ചില്ലയിലും പരശ്ശതം പൂക്കൾ വിടർത്തും. കമ്പിവേലികൾക്കിരുവശവും നിന്ന് ഒരിക്കലൊന്ന് ചുംബിച്ചാൽ മതി. യുഗപർവതങ്ങളോളം അത് അടയാളപ്പെട്ടേക്കാം.

രാധ വരുമോ?

ഉടൽപ്പീലി, കുങ്കുമം, മുടിക്കെട്ട്

അവധിക്കാലത്തൊരിക്കൽ അച്ഛന്റെ തറവാട്ടിലേക്ക് കൂട്ടിനാരുമില്ലാതെ മുഴുവൻ ദിവസവും താമസിക്കാൻ പോവുകയുണ്ടായി. നഗരമധ്യത്തിലൊരു ഗുഹാമുഖംപോലെ, പൊളിഞ്ഞുവീഴാറായ, ചെറിയ മിനുക്കുപണികളൊക്കെ നടത്തി നിലനിറുത്തിയ ഒരു നാലുകെട്ടായിരുന്നു അത്. ചുറ്റുമുള്ള പറമ്പൊക്കെ പല തവണയായി പണത്തിന് ആവശ്യം വന്നപ്പോൾ വിറ്റതുകൊണ്ട് തൊട്ടടുത്തായി ചെറിയ വീടുകളും ഫ്ളാറ്റുകളും അനേകം വാഹനങ്ങളുമുണ്ടായിരുന്നു. എന്നിട്ടും ഒരേക്കർ പറമ്പ് നാലുകെട്ടിന് ചുറ്റുമുണ്ട്.

അച്ഛന്റെ തൊണ്ണൂറുകഴിഞ്ഞ മുത്തശ്ശിയും ഇളയച്ഛനും കുടുംബവും അവിടെ താമസിച്ചു. ആ സ്ത്രീയുടെ കണ്ണുകളിൽ പാതി തിമിരം മൂടിയിരുന്നു. എങ്കിലും പരസഹായമില്ലാതെ ദിനചര്യകൾ നിർവഹിക്കാനും നടക്കാനും അവർക്കു സാധിച്ചു. മറ്റൊരു വിധം ആരോഗ്യപ്രശ്നങ്ങളും അവരെ അലട്ടിയിരുന്നില്ല. അവരുടെ പിടിവാശിയും ആജ്ഞാപിക്കുന്ന സ്വഭാവപ്രകൃതവും കാരണം മക്കളോ പേരക്കുട്ടികളോ നാലുകെട്ടു പൊളിച്ചു മാറ്റിയില്ല. അവർക്കെല്ലാം സ്വന്തമായി വീടുകൾ ഉണ്ടായിരുന്നതുകൊണ്ട് കിഴവിക്കാകുമെങ്കിൽ പഴയ ജാതിമേന്മ ഉയർത്തുന്ന ഒരടയാളമായി അതങ്ങനെ നിൽക്കട്ടെയെന്നും അവർ കരുതിക്കാണണം.

ഇളയച്ഛനും കുടുംബവും തൊട്ടടുത്ത വീട്ടിൽ താമസിച്ചു. വൃദ്ധ മരിച്ചാൽ ഇത്രകാലവും അവരെ നോക്കുകയും കൂടെ താമസിപ്പിക്കുകയും ചെയ്തതുകൊണ്ട് വീടും പറമ്പും സ്വന്തമായി കിട്ടും എന്ന് മുൻകൂട്ടിക്കണ്ട് അവർ അവരുടെ ആവശ്യങ്ങൾക്കനുസരിച്ച് പലചരക്കു സാധനങ്ങളെത്തിച്ചും അതിൽനിന്നും തങ്ങളുടെ വീട്ടിലേക്ക് പലതും കൊണ്ടുപോയും ഇടയ്ക്കൊക്കെ അവിടം സന്ദർശിച്ചു.

ആ സ്ത്രീ അധികമാരോടും സംസാരിക്കുകയോ ചിരിക്കുകയോ ചെയ്തില്ല. പടുവൃദ്ധയായിട്ടും പൂർണമായും നരയ്ക്കാത്ത, നീണ്ട കാച്ചിയ എണ്ണ മണക്കുന്ന തലമുടി നേരമെടുത്ത് അവർ ചീകി ക്കെട്ടി. വിസ്തരിച്ചുള്ള കുളിയും മുടിചീകിക്കെട്ടലും കഴിഞ്ഞ് നടു മുറ്റത്തുനിന്നും തലേന്നത്തെ രാത്രിമഴയിൽ നനഞ്ഞ തുളസിക്കതിര് ശ്രദ്ധയോടെ ഒടിച്ച് ചെറിയൊരു കിതപ്പോടെ അവർ ചിത്രത്തൂണു കളിൽ പിടിച്ച് ഉമ്മറത്തെ ഇരുത്തിത്തറയിൽ വന്നിരിക്കും.

ഏകാന്തവും ഇരുണ്ടതുമായ ഉള്ളറകളോടും ചിലന്തിവലകൾ നിറഞ്ഞ കെട്ടിടങ്ങളോടും ഓർമ്മകളുടെ വലക്കണ്ണികളിൽ കുരു ങ്ങിയ ഇരയെപ്പോലെ വിദൂരത്തിലേക്കു നോട്ടമയക്കുന്ന വൃദ്ധ രോടും എനിക്കെന്നും ഭ്രമമായിരുന്നു. അവരോട് അടുത്തിടപഴ കാൻ ഞാൻ ആഗ്രഹിച്ചിരുന്നു. അവരുടെ കൂടെ കുറച്ചു ദിവസം താമസിക്കുന്നുണ്ടോയെന്ന് ഇളയച്ഛന്റെ മകൾ തമാശയായി ചോദിച്ച പ്പോൾതൊട്ട് തോന്നിയതാണ് എന്തുകൊണ്ടവിടെ താമസിച്ചു കൂടെന്ന തോന്നൽ. പൊളിഞ്ഞുവീഴും മുൻപേ ആ കെട്ടിടത്തിന്റെ കൽപ്പണികൾക്കും ചിത്രത്തൂണുകൾക്കും കിളിവാതിലിനും ചിലന്തി വലയിൽ തീർത്ത ഒരുപിടി ഓർമ്മകൾ കൈമാറാനുണ്ടെങ്കിൽ...

അവൾ പറഞ്ഞു: “ആ വയസ്സത്തിക്ക് പ്രാന്താണ്. പുതിയ മോഡ ലിൽ ഒരു നാലുകെട്ടുണ്ടാക്കാന്ന് അച്ഛൻ പറഞ്ഞിട്ടൊന്നും കേട്ടില്ല.”

എനിക്കവിടെ താമസിക്കണമെന്ന് പറഞ്ഞപ്പോൾ അവൾ കളി യാക്കി. പിന്നെ അതിശയത്തോടെ നോക്കി.

അവധിക്കാലത്ത് അവളുടെ വീട്ടിൽ ചെന്നതായിരുന്നു ഞാൻ. ഇളയച്ഛൻ വിലക്കിയില്ല.

“മുറ്റത്ത് തന്നെയല്ലേ. നീ പൊക്കോ. രാത്രിയെങ്ങാനും തിരിച്ചു പോരണമെന്ന് തോന്നിയാൽ വിളിച്ചാ മതി. ഓടിവരാനുള്ളതേ ഒള്ളൂ.”

അവർക്ക് രാത്രി കഴിക്കാനുള്ള ഭക്ഷണം എന്നും വൈകുന്നേരം അവിടെ എത്തിക്കുമായിരുന്നു. അന്ന് അവരത് എന്റെ കൈയിൽ തന്നു വിട്ടു. കസിൻ അകത്തെവിടെയോ ആയിരുന്നു. അവളെ വിളി ക്കാൻ നിന്നില്ല. നേരെ തറവാട്ടിലേക്ക് പോയി.

ഞാൻ ചോറു പാത്രവുമായി കയറിച്ചെന്നത് അവർ ശ്രദ്ധിച്ചില്ല. കോലായി അകത്തെ മരക്കസേരയിലിരുന്ന് അവർ നിലവിളക്കിന് തിരിയിടുകയും എണ്ണയൊഴിക്കുകയും ചെയ്തു. മുഴുവൻ ശ്രദ്ധയും അതിൽ മാത്രമായിരുന്നു. തീപ്പെട്ടിക്കൊള്ളി കൈയിലെടുത്ത് ശ്രദ്ധ യോടെ ഉരച്ചെങ്കിലും രണ്ടു തവണ അത് വഴുതിപ്പോയി.

“ഞാൻ കത്തിക്കാം വല്യമ്മേ.” ഞാൻ അവരുടെ കൈകളിൽ

നിന്നും തീപ്പെട്ടിക്കൊള്ളി വാങ്ങാൻ ശ്രമിച്ച് അവർക്കു ചെവി കേൾക്കില്ലെന്ന ധാരണകൊണ്ടോ എന്തോ കുറച്ചുറക്കെ പറഞ്ഞു.

"ആരാണ്?" തീപ്പെട്ടിക്കൂട് കൈകളിൽ മുറുക്കിപ്പിടിച്ച് പകുതി തിമിരം ഗ്രസിച്ച കണ്ണുകൾ ഉയർത്തിക്കൊണ്ട് വാർദ്ധക്യത്തിന്റെ പതർച്ചയില്ലാതെ അവർ ചോദിച്ചു.

ഞാൻ സ്വയം പരിചയപ്പെടുത്തി. അവർ അമർത്തിയൊന്ന് മൂളിക്കൊണ്ട് കൊള്ളിയുരസി. ഇത്തവണ അത് കത്തി. ശ്രദ്ധയോടെ ഓരോ തിരിയും കൊളുത്തി. ഓരോ അടിവെയ്പും സൂക്ഷിച്ച് ഇടതുകൈകൊണ്ട് വാതിൽപ്പടിയിൽ പിടിച്ച് 'ദീപം ദീപം' എന്നുരുവിട്ട് വലതുകൈകളിൽ മുറുക്കിപ്പിടിച്ച നിലവിളക്ക് കോലായിൽ വെച്ചു. കത്തുന്ന തിരിവെളിച്ചത്താൽ ചൂടായ എണ്ണയിൽ വിരലുതൊട്ട് തിരി നേരെയാക്കുകയും എണ്ണ മുടിയിൽത്തേക്കുകയും ചെയ്തു.

തുടർന്ന് ഇരുത്തിത്തറയിൽ കയറിയിരുന്ന് രണ്ട് പറമ്പുകൾ കഴിഞ്ഞ് തെളിഞ്ഞു തുടങ്ങിയ നഗരവിളക്കുകളിലേക്ക് നോക്കി. അവർ എന്തെങ്കിലും പ്രാർത്ഥിക്കുന്നതായോ ധ്യാനനിരതയായിരിക്കുന്നതായോ തോന്നിയില്ല. പത്തു മിനിറ്റോളം അനങ്ങാതെ അതേ ഇരിപ്പിരുന്നു, പിന്നെ എഴുന്നേറ്റ് കരിന്തിരി കത്താറായ നിലവിളക്ക് കോലായി അകത്തെ തട്ടിൽ കൊണ്ടു വെച്ച് തിരി എണ്ണയിലേക്ക് മുക്കി വെളിച്ചം കെടുത്തി. ചുമരിൽ പിടിച്ചുവന്ന് ഉമ്മറത്തെയും കോലായിഅകത്തേയും ലൈറ്റിട്ടു.

ഒരു ബലത്തിനെന്നോണം ഇടതുകൈ ചുമരിൽ പിടിച്ച് കോലായി അകത്തെ മേശക്കടുത്തേക്ക് നടന്നു. എന്തോ നോക്കിയിട്ട് കണ്ടില്ലെന്നും പിന്നെ അതിനെക്കുറിച്ച് ഓർമ്മ വന്നില്ലെന്നും തോന്നിക്കുന്ന ഭാവത്തിൽ അവർ എനിക്കു നേരെ തിരിഞ്ഞു.

"നീ എവിടെയാണ് പാത്രം വെച്ചത്?"

ഞാൻ ചോറുപാത്രം അവർ ഇരുന്നിരുന്ന ബെഞ്ചിലായിരുന്നു വെച്ചത്. അതെടുത്തു കൊടുത്തപ്പോൾ 'നീ കഴിച്ചില്ലേ' എന്ന് തിരക്കി. ഇളയച്ഛന്റെ വീട്ടിൽനിന്നും കഴിച്ചതാണെന്ന് ഞാൻ പറഞ്ഞു.

ചോറും തൈരും ചമ്മന്തിയും ചെറുതായി അരിഞ്ഞ മാങ്ങ അച്ചാറുമായിരുന്നു അവരുടെ പാത്രത്തിലുണ്ടായിരുന്നത്. നേരമെടുത്തു കഴിച്ചുകൊണ്ടിരിക്കെ "നീ പോകുന്നില്ലേ, സന്ധ്യയായി" എന്നു ചോദിച്ചു. ഞാൻ അവരോടൊത്ത് താമസിക്കാൻ ചെന്നതാണെന്നറിഞ്ഞപ്പോൾ വിശ്വാസം വരാത്ത മാതിരി പാതി മൂടിയ കണ്ണുകളുയർത്തി എന്റെ മുഖത്തേക്ക് നോക്കി.

അന്നു രാത്രി ഞാനവരുടെ വർഷങ്ങൾ പഴക്കമുള്ള പിലാത്തടി കൊണ്ടു തീർത്ത കട്ടിലിൽ കിടന്നു. പടിഞ്ഞാറ്റയിലായിരുന്നു

ഞങ്ങൾ കിടന്നത്. പിച്ചളകൊണ്ട് മോടി പിടിപ്പിച്ച തന്റെ ഇരുമ്പു പെട്ടി തുറന്ന് അവർ ഒരു കട്ടിയുള്ള പുതപ്പ് എനിക്കെടുത്തു തന്നു. തലയിൽ തിരുമ്മാൻ ഉപയോഗിച്ചു കാണാറുള്ള ചില ആയുർവേദ പൊടികളുടേതുപോലെ രൂക്ഷവും മനസ്സിനെ ശാന്തമാക്കുന്നതു മായ ഒരു ഗന്ധം അതിനുണ്ടെന്ന് തോന്നി. പഴമയുടെ ചിലന്തിവല യ്ക്കുള്ളിൽ എവിടെയെങ്കിലും അത് കൊളുത്തിപ്പിടിച്ചിട്ടുണ്ടാകും എന്ന് ഞാൻ ആലോചിച്ചു.

വിളക്ക് കെടുത്തിയത് അവരായിരുന്നു. തൊട്ടടുത്ത് കിടന്നിട്ടും അവർ ഒന്നും സംസാരിച്ചില്ല. പ്രായം ചെന്ന, നരച്ച മുടികളുള്ള ഒരു പ്രേതത്തെപ്പോലെ ഏകാന്തതയും പഴമയും കട്ടിയുള്ള പുത പ്പിന്റെ രൂക്ഷവും പെട്ടെന്ന് മയക്കം വരുത്തുന്നതുമായ ഗന്ധം നാലു കെട്ടിന്റെ ഓരോ കോണിലുമുണ്ടെന്ന് തോന്നി. പാക്കിൻമച്ചിനും പിലാത്തടി കൊണ്ടു പണിത കട്ടിലിനുമിടയിൽ എനിക്ക് ഗാഢ മായ ഒരു മയക്കം കിട്ടി. സാധാരണപോലെ തിരിഞ്ഞുമറിഞ്ഞു കിടക്കുകയോ മൂത്രമൊഴിക്കാൻ തോന്നുകയോ ചെയ്തില്ല.

പതിവിനു വിപരീതമായി ഏറെ നാളുകൾക്കു ശേഷം ഞാനന്ന് ശാന്തമായ ജലാശയം പെട്ടെന്ന് കലങ്ങുകയും നേരമെടുത്ത് വീണ്ടും പഴയപടിയാകുന്നതുമായ സ്വപ്നം കണ്ടു. നീന്തികൊണ്ടിരുന്ന മീനു കളും പാമ്പുകളും തങ്ങളുടെ വെളുത്ത ഉദരം മുകളിലാക്കി ചത്തു മലയ്ക്കുന്നതും വീണ്ടും പൂർവസ്ഥിതിയിലാവുന്നതും കണ്ടു. ആമ്പൽപ്പൂക്കളെ പായൽക്കൂട്ടം മറയ്ക്കുകയും വജ്രസൂചി പോലെ കടന്നെത്തിയ സൂര്യവെളിച്ചത്തിൽ അവ തിളങ്ങുകയും ചെയ്തു.

പെട്ടെന്ന് ജലാശയത്തിന് ചുറ്റും ഇരുട്ട് കനക്കുകയും ഇടിവെട്ടി മഴ പെയ്ത് വെള്ളം കയറുകയും ചെയ്തു. ഉഗ്രനൊരിടിവാൾ പായലിനെയും വെള്ളത്തെയും പിളർത്തുകയും ഭൂമി കുലുങ്ങു കയും ശവങ്ങൾ അന്തരീക്ഷത്തിലൂടെ ജലാശയത്തിലേക്ക് എറിയ പ്പെടുകയും അത് കരകവിഞ്ഞൊഴുകി കടലിനോടും പുഴയോടും ചേരുകയും നഗരം തുടകൾക്കു കീഴെയാകുകയും ചെയ്തു. വന്മര ങ്ങളും കെട്ടിടങ്ങളും നഗരവിളക്കുകളും നാഷണൽ പെർമിറ്റഡ് ലോറികളും കറന്റു കമ്പിയും സൈക്കിളുകളും പ്രളയജലത്തിലൂടെ യൊഴുകി. കറന്റടിച്ച് വെള്ളത്തിൽ മാടുകളും മനുഷ്യനും പിടഞ്ഞു.

വർഷങ്ങൾക്കു മുൻപ് വെട്ടിവീഴ്ത്തപ്പെട്ട കാട്ടുമരങ്ങൾ ഒരത്ഭുതം കണക്ക് പകുതി ഭാഗം മാത്രം പ്രളയജലത്തിൽ മുങ്ങി ശേഷിച്ച ഭാഗം ഒട്ടും നനയാതെ ഒഴുകി. മഴയത്തുപോലും അവ നനഞ്ഞില്ല. ചങ്ങാടംപോലെ കാട്ടുമരങ്ങൾ പകുതി വെള്ളത്തിലും പകുതി നന യാതെയും ഒഴുകി. അവയ്ക്കു മീതെ രണ്ടു പ്രണയികൾ ചുംബിച്ചു കൊണ്ടിരുന്നു. അവരുടെ നിഴലുകൾ പർവ്വതങ്ങളിൽ പതിഞ്ഞു.

പെട്ടെന്ന്, അത് മറ്റൊരു കാഴ്ചയിലേക്ക് നീങ്ങി. കടൽത്തിരകൾക്കു മധ്യേ കരിങ്കൽക്കെട്ടിനു മീതെ ചേർത്തു നിർത്തി ആരോ എന്നെ ചുംബിക്കുന്നതായി തോന്നി. ഞെട്ടിയുണരുകയോ പരിഭ്രമിക്കുകയോ ചെയ്തില്ല. പുതിയ ദൃശ്യങ്ങൾ പലതും വന്നുപൊയ്ക്കൊണ്ടിരിക്കുന്നു.

സ്വപ്നത്തിൽ ഞാൻ ആ വൃദ്ധയെ നടുമുറ്റത്തിന്റെ വരാന്തയിലുള്ള കോണിപ്പടിയിലൂടെ രണ്ടാംനിലയിലേക്ക് കൈ പിടിച്ചു കയറ്റുന്നതു കണ്ടു. വലതു കൈ എന്റെ കൈകളിലും ഇടതുകൈ കോണിയുടെ കൈത്തണ്ടിലും പിടിച്ച് സൂക്ഷിച്ചുള്ള അടിവെപ്പുകളോടെ അവർ മുകൾനിലയിലെത്തി. പിച്ചളത്താഴിട്ട വാതിലുകൾ തുറന്ന് പഴമയുടെയും ഏകാന്തതയുടെയും പ്രായം ചെന്നതും നരച്ചതുമായ സാമീപ്യത്തിൽ ഇരുമ്പുപെട്ടികളുടെയും പൊടിപിടിച്ച മരയലമാരയുടെയും ഉള്ളു കണ്ടു. ഇരുമ്പുപെട്ടികളിലൊന്നിൽ ഒരു നീളൻ മയിൽപ്പീലി കണ്ടു. പീലികൾ പലയിടത്തും കൊഴിഞ്ഞു പോയത്. അതെടുത്തുയർത്തി പീലികൾക്കിടയിലൂടെ നോക്കി. വിദൂരതയിലേക്കു നോക്കുമായിരുന്ന മങ്ങിയ കണ്ണുകൾക്കു പകരം വൃദ്ധയുടെ നോട്ടം വിസ്മയം കലർന്നതായി. കണ്ണുകൾ ഇരുട്ടിൽ മൃഗങ്ങളുടേതെന്ന പോലെ തിളങ്ങി. അവർ ഇമവെട്ടിയില്ല. നോട്ടം ഓർമ്മകളിലെവിടെയോ ഉടക്കിപ്പോയി. ഒരു പുരുഷന്റെ അരയ്ക്കു ചുറ്റും മയിൽപ്പീലി കിളിർക്കുന്നത് ഞാൻ കണ്ടു.

മഴ പെയ്തത് ഞാനറിഞ്ഞില്ല. എങ്കിലും കാറ്റിൽ നാലുകെട്ടിന്റെ ജനാലപ്പോളകൾ തുറന്നടയുന്ന ശബ്ദം എനിക്ക് കേൾക്കാമായിരുന്നു. രാവിലെയുണർന്നപ്പോൾ പടിഞ്ഞാറ്റയുടെ വാതിലും ജനലും തുറന്നിട്ടിരുന്നു. ഉമ്മറപ്പടിയിലേക്ക് ഓടിനുമുകളിലൂടെ ഒരു നിമിഷത്തിന്റെ ഇടവേളയിൽ തലേന്നത്തെ മഴവെള്ളം തുള്ളിയായി ഇറ്റു വീണു. വൃദ്ധ എനിക്കു മുൻപെ എഴുന്നേറ്റു പോയിരുന്നു. അവർ നടുമുറ്റത്തിരുന്ന് കാച്ചിയ എണ്ണ മുടിയിൽ തേച്ചു പിടിപ്പിക്കുകയായിരുന്നു. അതും നോക്കി കുറച്ചു നേരം നിന്നു. അവർ കുളിമുറിയിലേക്ക് കയറിയപ്പോഴേക്കും ഇളയമ്മ വന്നിരുന്നു.

പ്രാതൽ മേശപ്പുറത്തു വെച്ചുകൊണ്ട് ഇളയമ്മ തിരക്കി: "ഒറക്കം കിട്ടിയോ ഇന്നലെ? നീ കഴിക്കാൻ അങ്ങോട്ട് വരുന്നുണ്ടോ? ഓ... നീ അവിടേക്ക് തന്നെ വാ. നിനക്കു കഴിക്കാനുള്ളത് ഞാനെടുത്തില്ല."

ഞാൻ ഇളയമ്മയ്ക്കൊപ്പം പോയി ഭക്ഷണം കഴിച്ചു. തലേന്ന് നാലുകെട്ടിൽ താമസിച്ചതിനെപ്പറ്റി അവിടെ പേടിയാകില്ലേ എന്ന് കസിൻ തിരക്കി. അവൾക്ക് ആ വൃദ്ധയെപ്പറ്റി നല്ല അഭിപ്രായമോ

അവരോട് തരിമ്പും സ്നേഹവുമോ ഇല്ലായിരുന്നു. അവളുടെ കാഴ്ച യിൽ ആ സ്ത്രീ പിടിവാശിക്കാരിയും ഒരധികപ്പറ്റുമായിരുന്നു. അവൾ നാലുകെട്ടിലേക്ക് ഭക്ഷണം കൊണ്ടു ചെല്ലാൻപോലും പോകാറി ല്ലായിരുന്നു.

പ്രാതൽ കഴിച്ചുകൊണ്ടിരിക്കെ വിലക്കപ്പെട്ട ഏതോ പരദൂഷണം പറയുന്നുവെന്ന സ്വയംബോധത്തോടെയും മുൻകരുതലോടെയും പതിഞ്ഞ ശബ്ദത്തിൽ അവൾ പറഞ്ഞു: "ആ വയസ്സത്തി പെഴയാ യിരുന്നു. പക്ഷേ കണ്ടാത്തോന്നൂല്ല. ആഢ്യത്വത്തിന് എന്നിട്ടും ഒരു കൊറവൂല്ല."

എനിക്കൊന്നും മനസിലായില്ല. അവൾ കൂടുതൽ മുൻകരുത ലോടെ അവരെപ്പറ്റി പറഞ്ഞു. ഭർത്താവ് ജീവിച്ചിരിക്കെ ഒരു തീയ്യ നുമായി അവർക്ക് പ്രേമമായിരുന്നുവെന്നും അവരും ഭർത്താവും അവസാനകാലത്ത് ശത്രുക്കളെപ്പോലെയായിരുന്നുവെന്നും അവൾ പറഞ്ഞു. അനുബന്ധമെന്നോണം ഇതൊക്കെ ബന്ധുക്കൾ പറ ഞ്ഞാണ് താനറിഞ്ഞതെന്നും കൂട്ടിച്ചേർത്തു.

"ഭർത്താവ് ചോയ്ച്ചപ്പോ വയസ്സത്തി പറയുവാ ഇങ്ങൾ അലക്കു കാരികൾടേം അടിച്ചുതളിക്കാരികൾടേം ഒക്കെയൊപ്പരം കെടന്നപ്പോ പോവാത്ത എന്താണ് അവർക്ക് പൊഴിഞ്ഞുപോയതെന്ന്. പഴയ ഫെമിനിച്ചിയായിരുന്നു." അവൾ വാഷ്ബേസിനരികിൽ തൂക്കിയിട്ട ടവലിൽ ചുണ്ടും കൈയും തുടച്ചു. അതിശയത്തോടെ ഞാൻ അവളെ കേട്ടുനിന്നു.

കസിൻ പറഞ്ഞതൊക്കെ മനസ്സിലിട്ട് തിരിച്ചും മറിച്ചും ആലോ ചിച്ചും അവയ്ക്കനുബന്ധിച്ച് ചിത്രങ്ങൾ വരച്ചും ആരോടും പറ യാതെ ഞാൻ നേരെ നാലുകെട്ടിലേക്ക് ഓടിച്ചെന്നു. കോണിപ്പടി ചവിട്ടിക്കയറി പിച്ചളത്താഴിട്ട പൂട്ടുതുറന്ന് രണ്ടാം നിലയുടെ അക മുറികളിൽ കയറണമെന്നും തലേന്ന് സ്വപ്നം കണ്ട മയിൽപ്പീലി തിരയണമെന്നും കരുതി.

അവർ തലേന്നത്തെ മഴയിൽ നനഞ്ഞ നടുമുറ്റത്തെ മരക്കസേര യിലിരുന്ന് ഈർമ്മൻമുടി ചീകിയൊതുക്കുകയായിരുന്നു. പകുതി പോലും നരയ്ക്കാതെ സമൃദ്ധമായിരുന്നു ആ പ്രായത്തിലും അവ രുടെ ചികുരഭാരം. അവർ എന്നെ കണ്ടതായി എനിക്കു തോന്നി യിരുന്നില്ല. ഞാൻ ചിത്രത്തൂണു ചാരി വരാന്തയിലായിരുന്നു നിന്നത്.

മുടി ചീകിക്കൊണ്ടുതന്നെ അവർ ചോദിച്ചു: "ചായ കുടിച്ചോ?" ഇവർക്കിപ്പോഴും നല്ല കാഴ്ചയും ശ്രദ്ധയും ഉണ്ടല്ലോ എന്ന വിസ്മയ ത്തോടെ ഞാൻ അതെയെന്നു പറഞ്ഞു. അവർ മുടി ചീകിക്കഴിഞ്ഞ്

മരക്കസേരയിൽനിന്നും ശ്രദ്ധയോടെ എഴുന്നേറ്റപ്പോൾ ഞാൻ നടുമുറ്റത്തുനിന്നും തുളസിക്കതിരു ഞൊടിച്ച് മുടികളിൽ തിരുകിക്കൊടുത്തു. മുടിയിലൂടെ പരതിക്കൊണ്ട് അതവിടെത്തന്നെ ഉണ്ടെന്ന് ഉറപ്പുവരുത്തിയിട്ടെന്നവണ്ണം ചെറുതായൊന്നു ചിരിച്ചു. ആ ചിരി തുടർന്ന് പഴയപോലെ പ്രതികരണം അമർത്തിമൂളലിലൊതുക്കാതെ സംസാരിക്കുന്നതിന്റെ ശുഭസൂചനയാണെന്ന് ഞാൻ കരുതി. അങ്ങനെ പ്രായം ചെന്നതും നരച്ചതുമായ പഴമയുടെയും ഏകാന്തതയുടെയും ചിലന്തിവലരഹസ്യവും അരയിൽ മയിൽപ്പീലി കിളിർക്കുന്ന പുരുഷന്റെ അവ്യക്തമായ ചിത്രത്തിന് തെളിമയും കൈവരുമെന്ന് ഞാൻ പ്രതീക്ഷിച്ചു.

അതു ശരിയുമായിരുന്നു. തുടർന്ന് ഞാൻ എന്ന മറ്റൊരാൾ അവിടെയുണ്ടെന്നത് ഏകാന്തദിനങ്ങൾക്കൊരു താൽക്കാലിക വിരാമമാണെന്ന് അവർ മനസ്സിലാക്കിയതായി തോന്നി. അവർ കൂടുതലായി ചിരിക്കുകയും കുറച്ചു വാക്കുകൾ സംസാരിക്കുകയും ചെയ്തു. എനിക്കവരെ എങ്ങനെയെങ്കിലും മുകൾനിലയിലേക്ക് കൊണ്ടുപോകണമെന്നേ ഉണ്ടായിരുന്നുള്ളൂ.

പ്രാതൽ കഴിഞ്ഞശേഷം പിച്ചളക്കൊത്തുപണിയുള്ള മുറുക്കാൻ പെട്ടിയിൽനിന്നും വെറ്റിലയെടുത്ത് അതിൽ നൂറും തേച്ച് അവർ ഉമ്മറത്ത് ഇരുത്തിയിലിരുന്നു. കൊത്തുപണിയിൽ കൗതുകം തോന്നി ഞാൻ മുറുക്കാൻപെട്ടി ഇരുത്തിയിൽ നിന്നുമെടുത്തു. അത് മടിയിൽ വെച്ച് വെറുതെ വെറ്റിലകൾ എണ്ണിക്കൊണ്ടിരുന്നു. അതിനുള്ളിൽ ചെറിയ മറ്റൊരു കള്ളിയുണ്ടെന്ന് അപ്പോൾ ശ്രദ്ധയിൽപ്പെട്ടു. ഞാൻ അത് തുറന്നു.

വൃദ്ധ തിരക്കു പിടിച്ചു തുടങ്ങിയ നഗരത്തിലേക്കും കൂറ്റൻ കെട്ടിടങ്ങൾക്കിടയിൽ എവിടേക്കുമോ വിദൂരതയിലേക്കു തുറിച്ചുനോക്കുകയും പശു സാവധാനം തേട്ടിയരയ്ക്കുന്നതിനെ ഓർമ്മിപ്പിക്കുന്നവണ്ണം മുറുക്കുകയും ചെയ്തു. അവർ ഞാൻ മുറുക്കാൻപെട്ടിയെടുത്തതോ ആ കള്ളിതുറന്നതോ കണ്ടില്ല. അരുതാത്തതെന്തോ ചെയ്യുന്നതായി ഒരുൾവിളിയുണ്ടായെങ്കിലും കൗതുകത്തോടെ ഞാനത് തുറന്നു. അതിനുള്ളിൽ ചില ഫോട്ടോഗ്രാഫ്സ് അടുക്കിവച്ചിരിക്കുന്നു. അവ വലിയ കള്ളിയിലെ വെറ്റിലകൾക്ക് മുകളിലേക്ക് കൊണ്ടുവന്ന് ഒന്ന് പാളിനോക്കി. എല്ലാം ഒരു പുരുഷന്റെ ചിത്രങ്ങളായിരുന്നു. എല്ലാത്തിലും കഥകളിക്കു സമാനമായ ഒരു വേഷം കെട്ടി അരയിൽ മയിൽപ്പീലി തൂക്കി അയാൾ നൃത്തം ചെയ്തു. ഭയത്തോടെയും അരുതാത്തതെന്തോ കണ്ടതിന്റെ കൈവിറയലോടെയും ചെറിയ കള്ളിയിലേക്ക് ഫോട്ടോഗ്രാഫ്സ് തിരികെ വെച്ച്

മുറുക്കാൻപെട്ടി ഇരുത്തിയിൽ വൃദ്ധയ്ക്കരികിലേക്ക് നീക്കി. അവർ അത് ശ്രദ്ധിച്ചില്ല.

ആ ചിത്രങ്ങൾ ആരുടേതായിരിക്കുമെന്നറിയാനുള്ള ജിജ്ഞാസ നാലുകെട്ടിൽ നിൽക്കാനുള്ള എന്റെ താൽപര്യത്തെ ഉത്തേജിപ്പിച്ചു.

അവർ മുറുക്കാൻപെട്ടി പടിഞ്ഞാറ്റയിൽ കട്ടിലിനു കീഴിൽ കൊണ്ടുവെച്ച് നടുമുറ്റത്തിറങ്ങി മരക്കസേരയിലിരുന്ന് വെയിലു കൊണ്ടു. നടുമുറ്റത്തിനടുത്ത് വരാന്തയിൽനിന്ന് ഞാൻ പടിഞ്ഞാറ്റയിലേക്ക് വലിഞ്ഞു. പടിഞ്ഞാറ്റയിലെത്തിയ ഉടനെ മുറുക്കാൻപെട്ടി തുറന്ന് വർദ്ധിച്ച ആവേശത്തോടെ ഫോട്ടോഗ്രാഫ്സിലേക്ക് നോക്കി. ആറു കളർഫോട്ടോകൾ ആയിരുന്നു അവ, മിക്കയിടത്തും പാടുകൾ വീണിരുന്നെങ്കിലും ചിത്രങ്ങൾ വ്യക്തമായിരുന്നു. കഥകളിക്കു സമാനമായ വസ്ത്രം ധരിച്ച ഒരു പുരുഷൻ, അയാൾ മഞ്ഞയും ചുവപ്പും പട്ടു കെട്ടിയിരിക്കുന്നു. കണ്ണുകളിൽ കരിയെഴുതുകയും ചുണ്ടുകൾ ചുവപ്പിക്കുകയും ചെയ്തിരിക്കുന്നു. നീണ്ട മുടി, തലയിൽ കിരീടംപോലെ എന്തോ. അരയിൽ മയിൽപ്പീലികൾ തൂക്കിയിട്ടിരിക്കുന്നു. കഴുത്തിലൂടെ വെളുത്ത ഒരു വേഷ്ടി. കൈകളിൽ ചുവന്ന ഒരു ദണ്ഡ് പിടിച്ചിരിക്കുന്നു. അയാൾ നൃത്തം ചെയ്യുന്നതിന്റെ ആറു ചിത്രങ്ങൾ, ആറിലും അയാൾക്കു പിറകിൽ ഉയരുന്ന ചെണ്ടക്കോലിന്റെയും ഇലത്താളത്തിന്റെയും ഭാഗികമായ ചിത്രങ്ങൾ. അയാൾക്കു പിറകിൽ നിറഞ്ഞ ഇരുട്ട്.

വൃദ്ധ പെട്ടെന്ന് മുറിയിലേക്ക് കടന്നുവരുമോ എന്ന പേടി കൂടിക്കൂടി വന്നതുകൊണ്ട് തിരക്കിട്ട് നോക്കിത്തീർത്ത് ഫോട്ടോഗ്രാഫ്സ് തിരികെ വെച്ച് മുറുക്കാൻപെട്ടി കട്ടിലിനടിയിലേക്ക് തള്ളിനീക്കി. ഞാൻ എനിക്കു തന്നെ കൃത്യമായി പിടികിട്ടാത്ത എന്തോ ആലോചനയിലാണ്ട് കട്ടിലിലിരുന്ന് കാലാട്ടിക്കൊണ്ടിരുന്നു. പെട്ടെന്ന് മരക്കോവണിയുടെയും പിച്ചളത്താഴിട്ട വാതിലു മലർക്കെ തുറന്നു കയറുന്ന മുകൾനിലയിലെ മുറിയുടെയും ഓർമ്മ വന്നു. ഞാൻ നടുമുറ്റത്തെ വരാന്തയിലേക്കോടിച്ചെന്നു.

മരക്കോവണിക്ക് ചിതലു പിടിച്ചിരുന്നു. കാലങ്ങളായി അത് അടിച്ചുവൃത്തിയാക്കിയിട്ടില്ലെന്ന് മനസ്സിലായി. വരാന്തയിൽ നിന്നു നോക്കിയാൽ മുകൾനിലയിലെ കോണിവാതിൽ അടച്ചിട്ടതു കാണാം. വൃദ്ധ വെയിലു കാഞ്ഞു കഴിഞ്ഞ ശേഷം വരാന്തയിലേക്ക് നടന്നുവന്നു. നേരമെടുത്ത് ചിത്രത്തൂണ് പിടിച്ച് അവർ വരാന്തയിലേക്കു കയറിയപ്പോൾ എന്തും വരട്ടെയെന്ന് കരുതി ഞാൻ ചോദിച്ചു.

“മുകളിലത്തെ നിലയിൽ കയറി ഞാനൊന്ന് അവിടം കണ്ടോട്ടെ? ഇത്രയും പഴക്കമുള്ള വീട് ഞാനിതുവരെ കണ്ടിട്ടില്ല.”

ചിതലു പിടിച്ച മരക്കോവണിയിലേക്കും അടഞ്ഞ കോണി വാതിലിലേക്കും നോക്കി വെയിലത്തുനിന്ന് വരാന്തയിലേക്കു കയറിയതിന്റെ ക്ഷീണത്തോടെയും കാഴ്ച പിടിക്കാത്തതും സ്വതേ മങ്ങിയതുമായ നോട്ടത്തോടെയും അവർ പറഞ്ഞു: "അതൊക്കെ ചെതലു പിടിച്ചു കെടക്കാ. പാമ്പും പഴുതാരെമൊക്കെണ്ടാകും ചെലപ്പോ മൊകളിൽ."

അവർ മുടക്കം പറഞ്ഞില്ലെന്നത് പ്രതീക്ഷയ്ക്ക് വകയായിരുന്നു. അത് ഞാൻ അടിച്ചു വൃത്തിയാക്കിക്കോളാം എന്നു പറഞ്ഞു. പറഞ്ഞയുടനെ വരാന്തയുടെ മൂലയിൽ ചാരിവെച്ച അധികമൊന്നും ഉപയോഗിച്ചിട്ടില്ലാത്ത വൃത്തിയുള്ള ഒരു കുറ്റിച്ചൂലെടുത്ത് ചിതലു തട്ടാൻ തുടങ്ങി. കോണിപ്പടിയിലെ ചിതലു തട്ടി, മുകളിലത്തെ പടിയിലെത്തി നിന്ന് ശ്രദ്ധയോടെ മരക്കോവണി വാതിൽ മുകളിലേക്ക് തുറന്നു. ഒന്നാം നിലയ്ക്ക് സമാന്തരമായിട്ടായിരുന്നു കോണി വാതിൽ. മുകളിൽനിന്ന് പൊടിയോ മറ്റോ കണ്ണിലേക്ക് വീഴാതിരിക്കാൻ അടിച്ചു വൃത്തിയാക്കിയ താഴത്തെ പടികളിലേക്കു നോക്കി.

മുകൾനില ഒരിരുണ്ടമുറി പോലെ തോന്നിച്ചു. ഒന്നും കാണാനായില്ല. ഞാൻ മുകളിലേക്ക് കയറുമെന്നായപ്പോൾ വൃദ്ധ പറഞ്ഞു: "മൊകളീക്കേറീട്ട് കൊല്ലങ്ങൾ കഴിഞ്ഞു. കുട്ടിക്ക് അവിടെല്ലേടത്തും പിടിയുണ്ടാവില്ല. ഞാൻ കൂടെ വരാം. എന്നേം കൂടെ അങ്ങോട്ട് കയറ്റോ?' ആ ചോദ്യത്തിൽ എനിക്കത്ഭുതം തോന്നി. അതിന് ഒരപേക്ഷയുടെ ലാഞ്ഛനയുണ്ടായിരുന്നുവെന്ന് വിശ്വസിക്കാനായില്ല. കേട്ടത് മറ്റെന്തെങ്കിലുമായിരിക്കാം എന്ന് ഞാൻ കരുതി.

"എനിക്ക് ഒറ്റയ്ക്ക് കേറാൻ പറ്റില്ല." അവർ പറഞ്ഞു.

വൃദ്ധയ്ക്ക് മുകളിലേക്ക് കയറണമെന്ന് ആഗ്രഹമുള്ളതായി തോന്നി.

"ഞാൻ കൈ പിടിക്കാം."

താഴേക്കിറങ്ങിച്ചെന്ന് പതിയെ അവരുടെ ഇടതുകൈ മുറുകെപ്പിടിച്ചു. ഇടതുകൈ എന്റെ കൈയിലും വലംകൈ കോണിയുടെ കൈത്തണ്ടിലും പിടിച്ച് സൂക്ഷിച്ചുള്ള അടിവെയ്പുകളോടെ അവർ മുകൾനിലയിലേക്ക് കയറി. ഇരുട്ടിൽ എവിടെയാണ് നിൽക്കുന്നതെന്നതുപോലും അവ്യക്തമായി. അവർ പറഞ്ഞപ്പോൾ മുന്നോട്ട് നടന്ന് ചുമരിലൂടെ പരതി ജനലു തുറന്നിട്ടു. വെളിച്ചം വജ്രസൂചി പോലെ കണ്ണിലേക്കു തറഞ്ഞു. വൃദ്ധ ജനലരികിലുള്ള സ്വിച് ബോഡിൽ ശ്രദ്ധയോടെ നോക്കുകയും ലൈറ്റിടുകയും ചെയ്തു.

ഞാൻ ജനലുകൾ ഓരോന്നായി തുറന്നിട്ടു. മുറിയിൽ എല്ലേടത്തും ചിലന്തിവലകൾ നിറഞ്ഞിരുന്നു. അവ എനിക്ക് പ്രിയങ്കരമായി

തോന്നി. ഓടിനിടയിൽനിന്നും അരിപ്രാവുകൾ വെളിച്ചം വീണ മുറികളിലേക്ക് പകപ്പോടെ പാളിനോക്കി. പ്രാവുകളുടെ കാഷ്ഠം ഒലിച്ചിറങ്ങിയത് ചുമരിൽ കാണാമായിരുന്നു. ഓടുപാകിയ കഴുക്കോലുകളിൽ പലതിലും പകുതി മുറിഞ്ഞ കയറുകൾ ഉണ്ടായിരുന്നു. എനിക്ക് ഒരേ സമയം ജിജ്ഞാസയും പേടിയും തോന്നി. പ്രായം ചെന്നതും നരച്ചതുമായ പഴമയെയും ഏകാന്തതയെയും ഭ്രമിക്കുന്ന എന്നിലെ അപര ഉണർന്നു. പിച്ചളത്താഴിട്ട നടുമുറിയുടെ പൂട്ട് ശബ്ദമുണ്ടാക്കിക്കൊണ്ട് ഞാൻ വലിച്ചു തുറന്നു. ഭ്രമാത്മകമായ ഒരു സ്വപ്നാടനത്തിലാണ് ഞാനെന്ന് എനിക്കു തോന്നി.

മുറിയിൽ ഒരു മൂലയിൽ മരത്തിൽ കൊത്തുപണികൾ ചെയ്ത കട്ടിലും അതിനു കീഴിൽ പിച്ചളക്കലാവിരുതുള്ള ഇരുമ്പുപെട്ടികളും ഉണ്ടായിരുന്നു. കട്ടിലിനരികിലെ ചാരുകസേരയിൽ ആരോ ഇരിക്കുന്നുണ്ടെന്ന പ്രതീതി വരുത്തിക്കൊണ്ട് ചിലന്തിവല കെട്ടിയിരുന്നു. ചാരുകസേരയ്ക്ക് തൊട്ടുപിറകിൽ കണ്ണാടിയുള്ള വലിയൊരു മരയലമാരയുണ്ടായിരുന്നു. ജാലകം തുറന്നിട്ടപ്പോൾ വെളിച്ചം പൊടിപിടിച്ച കണ്ണാടിച്ചില്ലിൽ തട്ടി.

വൃദ്ധ ആ മുറിയിലെത്തിയിരുന്നില്ല. ഞാൻ മരയലമാര തുറന്നു. ഒരേസമയം ജനാലയ്ക്ക് അഭിമുഖമായി നിന്നതുകൊണ്ട് വെളിച്ചക്കുത്തിൽ കണ്ണടയുകയും അലമാരയ്ക്കുള്ളിലെ നിറപ്പകിട്ടുള്ള പട്ടുകൾ കണ്ട് വിസ്മയംകൊണ്ട് മിഴി വിടരുകയും ചെയ്തു. മുറുക്കാൻപെട്ടിയുടെ ചെറിയ കള്ളിയിൽ കണ്ട ഫോട്ടോകളിലേതുപോലെ ചുവപ്പും മഞ്ഞയും നിറമുള്ള പട്ടുകൾ അതിലുണ്ടായിരുന്നു. അതിനുള്ളിലെ ഇരുമ്പുപെട്ടി ശബ്ദമുണ്ടാക്കിക്കൊണ്ട് തുറന്നു. അതു തുറക്കാൻ പണിപ്പെട്ടു. തുറന്നപ്പോഴേക്കും വൃദ്ധ വാതിൽക്കലെത്തിയിരുന്നു. സൂര്യവെളിച്ചത്തിൽ തിളങ്ങുന്ന മിഴികളോടെ ഞാനവ കണ്ടു. ഭ്രമാത്മകമായ ഒരു സ്വപ്നത്തിലൂടെ കടന്നുപോകുന്ന പ്രതീതിയോടെ അതിൽ തൊട്ടു. തലേന്നു കണ്ട അതേ നീളൻ മയിൽപ്പീലി, പീലികൾ പലേടത്തും കൊഴിഞ്ഞുപോയത്. മിഴിഞ്ഞ കണ്ണുകളോടെ ഞാനത് വെളിച്ചക്കീറിൽ കാട്ടിക്കൊടുത്തു. സൂര്യവെളിച്ചത്തിന്റെ വജ്രസൂചികൾ തറഞ്ഞ് അവയ്ക്ക് ജീവൻ കൈക്കൊള്ളുമെന്നും അത് ഒരു പുരുഷന്റെ അരയിൽ കിളിർക്കുമെന്നും ഞാൻ കരുതി.

തിരിഞ്ഞപ്പോൾ വാതിൽപ്പടിയിൽ വൃദ്ധ നിൽക്കുന്നതു കണ്ടു. വിദൂരതയിലേക്ക് നോക്കുമായിരുന്ന മങ്ങിയ കണ്ണുകൾക്കപ്പുറം അവരുടെ നോട്ടം വിസ്മയം കലർന്നതായി. കണ്ണുകൾ ഇരുട്ടിൽ മൃഗങ്ങളുടേതെന്നപോലെ തിളങ്ങി. അവർ ഇമവെട്ടിയില്ല. അവരുടെ കൺപീലികളെയും മയിൽപ്പീലിയെയും സൂര്യകിരണങ്ങൾ തുളച്ചു.

എട്ടുകാലിവലകളും പൊടിയും പ്രാവിൻകാഷ്ഠവും അടിച്ചു വൃത്തിയാക്കിക്കൊണ്ടിരിക്കെ ഇളയമ്മ ചോറും കറികളുമായി കോലായിഅകത്തെത്തി. പടിഞ്ഞാറ്റയിലും നടുമുറ്റത്തും ആരെയും കാണാത്തതുകൊണ്ട് അവർ എന്നെ പേരെടുത്തു വിളിച്ചു. ഞങ്ങൾ മുകളിലാണെന്നറിഞ്ഞപ്പോൾ കോണിപ്പടി കയറിവന്ന് അരിശത്തോടെ എന്നോടു താഴെയിറങ്ങാൻ പറഞ്ഞു.

"ആരാ നിന്നോടിവിടെക്കേറാൻ പറഞ്ഞേ? പാമ്പും പഴുതാരേമൊക്കെള്ളതാ. എന്തേലും കുത്തീട്ട്ണ്ടെങ്കി പിന്നെ എന്റെ മേലാകും, എറങ്ങിക്കോ."

എട്ടുകാലിവല തട്ടുന്നതു മതിയാക്കി ഞാൻ ജനലുകളോരോന്നായി അടച്ചിട്ടു. വെളിച്ചക്കുത്തിന്റെ അവസാന വജ്രസൂചിയും പുറത്തായി. വൃദ്ധയുടെ കൈ മുറുകെപ്പിടിച്ച് താഴെയിറങ്ങി. കളിക്കിടയിൽ ആരോ ശകാരിച്ചതിനെത്തുടർന്ന് നിർത്തിപ്പോകേണ്ടി വരുന്ന ഒരു കുട്ടിയെപ്പോലെ അവരുടെ മുഖം ദയനീയമായി. അവരുടെ നെഞ്ചിടിപ്പ് കൂടുന്നതായി തോന്നി. കോണിപ്പടിയിറങ്ങുമ്പോഴും മുകളിലേക്കു തന്നെ നോക്കി. കോണിവാതിൽ നടുമുറ്റത്തെ വരാന്തയ്ക്ക് സമാന്തരമായി താഴ്ത്തിയടച്ചു. മുകളിൽ ഇരുട്ട് മാത്രമായി.

ചോറുകഴിക്കാൻ ഞാൻ ഇളയമ്മയുടെ വീട്ടിൽപ്പോയി. മുകൾനിലയിൽ കയറിയതിന് അവർ കണക്കില്ലാതെ ശകാരിച്ചു. പക്ഷേ എനിക്ക് എട്ടുകാലിവലകൾക്കും പ്രാവിൻകാഷ്ഠത്തിനുമിടയിൽ പഴമയുടെയും ഏകാന്തതയുടെയും നരച്ചതും പ്രായം ചെന്നതുമായി തങ്ങിനിന്ന മായികമായ ഒരു ഗന്ധത്തെക്കുറിച്ചു മാത്രമേ പറയാനുണ്ടായിരുന്നുള്ളൂ. അന്നേവരെ അനുഭവിക്കാത്ത വിചിത്രവും രൂക്ഷവും വിയർപ്പുകലർന്നതുമായ ഗന്ധം. ചിലപ്പോൾ വെളുത്തുള്ളിയുടെ മണമടിക്കുന്നതുപോലെ തോന്നി. ഇരുമ്പുപെട്ടിയിൽ കണ്ട നീളൻ മയിൽപ്പീലിയെക്കുറിച്ച് ഞാൻ പറഞ്ഞു. കുക്കറിൽ നിന്നും ബാക്കി വന്ന കറി ചെറിയൊരു പാത്രത്തിലേക്കൊഴിച്ചു വെച്ച് കുക്കർ കഴുകിക്കൊണ്ട് ഇളയമ്മ പറഞ്ഞു: "അതൊക്കെ വയസ്സത്തി പെറുക്കിവെച്ചതാകണം. കണ്ട തീയ്യന്റെ അരേന്ന് വീണത്.'

"തീയ്യന്റെ അരയോ?"

"ങ്ഹാ.' കുക്കർ അടുക്കളത്തട്ടിനു മുകളിലേക്ക് വെച്ച് അവർ പറഞ്ഞു: 'വയസ്സത്തി ഒരു തീയ്യനെ പ്രേമിച്ചതാ. അയാൾ മയിൽപ്പീലിയൊക്കെ അരയിൽത്തൂക്കി അമ്പലത്തിൽ നൃത്തം ചെയ്യുന്ന ഒരുത്തനായിരുന്നു. ഭർത്താവ് പ്രശ്നമാക്കിയിട്ടൊന്നും ഇവർക്കൊരു കുലുക്കോമില്ലാർന്നത്രേ..."

തട്ടിനു മുകളിലെ പാത്രങ്ങളൊക്കെ നേരെവെച്ച് അവർ തുടർന്നു: "അയാളുടെ കൂടെ നാട്ടിലൊക്കെ സർക്കീട്ടിനു പോയി നാണക്കേടാക്കിയപ്പം ഭർത്താവ് തൂങ്ങിച്ചത്തു, അയാളാകട്ടെ, പട്ടാളത്തിലും പോയി. പട്ടാളത്തിൽനിന്നും വരുന്ന വഴി കുടുംബക്കാര് തട്ടിക്കളഞ്ഞൂന്ന് ചെലര് പറയുന്നു. വയസ്സത്തി ഇപ്പോഴും അയാൾ വരുമെന്ന് കാത്തിരിക്കുവാ." മുകൾനിലയിലെ ഓടുപാകിയ കഴുക്കോലുകളിൽ തൂങ്ങിയ കയറുകളും നീളൻ മയിൽപ്പീലിയും ഒരേസമയം എന്റെ മനസ്സിൽ തലങ്ങുംവിലങ്ങും തെളിഞ്ഞു മറഞ്ഞു.

ഞാൻ അന്നും അവർക്കൊപ്പം പടിഞ്ഞാറ്റയിൽ കിടന്നു. അവരെ തീർത്തും മൂകയായി കാണപ്പെട്ടു. ഇരുട്ടിലേക്ക് ദയനീയമായി തുറിച്ചുനോക്കുന്നതായും. ഒരേസമയം മിഴികൾ നിസ്സഹായത നിഴലിക്കുന്നതും നോട്ടം ചടുലവുമായി. ലൈറ്റണച്ച് കിടന്നപ്പോഴേക്കും പുറത്ത് മഴ പെയ്തിരുന്നു. ജാലകം വലിച്ചടച്ചിട്ടും മുറിയിലേക്ക് സുഖകരമായ തണുപ്പും കാറ്റും കടന്നെത്തി. പുറത്ത് കാറ്റിൽപ്പെട്ട് മരക്കൊമ്പുകൾ നിലത്തു വീണു. മഴയ്ക്ക് രൗദ്രഭാവമുള്ളതായി തോന്നി. ആഭിചാരികയുടെ വശീകരണംപോലെ പൊടുന്നനെ ഉറക്കത്തിലേക്ക് വഴുതി, ആരോ മയക്കുന്നതായി തോന്നി. ബോധത്തിന്റെ കിളിവാതിലുകളെല്ലാമടച്ചിട്ടും ഗൂഢവും മായികവുമായ പലതും മനസ്സിന്റെ അകത്തളങ്ങളിലൂടെ കാറ്റുപോലെ കടന്നെത്തി.

ഓടുപാകിയ കഴുക്കോലുകളിൽ തൂങ്ങിയ കയറുകളും നീളൻ മയിൽപ്പീലിയും വൃദ്ധയുടെ കൺപീലിയും തുളച്ചു തിളങ്ങിയ വെളിച്ചത്തിന്റെ വജ്രസൂചിയും അടുക്കും ചിട്ടയുമില്ലാതെ കടന്നു വന്നു. അരയിൽ മയിൽപ്പീലി കിളിർത്ത ഒരു പുരുഷൻ ദേവീക്ഷേത്ര നടയിൽ നൃത്തം ചെയ്തു. അയാളുടെ പച്ചച്ചായം തേച്ച മുഖവും ചുവന്ന ചുണ്ടുകളും വിവിധങ്ങളായ ഭാവങ്ങൾ പേറി. കരിയെഴുതിയ കണ്ണുകൾ നിലവിളക്കിന്റെ നാളത്തോട് ചേർന്നുവരുന്നതായി തോന്നി. കറുത്തപശ്ചാത്തലത്തിൽ ആളുന്ന തിരിനാളത്തിനരികെ അയാളുടെ കണ്ണുകൾ നൃത്തം ചെയ്തു. ഇലത്താളത്തിന്റെയും തലച്ചെണ്ടയുടെയും ലോകത്തേക്ക് നിലവിളക്കിനടുത്തുനിന്ന് പെട്ടെന്നയാൾ തിരിച്ചു പോയി. അയാൾക്കു ചുറ്റും ആൾക്കൂട്ടം നിരന്നു. ഒരു സ്ത്രീ അയാളുടെ കരിയെഴുതിയ കണ്ണുകൾ വരയ്ക്കുന്ന ഭാവങ്ങൾക്ക് തന്റേതായ വ്യാഖ്യാനങ്ങൾ തീർത്തു. തനിക്കുവേണ്ടി അയാൾ ചുവടു വെക്കുന്നതായി അവൾക്കു തോന്നി, അരയിൽ കിളിർത്ത മയിൽപ്പീലികളിളകുമ്പോഴൊക്കെ അവ തന്റെ ശരീരത്തെ തലോടുന്നതായും. അയാൾ വരികൾക്കൊത്ത് ചുവടുവെച്ചു.

"ചാട്ടത്തിൽ പിഴച്ചീവണ്ണം വന്നു
കാട്ടിൽ പെട്ടുപോയോട്ടത്തിന്തകം

കൂട്ടരാരുമില്ലായ്കയോ അതോ
കൂട്ടുകാർ ത്യജിച്ചോ തന്തിക..."[1]

അയാളുടെ കണ്ണുകൾ വീണ്ടും കറുത്ത പശ്ചാത്തലത്തിൽ നില വിളക്കിന്റെ തിരിനാളത്തോടു ചേർന്നു വന്നു. ചുവടുകളുടെ ലോകത്തുനിന്നും അയാളെന്തിനെക്കുറിച്ചോ ഗാഢമായി ചിന്തി ക്കുന്നതായി തോന്നി. കണ്ണുകൾ ഏറെ നേരത്തേക്ക് അനങ്ങിയില്ല. വിളക്ക് കരിന്തിരി കെട്ടു. അയാളുടെ പച്ചച്ചായം തേച്ച മുഖം ഇരുട്ടി ലേക്കലിഞ്ഞു. വെളിച്ചം തെളിഞ്ഞപ്പോൾ അയാളുടെ മുഖത്തു നിന്നും പച്ചച്ചായം മാഞ്ഞുതുടങ്ങി. അരയിൽ മയിൽപ്പീലിക്കു പകരം പട്ടാളക്കാരന്റെ ബെൽറ്റും മഞ്ഞയും ചുവപ്പും കലർന്ന പട്ടും മറഞ്ഞ് പട്ടാള യൂണിഫോമും അയാൾക്ക് കൈവന്നു. വിദൂരതയിലേക്കു നോക്കി അയാൾ തോക്കിന്റെ ഉന്നം പിടിക്കുകയും പിന്നെ വെറുതെ കണ്ണുകൾ അടയ്ക്കുകയും ചെയ്തു. അയാളുടെ ശരീരം വെട്ടിമുറിക്ക പ്പെട്ടതായും ചോരയിൽ കുതിർന്ന് ത്രിവർണ്ണപതാക പുതപ്പിച്ച് പട്ടാളക്കാർ അത് ശവമഞ്ചത്തിലേറ്റി പോകുന്നതായും ഞാൻ കണ്ടു. പിന്നെയും നിലവിളക്കിനു മുന്നിൽ നൃത്തം ചെയ്യുന്ന അയാളി ലേക്കും അയാളിലേക്ക് കണ്ണിമയ്ക്കാതെ നോക്കിനിന്ന ആൾക്കൂട്ട ത്തിലെ സ്ത്രീയിലേക്കും കാഴ്ച തിരിച്ചെത്തി. പുറത്ത് മഴയ്ക്ക് ആക്കം കുറഞ്ഞു. തണുത്തൊരു കാറ്റ് ഗൂഢവും മായികവുമായ മനസ്സിന്റെ അകത്തളങ്ങളിലേക്ക് വീശി, ബോധത്തിന്റെ കിളവാതി ലുകൾ തുറന്നു.

വൃദ്ധ എഴുന്നേറ്റു പോയിരുന്നു. നടുമുറ്റത്തെ വരാന്തയിലേ ക്കിറങ്ങിയപ്പോൾ കുളികഴിഞ്ഞ് നീളൻ മുടി അഴിച്ചിട്ട് വെറുമൊരു തോർത്തുടുത്ത് വേഷ്ടികൊണ്ട് മാറുമറച്ച് അവർ കുളിമുറിയിൽ നിന്നുമിറങ്ങി വന്നു. ഏറെനേരം ഉറങ്ങിപ്പോയെന്ന് മനസ്സിലായി. ഓടിനു മുകളിലൂടെ തലേന്നത്തെ മഴത്തുള്ളി ഒരു നിമിഷത്തെ ഇടവേളയ്ക്ക് ശേഷം ഒറ്റയായി നടുമുറ്റത്തേക്ക് വീണുകൊണ്ടിരുന്നു. മഴയത്ത് മണ്ണ് ഇലകളിൽ തെറിച്ച തുളസി വെളിച്ചത്തിന് ആക്കം കൂടുന്തോറും കൂടുതൽ പച്ചച്ചു തോന്നി.

“എണീറ്റോ?” അവർ ചെറുചിരിയോടെ ചോദിച്ചു.

അതെയെന്ന് മൂളി.

---

1. കേരളത്തിലെ ഭഗവതിക്ഷേത്രങ്ങളിൽ അരങ്ങേറുന്ന കലാരൂപമാണ് ‘അർജ്ജുനനൃത്തം’. കഥകളിയിലെ ‘ഉടുത്തുകെട്ടി’നു സമാനമായി അര യ്ക്കു മീതെ മയിൽപ്പീലി ധരിച്ച് ചെയ്യുന്ന നൃത്തരൂപമായതുകൊണ്ട് ‘മയിൽ പ്പീലി തൂക്കം’ എന്നും അറിയപ്പെടുന്നു. വിൽക്കുറുപ്പ്, ഈഴവ ജാതികളിലെ പുരുഷന്മാരാണ് ഈ നൃത്തം ചെയ്യുക.

ഇളയമ്മ പ്രാതൽ എനിക്കു വേണ്ടിയും കൊണ്ടുവന്നിരുന്നു. ഉമിക്കരികൊണ്ട് പല്ലുതേച്ച് പ്രാതൽ കഴിച്ചു.

"ഇന്ന് മൊകളിലൊന്നും കേറീല്ലല്ലോ?" ഇളയമ്മ ചോദിച്ചു.

"ഇല്ല, ഇപ്പോ എണീറ്റതേ ഉള്ളൂ." ഞാൻ പറഞ്ഞു.

വെയിലു നന്നായി വീണു തുടങ്ങിയപ്പോൾ വൃദ്ധ നടുമുറ്റത്തേക്കിറങ്ങുകയും മുടി ചീകുകയും ചെയ്തു. വരാന്തയിലിരുന്ന് കൗതുകത്തോടെ ഞാൻ ചോദിച്ചു.

"നമുക്കിന്ന് അമ്പലത്തിപ്പോയാലോ?"

മുടി ചീകുന്നതു നിർത്തി ചീർപ്പ് തലയിൽത്തന്നെ വെച്ച് കൈ മുടികളിൽ നിന്നുമെടുക്കാതെ അവർ എന്നെ അതിശയത്തോടെ നോക്കി. എന്തു പറയുമെന്ന് കേൾക്കാൻ നിന്നില്ല. "ഞാൻ പോയി കുളിച്ചിട്ട് വരാം." അതും പറഞ്ഞ് ഇളയമ്മയുടെ വീട്ടിലേക്കോടി.

തലയിൽ വെള്ളം വീണപ്പോൾ നല്ല തണുപ്പു തോന്നി. തല തുവർത്തിക്കൊണ്ട് തലേന്ന് സ്വപ്നം കണ്ടതൊക്കെയും ഓർത്തെടുക്കാൻ ശ്രമിച്ചു. നിലവിളക്കിന്റെ തിരിക്കടുത്ത് കരിയെഴുതിയ കണ്ണുകൾ കറുത്ത പശ്ചാത്തലത്തിൽ വിവിധങ്ങളായ ഭാവങ്ങൾ കൈക്കൊള്ളുന്നത് ഓർത്തെടുക്കാൻ പലവുരു ശ്രമിച്ചിട്ടും നടന്നില്ല.

ഇളയമ്മ വീട്ടിലില്ലായിരുന്നു. അവധിക്കാലമായിരുന്നതിനാലും നല്ല മഴയത്ത് തണുപ്പുകൊണ്ടും കസിൻ കിടക്കയിൽ നിന്നെണീറ്റിരുന്നില്ല. അവളുടെ സ്കൂട്ടി പോർച്ചിൽ കിടക്കുന്നുണ്ടായിരുന്നു. അവളോട് പറയാതെ, പോകുന്നത് പറഞ്ഞാൽ വിലക്കുമെന്നും അതു കേൾക്കാൻ താൽപര്യമില്ലെന്നും തോന്നിയതുകൊണ്ട് അവളെ ഉണർത്തിയില്ല. സ്കൂട്ടിയുടെ ചാവി മേശപ്പുറത്തുണ്ടായിരുന്നു. ഇളയമ്മ കാണുകയും ശകാരിക്കുകയും ചെയ്യുമോ എന്ന നേരിയ ആശങ്കയോടെ സ്കൂട്ടി മുറ്റത്തേക്കിറക്കി. നാലുകെട്ടിന്റെ മുറ്റത്തെത്തിയപ്പോൾ ബ്രേക്കിട്ടു. എന്നെ അത്ഭുതപ്പെടുത്തിക്കൊണ്ട് വൃദ്ധ ഉമ്മറത്ത് നിൽക്കുന്നുണ്ടായിരുന്നു. കാപ്പിപ്പൊടി നിറത്തിൽ ചെറിയ കരയുള്ള മുണ്ടും വേഷ്ടിയുമായിരുന്നു അവർ ധരിച്ചിരുന്നത്. കാച്ചിയ എണ്ണ തേച്ചുപിടിപ്പിച്ച മുടി പിറകിൽ കെട്ടിവെച്ചിരുന്നു. തിമിരം പാതി മൂടിയ കണ്ണുകളിൽ സൂര്യവെളിച്ചത്തിന്റെ നൂലുപോലുള്ള ചെറിയ രശ്മികൾ തിളങ്ങി. അവർ നാലുകെട്ടിന്റെ വാതിൽ വലിച്ചടച്ച് താക്കോൽ മടിക്കുത്തിൽ തിരുകി.

"കയറിയിരിക്ക്." ഞാൻ പറഞ്ഞു.

"ഏതമ്പലത്തിലേക്കാ പോണേ?"

"ദേവീക്ഷേത്രത്തിലേക്ക് പോയാലോ?" മുൻപ് ഞാനൊരിക്കലേ

അവിടെ പോയിരുന്നുള്ളൂ. നേരിൽ കണ്ടതിനേക്കാൾ തീവ്രമായി തലേന്നത്തെ കാഴ്ചകൾ കൺമുന്നിലൂടെ കടന്നുപോയി.

"എനിക്കിതിലിർന്ന് പരിചയമില്ല." അവർ ദയനീയമായി എന്നെ നോക്കി സ്കൂട്ടിക്കരികിൽ നിന്നു.

"പേടിക്കണ്ട, കേറിർന്ന്ട്ട് എന്നെ മുറുക്കിപ്പിടിച്ചാ മതി. അനങ്ങണ്ട. ഞാൻ മെല്ലെയേ പോകൂ."

ഞാനവരെ ഇരിക്കേണ്ടതെങ്ങനെയെന്ന് കാണിച്ചു കൊടുത്തു.

സ്കൂട്ടി നിരത്തിലേക്കിറങ്ങി.

ഇളയച്ഛൻ വഴിയിൽ വെച്ച് കാണരുതേ എന്ന് ഞാൻ പ്രാർത്ഥിച്ചു. വൃദ്ധയ്ക്ക് പേടിയായിരുന്നതുകൊണ്ടും എന്നെ മുറുക്കെപ്പിടിച്ചതുകൊണ്ടും മെല്ലെയായിരുന്നു ഓടിച്ചത്. നിലവിളക്കിനടുത്തേക്ക് നീളുന്ന കരിയെഴുതിയ കണ്ണുകൾ കറുത്തപശ്ചാത്തലത്തിൽ വിടരുന്നതും പച്ചച്ചായം തേച്ച മുഖത്ത് വിവിധങ്ങളായ ഭാവങ്ങൾ മറയുന്നതും ഞാൻ കണ്ടു. സ്വപ്നലോകത്തുനിന്നും നിരത്തിലൂടെ വണ്ടിയോടിക്കുന്ന എന്നിലേക്ക് തിരിച്ചെത്തുമ്പോഴൊക്കെയും ഇത്ര നേരവും ഒരു വാഹനവും എന്തുകൊണ്ടെന്നെ തട്ടിയില്ലെന്ന് അതിശയിച്ചു. സ്കൂട്ടി ദേവീക്ഷേത്രത്തിനു മുൻപിൽ ആൽമരത്തിനരികിൽ നിർത്തി. വൃദ്ധ സൂക്ഷിച്ചിറങ്ങി. ഞാനവരുടെ കണ്ണുകളിലേക്ക് നോക്കി. സൂര്യവെളിച്ചത്തിന്റെ നൂലിഴ തിളങ്ങിയ അവരുടെ മിഴികൾ മേഘങ്ങളുരുണ്ടുകൂടിയതുപോലെ ഇരുണ്ടതായി തോന്നി.

ഞങ്ങൾ ക്ഷേത്രം മൂന്നു തവണ വലംവെച്ചു. വൃദ്ധയെ ചിലർ നോക്കുന്നതായി എനിക്കു തോന്നി, അവർ എന്തോ പരസ്പരം പറയുന്നതായും. ശ്രീകോവിലിനു മുന്നിൽ കൽവിളക്ക് കത്തിക്കൊണ്ടിരുന്നു. വൃദ്ധ കണ്ണുകളടച്ച് തൊഴുകൈകളോടെ ഏറെ നേരം നിന്നു. അവരുടെ മുഖത്ത് കൽവിളക്കിന്റെ തിരിവെളിച്ചം നിറഞ്ഞു. കവിളിലെ ചുളിവുകൾ പ്രകാശിച്ചു. ആൾക്കൂട്ടത്തിൽനിന്നും അരയിൽ മയിൽപ്പീലി കിളിർത്ത ഒരു പുരുഷന്റെ ചുവടുകളിലേക്ക് നോട്ടമുറപ്പിച്ചു നിന്ന സ്ത്രീയിലേക്ക് എന്റെ ഓർമ്മ വഴുതി.

ക്ഷേത്രനടവിട്ട് പുറത്തിറങ്ങിയപ്പോൾ കഷണ്ടി കയറിയ ഒരു വൃദ്ധൻ ഞങ്ങൾക്ക് കുറുകെ വന്നു.

"എടാൾമ്മ ന്താ ഈ വഴിക്ക്? കണ്ടിട്ട് തോനെ ആയ്ക്ക്..' അയാൾ വൃദ്ധയ്ക്ക് ചെവി കേൾക്കില്ലെന്ന് കരുതിയിട്ടാവാം കുറച്ചുറക്കെ ചോദിച്ചു.

"ഉം, മോൾ പറഞ്ഞപ്പോ പോന്നതാ." വൃദ്ധയ്ക്ക് സംസാരിക്കാൻ താൽപര്യമില്ലാത്തതായി തോന്നി. അയാൾ നാലുകെട്ടിനെ

കുറിച്ചും വൃദ്ധയുടെ ആരോഗ്യത്തെക്കുറിച്ചും തിരക്കി. കുറച്ചു വാക്കുകളിൽ മറുപടിയൊതുക്കി അവർ അയാളോട് പോകട്ടെയെന്നു പറഞ്ഞ് ആൽമരത്തിനടുത്തേക്ക് നടന്നു.

"ഇപ്പോൾ വണ്ടീലിരിക്കാൻ പേടിണ്ടോ?" ഞാൻ ചോദിച്ചു.

അവർ ഒന്നും പറഞ്ഞില്ല. അവർക്കു ചെറുതായി കിതയ്ക്കുന്നതായി തോന്നി. ആൽമരത്തിനു ചുറ്റും കെട്ടിയ സിമന്റുതറയിലിരുന്ന് ദീർഘമായി നിശ്വസിച്ചു.

"നമുക്ക് പോയാലോ?" ഞാൻ ചോദിച്ചു.

"കുറച്ചു കഴിയട്ടെ." ആലിലകളിലേക്കു നോക്കി അവർ അലസമായി പറഞ്ഞു. അവരുടെ കണ്ണുകൾ തിമിരംകൊണ്ട് മുഴുവനായും മൂടിപ്പോയതായി തോന്നി. സൂര്യവെളിച്ചത്തിന്റെ നൂലിഴകളിറങ്ങിയ കണ്ണുകളുടെ തിളക്കം പൊടുന്നനെ നഷ്ടപ്പെട്ടതായി തോന്നി, മേഘങ്ങൾ കൂട്ടംചേർന്നതുപോലെ കണ്ണുകൾ ഇരുണ്ടതായും.

മഴക്കോളുള്ളതായി തോന്നി. ആലിലകൾ തണുത്ത കാറ്റിൽ വിറച്ചു. വൃദ്ധയുടെ മുഖം ദയനീയമായ ഒരു ഭാവത്തോടെ എനിക്കു നേരെ ഉയർന്നു. യുഗങ്ങളോളം അടക്കിപ്പിടിച്ചെന്നു തോന്നിപ്പിച്ചുകൊണ്ട് ക്ഷമയോടെ അവരുടെ കണ്ണുനീർത്തുള്ളികൾ കവിളിലേക്കിറങ്ങി. നനഞ്ഞ മയിൽപ്പീലികൾപോലെ കൺപീലികൾ ഒട്ടി. ഒരു വിതുമ്പൽ അടക്കിപ്പിടിച്ചുകൊണ്ട് നിറകണ്ണുകളോടെ അവരെന്നോടു ചോദിച്ചു:

"ഈ വണ്ടി എത്ര ദൂരം പോകും? ആരോടും പറയാതെ നമുക്ക് പട്ടാളക്യാമ്പ് വരെ പോയാലോ? എന്നെ എങ്ങനേലും കൊണ്ടോവ്വോ?"

അന്തരീക്ഷം ഇരുണ്ടു. ഇടിവെട്ടുകയും കാറ്റിൽ കൂടുതൽ ആലിലകൾ പൊഴിയുകയും ചെയ്തു. അരയിൽ മയിൽപ്പീലി കിളിർക്കുന്ന ഒരു പുരുഷനെ അവരിപ്പോഴും കാത്തിരിക്കുന്നുണ്ടെന്ന തിരിച്ചറിവിൽ എന്റെ കാലുകളിടറി. തോക്കുയർത്തി ഉന്നം പിടിക്കുന്ന ആരുടെയോ രൂപം ഞാൻ ഓർത്തുകൊണ്ടിരുന്നു.

അരനൂറ്റാണ്ടോളം മെറൂൺ പെയിന്റടിച്ച ജയിലഴികളിലൂടെ പുറം ലോകം കാണാൻ കൊതിക്കുകയും തുറിക്കുകയും ചെയ്ത കണ്ണുകളോടെ നിൽക്കുമ്പോൾ പലപ്പോഴും ഞാൻ അവരെക്കുറിച്ചു ചിന്തിച്ചു. നാലുകെട്ടിന്റെ അകത്തളങ്ങളിൽ പാതിയും തിമിരം മൂടിയ കണ്ണുകളോടെ ഏകാകിനിയായി വിദൂരത്തേക്ക് തുറിച്ചു നോക്കി അവരിരുന്നു. ചിലപ്പോഴൊക്കെ കണ്ണു നനയുകയും കൺപീലികൾ മയിൽപ്പീലികൾപോലെ തോന്നിക്കുകയും ചെയ്തു. അവരുടെ

ഓർമ്മകളിലൂടെ തോക്കുയർത്തി ഉന്നംപിടിക്കുന്ന ഒരു പുരുഷൻ കടന്നുപോയിക്കൊണ്ടിരുന്നു.പടുവൃദ്ധയായിട്ടും പകുതിപോലും നരയ്ക്കാത്ത അവരുടെ മുടികൾ ഒരു കവചംപോലെ തലയ്ക്കു പിറകിൽ കെട്ടിവെച്ചിരുന്നു. ഓരോ തവണയും പകുതിയും നരയ്ക്കാത്ത എന്റെ നീളൻ മുടിയിൽ തൊടുമ്പോഴും ഞാൻ അവരെ എന്നിലെവിടെയോ അറിഞ്ഞു. എന്നിലൂടെ അവർ പകർന്നാടുന്നതായി തോന്നി. നിസ്സഹായവും ദയനീയവുമായി അപ്പോഴൊക്കെയും എന്റെ മിഴികൾ. അവിടെ കാർമേഘങ്ങൾ ഉരുണ്ടുകൂടി.

പക്ഷേ, പട്ടാളക്യാമ്പിലേക്ക് കൊണ്ടുപോകുമോയെന്ന് ചോദിക്കുവാൻ എനിക്ക് ആരുമുണ്ടായിരുന്നില്ല. പുറംലോകത്തിന്റെ ശബ്ദങ്ങൾക്കും പ്രതീകങ്ങൾക്കുമൊപ്പം മുഹമ്മദിനെത്തന്നെ ഒരിക്കൽ ഞാൻ മറന്നുപോകുമോ എന്ന ഭീതി എന്നെ ചൂഴ്ന്നു നിന്നു, എപ്പോഴും അവൻ മനസ്സിൽ കടന്നെത്താതായപ്പോൾ. ജയിലിലടക്കപ്പെട്ട ആദ്യ ദിവസങ്ങളിൽ കടുത്ത പ്രതീക്ഷയുണ്ടായിരുന്നു യാദൃശ്ചികമായി ചിലതൊക്കെ സംഭവിക്കുമെന്നും തടവറ പിളർത്തപ്പെടുമെന്നും. പതിയെ പ്രതീക്ഷകൾ നേർത്തുവന്നു. നിസ്സഹായയും ദീനയുമായി ഞാൻ വിതുമ്പി. കണ്ണുനീർത്തുള്ളികൾക്കിടയിൽ ഞാൻ മുഹമ്മദിനെ അനുഭവിച്ചു. അതിനായി മാത്രം ഞാൻ കരഞ്ഞു.

സാവധാനം മനസ് ഉറഞ്ഞു തുടങ്ങി. ജയിലർ വാതിൽ തുറന്ന് കടന്നെത്തുന്ന അൽപ്പായുസ്സുള്ള വെളിച്ചക്കീറിൽ ഉരുകിക്കൊണ്ടിരിക്കെ കെട്ടുപോയ മെഴുതിരിപോലെ ഞാൻ എന്നെ തിരിച്ചറിഞ്ഞു. ആ വാതിൽ ഒരു നിമിഷം കൂടി തുറന്നിരുന്നെങ്കിൽ എന്നു ഞാനാഗ്രഹിച്ചു.

മനസ്സ് പതിയെ ഉറഞ്ഞു തീർന്ന് ഒരു ശിലയായിക്കൊണ്ടിരുന്നു. ശിലാന്തരത്തിലെവിടെയോ ഒരു പൊട്ടിത്തെറിക്കായി മൽപിടുത്തം നടക്കുന്നതായി തോന്നി. മുഹമ്മദിനെ ഒടുവിൽ ഞാൻ മറന്നേക്കുമോ എന്നുപോലും ഭയന്നു. അപ്പൊഴൊക്കെ വീണ്ടും അവനെയോർത്ത് കരയാൻ ശ്രമിച്ചെങ്കിലും എനിക്കതും അപ്രാപ്യമായിരുന്നു. വർഷങ്ങൾ നിരങ്ങി മാറി, മാറ്റത്തെക്കുറിച്ച് യാതൊരു സൂചനയും എന്നിലുണ്ടാക്കാതെ. മാസമുറ നിലച്ചപ്പോൾ മാത്രം പുറത്തേക്കു തെറിക്കാത്തൊരു വിങ്ങലുപോലെ എന്റെ തൊണ്ടയിലെന്തോ കൊളുത്തിക്കിടക്കുന്നത് ഞാനറിഞ്ഞു.

സ്മൃതിനാശം സംഭവിക്കരുതേ എന്ന ഭയത്തോടെയും പൂർണ്ണമായും അണയാൻ പോകുന്ന പ്രതീക്ഷയുടെ നാളം കൈകളാൽ പൊതിഞ്ഞുപിടിച്ച് കെടാൻ വിടാതെയും ഞാൻ മുഹമ്മദിനെ ഓർത്തു. പ്രണയം പ്രതിപരിണാമമാണെന്ന് എന്നെത്തന്നെ വീണ്ടും

വിശ്വസിപ്പിച്ചു. മുൻകരുതലുകളോടെയും ബോധപൂർവ്വവുമായി പ്രകൃതി എനിക്കുവേണ്ടി പരിണാമത്തിന്റെ താളുകൾ മറിച്ചിടുമെന്ന് ഞാൻ അന്ധമായി വിശ്വസിച്ചു.

മനസ്സ് ചില്ലുകൂട്ടിൽ പമ്പ് ചെയ്യപ്പെടുന്ന വെള്ളംപോലെ തെളിഞ്ഞു വന്നു. വർണ്ണഗപ്പികൾ ഓർമ്മകളിലൂടെ ചെകിളവെട്ടിച്ച് കുതറി. ഗപ്പികൾക്ക് തീറ്റയിട്ടുകൊണ്ട് പതിഞ്ഞ ശബ്ദത്തിൽ ഞാൻ പറഞ്ഞു: "പശ്ചാത്തലത്തിനൊത്ത് പുള്ളികളുടെ ആകൃതിക്ക് മാറ്റം വരുന്നത് പരീക്ഷണശാലയിൽ ചിലപ്പോൾ നടന്നേക്കാം. ലോക മൊട്ടുക്ക് ചിലപ്പോൾ പരിണമിച്ചേക്കാം, പ്രണയം, മാറ്റങ്ങളില്ലാതെ, പുറത്തുനിന്ന് ആരെയെങ്കിലുംകുറിച്ച് ആകുലപ്പെടാതെ തീർത്തും സ്വാർത്ഥമായിരിക്കും."

തീറ്റയിടുന്നത് നിർത്തി ഞാൻ അവനു നേരെ തിരിഞ്ഞു അവ നെയും നാഴികമണിയെയും ഞാൻ നോക്കി. അവന്റെ ചുണ്ടുകൾ ഇരുണ്ട ആപ്പിൾച്ചുവപ്പുനിറത്തിൽ സിഗരറ്റുപാടുകൾ വ്യക്തമാക്കി. അവയ്ക്ക് കാപ്പി കലർന്ന മെറൂൺ നിറമായും തോന്നി, ക്ഷൗരം ചെയ്തിട്ട് ദിവസങ്ങളായിരുന്നു. ഞാൻ പറഞ്ഞതൊന്നും അവൻ കേൾക്കുന്നില്ലായിരുന്നു. കറുപ്പും സ്വർണ്ണനിറവും ചേർന്ന് തുന്നൽ പ്പണികൾ നിറഞ്ഞ സാരിയുടെ തുടിപ്പുകളിൽ അവന്റെ നോട്ടം തീക്ഷ്ണമായി ഉടക്കുകയും ഉമിനീരിറക്കുകയും ചെയ്തു. വന്യമായ ആവേശത്തോടെ, അരയിലെ ഭാരം ഇറക്കിവെക്കാനുള്ള തിടുക്ക ത്തോടെ വലിച്ചു ചേർക്കപ്പെട്ടു. താരാനാഥിന്റെ നിറക്കൂട്ടുകളിൽ വിരലാഴ്ത്തി മുലകൾക്കിടയിൽ കാട്ടുവള്ളിയിൽ ചേർന്നു ചാടുന്ന പ്രണയികളെയും അരക്കെട്ടിനു കീഴെ മിഴിഞ്ഞകണ്ണുകളോടെ പുറ ത്തേക്കു നോക്കുന്ന ഗുഹാമനുഷ്യരെയും വരച്ചു. ഞാൻ ചിത്രക്കൂട്ട് പലകയിൽ ചേർന്നു നിന്നു. എന്റെ മുലഞെട്ടുകൾ വിടരുകയും അവന്റെ കാപ്പിപ്പൊടി ലിംഗാഗ്രം ഉദ്ധരിക്കുകയും ചെയ്തു. ഗപ്പികൾ അനക്കമറ്റ് തുറിച്ച കണ്ണുകളോടെ നോക്കി. നാഴികമണി ആരെയോ ഭയപ്പെട്ടെന്നതുപോലെ ശബ്ദമുണ്ടാക്കി. അതിന്റെ ദിക്കെവിടെ യെന്ന് പിടികിട്ടിയില്ല.

അവന്റെ കാമം വേട്ടക്കാരന്റേതു പോലെ വന്യവും ദയാരഹിത വുമായിരുന്നു. ഉടൽ വർണ്ണങ്ങളുടെ ധാരാളിമയിൽ ചുവന്ന കിടക്ക യിൽ അവനെനിക്കു മീതെ കിടന്നു. ഏറെ നേരത്തെ പരിശ്രമത്തി നുശേഷം ഞാൻ അവനു മീതെയായി. എന്നിട്ടും കാലുകൾക്കിട യിലേക്ക് അവനെന്നെ വരിഞ്ഞുമുറുക്കി. നിറക്കൂട്ടിൽ വിരലാഴ്ത്തി അവന്റെ നെഞ്ചിൽ ഞാൻ പ്രളയത്തിന്റെ ചിത്രം വരച്ചു. അവന്റെ കട്ടി മീശയും താടിയും മുഖത്തുരസിപ്പിച്ച് ഒരു മന്ത്രോച്ചാരണം പോലെ ഞാൻ പാടി.

"Love alters not with his brief hours and weeks,

but bears it out even to the edge of doom."

പ്രളയവൃക്ഷങ്ങൾക്കു മീതെ സംഗമിക്കുന്ന കമിതാക്കളെ ഞാൻ വരച്ചു. ഒരു പക്ഷി തിരശ്ചീനമായി ആകാശത്തേക്കുയരുകയും ഒപ്പമുയർന്ന വെള്ളത്തോട് മത്സരിക്കുകയും ചെയ്തു. പൊടുന്നനെ, അവരെ ഭേദിച്ച് ഒരു കമ്പിവേലി ഒഴുകി വന്നു. ആൺനിഴലിനു അതിനു മീതെ കുതിച്ചു ചാടാനായില്ല.

മുഹമ്മദും ആയിഷയും രാജ്യം വിട്ട പ്രഭാതത്തിൽ 'അപി സ്വർണ്ണമയി ലങ്കാ ന മേ" എന്നുരുവിട്ട് വരാന്തയുടെ തൂണിൽ ചാരി ഉണ്ണി നിന്നു. വെളിച്ചക്കീറിൽ അവന്റെ മുള്ളൻപന്നി മുടികൾക്കു ചുറ്റും ഒരു വലയം രൂപംകൊള്ളുന്നതായി തോന്നി. താരാനാഥിന്റെ കുഴിമാടത്തിലേക്ക് ചളിപിളികഴുത്തുള്ള ഒരു കാക്ക കയറി. അത് തുറിച്ചു നോക്കുന്നുണ്ടായിരുന്നു. എന്റെ സാരിയിൽ അമർത്തിപ്പിടിച്ച് മുഖം ചന്തിക്കു പിറകിൽ മറച്ച് അവനപ്പോഴും "അപി സ്വർണമയി..." ഉരുവിട്ടു.

തടവറയിലെ ആദ്യവർഷം ഭക്ഷണം കഴിക്കാനാകാതെ ഞാൻ കരഞ്ഞു. ജയിലർ നേരത്തിനു തന്നെ ഭക്ഷണം എത്തിച്ചിരുന്നു. പാത്രം തുറക്കാൻ മനഃസാക്ഷി എന്നെ അനുവദിച്ചില്ല. പിന്നീടെപ്പോഴോ വിശന്നിരിക്കുമ്പോൾ ചിലപ്പോഴൊക്കെ ആഹാരം തൊട്ടുനോക്കാൻ ശീലിച്ചു. ജയിലിലാണെങ്കിലും വിഭവസമൃദ്ധമായിരുന്നു ഭക്ഷണം. അപ്പൊഴൊക്കെ പൊട്ടിക്കരഞ്ഞു. എന്റെ കുഞ്ഞിന് ആഹാരം കിട്ടുന്നുണ്ടാവുമോ എന്ന ആധി രക്തം പൊടിയുന്നതുവരെ എന്നെ കരയിച്ചു. താരാനാഥിന്റെ വെട്ടി മുറിക്കപ്പെട്ട മൃതദേഹത്തെക്കുറിച്ചോർക്കുമ്പോൾ, ആംബുലൻസ് സൂര്യരശ്മിയിൽ തുളസിക്കതിരു തിളങ്ങുന്ന പൂപ്പൽ മുറ്റത്ത് നിർത്തുന്നത് സ്വപ്നം കാണുമ്പോൾ, ചെളിനിറക്കഴുത്തുള്ള അങ്ങാടിക്കാക്കകളെ കാണുമ്പോൾ അവൻ ഭയന്നു വിറയ്ക്കില്ലേയെന്ന് ചോരകലർന്ന കണ്ണീരോടെ ഞാൻ ഓർത്തു.

മുഹമ്മദിന് അവനെ കൂടെക്കൊണ്ടു പോകാൻ പറ്റിയിരുന്നുവെങ്കിൽ! പുറമേയ്ക്ക് താരാനാഥെന്ന ഹിന്ദുവിന്റെ മകനെ അവന്റെ ജീവശാസ്ത്രപരമായ പിതാവായിരുന്നിട്ടുകൂടി തനിക്കൊപ്പം വളർത്താൻ മുഹമ്മദിന് ഭയമായിരുന്നു. മകനെക്കൊണ്ടു മാത്രം ഒരു പരീക്ഷണത്തിനും അവൻ ഒരുക്കമായിരുന്നില്ല.

മുഹമ്മദിനൊപ്പം ബൈക്കിൽ നഗരം ചുറ്റിയ ദിനങ്ങൾ ഒരേപോലെ ഭയവും രോമാഞ്ചവും പകുത്തു. പലപ്പോഴും ഞങ്ങൾ ലോറികൾക്കിടയിലൂടെ കടന്നു പോവുകയാണെന്നു തോന്നി.

ചെറിയ വിടവുകളിലൂടെപ്പോലും പരമാവധി വേഗതയിൽ അവൻ ബൈക്കോടിച്ചു. പിറകിലിരിക്കുമ്പോൾ മുന്നിലെ കാഴ്ചകൾ കാണാനാകാതെ, മുഖത്തടിക്കുന്ന കാറ്റിൽ ശ്വാസം കിട്ടാതെ പലപ്പോഴും അവന്റെ പിറകിൽ മുഖം മറയ്ക്കേണ്ടി വന്നു. അപ്പോഴൊക്കെയും കാറ്റിന്റെ ശക്തിയിൽ കണ്ണുകൾ നിറഞ്ഞൊഴുകി. പതിയെ അതൊരു ശീലമായിത്തുടങ്ങി. എത്ര വേഗതയിൽ പോയാലും അവനൊരിക്കലും അപകടം പറ്റിയിരുന്നില്ല. അവൻ കാരണം മറ്റു വാഹനങ്ങൾ പരസ്പരം കൂട്ടിയിടിക്കുകയും ചെയ്തില്ല. അവന്റെ കാലുകൾ ബ്രേക്ക് ചവിട്ടാൻ പിശുക്കു കാണിച്ചു. ആക്സിലേറ്റർ എപ്പോഴും കൂടിത്തന്നെ നിന്നു. കാറ്റിൽ അവന്റെ ഷർട്ട് ബലൂൺപോലെ വീർത്തു വരുമായിരുന്നു.

പതിവു വേഗതയിലാണ് ഒരുനാൾ രാവിലെ നഗരത്തിലെ തിരക്കേറിയ ആശുപത്രിയിൽ പരിശോധനയ്ക്ക് ചെന്നത്. ഞാൻ ഗർഭിണിയാണെന്ന് ഡോക്ടർ പറഞ്ഞപ്പോൾ അവന്റെ യൗവ്വനം തിളങ്ങുന്ന കണ്ണുകൾ വിടരുകയും അവൻ മനസ്സു നിറഞ്ഞ് ചിരിക്കുകയും ചെയ്തു. മടങ്ങുമ്പോൾ ലിഫ്റ്റിൽ വെച്ച് അപൂർവ്വ സന്ദർഭങ്ങളിൽ മാത്രം ഞങ്ങൾക്കിടയിൽ സംഭവിച്ചതുപോലെ കാമാതുരനാകാതെ അവനെന്നെ പുണർന്നു. നെറ്റിയിൽ ചുംബിക്കാൻ തുടങ്ങുമ്പോഴേക്കും ലിഫ്റ്റ് ഗ്രൗണ്ട് ഫ്ളോറിൽ എത്തിയിരുന്നു. സെക്യൂരിറ്റി കണ്ടതിന്റെ ജാള്യതയിൽ ഞാൻ പെട്ടെന്ന് ഇറങ്ങി ബൈക്കിനടുത്തേക്ക് നടന്നു.

തിരിച്ചു പോകുമ്പോൾ അവന്റെ മുടികൾ കാറ്റിൽ പാറുകയോ ഷർട്ട് ബലൂൺപോലെ വിടരുകയോ ചെയ്യാത്തത് ഞാൻ ശ്രദ്ധിച്ചു. അവന്റെ കാലുകൾ മുന്നിൽ വാഹനങ്ങൾ കാണുമ്പോൾ പലപ്പോഴായി ബ്രേക്കിലമരുകയും ആക്സിലേറ്റർ കുറയുകയും ചെയ്തു. ലോറികൾക്കിടയിലൂടെയെന്ന വണ്ണം കടന്നുപോകാതെ അവൻ ക്ഷമയുള്ളവനായി കാണപ്പെട്ടു. കാറ്റിന്റെ തള്ളിച്ചയിൽ എന്റെ കണ്ണു നിറയുകയോ കാഴ്ച അവ്യക്തവും പെട്ടെന്ന് കലങ്ങിമറയുന്നതുമായോ തോന്നിയില്ല. ബൈക്കോടിക്കുന്നത് അവൻ തന്നെയോ എന്ന് ഒരുവേള ഞാൻ അത്ഭുതപ്പെട്ടു. റിയർവ്യൂ മിററിലൂടെ അവനത് കണ്ടു. ഡോക്ടറുടെ ക്യാബിനിൽ നിന്നെന്നപോലെ അവൻ മനസ്സു നിറഞ്ഞു ചിരിക്കുകയും 'എന്തേ' എന്നു പുരികമുയർത്തി ആംഗ്യത്തിലൂടെ ചോദിക്കുകയും ചെയ്തു.

മുറിയിലെത്തിയപ്പോൾ അവൻ തിടുക്കത്തിൽ വാതിലടച്ചു കുറ്റിയിടുകയും താരാനാഥിന്റെ പെയിന്റിംഗ് ബോർഡിനരികിലുള്ള നിലക്കണ്ണാടിക്ക് അഭിമുഖമാക്കി എന്നെ നിറുത്തുകയും എനിക്കു

മുന്നിൽ ഒരു കസേര വലിച്ചിട്ടിരിക്കുകയും ചെയ്തു. സാരിത്തലപ്പ് ബ്ലൗസിന് മുകളിൽ തിരുകിവെച്ച് നഗ്നമായ വയറിലേക്ക് പൊക്കിളിൽ വിരൽ തിരുകിക്കൊണ്ട് ആദ്യമായി അവിടം കാണുന്നതുപോലെ തിളങ്ങുന്ന കണ്ണുകളോടെ അവൻ നോക്കി. നേരിട്ടുള്ള കാഴ്ച വിശ്വസിക്കാത്തതുകൊണ്ടെന്നവിധം അവൻ കണ്ണാടിയിലെ വയറിലേക്കും മാറി മാറി നോക്കി. എന്റെ നഗ്നതയെ തന്റെ വന്യകാമത്തോടെ അവൻ കാണാതിരുന്ന വിരളമായ ദിനങ്ങളിലൊന്നായിരുന്നു അത്. പിന്നീട് താരാനാഥ് കൊല്ലപ്പെട്ടതിനെത്തുടർന്ന് അവന്റെ ചൂട് പറ്റിക്കിടന്ന ദിവസങ്ങളിലും, യാത്ര പറയാൻ നേരത്ത് മകളെ ആശ്ലേഷിക്കുന്ന പിതാവിനെപ്പോലെ ആലിംഗനം ചെയ്ത് ആയിഷയ്ക്കൊപ്പം കടന്നുപോയ ഒരു പ്രഭാതത്തിലും മാത്രം അവന്റെ നോട്ടം തൃഷ്ണയുടെ കാന്തമുനയില്ലാത്തതായി. അവനെന്റെ പൊക്കിളിൽ ചുംബിക്കുകയും എന്തിനോ കാതോർക്കുംപോലെ വയറിൽ മുഖം ചേർത്തുവെക്കുകയും ചെയ്തു.

"നിനക്കെന്ത് ഭ്രാന്താണിത് മുഹമ്മദ്?"

അക്ഷമയോടെ, അവന്റെ ഉദ്ദേശ്യവും ഭ്രാന്തൻമട്ടും പിടികിട്ടാതെ ഞാൻ കുതറാൻ ശ്രമിച്ചു. അരക്കെട്ടിൽ മുറുകെപ്പിടിച്ച് അവനെന്നെ കൂടുതലായി തന്റെ മുഖത്തേയ്ക്കടുപ്പിച്ചു. വയറിൽ കട്ടിയുള്ള മീശ ഉരസിയപ്പോൾ ഞാൻ പുളഞ്ഞു.

"പോകാതിരിക്ക്. നിന്റെ വയറ് വീർത്തു വരുന്നത് എനിക്കു കാണണം, ഒടുവിൽ നീ അവനെ പ്രസവിക്കുന്നതും." അരയിലെ പിടുത്തം വിട്ട് കസേരയിൽ നിവർന്നിരുന്ന് അവൻ ഒരു കൈക്കുഞ്ഞിനെപ്പോലെ ചിരിച്ചു.

"ഓഹോ! അവനാണെന്നുറപ്പിച്ചല്ലേ?" കുസൃതിയോടെയും അച്ഛനാകാൻ പോകുന്നവന്റെ അളവില്ലാത്ത സന്തോഷം കാണുന്നതിന്റെ ഉത്സാഹത്തോടെയും ഞാൻ ചോദിച്ചു.

വിടർന്നു ചിരിക്കുകയല്ലാതെ അവനൊന്നും പറഞ്ഞില്ല. അവന്റെ തിളങ്ങുന്ന കണ്ണുകളിൽ ഉറ്റു നോക്കി ഞാൻ അവനു നേരെ ചുവടുവെയ്ക്കുകയും കുനിഞ്ഞ് ചുണ്ടുകൾ കവരുകയും ചെയ്തു. കസേരയിലിരുന്നുകൊണ്ടുതന്നെ ഒന്നനങ്ങുകപോലും ചെയ്യാതെ അവൻ മിനിറ്റുകളോളം തിരിച്ചു ചുംബിച്ചു. താരാനാഥിന്റെ പെയിന്റിങ് ബോർഡിനരികിലുള്ള അക്വേറിയത്തിലെ വർണ്ണഗപ്പികൾ നിശ്ചലരായി അതു നോക്കി നിന്നു. താരാനാഥ് വാതിലിൽ മുട്ടുന്നതുവരെ ടേബിൾ ഫാനിന്റെ കാറ്റേറ്റ് പരസ്പരം തൊടാതെ എന്തിനെന്നറിയാതെ ചിരിച്ചുകൊണ്ട് ഞങ്ങൾ കിടന്നു.

മുഹമ്മദിന്റെ പരുക്കൻ കണ്ണനക്കങ്ങളിലെ സ്ഥായിയായ പിടി തരാത്ത ചിരിക്കും ഗർഭിണിയാണെന്നറിഞ്ഞപ്പോൾ തിളങ്ങിയ കൺ ചിരിക്കുമപ്പുറം അവനിൽ ഞാനൊരിക്കലും ഭയത്തിന്റെ നേരിയൊ രംശംപോലും കണ്ടിരുന്നില്ല, ഉണ്ണിയെ പ്രസവിച്ച, മഴ തിമിർത്തു പെയ്തുകൊണ്ടിരുന്ന ആ രാത്രി വരെ. അവൻ എനിക്കൊപ്പം ലേബർ റൂമിലുണ്ടായിരുന്നു. ഡോക്ടറുടെ പ്രത്യേക അനുവാദ ത്തോടെ അവനെയവിടെ കൂട്ടിരിക്കാൻ നഴ്സുമാർ അനുവദിച്ചു. അവരവനെ അതിശയത്തോടെയും അർത്ഥം വെച്ചും നോക്കി. നോട്ടം ഇടയ്ക്ക് എനിക്കു നേരെയും നീണ്ടു. അവരുടെ അതു വരെയും നീണ്ട സേവന പരിചയത്തിൽ ആദ്യമായി കണ്ട പ്രസവം കാണാനിരിക്കുന്ന പുരുഷനായിരുന്നു അവൻ. മാത്രവുമല്ല അവ നെന്റെ ഭർത്താവുമായിരുന്നില്ലെന്നത് അവരുടെ അമ്പരപ്പിന് ആക്കം കൂട്ടുകയും അടക്കിപ്പിടിച്ചുള്ള സംസാരത്തിന് കാരണമാവുകയും ചെയ്തു.

അവൻ അവരെയോ എന്നെയോ ശ്രദ്ധിച്ചില്ല. പുറത്ത് മഴ പെയ്യു ന്നുണ്ടെന്നവനറിഞ്ഞതായി തോന്നിയില്ല. എവിടെയാണിരിക്കുന്ന തെന്നു പോലും അവനു ബോധമുണ്ടായിരുന്നുവോ അറിയില്ല. ഈറ്റു നോവിൽ പുളയുമ്പോൾ പലപ്പോഴും ഞാനവനെ നോക്കി. എന്നേ ക്കാളും ആഴമുള്ളൊരു സമ്മർദ്ദത്തിലും ഭയത്തിലും അകപ്പെട്ടാണ വനിരിക്കുന്നത്. അവനെ നോക്കുമ്പോഴൊക്കെയും വേദന കുറഞ്ഞു വരുന്നതായി തോന്നി. അവൻ ഇടയ്ക്ക് തല വെട്ടിക്കുകയും നെഞ്ചു വേദനയനുഭവപ്പെടുന്നു എന്നു തോന്നിക്കുംവിധം നെഞ്ചു തടവു കയും ചെയ്തു.

തടഞ്ഞുവെച്ച ഒരു നീരൊഴുക്ക് പെട്ടെന്ന് പൊട്ടുകയും ചീറി യൊഴുകിയ വെള്ളത്തിലൂടെ ശ്വാസം കിട്ടാതെ പിടയുകയും ചെയ്ത് ഒടുവിൽ വെള്ളാരംകല്ലുകൾ നിറഞ്ഞ സൂര്യവെളിച്ചത്തിൽ ജല ശലഭങ്ങൾ ഉയരുന്ന ആഴം കുറഞ്ഞ ഒഴുക്കിലേക്ക് സാവധാനത്തിൽ നീന്തിത്തുടിക്കുന്നതുപോലെയും എനിക്കു തോന്നി. മനസ്സ് വിങ്ങു കയും ഞാൻ ഒരേസമയം ചിരിക്കുകയും കരയുകയും ചെയ്തു. നഴ്സുമാർ ഉണ്ണിയെ എടുത്ത് കുടഞ്ഞ് കുളിപ്പിച്ച ശേഷം എനിക്ക ടുത്തേക്കു ചേർത്തു കിടത്തി.

അവന്റെ ജനനം കണ്ട് മുഹമ്മദ് പകപ്പോടെ കസേരയിൽ നിന്നു മെണീറ്റു. അവന്റെ കരച്ചിലിൽ കാതുകൾ വിടർന്നു.

ഒരു നഴ്സ് ചിരിച്ചുകൊണ്ട് അവനോട് ഇരിക്കാൻ പറഞ്ഞു. ഉണ്ണിയെ എടുത്തുകൊണ്ട് അവർ അവനോട് ചോദിച്ചു.

“നിങ്ങളാണോ കുട്ടിയുടെ അച്ഛൻ?”

"അതെ." പിതൃവിറയോലുന്ന, എങ്കിലും പതർച്ചയില്ലാത്ത ശബ്ദത്തിൽ അവൻ പറഞ്ഞു.

അടുത്ത നിമിഷം. അരുതെന്നൊരുൾവിളിയിൽ നിന്നെന്നോണം മറ്റെന്തോ പറയാനാഞ്ഞു. "പക്ഷേ...' അവന് തുടരാനായില്ല. കഴുത്തിൽ ആരോ കുരുക്കിട്ട് മുറുക്കുന്നതായി തോന്നി.

"പക്ഷേ..." നഴ്സ് ചോദിച്ചു, അവരുടെ പുരികം കൂർത്തു വന്നു.

"കുട്ടിയെ അതിന്റെ ലീഗൽ അച്ഛന് കൊടുക്കൂ." കൂടെയുള്ള മുതിർന്ന നഴ്സ് ആജ്ഞാപിക്കുന്നതുപോലെ പറഞ്ഞു.

ഞാനും മുഹമ്മദും അവരുടെ കണ്ണുകളിലേക്ക് നോക്കുക മാത്രം ചെയ്തു. അവർ എത്രത്തോളം പരിഹസിക്കാമെന്ന് കരുതിയാലും, ആ നിമിഷം, അതിനൊക്കെ അതീതരായിരുന്നു ഞങ്ങൾ. അത് മനസ്സിലായിട്ടെന്നോണം അവർ നോട്ടം ഞങ്ങളിൽനിന്നും മാറ്റി.

ഉണ്ണിയെ ആദ്യം താരാനാഥിനെ ഏൽപ്പിച്ചു. താരാനാഥിന്റെ കൈകളിൽനിന്നും മുഹമ്മദ് അവനെ ഏറ്റുവാങ്ങി. തന്റെ കട്ടിമീശ തൊട്ടാൽ അവന്റെ കരച്ചിൽ ഉച്ചത്തിലാകുമെന്നും അവനു വേദനിക്കുമെന്നും ഭയന്ന് മുഹമ്മദ് അവനെ പണിപ്പെട്ട് മീശ തട്ടാതെ ചുണ്ടുകൾകൊണ്ടു മാത്രം ചുംബിച്ചു. തുടർന്ന് ഉറച്ച അടിവെയ്പ്പുകളോടെ എനിക്കടുത്ത് കിടക്കയിലേക്ക് വന്നിരുന്ന് അവനെന്റെ കവിളിൽ കണ്ണുകളടച്ച് ചുംബിച്ചു. കൈത്തണ്ടയിലെ സിറിഞ്ച് ഒരു കാട്ടുവള്ളിയായി മാറുന്നതായും പൂക്കുന്നതായും എനിക്കു തോന്നി, കിടക്കയിൽ നിന്നെണീറ്റ് അവനെയും ഉണ്ണിയെയും മറോടണച്ച് ഉറക്കെ കരയണമെന്നും.

ഉണ്ണി, മുഹമ്മദിന് എല്ലാമായിരുന്നു. ഒരിക്കൽ അവന്റെ മുടി വെട്ടിക്കൊണ്ടിരിക്കെ കണ്ണാടിയിൽ അവന്റെ മുഖഭാവങ്ങൾ മാറുന്നതും നോക്കി വിടർന്ന ചിരിയോടെ സലൂണിന്റെ ചുമരു ചാരി നിന്ന മുഹമ്മദിനെ ഞാനോർക്കുന്നു. പരുക്കൻ കണ്ണനക്കങ്ങളില്ലാതെ അവൻ അപൂർവ്വമായി തന്നെ മൊത്തമായും വെളിവാക്കുന്ന അവസരങ്ങളായിരുന്നു അവ. പതർച്ചയോടെയും ചെറിയൊരു കൈവിറയലോടെയും എന്നിട്ടും മീശ തട്ടാതിരിക്കാൻ സൂക്ഷിച്ചും തന്റെ മകനെ ചുംബിക്കുന്ന മുഹമ്മദിനെ ഓർക്കുമ്പോഴൊക്കെ അവനെന്തുകൊണ്ട് ഉണ്ണിയെ ആദ്യമേ മതം മാറ്റിക്കൂടായിരുന്നു എന്നോർത്ത് മെറൂൺ പെയിന്റടിച്ച ജയിലഴികളിൽ തല ചേർത്തുവെച്ച് കരയാനാകാതെ കൽപ്രതിമപോലെ ഞാനിരുന്നു.

ഉണ്ണിയുടെ മൃതദേഹം അവന്റെ അമ്മയെ കാണിക്കാൻ ചുരുക്കം ചില ബന്ധുക്കൾ ജയിലറുടെ അനുമതിയോടെ വിസിറ്റിങ് ഹാളിലെത്തിയ ദിവസമാണ് തൊണ്ടക്കുഴിയിലൂടെ അറിയാതെ കാഞ്ചി

വലിച്ചതിനാൽ പുറത്തേക്കു തെറിച്ചൊരു ലക്ഷ്യമില്ലാത്ത വെടിയുണ്ടപോലെ നിലവിളി ഉയർന്നത്. മകന് അന്ത്യചുംബനം നൽകാൻ പോലുമാകാതെ തല ജയിലഴിയിൽ മുട്ടിച്ചു നിന്നു. കണ്ണുനീർ സാവധാനം തുടർന്നുമൊഴുകുകയും അഴികളിൽ വീണ് പെയിന്റിളക്കും വിധം അവിടം പൊള്ളിക്കുകയും ചെയ്തു.

അപ്പോഴേക്കും മുഹമ്മദിനൊപ്പം തനിക്കും ഉണ്ണിക്കും പോകാനായിരുന്നുവെങ്കിൽ എന്ന ചിന്ത തൊണ്ടയിലൊരു വാൾമുന പോലെ കുരുങ്ങി. അതിന്റെ ഒരനക്കം കാത്തിരിപ്പിന്റെ സിരകളെ അർത്ഥശൂന്യമാക്കുമെന്ന് ഞാനറിഞ്ഞു. ഓർമ്മകളുടെ രക്തയോട്ടം തലച്ചോറിലേക്ക് ശക്തമായി പ്രവഹിക്കുമെന്നും രക്തസ്നാനം ചെയ്യപ്പെട്ട ശിരസ് ഒരു മൃതവസ്ത്രത്തിൽ കാലത്തിന്റെ കാൽച്ചുവട്ടിൽ അടക്കം ചെയ്യപ്പെടുമെന്നും ഞാൻ വിഭ്രമിച്ചു. അത്തരത്തിലൊരു വീണ്ടുവിചാരം കൂടുതൽ സമ്മർദ്ദത്തിലാക്കുമെന്ന് ഞാനറിഞ്ഞു. അതുവരെയും നിലനിറുത്തിയ പ്രതീക്ഷയുടെ കെട്ടുറപ്പിനെ അതു ബാധിക്കുമെന്നും ഒരു മഹാഗോപുരത്തിന്റെ ദിവസങ്ങളെടുത്തുള്ള തകർന്നു വീഴൽ പോലെ, കെട്ടിപ്പടുത്ത തോന്നുമ്പോലെ നടക്കാനിഷ്ടപ്പെട്ടിരുന്ന ജീവിതത്തിന്റെ മധ്യേ ഞാൻ മൃതയോ ഭ്രാന്തിയോ ആയിത്തീരുമെന്ന് ഭയന്നു. ക്രമേണ മുഹമ്മദിനൊപ്പം പോയിരുന്നുവെങ്കിൽ എന്ന ചിന്തയെ ഞാൻ മറികടന്നു. മുഹമ്മദിനെ തീർച്ചയായും ഒരിക്കൽ കണ്ടുമുട്ടുമെന്നും തൊണ്ടയിൽ കുരുങ്ങിയ വാൾമുന അനങ്ങുമെന്നുമോർത്ത് ഉമിനീരിറക്കുവാൻപോലും ഭയന്ന് ഞാൻ ഉറക്കമില്ലാതെ ദിവസങ്ങൾ കഴിച്ചു. നൈരാശ്യത്തിന്റെ ചതുപ്പുകളിലേക്ക് ആഴ്ന്നു തുടങ്ങിയിട്ടും ചളിക്കുണ്ടിൽനിന്ന് പലപ്പോഴും കുങ്കുമവൃക്ഷം സമയക്രമമില്ലാതെ ഉയർന്ന് വരുന്നത് ഞാൻ സ്വപ്നം കണ്ടു. കുങ്കുമപ്പൂക്കൾ താനേ പൊട്ടുന്നതും വീശിയടിച്ച കാറ്റിൽ അവ ദിക്കില്ലാതെ പറന്ന് നീങ്ങുന്നതും ഞാൻ കണ്ടു.

ആകസ്മികങ്ങളായ ശകുനങ്ങളിലും യാദൃച്ഛികതയിലും വിശ്വസിച്ചിരുന്നതുകൊണ്ട് അണയാൻ പോകുന്നുവെന്നറിഞ്ഞിട്ടും പ്രതീക്ഷയുടെ നാളം അവസാനത്തെ ആളിക്കത്തൽ തുടർന്നു. വല്ലപ്പോഴും തുറന്നടയുന്ന വെളിച്ചക്കീറിന്റെ കാഴ്ച എന്നതിനുമപ്പുറം പതിയെ ഇനിയൊന്നും കാണാനാകില്ലെന്നു കരുതാൻ തുടങ്ങി. പ്രതീക്ഷയുടെ നാളം കെട്ടുകൊണ്ടിരുന്നു. മരിച്ചു പോയിരുന്നുവെങ്കിൽ എന്നാഗ്രഹിച്ചു. ദിവസങ്ങളോളം നീണ്ട ഉറക്കത്തിലായി. ജയിലർ ഭക്ഷണം കൊണ്ടുവെക്കുകയും എടുത്തു കൊണ്ടുപോവുകയും ചെയ്തു. മൂന്നു ദിവസങ്ങൾക്കുശേഷം അയാൾ ദേഹത്തു തട്ടിവിളിച്ചപ്പോൾ യാന്ത്രികമായി ഉണർന്നു. അയാൾ കൊണ്ടുവെച്ച

ഭക്ഷണം വിശപ്പില്ലെങ്കിലും കഴിച്ചു. നേരത്തിന് ഉറങ്ങുകയും എണ്ണീക്കുകയും ചെയ്തു. വാതിൽപാളിയിലേക്ക് നോക്കുകയോ ജയിലഴികൾക്കടുത്തിരിക്കുകയോ ലൈറ്റിടുകയോ ചെയ്യാതെ കട്ടിലിൽ തന്നെ കിടന്നു. അതിശയകരമെന്നോണം നിർമ്മമത്വം കൈവരുന്നതായി ഞാൻ കരുതി.

ആയിടയ്ക്കാണ് ലക്ഷ്മി ഇടയ്ക്കിടെ മുറിയിലെത്തിത്തുടങ്ങിയത്. ചെറുപ്പത്തിലേ വളർച്ച കൂടിയ കുട്ടിയാണവളെന്നു തോന്നി. അവളുടെ കൂട്ടുകാരികളൊക്കെ അവളെപ്പോലെയാണെന്ന് ലക്ഷ്മി പറഞ്ഞു. അവളൊരു പതിനാറുകാരിയെപ്പോലെ തോന്നിച്ചിരുന്നു. പുറത്ത് ലോകം മാറുന്നത് ഞാനറിഞ്ഞിരുന്നില്ല.

ഒരിക്കലവൾ എടുത്തടിച്ചതുപോലെ ചോദിച്ചു: "മുത്തശ്ശിയുടെ മുസ്ലിം ലവറുടെ കഥ പറഞ്ഞു തരുമോ?"

അവൾക്ക് "ഇത്തിരിപ്പൂവേ ചുകന്നപൂവേ" എന്ന പാട്ട് പാടിക്കൊടുക്കുകയായിരുന്നു ഞാൻ. ഒരു നിമിഷം ഞാനവളുടെ കണ്ണുകളിലേക്ക് മാത്രം നോക്കി, പാട്ടു നിലച്ചു. താൻ ചോദിച്ചത് അബദ്ധമായോ എന്ന ഭാവത്തിൽ അവളുടെ കൃഷ്ണമണികൾ ചലിച്ചു.

യാദൃശ്ചികത ആപേക്ഷികമാണെന്നും ആകസ്മികതകൾ അറ്റം കാണാത്ത ഒരു മരീചിക മാത്രമാണെന്നും തോന്നിത്തുടങ്ങിയ കാലത്തായിരുന്നു ലക്ഷ്മി മുഹമ്മദിനെക്കുറിച്ച് പറയാൻ പ്രേരിപ്പിച്ചത്. വീണ്ടും ആ നിമിഷങ്ങളത്രയും യഥാർത്ഥമായി അനുഭവിക്കുകയാണെന്ന് തോന്നി. മുഹമ്മദ് ഏറെ നാളുകൾക്കൊടുവിൽ സ്വപ്നങ്ങളിലെത്തിത്തുടങ്ങി. ഞെട്ടിയുണരുമ്പൊഴൊക്കെയും ഇരുട്ടിൽ വീണ്ടും അവന്റെ പരുക്കൻ കണ്ണനക്കങ്ങൾ കണ്ടു തുടങ്ങി. ഇത് എന്തിനോ വേണ്ടി പുതിയൊരു തുടക്കത്തിനുള്ള സൂചനയാണെന്ന് ഞാൻ കരുതി. ഇരുട്ടിലിരുന്ന് മുഹമ്മദ് സിഗരറ്റ് വലിക്കുകയാണെന്ന് തോന്നുകയും ഉണർന്നപ്പോൾ അഴികൾക്കടുത്തു നിന്ന് പുകപടലം വാതിൽക്കലേക്ക് നീങ്ങുന്നതായി കാണുകയും ചെയ്തു. വിയർപ്പുമണമുള്ള ഒരു പുരുഷശരീരം തനിക്കു മീതെ കിടക്കുകയാണെന്നും അത് തന്റെ അധരങ്ങൾ കവരുകയാണെന്നും തോന്നി. പിടഞ്ഞെണീറ്റപ്പോൾ മുന്നിൽ ഇരുട്ട് മാത്രമായിരുന്നു. ബ്ലൗസിന്റെ കുടുക്കുകൾ തുറന്നിട്ടിരുന്നു.

കാലങ്ങൾക്കുശേഷം ഞാൻ കരയാൻ തുടങ്ങി. ബ്രേസിയർ നനച്ചുകൊണ്ട് മുലകൾ ചുരന്നു. യാദൃച്ഛികത വാൾമുനയിൽ നിന്നും വിമുക്തയാക്കി, ഓർമ്മകളുടെ സർപ്പക്കാലുകളെ വെട്ടിയരിഞ്ഞുകൊണ്ട്, മുഖം കാൽമുട്ടുകളിലൊളിപ്പിച്ച്, പടുവൃദ്ധയായിട്ടും

പകുതി മാത്രം നരച്ച തലമുടി ഭ്രാന്തിയെപ്പോലെ വിതിർത്തിട്ട് തുറിച്ച കണ്ണുകളോടെ കിടക്കയുടെ ഒത്തനടുവിൽ കൂനിക്കൂടിയിരുന്ന ഒരു രാത്രിയിൽ ചങ്ങല പൊട്ടിച്ചു കടന്നെത്തുമെന്ന് ഞാനറിഞ്ഞിരുന്നില്ല. വിറയലോടെ ഞാനിരുന്നു. പെട്ടെന്ന് ഒരലർച്ച കേട്ടതായി തോന്നി. ഉപബോധമനസ്സിന്റെ കറുത്തകോണിൽ അറ്റം തിളങ്ങുന്ന ഒരു കന്മഴു ഉയരുകയും നെറ്റിത്തടം വെട്ടിക്കീറാൻ തുടങ്ങുകയും ചെയ്യുന്നൊരു പേക്കിനാവിന്റെ മൂർധന്യത്തിൽ കാതുകൾ പിളർത്തിക്കൊണ്ട് ഭീകരമായ ഒരലർച്ച കേട്ടു. ഒരു നിമിഷത്തിനുള്ളിൽ ദിക്കു കിടുക്കുന്ന ആ നിലവിളി നിലച്ചു. അത് അവിശ്വസനീയമായി തോന്നി. ശബ്ദങ്ങളുടെ ലോകത്തുനിന്നും അത്രമാത്രം ഞാനകന്നിരുന്നു. അതു പതിവ് ശബ്ദത്തേക്കാൾ ആക്കം കൂടിയൊരു ടേബിൾ സ്റ്റോൺ നിലത്തു വീണതിന്റെയാവാം, ജയിലർ അയാളുടെ മരക്കട്ടിൽ വലിച്ചു നീക്കി സ്ഥലം മാറ്റിയിട്ടതാവാം... ഞാൻ സാധ്യതകൾ പരതി.

പിന്നീടെല്ലാം അവിശ്വസനീയമായിരുന്നു. കഴുത്തിൽ മുറുക്കപ്പെട്ട അവസാനവരി ചങ്ങലയും അയഞ്ഞു കാൽക്കൽ വീണത് ഞാനറിഞ്ഞു. അസ്തമനസൂര്യന്റെ അണയാൻ പോകുന്നതിനു മുൻപ് ആളിക്കത്തുന്ന വെളിച്ചക്കീറിലെന്നോണം മായികമായി മിഴികളടഞ്ഞു. ഒരു ചുടുകണ്ണീർ അതിന്റെ വഴി ആസ്വദിച്ചുകൊണ്ട് താടിത്തുമ്പിലേക്കൊഴുകി.

ഫ്ളാറ്റിനു മുകളിലേക്ക് തിടുക്കത്തിൽ പടികയറുന്ന ഞങ്ങളെക്കാത്ത് നഗരത്തിനു സമാന്തരമായി ആകാശപാതപോലെ നീളുന്ന പാളത്തിലൂടെ നിശ്ശബ്ദതയുടെ ആളിക്കത്തുന്ന അവസാനനാളം കൂടി കെടുത്തിക്കൊണ്ട് കടന്നുപോകാനായി ഒരു തീവണ്ടി കാത്തുകിടക്കുന്നുണ്ടായിരുന്നു. നഗരനിശ്ശബ്ദതയെ ഞെട്ടിച്ചുകൊണ്ടത് കടന്നുപോയി. ഇപ്പോഴും ആ തീവണ്ടിയിലാണ് ഞാനിരിക്കുന്നതെന്ന് എനിക്ക് പൂർണ്ണമായും ഉൾക്കൊള്ളാനായില്ല. എന്നെ സംബന്ധിച്ചിടത്തോളം അത് കടന്നുപോയിരുന്നു. എവിടെ നിൽക്കുന്നു എന്നതിനെക്കുറിച്ച് ബോധരഹിതയായതുപോലെ നീളൻ തലമുടി കെട്ടിവെച്ചുകൊണ്ട് ഞാനിരുന്നു. ലോകത്തോട് ബന്ധിപ്പിക്കുന്ന ഒരേയൊരു കണ്ണിയെന്ന വണ്ണം അതു വിട്ടുപോകാതിരിക്കാൻ തക്കവണ്ണം ലക്ഷ്മിയുടെ കൈവിരലുകളിൽ മുറുക്കെപ്പിടിച്ചതിനെക്കുറിച്ച് ഞാൻ ബോധവതിയായിരുന്നു. വിഷ്ണു വാതിൽ വലിച്ചടക്കുന്നതും പൂട്ടിൽ ത്രിശൂലം കൊത്തിയ താക്കോൽ തിരിയുന്നതും നേരിയൊരു പകപ്പോടെ ഞാനിപ്പോഴും ഓർത്തുകൊണ്ടിരുന്നു.

അസാധാരണമായ ചിലതൊക്കെ സംഭവിക്കാൻ പോകുന്നുവെന്ന ഉൾവിളി വീണ്ടുമെനിക്ക് തോന്നിത്തുടങ്ങി. കാത്തിരിപ്പിന്

വീണ്ടും കണ്ണീർമേലങ്കിയും ഓർമ്മകളുടെ ഭാരം താങ്ങുന്ന ചെകിള കളും കിട്ടിത്തുടങ്ങി. ഇരുട്ടും നഗരവിളക്കുകളും ജനലിനപ്പുറം മാഞ്ഞുപോകുന്നതും നോക്കിയിരിക്കെ പെട്ടെന്ന് ബർത്തിൽനിന്നും ആരോ താഴേക്ക് ചാടിയിറങ്ങിയപ്പോൾ ഞെട്ടിക്കൊണ്ട് യാഥാർത്ഥ്യ ത്തിന്റെ ലോകത്തേക്ക് കണ്ണു മിഴിച്ചു.

"പേടിച്ചു പോയോ ഒറങ്ങിയതായിരിക്കും."

ചുവന്ന കുപ്പിവളകളിട്ട ഒരു കറുത്ത പെണ്ണ് ബർത്തിൽനിന്നും ലഗേജുകളെടുക്കെ കുലുങ്ങിച്ചിരിച്ചു. തടവറയിൽനിന്നും പുറത്തു കടക്കവേ വീണ്ടുകിട്ടിയ മനഃസ്ഥൈര്യം ഒരു ശവത്തിന്റെ തണു ത്തുറഞ്ഞ തുറിച്ച കണ്ണുകളിലേക്ക് മടങ്ങിപ്പോകുന്നതായി തോന്നി.

ടോയ്‌ലറ്റിന്റെ കണ്ണാടിയിൽ നോക്കി അഴിച്ചിടാതെതന്നെ തല മുടി പലപ്പോഴായി കനപ്പിച്ചു കെട്ടി. ഇരുട്ടായതുപോലും ഞാനറി ഞ്ഞില്ല. ഒരു ദിവസം തന്നെ കടന്നുപോയോ എന്നു സംശയം തോന്നി. കംപാർട്ട്മെന്റിൽ വളരെ കുറച്ചുപേർ മാത്രം ശേഷിച്ചു. പൊട്ടിച്ചിരികളും ചർച്ചകളും അവസാനിച്ചിരുന്നു.

തീവണ്ടി അതിന്റെ ലക്ഷ്യസ്ഥാനത്തെത്താറായിരുന്നു.

ലക്ഷ്മിയെ കണ്ടില്ല. അവൾ വിഷ്ണുവിനൊപ്പമുണ്ടാകുമെന്ന് കരുതിയാണ് ഞാൻ കംപാർട്ട്മെന്റിന്റെ ഡോറിനടുത്തേക്ക് വന്നത്. അവൾ അവനോട് ചേർന്നിരിക്കുന്നുണ്ടായിരുന്നു. ഞാൻ അടുത്തു ണ്ടെന്നറിഞ്ഞ് വിഷ്ണു എനിക്ക് ഇരിക്കാനായി കുറച്ചു നീങ്ങിയി രുന്നു.

"തണുക്കുന്നുണ്ടല്ലേ?" അവൻ ചോദിച്ചു.

എനിക്കു നന്നായി വിറയ്ക്കുന്നുണ്ടായിരുന്നു. തൊട്ടടുത്ത് സ്റ്റേഷ നിലിറങ്ങി അവൻ മൂന്ന് രോമക്കുപ്പായങ്ങൾ വാങ്ങി. എന്നിട്ടും പല്ലുകൾ കൂട്ടിയിടിച്ചു. കെട്ടഴിച്ചിടാതെ മുടി സ്വെറ്ററിന്റെ തൊപ്പി ക്കുള്ളിൽ മറച്ചു. നെടുവീർപ്പോടെ റെയിൽപ്പാതയ്ക്കരികെ തൂക്കിയ കാവിത്തോരണങ്ങൾ കണ്ടു. തീവണ്ടിയുടെ കടകടശബ്ദത്തോട് ശ്വാസതാളം തന്മയീഭവിക്കുന്നതായി തോന്നി. തല ഡോറിലേക്ക് ചേർത്തുവെക്കുകയും കണ്ണുകളടയ്ക്കുകയും ചെയ്തു.

ടോയ്‌ലറ്റിന്റെ കണ്ണാടിയിൽ നോക്കിയപ്പോൾ കൺപീലികൾ നനഞ്ഞ മയിൽപ്പീലികളായി തോന്നി. കണ്ണുനീർ മുഖം കഴുകിയ പ്പോൾ വെള്ളത്തോടൊത്തൊഴുകി. ചുളിവുവീണ കവിളുകളിൽ എന്നോ ഒരിക്കൽ ഉറഞ്ഞുകൂടിയ കാത്തിരിപ്പിന്റെ ഹിമം ടോയ് ലറ്റിലെ ചെറിയ ജനലിലൂടെ കടന്നെത്തിയ വെളിച്ചക്കീറിൽ വീണ്ടും ഉരുകിത്തുടങ്ങിയതായി തോന്നി, ചുണ്ടുകൾ ചേർന്നു വരുന്നതായും.

അത് കണ്ടപ്പോൾ ഞാൻ ചിരിക്കുകയാണോ എന്നു സംശയിച്ചു. നെറ്റിയിൽ കുങ്കുമം തൊട്ടിരിന്നുവെങ്കിലെന്ന് കൗതുകത്തോടെ ആലോചിച്ചു. തീവണ്ടി നിലച്ചിട്ടും കണ്ണാടി നോക്കി ലക്ഷ്മി ടോയ്‌ലറ്റിൽ തട്ടിവിളിക്കുന്നതു വരെയും ഞാൻ നിന്നു. ട്രെയിൻ നിലച്ചിട്ടും ശ്വാസതാളം വീണ്ടും കടകടശബ്ദത്തോട് തന്മയീഭവിക്കുന്നതായി ഞാനറിഞ്ഞു.

ഇപ്പോൾ കണ്ണാടിയിൽ മുഖഭാവത്തിന് ചെറിയൊരു പകപ്പ് കൈവന്നു. അതു പതിയെ, പരുക്കൻ കണ്ണനക്കങ്ങളിൽ പിടി തരാത്ത ചിരിയുമായി എന്റെ കണ്ണുകളിലേക്ക് അലക്ഷ്യമായി നോക്കുന്ന മുഹമ്മദിലേക്ക് മാറുന്നതായി തോന്നി.

"ഇറങ്ങുന്നില്ലേ?"

നേരിയൊരു അരിശത്തോടെ ലക്ഷ്മി ടോയ്‌ലറ്റിന്റെ വാതിലിൽ തട്ടി.

കഴുമരം കാത്ത് കോടമഞ്ഞിൽ കുങ്കമച്ചോര വാർന്ന്...

ചക്രവാളത്തിനു തിരശ്ചീനമായി മണൽവിതാനത്തു നിന്നുയർന്ന് നക്ഷത്രങ്ങളിലേക്ക് ഒരു ജ്യോതിർഗോളം വിരൽ ഞൊടിക്കുന്ന വേഗതയിൽ ഉയർന്നു പോകുന്നതായി അരവിന്ദിനു തോന്നി. കാലം കൺമുന്നിൽ ജ്വലിക്കുന്നൊരു പകിടയെറിഞ്ഞ് നിയോഗത്തിന്റെ ദിശാസൂചി വെളിപ്പെടുത്തിയതാവാമെന്ന് അരവിന്ദ് സംശയിച്ചു. ദാർശനികരാത്രി ടെന്റിലെ വൈദ്യുതവെളിച്ചത്തിനു ചുറ്റും മഞ്ഞു പടർത്തി. വെളിച്ചം പെട്ടെന്ന് മങ്ങുകയും തുടർന്ന് ആളിക്കൊണ്ട് ജ്യോതിർഗോളങ്ങളായി മുകളിലോട്ടുയരുകയാണെന്നും മായക്കാഴ്ച യുണ്ടാക്കി. അയാൾ താൻ ഉറങ്ങുകയല്ലെന്ന് സ്വയം നുള്ളിക്കൊണ്ട് വിശ്വസിപ്പിക്കാൻ ശ്രമിച്ചു. രണ്ടു ദിവസങ്ങളായി തനിക്ക് ഉറക്കം നഷ്ടപ്പെട്ടിരിക്കുന്നതായി അവൻ ഓർത്തു. കടുത്ത തണുപ്പ് മറി കടക്കാൻ കട്ടിയുള്ള രോമക്കുപ്പായം ഇടാറുണ്ടായിരുന്നിട്ടും ആദ്യ മായി അയാൾക്ക് ശരീരം ചുട്ടുവിയർത്തു. സമയം കൂടി വരുന്തോറും അയാളുടെ പരിഭ്രാന്തി വർദ്ധിക്കുന്നതായി കണ്ട് മുഹമ്മദ് ചോദിച്ചു.

"എന്തുപറ്റി അരവിന്ദ്?"

എന്നാൽ അരവിന്ദിന് എന്തുപറ്റിയെന്ന് മുഹമ്മദിന് സത്യത്തിൽ അറിയേണ്ടിയിരുന്നില്ല. അയാളുടെ കണ്ണുകളിൽ ജിജ്ഞാസ കടന്നൽ ക്കൂടോളം മുഴച്ചിരുന്നു, കല്ലേറിൽ പൊട്ടിപ്പിളർന്നേക്കാവുന്നത്. രാധ എവിടെയെത്തിയെന്ന് അയാൾക്കറിയണമായിരുന്നു. പക്ഷേ അര വിന്ദിന്റെ പരിഭ്രാന്തി അയാളെ അതു ചോദിക്കുന്നതിൽനിന്നും തടഞ്ഞു. തന്റെ ആവേശവും ഈറ്റുനോവിന് സമാനമായ കാത്തിരി പ്പിന്റെ സൂചി കുത്തുന്നതുപോലെ സുഖകരമായ വേദനയും മുഹ മ്മദ് അരവിന്ദിൽനിന്നും മറച്ചുപിടിക്കാൻ ശ്രമിച്ചു. അയാൾ അതിൽ വിജയിച്ചില്ല.

അയാളുടെ വേവലാതി അരവിന്ദിന് കാണാമായിരുന്നു. "അവർ എത്താറായി." അവൻ പറഞ്ഞു.

മുഹമ്മദിന്റെ വിരലുകൾ മദ്യാസക്തനായ ഒരാൾ പെട്ടെന്ന് ലഹരിമുക്തനാകാൻ തീരുമാനിച്ച് മദ്യം ഒറ്റയടിക്ക് വർജിച്ചതിനെ ത്തുടർന്നുണ്ടാകുന്ന കൈവിറയലിനു സമാനമായി പോക്കറ്റിൽ വിറ കൊണ്ടു. മുഹമ്മദ് അതും മറയ്ക്കാൻ ശ്രമിച്ചു. അയാൾ പതിവി ല്ലാതെ ഏറെനേരം തുടർച്ചയായി ഇമചിമ്മുകയും സിഗരറ്റ് വലിച്ച് കമ്പിവേലിയിലേക്ക് തലകുനിച്ച് പുകവിട്ടുകൊണ്ട് പിറുപിറുക്കു കയും ചെയ്തു.

“അവളെ ഇങ്ങോട്ട് കടത്തി വിടുമോ?” മുഹമ്മദ് ചോദിച്ചു. കണ്ണു കളിൽ ജിജ്ഞാസയുടെ കടന്നൽക്കൂട് പൂർവ്വാധികം മുഴച്ചു,

“എന്റെ മോനും അവർക്കൊപ്പം വരുന്നുണ്ട്. ഒരു ദിവസം അവരെ ഇവിടെ പാർപ്പിക്കുന്നതിൽനിന്നും അതെന്നെ വിലക്കില്ല.”

അരവിന്ദ് പതിഞ്ഞ ശബ്ദത്തിൽ പറഞ്ഞു. അയാൾ ഒരു നേരം പോക്കിനെന്നോണം മണലിൽ തോക്കുകൊണ്ട് പലതും വരച്ചു. അയാൾ തന്റെയും ഭാര്യയുടെയും മകന്റെയും പേരെഴുതി. മണലി ലേക്ക് മലർന്നു കിടന്ന് ദാർശനികരാത്രിയിലെ നക്ഷത്രങ്ങൾക്കിട യിൽ തന്റെ മാതൃഗ്രഹത്തെ തിരഞ്ഞുകൊണ്ട് അരവിന്ദ് മയങ്ങി പ്പോയി.

രാധ മണിക്കൂറുകൾക്കുള്ളിൽ തൊട്ടു മുൻപിലെ ടെന്റിൽ, ഒരു കമ്പിവേലിയകലത്തിൽ ഉണ്ടാവുമെന്ന ചിന്ത മുഹമ്മദിന്റെ ചങ്കിൽ സുഖമുള്ളൊരു കനലാളിച്ചു. താൻ എന്തുകൊണ്ട് അവളെക്കുറിച്ചു മാത്രം തിരക്കിയെന്ന് മുഹമ്മദ് ആലോചിച്ചു. അരവിന്ദും വർഷ ങ്ങൾക്കുശേഷം മകനെ കാണാൻ കാത്തിരിക്കുകയാണെന്ന് അയാൾ ഓർത്തു. അയാളുടെ മകനെക്കുറിച്ച് താൻ വേവലാതിപ്പെടാത്ത തിൽ മുഹമ്മദിന് അത്ഭുതം തോന്നിയില്ല. നിർണ്ണായക നിമിഷ ങ്ങളിൽ ജീവിതം അത്രമേൽ സ്വാർത്ഥമാണ്, അത് ജൈവികവു മാണ്. ജൈവികത എപ്പോഴും സാമൂഹികധാർമ്മികതയ്ക്ക് നിരക്കു ന്നതല്ലെങ്കിൽക്കൂടിയും അയാൾക്കപ്പോൾ അതിലപ്പുറം ശരിയൊന്നു മില്ലായിരുന്നു.

താനും അരവിന്ദും ഇപ്പോൾ അതിർത്തിയിലെ മണൽനിലത്ത് കമ്പിവേലിയകലത്തിലല്ല, കാടിന്റെ നിബിഡതയിൽ ഒരു ഗുഹയിൽ തൊട്ടടുത്താണിരിക്കുന്നതെന്ന് മുഹമ്മദ് സങ്കൽപിച്ചു. ഇരുവരും ഒരു ദിശയിലേക്ക് മാത്രം നോക്കുന്നു. അത്രമേൽ കനത്ത ഏകാഗ്രത കാൽവിരലോളം ചൂഴ്ന്നു. ചുമരിന് അഭിമുഖമായി അനങ്ങാതെ തങ്ങളിരുന്നു. പിറകിൽ തീയാളിത്തുടങ്ങി. ഗുഹയുടെ ചുമരിൽ അനേകം നിഴലുകളാളി, ഒടുക്കം മൂന്നെണ്ണം മാത്രം അവശേഷിച്ചു. ചുളിവു വീണ കവിളുകളും പകുതി നരച്ച നീളൻ മുടിയും ചുണ്ടിൽ

വേദനയൂറുന്നൊരു ചെറുചിരിയുമായി രാധയുടെ നിഴൽ ജലത്തിൽ ഓളമെന്നതുപോലെ ഇളകിക്കൊണ്ടിരുന്നു. മുഹമ്മദ് അതു മാത്രം ശ്രദ്ധിച്ചു. അയാളെ സംബന്ധിച്ചിടത്തോളം മറ്റെല്ലാം വിഭ്രമങ്ങളായിരുന്നു. അരവിന്ദിന്റെ കാഴ്ച വലത്തേ കട്ടിക്കൂട്ടുപുരികത്തിനു മീതെ കാക്കപ്പുള്ളിയുള്ളൊരു മഞ്ഞവെള്ളപ്പല്ലുകാരനിൽ നിവേശിച്ചു. താൻ അവനെ പുണരുകയും ചുംബിക്കുകയും ചെയ്യുകയാണെന്ന് അയാൾ കരുതി. വെളിച്ചക്കീറിലേക്ക് ഇറങ്ങിപ്പോകാനോ നിഴലുകളുടെ അവകാശികളെ തിരയാനോ അവർ മടിച്ചു. തീ വന്യതയോടെ ആളുകയും പെട്ടെന്ന് കെടുകയും ചെയ്തു. ഇരുവരും ഉറങ്ങിപ്പോയി.

ആദ്യം ഉണർന്നത് അരവിന്ദാണ്. അവന്റെ പോക്കറ്റിൽ മൊബൈൽ ശബ്ദമുണ്ടാക്കിക്കൊണ്ട് ഞെരങ്ങി. അപ്പുറത്ത് വിഷ്ണുവായിരുന്നു. അവന്റെ ശബ്ദം ചെറുതായി വിറയ്ക്കുന്നുണ്ടായിരുന്നു.

“പേടിച്ചിട്ടാണോ നിന്റെ ശബ്ദമിടറുന്നത്?’ മണലിൽ നിന്നെഴുന്നേറ്റുകൊണ്ട് അരവിന്ദ് ചോദിച്ചു.

“തണുത്തിട്ടുമാണ്.” വിഷ്ണു പറഞ്ഞു. “ഞങ്ങൾ എത്താറായി.”

“ഉം.” അരവിന്ദ് അമർത്തിമൂളി. “ഞാൻ റോഡിലേക്കിറങ്ങുന്നു.”

തണുപ്പിനേക്കാളും അകാരണമായ പേടികൊണ്ടു കൂടിയാണ് താൻ വിറയ്ക്കുന്നതെന്ന് വിഷ്ണുവിന് തോന്നി. അവൻ ലക്ഷ്മിയുടെ വിറയ്ക്കുന്ന വിരലുകൾ മുറുകെപ്പിടിച്ചു. അവൾ നേരിയ ഭീതി നിഴലിച്ച മിഴികളോടെ അവനെ നോക്കി. അവൻ ചിരിക്കാൻ ശ്രമിച്ചു. പട്ടാളവണ്ടി മലകൾ കയറിക്കൊണ്ടിരുന്നു. മണലും മഞ്ഞും നിറഞ്ഞ വൈദ്യുതവിളക്കുകൾ ജ്യോതിർഗോളങ്ങളായി തോന്നിച്ച മലകളിലൂടെ സാമാന്യം നല്ല വേഗതയിൽ വണ്ടി കുതിച്ചു കയറി.

അരവിന്ദ് പറഞ്ഞുവിട്ട വണ്ടിയായിരുന്നു അത്. തന്റെ മകൻ നീണ്ട വർഷങ്ങൾക്കുശേഷം കാണാനെത്തുന്നു, അവനെയും ബന്ധുക്കളെയും ടെന്റിലേക്ക് കൂട്ടിക്കൊണ്ടുവരണം എന്നയാൾ ആർമിയിലെ വിരലിലെണ്ണാവുന്ന ആത്മമിത്രങ്ങളിലൊരുവനോട് പറഞ്ഞു. അയാൾ സൈനികമേധാവിയിൽനിന്നും അനുമതി വാങ്ങി. ആർമിയിലെ ഡ്രൈവർ ആയിരുന്നു അയാൾ. അരവിന്ദ് വരുന്നില്ലേയെന്നയാൾ ചോദിച്ചു. അവന് പുറത്തു പോകാനും പ്രത്യേക അനുമതി വേണ്ടിയിരുന്നു. അനുവാദം കിട്ടാൻ അനേകം ഉദ്യോഗസ്ഥരെ സമീപിക്കേണ്ടിയിരുന്നു. അതുകൊണ്ട് താൻ വരുന്നില്ലെന്ന് അരവിന്ദ് പറഞ്ഞു.

ഡ്രൈവർ ഇടയ്ക്കിടെ മിററിലൂടെ ലക്ഷ്മിയെ ശ്രദ്ധിക്കുന്നതായി വിഷ്ണുവിന് തോന്നി. അയാളവളെ കണ്ണാടിയിലൂടെ

നോക്കിക്കൊണ്ടിരുന്നു. അതവനെ അസ്വസ്ഥനാക്കി. ഡ്രൈവർ പുറംതിരിഞ്ഞ് സംസാരിക്കാൻ തുടങ്ങി.

"ഇതാരാണ് കൂടെയുള്ളത്?" അയാൾ ചോദിച്ചു.

"എന്റെ പെണ്ണ്" അവൻ പറഞ്ഞു. അവനത് പറഞ്ഞപ്പോൾ ലക്ഷ്മിക്ക് കണ്ണു നിറയുന്നതായി തോന്നുകയും അവളവന്റെ നെഞ്ചിലേക്ക് ചേർന്നിരിക്കുകയും ചെയ്തു.

"കല്യാണം കഴിഞ്ഞതാണോ?" അയാൾ തിരക്കി.

"ഇല്ല, അച്ഛനോട് നേരിട്ട് പറയാനാണ് വരുന്നത്." ലക്ഷ്മിയുടെ വിരലുകൾ മുറുക്കിപ്പിടിച്ചുകൊണ്ട് വിഷ്ണു പറഞ്ഞു.

പട്ടാളക്കാരൻ അമർത്തിമൂളി. അയാൾ അതു വിശ്വസിച്ചതായി ആ മൂളക്കം തോന്നിപ്പിച്ചു. എന്നിട്ടും അയാളുടെ കണ്ണുകൾ അടിക്കടി മിററിലൂടെ ലക്ഷ്മിയിലുടക്കി. വർഷങ്ങളോളം സ്ത്രീശരീരം വിലക്കപ്പെട്ടവന്റെ ആർത്തി അയാളുടെ കണ്ണുകളിൽ കാളുന്നുണ്ടായിരുന്നു. നേരിയൊരുൾഭയത്തോടെ ലക്ഷ്മി രാധയുടെ സാരി കൊണ്ട് മാറിടം മറയ്ക്കാൻ ഒരു ശ്രമം നടത്തി. വിഷ്ണുവിനും ഭയം തോന്നാതിരുന്നില്ല. അരോഗദൃഢഗാത്രനായൊരു പട്ടാളക്കാരനാണയാൾ. തോക്കിൻമുനയിൽ ചൂണ്ടി നിർത്തി, ഡിക്കിയിലേക്ക് മലർത്തിക്കിടത്തി, മലമുകളിലൊന്നിൽ വെച്ച് അയാൾക്കവളെ ഭോഗിക്കുന്നതിന് ആരെയും ഭയപ്പെടേണ്ടതില്ല. ഹിമക്കട്ടകളെ വിഭേദിക്കുന്ന അയാളുടെ കാമത്തെ പ്രകൃതിയും നിയമവും അയാൾ കാവൽ നിൽക്കുന്ന ജനതയും ന്യായീകരിച്ചുകൊള്ളും. വിയർക്കുന്ന മെലിഞ്ഞ ശരീരവുമായി തനിക്കു മീതെയിളകിയ ഒരു പൂണൂൽക്കാരന്റെ ഉടലനക്കത്തിന്റെ ഓർമ്മ അപ്പോൾ ലക്ഷ്മിയെ വീണ്ടും വേട്ടയാടി. ഐസ്ക്രീം റഫ്രിജറേറ്ററിൽ തുറിച്ച കണ്ണുകളുമായി മരവിച്ച ഒരു ശവം അവളുടെ ചങ്കിൽ കൊളുത്തി. ഓർമ്മയിലും തണുപ്പിലും വിറച്ചവൾ വിഷ്ണുവിനും രാധയ്ക്കും മധ്യേയിരുന്നു.

വണ്ടി കുതിച്ചു കയറിയ വഴികളിലേക്ക്, മണലും മഞ്ഞും കുതിർന്ന നിലത്തേക്ക് അലസമായി നോക്കിക്കൊണ്ടിരുന്നു രാധ. വിഷ്ണുവിന്റെ ഉദ്വേഗത്തെക്കുറിച്ചോ ലക്ഷ്മിയുടെ വേവലാതിയോ രാധ അറിഞ്ഞില്ല. നെഞ്ചിലൂടെ തണുത്തൊരു കാറ്റ് കടന്നുപോകുന്നതായി രാധയറിഞ്ഞു. അത് മുലകളെ ചലിപ്പിക്കുന്നതായി തോന്നി. അണിവയറിലൂടെ ആരോ മയിൽപ്പീലിയാൽ തഴുകുന്നതായി അനുഭവപ്പെട്ടു. രാവിലെ ട്രെയിനിൽ നിന്നുമിറങ്ങുന്നതിനു മുൻപ് ടോയ്ലറ്റിലെ കണ്ണാടിയിൽ നോക്കി ചിരിച്ചത് രാധയോർത്തു. പലതും ഓർത്തുകൊണ്ടവൾ മന്ദഹസിച്ചു. നീളൻ മുടി പൂർണമായും തോളിലേക്ക് വീണിരുന്നു. നാളുകളായി എണ്ണ തേക്കാതിരുന്നതുകൊണ്ട്

മുടിയിഴകൾ നെറ്റിയിലേക്ക് വീണു. രാധ അത് അടക്കിവെച്ചില്ല. വണ്ടി മല കയറിക്കൊണ്ടിരുന്നു. സായാഹ്നസൂര്യൻ മഞ്ഞിലേക്ക് മടങ്ങിപ്പോയിരുന്നു. ആകാശം മഴക്കാറുള്ളതുപോലെ കറുത്തു. മേഘക്കീറുകൾക്കിടയിലൂടെ മങ്ങിയ നിലാവ് പടർന്നു. നക്ഷത്രങ്ങൾ തണുത്തു പ്രകാശിച്ചു. വഴിവക്കുകൾ കൂടുതൽ ദൂരം ചെല്ലുന്തോറും വിജനമായി. വണ്ടിയുടെ ഇളക്കത്തിനൊത്ത് രാധ താൻ മുഖം ചാരിയിരുന്ന വിൻഡോ സൈഡിലെ കമ്പി മുറുകെപ്പിടിച്ചു. വണ്ടിയുടെ വേഗതയിൽ ദുർഘടമായ നിരത്തിലേക്ക് താൻ തെറിച്ചുപോയേക്കുമെന്ന് രാധയ്ക്കു തോന്നി.

കുതിച്ചു കയറി വന്ന വണ്ടി പട്ടാളടെന്റുകൾക്ക് അഭിമുഖമായുള്ള നിരത്തിൽ അതേ വേഗതയിൽ അർദ്ധവൃത്താകൃതിയിൽ കറങ്ങിക്കൊണ്ട് സഡൻ ബ്രേക്കായപ്പോൾ രാധയും മുന്നോക്കം തെറിച്ചു. ഏറെനേരം പ്രശാന്തമായ മനസ്സിലേക്ക് വീണ്ടും ആശങ്കകളുടെ കാർമേഘം ഉരുണ്ടുകൂടുന്നതായി രാധയ്ക്ക് തോന്നി. ആകാശം ഇരുണ്ടിരുന്നു. അപ്രതീക്ഷിതമായി ഇടിവെട്ടി, വൈദ്യുതവിളക്കുകൾ മുനിഞ്ഞുകത്തി. പട്ടാളക്കാർക്കു മീതെ കാവിപ്പതാകകൾ കാറ്റിലിളകി. പതാകകൾ നോക്കി നേരിയൊരാന്തലോടെ രാധയിരുന്നു.

“ഇറങ്ങ്.” വണ്ടിക്കരികിൽ നിന്ന് ആരോ പറഞ്ഞു. ഡ്രൈവറായിരുന്നില്ല. ശബ്ദത്തിന് ഗാംഭീര്യമുണ്ടായിരുന്നു.

മഴ ഉടനെ പെയ്തിറങ്ങുമെന്ന് രാധ കരുതി. സ്വപ്നസദൃശ്യമായ ഒരു ലോകത്തേക്ക് കാലെടുത്തു വെക്കുന്നതായി അവൾക്ക് തോന്നി. അവൾ പുറത്തിറങ്ങി, പിറകെ ലക്ഷ്മിയും വിഷ്ണുവും. ജയിലഴികളിൽ ചുട്ടുപൊള്ളുന്ന കണ്ണുനീരൊഴുക്കിയും കാലങ്ങളോളം കരയാനാകാതെ പിന്നീട് തുറിച്ച കണ്ണുകളോടെ വാതിലു തുറക്കുമ്പോൾ കിട്ടുന്ന വെളിച്ചക്കീറിലേക്ക് ആർത്തിയോടെ നോക്കിയും കാത്തിരുന്ന നിമിഷം കടന്നെത്തുന്നതായി അവളറിഞ്ഞു. മുഹമ്മദിന്റെ നോട്ടം പിടിതരാത്ത ചിരിയുമായി മനക്കണ്ണിൽ മങ്ങിമറയുന്നതുപോലെ അവളവന്റെ മുഖം പിടിച്ചുയർത്തി. ഉടലാകെ പൂക്കുന്നതായി തോന്നി. ആരോ മയിൽപ്പീലികൊണ്ട് തഴുകുന്നതുപോലെ, പതിയെ താടികൊണ്ട് കഴുത്തിൽ ഉരസുന്നതായും. കുങ്കുമപ്പൂവ് ഉയർന്നു വന്ന് കൺമുന്നിൽ പൊട്ടിയടരുന്നതുപോലെ നാഭിക്കു കീഴെ തരിപ്പ് പടരുന്നതായി രാധയ്ക്ക് അനുഭവപ്പെട്ടു.

വിഷ്ണുവിനെ അവൻ കൈക്കുഞ്ഞായിരുന്നപ്പോഴെന്നപോലെ അരവിന്ദ് നെഞ്ചോടു ചേർത്തു. കവിളുകളിൽ തുരുതുരെ മുത്തം വെച്ചു. അവന്റെ കണ്ണുകളും നിറയുന്നുണ്ടായിരുന്നു. മഴ ചാറിത്തുടങ്ങിയിരുന്നു. ലക്ഷ്മിക്ക് നന്നായി വിറച്ചു. ദേവദാരു മരങ്ങളുടെ

ഇലകളിലൂടെ മഴത്തുള്ളികൾ മണ്ണിലേക്കടർന്നു. രാധയുടെ വരണ്ട ചുണ്ടുകളിലേക്ക് അതിലൊന്ന് നിപതിച്ചു.

അരവിന്ദ് ചൂണ്ടിക്കാട്ടിയ ഇടത്തേക്ക് രാധ നടന്നു. കാലുകൾ ഇടറുന്നുണ്ടോ എന്ന് ചിന്തിച്ചു. രാധയുടെ ശിരസ്സ് കുനിഞ്ഞിരുന്നു. ചാറ്റൽമഴയിലും ചങ്കിൽ ചെറുതായൊരു തീയാളുന്നത് അവളറിഞ്ഞു. പട്ടാളക്കാരുടെ നോട്ടങ്ങളൊക്കെ വജ്രസൂചികൾപോലെ തിളങ്ങുന്നതും മൂർച്ചയുള്ളതുമായി തോന്നി. അവർക്കു മുന്നിലൂടെയുള്ള നടത്തം വാൾമുനയിലെന്നതുപോലെ നെഞ്ചിടിപ്പിന്റെ ആക്കം കൂട്ടിക്കൊണ്ടിരുന്നു. തൂക്കുകയർ ലക്ഷ്യമാക്കി നടക്കുന്നൊരു കുറ്റവാളിയാണ് താനെന്നൊരു ആന്തൽ അവൾക്കുണ്ടായി.

പട്ടാള ടെന്റ് ഇരുണ്ടിരുന്നു, ഏകാഗ്രചിത്തനായി തോക്കിന് സാവധാനം ഉന്നംപിടിക്കുന്ന ഒരു പട്ടാളക്കാരനെപ്പോലെ നിശ്ശബ്ദവും ജാഗരൂകവുമായി അത് തങ്ങളിലേക്ക് മുഴുവൻ ശ്രദ്ധയും കേന്ദ്രീകരിക്കുന്നതായി രാധയ്ക്ക് തോന്നി.

***

കമ്പിവേലിക്കപ്പുറം പുകയുന്ന സിഗരറ്റുമായി മുഹമ്മദ് നിന്നു. ഇരുവരുടെയും കണ്ണുകൾ നിറഞ്ഞൊഴുകി. ഏപ്രിക്കോട്ട് മരങ്ങളിൽ നിന്നൊരു ഹിമപ്പക്ഷി ചിറകു വീശിയുയർന്നപ്പോൾ ഇലകളിലെ മഞ്ഞുമഴത്തുള്ളികൾ നിലത്തു വീണു. ചങ്കിലാളിയ തീയൊന്ന് തണുത്തതായി രാധയ്ക്ക് തോന്നി. ചെറുകാറ്റിൽ ഇരുവരും എന്നത്തേക്കാളും വിറച്ചു. അവർ പരസ്പരം നോക്കിച്ചിരിച്ചു, വേദനയോടെ. ഓർമ്മകളുടെ കൊളുത്തിപ്പിടുത്തം അവരറിഞ്ഞു. വീശിയടിക്കുന്ന കാറ്റിൽ മറിഞ്ഞുവീഴുമെന്ന് കരുതിയ മലമുകളിലെ കുടിലിന്റെ മരവാതിൽ ഓടാമ്പലിൽനിന്നും തെറിച്ചിട്ടും ശക്തമായ വിജാഗിരിപ്പിടുത്തംകൊണ്ട് കാറ്റിനോട് മല്ലിട്ട് നിലം തൊടാതെ നിൽക്കുംപോലെ, ഇനിയൊരു കണ്ടുമുട്ടലുണ്ടാകുമെങ്കിൽ ഓർമ്മകളുടെ പാരാവാരത്തിൽപ്പെട്ട് ഭ്രാന്തൻതിരകളിൽ തലയിടിച്ച് മരിക്കുംപോലെ തറഞ്ഞുപോകുമെന്നും ഭ്രാന്തിന്റെ നിലയില്ലാച്ചുരത്തിലേക്ക് തെറിച്ച് പോകുമെന്നും കരുതിയിട്ടും സ്വബോധത്തിന്റെയും ആകസ്മികതയുടെയും കെട്ടുറപ്പുള്ള വിജാഗിരിപ്പിടുത്തം അവരറിഞ്ഞു. ഏറെ നേരം ചിരിച്ചുകൊണ്ടവർ കണ്ണുകളിലേക്ക് മാത്രം നോക്കി. പ്രതീക്ഷിച്ചതുപോലെ ഇപ്പോൾ ഓരോർമ്മയുടെ കുന്തമുനയും അവരുടെ നെഞ്ചു തറയ്ക്കുകയോ അവരെ സ്ഥലജലവിഭ്രാന്തരാക്കുകയോ ചെയ്തില്ല. പട്ടാളക്കാരുടെ കൂർത്ത നോട്ടങ്ങളിൽനിന്നും കാതങ്ങളോളം അകലെയായിരുന്നു അവർ. അവരുടേതായൊരു ലോകത്ത്. അൻപതുവർഷങ്ങൾക്ക് പിറകിലോട്ട്,

മുഹമ്മദ് നാടു വിടുന്നതിനു മുൻപ്, താരാനാഥിന്റെ ചിത്രപ്പലകയ്ക്കും ചായക്കൂട്ടിനും മുൻപിൽ നിൽക്കുകയായിരുന്നു അവർ.

മുഹമ്മദ് ഏന്തിവലിഞ്ഞ് കമ്പിവേലി തട്ടാതെ രാധയുടെ ചുണ്ടുകളിൽ അമർത്തിച്ചുംബിച്ചു. പൊട്ടിയടർന്ന് ഓരോ വിത്തും കുങ്കുമനിറമുള്ള പക്ഷികളായി ദേവദാരു മരങ്ങളിലേക്ക് ചിറകുവീശുന്നതായി രാധയ്ക്ക് തോന്നി. വരണ്ടൊഴുകിയ നീർച്ചാൽ മലവെള്ളത്തിന്റെ ഒലിച്ചുകുത്തിൽ കരകവിയുന്നതുപോലെ മുലകൾ നനയുകയും ഉടൽകുങ്കുമം വിടരുകയും ചെയ്തു.

പരുക്കൻ കണ്ണനക്കങ്ങൾക്കിടയിലെ പിടി തരാത്ത നേരിയ ചിരിയായിരുന്നു മുഹമ്മദിന്റെ മുഖത്തപ്പോഴും. ഉണ്ണിയെ പ്രസവിച്ച രാത്രി, ലേബർ റൂമിലെന്നതുപോലെ പതിയെ അവനെ ചകിതനും നിസ്സഹായനുമായി തോന്നിച്ചു.

മുഹമ്മദ് ആദ്യമായി കരയുന്നതവൾ കണ്ടു. അവന്റെ ചുണ്ടുകൾ കാതരമായവളുടെ ചെവിയരികിലും മുത്തം വെച്ചു. ഏന്തിവലിഞ്ഞു നിന്ന അവന്റെ നെഞ്ചിലും കമ്പിവേലി കൊണ്ടു. രക്തം പൊടിഞ്ഞു. അവനതറിഞ്ഞില്ല. അവളുടെ ചെവിയരികിലവൻ മന്ത്രിച്ചുകൊണ്ടിരുന്നു. അവർക്ക് വാക്കുകൾ കിട്ടിയില്ല. അവൻ പറയുന്നതവൾക്ക് പൂർണ്ണമായും പിടികിട്ടിയുമില്ല.

“തെറ്റല്ലായിരുന്നു അല്ലേ രാധ?” മുഹമ്മദ് ചോദിച്ചു.

ആദ്യചുംബനത്തിന്റെ ആഴങ്ങളിലേക്ക് കമ്പിവേലിയിൽത്തട്ടി നീറുന്നതറിയാതെ അവർ പിൻനടന്നു.

പെട്ടെന്നായിരുന്നു ഗാഢമായ ആശ്ലേഷത്തിൽ നിന്നും ചുഴറ്റിയെറിയപ്പെട്ട് മലയടിവാരത്തേക്ക് തെറിച്ചുവീഴും പോലൊരു തോന്നലുണ്ടാക്കിക്കൊണ്ട് ആരോ ആക്രോശിച്ചത്.

“വഹ് കോൻ ഹേ?”

പകപ്പോടെ മുഹമ്മദിന്റെ നെഞ്ചിലേക്കായാൻ ശ്രമിച്ച രാധയുടെ വയറിലും തുടകളിലും കമ്പിയുടെ കൂർത്ത അറ്റം കുത്തിക്കയറി. വേദനയിൽ പിടഞ്ഞ് നിലവിളിയോടെ അവൾ ചുറ്റും നോക്കി. പട്ടാളക്കാർ ടെന്റുകളിൽ നിന്നിറങ്ങി അലമുറയിടുകയാണ്. തോക്കുയർത്തി ആജാനബാഹുവായ ഒരാൾ അരവിന്ദിനോടെന്തോ ആക്രോശിക്കുന്നു, തീക്ഷ്ണമായ കണ്ണുകളും ചുരുട്ടിപ്പിടിച്ച മുഷ്ടിയും. അയാളുടെ കഴുത്തിലെ ഞരമ്പ് എഴുന്നുനിന്നു.

രാധ, വയറും തുടയും നീറിക്കൊണ്ട് മുഹമ്മദിന്റെ കണ്ണുകളിലേക്ക് നോക്കി. അവന്റെ കണ്ണുനീർ മറഞ്ഞതവൾ കണ്ടു. പണ്ടെന്നതുപോലെ ജാഗരൂകവും ഇപ്പോൾ കൂടുതൽ ക്രുദ്ധവുമായി തോന്നി അവന്റെ നോട്ടം.

“ഉസെ അന്തർ ലെ ആഓ.” മുതിർന്ന പട്ടാളക്കാരൻ രാധയ്ക്കു നേരെ കൈചൂണ്ടി.

മുഹമ്മദിന്റെ കണ്ണുകൾ കൂർത്തുവന്നു. രണ്ട് പട്ടാളക്കാർ തോക്കുമായി അവർക്ക് നേരേ നടന്നെത്തുന്നത് അവനറിഞ്ഞു. അവന്റെ ബലിഷ്ഠമായ കൈകൾ രാധയുടെ ഇടുപ്പിലമർന്നു. കനത്തൊരു കാറ്റ് പൊഴിയാൻ നിന്നൊരിളം വെള്ള ഏപ്രിക്കോട്ട് പൂവിനെ ഞെട്ടിൽ നിന്നടർത്തിയ നേരംകൊണ്ട്, ദേവദാരുമരത്തിൽ നിന്നൊരു ഹിമപ്പക്ഷി വായുവിലേക്ക് തെന്നി ചിറകുയർത്തി വീശാനെടുത്ത മാത്രയിൽ രാധപോലും നിനയ്ക്കാതെ മുഹമ്മദ് അവളെ കമ്പി വേലിക്കിപ്പുറത്തേക്ക് ഒരഭ്യാസിയെപ്പോലെ ഉയർത്തിയെടുത്തു.

അരവിന്ദും ലക്ഷ്മിയും വിഷ്ണുവും കണ്ണുതള്ളിക്കൊണ്ട് ഇനിയെന്തെന്നു വിറച്ചു നിന്നു. പകച്ചു നിന്നൊരു പട്ടാളക്കാരന്റെ ചെവിയരികിലൂടെ ചീറിപ്പാഞ്ഞൊരു വെടിയുണ്ട രാധയെ കമ്പിവേലിക്കപ്പുറത്ത് നിലയുറപ്പിക്കും മുൻപേ, ഹിമപ്പക്ഷി വീണ്ടും ചിറകു വീശും മുൻപേ മുഹമ്മദിന്റെ നെഞ്ചു തുളച്ചു. അലറിക്കൊണ്ടവൻ നിലത്തിരുന്നു, രാധയുടെ ഇടുപ്പിലെ പിടി വിടാതെ തന്നെ. ഞെട്ടറ്റ ഇളംവെള്ള ഏപ്രിക്കോട്ട് പൂവ് പതിയെ മണലിലേക്ക് നിപതിച്ചു.

അതിർത്തി യുദ്ധസന്നദ്ധമായിക്കഴിഞ്ഞിരുന്നു. പലയിടത്തായി വെടിപൊട്ടി. മഴ ചാറിത്തണുപ്പിച്ച മണലിന് വെടിയുണ്ടകളുടെ ചൂടു കൈവന്നു. അലറിക്കരഞ്ഞ രാധയെ നിമിഷങ്ങൾക്കുള്ളിൽ ഇപ്പുറത്തെത്തിച്ച് ജനറലിന്റെ ക്യാബിനിൽ ഹാജരാക്കിയിരുന്നു. കമ്പിവേലിക്കു മുകളിലൂടെ മനപ്പൂർവ്വം അവരവളെ വലിച്ചെടുത്തതു കൊണ്ട് ദേഹമാസകലം ചോര പൊടിഞ്ഞിരുന്നു. തളർന്നു വീണിട്ടും മുഹമ്മദ് അവളുടെ ഇടുപ്പിൽ മുറുക്കിപ്പിടിക്കാൻ ശ്രമിച്ചു. ഒടുവിൽ അവളുടെ ഇടതുകാലിൽ വിടാതെ പിടിക്കാൻ ശ്രമിച്ചയാൾ പരാജയപ്പെട്ടു. പട്ടാളക്കാരവളെ കമ്പിവേലിക്കു മുകളിലൂടെ വലിച്ചു കൊണ്ടു പോയി.

പുറത്ത് പട്ടാളക്കാർ വെടിയുതിർത്തുകൊണ്ടിരുന്നു. ഭാരതത്തിന്റെ സൈന്യത്തിലാരോ നിലത്തു വീണെന്ന വാർത്ത ക്യാബിനിലെത്തി. ഓഫീസുകളിൽ നിലയ്ക്കാതെ ടെലിഫോൺ ശബ്ദിച്ചു കൊണ്ടിരുന്നു. ക്യാബിനു മുന്നിൽ ചോരയൊലിപ്പിച്ച് രാധ നിന്നു. രണ്ട് പട്ടാളക്കാർ അവളുടെ കഴുത്തിൽ തോക്കമർത്തുകയും അടിവയറ്റിൽ ചവിട്ടുകയും ചെയ്തു.

ജനറൽ കനത്ത ബൂട്ട്സൊച്ചകളോടെ ക്യാബിനിലെത്തി. ഒരു നിമിഷം അയാൾ അവളെ തറപ്പിച്ചു നോക്കി. അയാളവളെ ഉള്ളിലേക്കു കടത്താൻ പറഞ്ഞു. ക്യാബിനുള്ളിലേക്ക് രാധയെ പട്ടാളക്കാർ വലിച്ചു കയറ്റി. അയാളവളുടെ തൊണ്ടക്കുഴിയിൽ തോക്ക്

അമർത്തി. അവളാരാണെന്നവർക്കറിയണമായിരുന്നു. രണ്ടു രാഷ്ട്രങ്ങളെ യുദ്ധമുനമ്പിൽ നിർത്തിയ സ്ത്രീയെ കൊല്ലുന്നതിനു മുൻപ് ചോദ്യം ചെയ്യണമെന്ന് ഭരണകൂടം നിർദ്ദേശം നൽകിയിരുന്നു, മുകളിൽനിന്നും ഉത്തരവില്ലാതെ കൊല്ലരുതെന്നും.

പ്രാണൻ പിടയുന്ന വേദനയോടെ തോക്കിൻ കുഴലിന്റെ ഉയർച്ച താഴ്ചകൾക്കൊത്ത് അവൾ ഞെരങ്ങി. അവളുടെ തൊണ്ടയുടെ ഇടിപ്പും ഉമിനീരിനെത്തേടിയുള്ള നാവിന്റെ വരൾച്ചയും കഴുത്തിൽ കുത്തിനിർത്തിയ തോക്കിലൂടെ ജനറൽ അറിഞ്ഞു. അവൾ ഇരുന്നിടം ചോരകൊണ്ട് കുങ്കുമംപോലെ ചുവന്നിരുന്നു. ജനറലിന്റെ ചോദ്യങ്ങളൊന്നും ശരിയായി കേൾക്കാനോ അതിനോട് പ്രതികരിക്കാനോ അവൾക്കായില്ല. “വെള്ളം...” എന്നവൾ മന്ത്രിച്ചുകൊണ്ടിരുന്നു. അവളെന്താണ് പറയുന്നതെന്ന് അവർക്കും മനസ്സിലായില്ല.

അരവിന്ദിന് സ്തബ്ധനായി നിൽക്കാൻ സമയമുണ്ടായിരുന്നില്ല. നിയോഗങ്ങളുടെ പകിടയെറിയാൻ താൻ ദിശാസൂചിയായിരിക്കുന്നുവെന്ന ഉൾത്തോന്നൽ അവനിലപ്പോൾ മുഴങ്ങി. പട്ടാളക്കാരന്റെ ചെവിയരികിലൂടെ പാഞ്ഞുചെന്ന വെടിയുണ്ട മുഹമ്മദിന്റെ നെഞ്ച് തുളച്ചപ്പോൾ, ഒരു വേള ചുറ്റും പകപ്പിലേക്കുൾവലിഞ്ഞപ്പോൾ അരവിന്ദ് വിഷ്ണുവും ലക്ഷ്മിയുമായി തന്റെ ടെന്റിനുള്ളിലേക്ക് പിൻവലിഞ്ഞു. അയാളെയാരും ശ്രദ്ധിച്ചില്ല. അയാൾ ടെന്റുകളിലൂടെ ഓടിക്കൊണ്ടിരുന്നു, ഭീതിയാർന്ന അയാളുടെ നിഴലുകൾപോലെ വിഷ്ണുവും ലക്ഷ്മിയും പിറകിലും. പലരും അവരെ ശ്രദ്ധിച്ചിരുന്നുവെങ്കിലും കാര്യങ്ങൾ വ്യക്തമാകാത്തതുകൊണ്ടും അയാൾ പരിചിതനായതുകൊണ്ടും ആരും തടഞ്ഞില്ല. പലരും വെടിയൊച്ച കേട്ടിടത്തേക്ക് തിരിച്ചിരുന്നു. ടെന്റുകളിലൂടെ ആപത്സൂചനയറിയിച്ച് എന്തോ അറിയിപ്പുയരുന്നത് അവർ കേട്ടു. ഓടിക്കൊണ്ടിരുന്നതിനാൽ അത് വ്യക്തമായില്ല.

പകപ്പോടെ മിലിട്ടറി വണ്ടിയിൽ അയാൾ കയറിയിരുന്നപ്പോൾ പരിചിതനായതുകൊണ്ട് ആർക്കും അപായമൊന്നും തോന്നിയില്ല. പലർക്കും അതിർത്തിയിലെ നേർച്ചിത്രം പിടികിട്ടിയിട്ടുമില്ലായിരുന്നു. കുതിപ്പോടെ വണ്ടി പട്ടാളടെന്റുകൾക്ക് അഭിമുഖമായുള്ള നിരത്തിൽ അർദ്ധവൃത്താകൃതിയിൽ കറങ്ങിക്കൊണ്ട് കുന്നിറങ്ങിയപ്പോൾ തെറിച്ചു പോകാതിരിക്കാൻ വിഷ്ണുവും ലക്ഷ്മിയും മുകളിലെ കമ്പികളിൽ മുറുകെപ്പിടിച്ചു. വണ്ടിയുടെ വേഗതകൊണ്ട് ശ്വാസം നഷ്ടപ്പെടുന്നതായും മലമുകളിൽനിന്ന് വായുവിലൂടെ സഞ്ചരിക്കുകയാണെന്നും അവർക്കു തോന്നി. ചീറിയടിക്കുന്ന കാറ്റിൽ കണ്ണു തുറക്കാനാകാതെ തണുത്തു വിറച്ച് അവർ കെട്ടിപ്പിടിച്ചും കമ്പിയിൽ മുറുകെപ്പിടിച്ചും പകച്ചിരുന്നു.

ആർമിവണ്ടി അർദ്ധവൃത്താകൃതിയിൽ പട്ടാളടെന്റിനു മുൻപിലുള്ള റോഡിൽ കറങ്ങിക്കൊണ്ടിരിക്കെ ക്യാബിനിൽ ജനറലിന് പ്രധാനമന്ത്രിയുടെ സന്ദേശമെത്തിയിരുന്നു. ലഭ്യമായ വിവരങ്ങളും മെയിലിൽ അയച്ചു കൊടുത്ത ചിത്രങ്ങളും വെച്ച് പിടിയിലായ സ്ത്രീ പരശുസങ്കേതത്തിൽനിന്നും ആഴ്ചകൾക്കു മുൻപ് കാണാതായ രണ്ടാം അടിയന്തരാവസ്ഥക്കാലത്തെ ജീവപര്യന്തം തടവുകാരിയാണെന്ന്.

ആർമി വണ്ടി അർദ്ധവൃത്താകൃതിയിൽ കറങ്ങിയ പട്ടാളടെന്റിനു മുൻപിലുള്ള റോഡിന് ഒത്ത നടുക്ക് മലമുകളിൽ അവർക്ക് തൂക്കുകയറൊരുക്കാൻ അയാൾ ഉത്തരവിട്ടു, താൻ മണിക്കൂറുകൾക്കുള്ളിൽ സ്ഥലം സന്ദർശിക്കുമെന്നും കൊലയ്ക്ക് സാക്ഷ്യം വഹിക്കുമെന്നും അയാൾ അറിയിച്ചു.

ഭാരതത്തിന്റെ ഭാഗത്തു നിന്ന് അതിർത്തിയിലെ സമാധാനാന്തരീക്ഷത്തിന് വിഘാതമായ സ്ത്രീയെ, വധശിക്ഷ നിരോധിച്ച പുരോഗമനരാഷ്ട്രമായിരുന്നിട്ടു കൂടിയും തൂക്കിലേറ്റാൻ അമാന്തിക്കാത്തതിലൂടെ ഭാരതം സമാധാനപ്രക്രിയയ്ക്ക് നൽകുന്ന പ്രാധാന്യത്തെപ്പറ്റി അയാൾക്ക് ലോകരാഷ്ട്രങ്ങൾക്കു മുൻപിൽ ഉയർത്തിക്കാട്ടണമായിരുന്നു. അവളെ നിയമവിരുദ്ധമാണെങ്കിൽക്കൂടിയും വേദനിപ്പിച്ച് കൊല്ലുകയും വേണമായിരുന്നു. അതയാളുടെ രാഷ്ട്രീയ വ്യക്തിത്വത്തിന്റെ നിലനിൽപ്പിന് വളരെ പ്രധാനമായിരുന്നു.

അന്തിമകാഹളം

2100 ജനുവരി 30
ലഡാക്ക്, കാശ്മീർ

സാവധാനം ഏകാഗ്രചിത്തനായി കൂർത്ത കണ്ണുകളോടെ ഉന്നം പിടിക്കുന്ന പട്ടാളക്കാരന്റെ തീക്ഷ്ണനോട്ടം പോലെ മുഴുവൻ കനത്ത പട്ടാളക്കണ്ണുകളും ടെന്റിന് അഭിമുഖമായുള്ള ആർമി വണ്ടി അർദ്ധവൃത്താകൃതിയിൽ കറങ്ങിയ റോഡിനൊത്ത നടുക്ക്, കാവി ദേശീയപതാകയ്ക്കരിയിൽ, ടെന്റിലേക്ക് കടക്കാനുള്ള കവാടത്തിൽ തൂക്കിയ കൊലക്കയറിലേക്ക് നീണ്ടു. നിശ്ശബ്ദത മുഖം മറയ്ക്കാതെ സ്ട്രെച്ചറിൽ കിടത്തിയ ഒരു പട്ടാളക്കാരന്റെ രക്തം കട്ടപിടിച്ച ശവത്തോളം കനത്തു. ഘനാന്ധകാരത്തെ മുറിച്ച് ചന്ദ്രരശ്മിയുടെ നേരിയ വജ്രസൂചികൾ ഏപ്രിക്കോട്ട് മരങ്ങളിലെ ഇളംവെള്ള പ്പൂക്കളെ തൊട്ടു. പാതിചത്ത കണ്ണുകളിൽ നിലാവിന്റെ നേരിയ പ്രകാശം പ്രാണന്റെ ശേഷിപ്പു പടർത്തിയപ്പോൾ രാധ നീറുന്ന കണ്ണുകളുയർത്താൻ പാടുപെട്ടു. പട്ടാളക്കാരവളുടെ ചോരച്ച ശരീരം റോഡിലേക്ക് വലിച്ചിഴച്ചു. അവരവളെ എഴുന്നേൽപ്പിക്കാൻ ശ്രമി ച്ചെങ്കിലും അവൾക്ക് നിൽക്കാനായില്ല. പേവിഷബാധയേറ്റയാ ളുടെ ജലവിഭ്രാന്തിപോലെ വെള്ളത്തിനവൾ ഞെരങ്ങിയെങ്കിലും വാക്കുകൾ പുറത്തുവന്നില്ല. ഒരു തുള്ളി വെള്ളം തന്ന് കഴുത്തു കണ്ടിക്കാൻ കരുണയുണ്ടാകട്ടെയെന്നവൾ പറയാൻ ശ്രമിച്ചു. വിവശമായ, വിറയ്ക്കുന്ന വിരലുകളോടെ ഒരു പട്ടാളക്കാരന്റെ ബൂട് സിൽ തെരുപ്പിടിക്കാനവൾ ശ്രമിച്ചു. അയാളവളുടെ കൈ ബൂട്സി നടിയിലാക്കി ഞെരിച്ചു കളഞ്ഞു. കഴുത്തറക്കപ്പെട്ട വേദനയോടെ അവൾ കണ്ണുകളടച്ചു.

ക്യാബിനിൽനിന്നും ബൂട്സൊച്ചകൾ രൗദ്രതാളത്തിൽ അടുത്തെ ത്തുന്നത് രാധയറിഞ്ഞു. കൈകൾ ഞെരിക്കുന്നത് പട്ടാളക്കാരൻ അവസാനിപ്പിച്ചെങ്കിലും വിരലുകൾ ബൂട്സിനടിയിൽനിന്നും മാറ്റാതെ

കനത്ത നിശ്ശബ്ദതയെ ഭേദിച്ച് അടുത്തെത്തുന്ന ബൂട്സൊച്ചകൾക്ക് രാധ കാതോർത്തു. അവ തൊട്ടുമുന്നിൽ എത്തി നിന്നപ്പോൾ അവൾ പണിപ്പെട്ട് മുഖമുയർത്തിയെങ്കിലും കട്ടിവെളിച്ചത്തിൽ കണ്ണടഞ്ഞു പോയി. കണ്ണു തുറന്നപ്പോൾ കാഴ്ചകൾ വ്യക്തമായില്ല. പട്ടാളക്കാർ ദൃശ്യങ്ങൾ വീഡിയോയിൽ പകർത്തുകയായിരുന്നു. രാജ്യദ്രോഹിയെ തൂക്കിലേറ്റുന്നതിന്റെ ഓരോ ഏടും ചോർന്നുപോകാതെ ചിത്രീകരിക്കുവാൻ ഗവൺമെന്റ് നിർദ്ദേശിച്ചിരുന്നു.

പ്രധാനമന്ത്രി ആഹ്വാനം ചെയ്തപ്പോൾ പട്ടാളക്കാർ അവളെ തൂക്കുകയറിനരികിലേക്ക് പിടിച്ചിട്ട ഡെസ്കിൽ കയറ്റി നിർത്തി. നിലത്തു വീഴാനാഞ്ഞപ്പോഴൊക്കെ അവരവളെ പിടിച്ചു നിർത്തി കഴുത്തിലൂടെ കുരുക്കിട്ടു. വർദ്ധിച്ച ദാഹത്തോടെ വെള്ളമെന്നവൾ ആ നിമിഷവും ഒരിക്കൽ അവളെപ്പോലും അത്ഭുതപ്പെടുത്തി പുലമ്പിയെങ്കിലും ആർക്കുമത് പിടി കിട്ടിയില്ല. സകലശക്തിയുമെടുത്ത് വീണ്ടും വെള്ളത്തിനായി നിലവിളിക്കാനാഞ്ഞെങ്കിലും വാക്കുകൾ തൊണ്ടയിലൊട്ടി. കഴുത്ത് തൂക്കുകയറിനുള്ളിലാക്കി പട്ടാളക്കാർ കുരുക്ക് മുറുക്കിക്കൊണ്ടിരുന്നു. അവർ ജനക്കൂട്ടത്തെ നോക്കി. ഘനമൂകത അവരെ വീണ്ടും സ്ട്രെച്ചറിലെ പട്ടാളജഡത്തോളം വലയം ചെയ്തു. ക്യാമറയുടെ പ്രകാശവലയത്തിൽ പ്രധാനമന്ത്രിയുടെയും ജനറലിന്റെയും കണ്ണുകൾ തിളങ്ങി.

വിവിധ മാധ്യമങ്ങളിലൂടെ നാളെ പ്രചരിക്കാനിരിക്കുന്ന വീഡിയോ ദൃശ്യങ്ങളെക്കുറിച്ച് പ്രധാനമന്ത്രി ഓർത്തുകൊണ്ടിരിക്കെ, അപ്രതീക്ഷിതമായി ജഡമൂകതയെ നടുകെ പിളർത്തിക്കൊണ്ട് ലഡാക്കിന്റെ കുന്നുകൾ പലതും തെറിച്ചുപോകുന്നതുപോലെ ടെന്റുകൾക്ക് മുകളിലെന്നവിധം ഇടിമിന്നൽ ചിതറി. പ്രകമ്പനമുയർത്തി ഗീതയുയർന്നു.

“തസ്മാത് ത്വമുത്തിഷ്ഠ യശോ ലഭസ്വ
ജിത്വാ ശത്രൂൻ ഭുങ്ക്ഷ്വ രാജ്യം സമൃദ്ധം
മയൈവൈതേ നിഹതാഃ പൂർവ്വമേവ
നിമിത്തമാത്രം ഭവ സവ്യസാചിൻ”

മഴയുടെ കുപ്പിച്ചീൾത്തുള്ളികൾ മുറിവുകളിൽ തട്ടിയപ്പോൾ രാധയ്ക്ക് നീറി. ആർത്തിയോടെ അവൾ മഴയെ നുണഞ്ഞു. ഞെട്ടറ്റു വീഴാനാഞ്ഞൊരു ഏപ്രിക്കോട്ട് മരത്തിന്റെ ഇളംവെള്ളപ്പൂവിനെ അവൾ കനപ്പിച്ചു നോക്കി.

* * *

വിതസ്തയുടെ ഓരത്തെ മഞ്ഞിൽ ചതുപ്പുകളിൽ വണ്ടിച്ചക്രങ്ങൾ ആഴ്ന്നുപോകുമെന്ന് തോന്നിപ്പിച്ചുവെങ്കിലും കിതച്ചുകൊണ്ടുതന്നെ

ആർമ്മിവണ്ടി ഹൗസ്ബോട്ടുകൾക്കരികിലേക്ക് ചീറി. അയിത്തക്കാർ അധിവസിക്കുന്ന വിതസ്തയുടെ ഹൗസ്ബോട്ട് കോളനിക്കു മുന്നിൽ അത് ശബ്ദമുണ്ടാക്കിക്കൊണ്ട് ബ്രേക്കിട്ടു. ബോട്ടുകളുടെ മുൻ വശത്ത് അലക്കി വിരിച്ചിട്ട തുണികൾ ക്ലിപ്പ് വേർപ്പെടുത്തി അഴയിൽ നിന്നെടുക്കുകയായിരുന്ന പെണ്ണുങ്ങൾ പകച്ച് പിന്നോക്കം മാറി. കാറ്റിൽ ചില തുണികൾ നദിയിലേക്ക് വീണു. പുഴയോരത്ത് കളി ക്കുകയായിരുന്ന കുട്ടികൾ വിടർന്ന കണ്ണുകളോടെ ജീപ്പിലേക്ക് നോക്കിക്കൊണ്ടിരുന്നു. ഏതു നേരത്തും മുരൾച്ചയോടെ പാഞ്ഞടു ത്തേക്കാവുന്നൊരു ഹിംസ്രജന്തുവിനെപ്പോലെ തോന്നിച്ചു അത്.

വിഷ്ണുവും ലക്ഷ്മിയും വണ്ടിയിൽത്തന്നെ ഇരുന്നു. തോക്കെ ടുത്തുകൊണ്ട് അരവിന്ദ് ജീപ്പിൽ നിന്നിറങ്ങി ഹൗസ്ബോട്ടിലേക്ക് ചാടിക്കയറി. ചകിതരായ പെണ്ണുങ്ങൾ പിന്നോക്കം മാറി ബോട്ടിന്റെ ചുമരിലിടിച്ചു നിന്നു. ഘടികാരം അവരുടെ തലയ്ക്കു മീതെ മണി ക്കൂറുകൾക്കു പിറകിൽ അനക്കമറ്റു നിന്നു. അഴയിൽ വിരിച്ചിട്ട തുണി കളിലേക്ക് നോക്കി അരവിന്ദ് പറഞ്ഞു: “പേടിക്കേണ്ട. ഞാൻ വേറൊ ന്നിനും വന്നതല്ല. എനിക്ക് പാകമുള്ള ഒരു പാന്റും ഷർട്ടും വേണം.”

പകച്ച പെൺമിഴികൾ ശാന്തമായി. ബ്രേസിയറിടാത്തതിനാൽ മേലുടുപ്പിനും മീതെ തുടുത്തു നിന്ന മുലകൾ കൈകൾകൊണ്ട് മറച്ചു നിന്ന പെണ്ണുങ്ങൾ നീണ്ട നെടുവീർപ്പോടെ കൈകൾ താഴ്ത്തി. അവർ ബോട്ടിനകത്ത് കയറി ഷെൽഫിൽനിന്നും പാന്റും ഷർട്ടും വലിച്ചെടുത്തുകൊണ്ട് ഉമ്മറത്തെത്തി. നാലഞ്ചു ജോഡികളിൽ നിന്നും ഏകദേശം പാകമാകുമെന്നു തോന്നിയ ഒരു ഷർട്ടും പാന്റും അരവിന്ദ് വാങ്ങി. അവർക്കു മുന്നിൽ വെച്ചുതന്നെ അവൻ വസ്ത്രം മാറി. പാന്റഴിച്ചപ്പോൾ തണുത്തകാറ്റിൽ അവനു കുളിർന്നു. രോമ ങ്ങളെഴുന്നു. ഷർട്ട് പൂർണ്ണമായും പാകമായിരുന്നില്ല. അത് ദേഹ ത്തോടൊട്ടി നിന്നു. വസ്ത്രം മാറിക്കഴിഞ്ഞ് ആർമ്മികുപ്പായം വിത സ്തയുടെ ചുഴിയിലേക്കെറിയാനാഞ്ഞെങ്കിലും എന്തോ ആലോചി ച്ചൊരു നിമിഷം അത് കൈകളിൽത്തന്നെ പിടിച്ചു. പിന്നെ സാവ ധാനം ഓളങ്ങളിലേക്കെറിഞ്ഞു. അതൊഴുകിപ്പോവുന്നത് നോക്കി ബോട്ടിന്റെ ചുമരിനോട് ചേർത്തുവെച്ച തോക്കെടുത്ത് അവൻ ജീപ്പി നടുത്തേക്കെത്തി. കുട്ടികൾ ജീപ്പിലേക്ക് തുറിച്ചു നോക്കി പലേട ത്തായി ഓരം ചേർന്നു നിന്നു.

വണ്ടി സ്റ്റാർട്ടാക്കിക്കൊണ്ടിരിക്കെ മിററിൽ വിറപടർന്ന വിഷ്ണു വിന്റെ മുഖം കണ്ടു. മിററിലേക്ക് നോക്കി അരവിന്ദ് പറഞ്ഞു: “നമ്മൾ ഇവിടം വിടുന്നു. പേടകം അർദ്ധരാത്രിക്കു പുറപ്പെടും.”

“ഡോക്യുമെന്റ്സ്?”

വിഷ്ണുവിന്റെ ശബ്ദം പനി പിടിച്ചതുപോലെ തോന്നിച്ചു.

"പരിചയമുള്ളവർ എയർപോർട്ടിലുണ്ട്, വേണ്ടത് ചെയ്യാം."

വിഷ്ണു മൂളി. ലക്ഷ്മി അവന്റെ മടിയിലേക്ക് തല ചായ്ച്ചു കിടന്നു. അരവിന്ദ് മിററിൽനിന്നും നോട്ടം മാറ്റി.

നിലത്ത് ചുരമാന്തി പാഞ്ഞടുക്കാനൊരുങ്ങുന്നൊരു ഹിംസ്ര ജന്തുവിനെപ്പോലെ വണ്ടി സ്റ്റാർട്ടായി. മഞ്ഞിൻചതുപ്പുകളിലൂടെ കുതിച്ചു ചീറിക്കൊണ്ടത് വിതസ്തതയുടെ താമരയോളങ്ങൾ പിന്നിട്ട് ദേശിയപാതയിലേക്ക് കയറി. എയർപോർട്ട് ലക്ഷ്യമാക്കി അത് കുതിച്ചു.

* * *

ചക്രവ്യൂഹത്തിലകപ്പെട്ട പുരാണയോദ്ധാവ് ബലിഷ്ഠമായ കൈകളിൽ ഗദ ആഞ്ഞുകറക്കി ആരെയും മുന്നിലേക്കടുപ്പിക്കാതെ നിലയുറപ്പിക്കവെ പെട്ടെന്നൊരസ്ത്രം നെഞ്ചിലാഞ്ഞു തറച്ച് കൈകളിൽനിന്ന് പിടിവിട്ട് ഗദ അവസാനം കറങ്ങി നിന്നേടത്തുനിന്ന് നേർരേഖയിൽ ചക്രവ്യൂഹത്തിനു പുറത്തേക്കു തെറിക്കുന്നൊരു പേടിസ്വപ്നത്തിന്റെ ആഘാതത്തിൽ നടുങ്ങിവിറച്ച് അലർച്ചയോടെ ഭൂമിയെണീറ്റു. അവളുടെ കണ്ണുകൾ നിറഞ്ഞിരുന്നു. ഭയംകൊണ്ട് കണ്ണുനീർ ഉതിർന്നില്ല.

വേപഥുവോടെ, കാഴ്ച മുക്കാലുമറ്റ കണ്ണുകളിൽ പൊടിയുന്ന നീർക്കണങ്ങളോടെ സൂര്യൻ ചുടുനിശ്വാസമെയ്തു. അവന്റെ ചൂടേറ്റ് ഭൂമിക്ക് പൊള്ളി. അവളവന്റെ പാട മൂടിയ മിഴികളിലേക്കുറ്റു നോക്കി, എന്നിട്ട് കണ്ണുകളടച്ച് ധ്യാനിക്കുമ്പോലെ ഏതോ ഒരുൾവിളിയിലേക്കു വിലയിച്ചു ചേർന്നുകൊണ്ട് പറഞ്ഞു.

"ഞാനൊടുങ്ങാറായി. എന്റെ കോശങ്ങളിൽ സർപ്പങ്ങളിഴയുന്നു. രക്തം കട്ടയാകുന്നു. ഹൃദയത്തിന്റെ ചില്ലകളിൽ പാമ്പുകൾ സുരതം ചെയ്യുന്നു."

സൂര്യന് ഏറെ നേരത്തേക്ക് മറുത്തൊന്നും പറയാനായില്ല. ജ്വലിക്കുന്ന സിംഹാസനത്തിൽ അവൻ അസ്വസ്ഥതയോടെയിരുന്നു.

"ദിഗ്വിജയൻ എനിക്ക് അടയാളം തന്നു. അന്തിമകാഹളം മുഴങ്ങാറായി. അമ്യൂസ്മെന്റ് പാർക്കുകളിലെ ആകാശപ്പമ്പരങ്ങൾ കറങ്ങിക്കൊണ്ടിരിക്കെ നിലയ്ക്കുകയും ആളുകൾ നിലച്ചേടത്തുനിന്ന് നേർരേഖയിൽ തെറിക്കുകയും ചെയ്യും. സമുദ്രങ്ങൾ കഴുകൻ ചിറകുകളോടെ പ്രതലം വിട്ടുയരും, കുന്നുകൾ ചിതറിത്തെറിച്ച് മുകളിലോട്ടുയരും." ഭൂമി തുടർന്നു.

കണ്ണുകൾ സാവധാനം തുറന്ന് അവളവന്റെ മുഖത്തേക്ക് നോക്കി. ഇപ്പോഴവളുടെ മുഖം ശാന്തമാകുന്നതായി സൂര്യനറിഞ്ഞു,

മരണത്തെ അഭിമുഖീകരിക്കാൻ സ്വയം പഠിപ്പിക്കുന്നതുപോലെ. നീളൻ ചുരുൾമുടി നിലാവിൽ തിളങ്ങി. അവന്റെ പ്രകാശമേൽക്കാതെതന്നെ അവൾക്ക് തെളിമ കിട്ടി.

ഇമയടയ്ക്കാതെ സൂര്യന്റെ കണ്ണുകളിലേക്ക് ദുഃഖസാന്ദ്രവും രാഗബദ്ധവുമായ നോട്ടമുനയെയ്ത് അവൾ പറഞ്ഞു. "ഇനി കാത്തുനിൽക്കേണ്ട. നിമിഷങ്ങളെണ്ണപ്പെട്ടു. നക്ഷത്രമേടയിലേക്ക് പോകൂ."

ഒരാന്തലോടെ സൂര്യൻ മുഖമുയർത്തി. അവളുടെ നോട്ടത്തേക്കാളും വാക്കുകൾ അവന് താങ്ങാവുന്നതിലപ്പുറമായിരുന്നു.

"ഭൂമീ..." അവൻ വിളിച്ചു. മറുത്തൊന്നും പറയാൻ അവനവൾ ഇടം നൽകിയില്ല.

"എനിക്ക് നിർബന്ധമില്ല സൂര്യൻ. നീയില്ലാതെ ഈ പ്രപഞ്ചത്തിൽ ഭ്രമണം ചെയ്യണമെന്ന് ആഗ്രഹവുമില്ല."

തുടർന്നൊന്നും സൂര്യന് പറയാനായില്ല. കൂടുതൽ ചിന്തിച്ച് കാടുകയറാൻ നേരമില്ലെന്നറിഞ്ഞിട്ടും അവൻ തുടികൊട്ടുന്ന നെഞ്ചോടെ തലപുകഞ്ഞു. തന്റെ പ്രിയതമ തനിക്കൊപ്പം ചാരമാകുന്നതിന്റെ വൃഥാസ്ഥൂലതയെക്കുറിച്ച് അവൻ ഓർത്തു. നക്ഷത്രങ്ങൾക്ക് പുനർജന്മം സാധ്യമാണ്, മറ്റൊരു ഗ്രഹമായി, ജീവനായി... പലതുമായി. പക്ഷേ, ഭൂമിയുടെ മരണം ശാശ്വതമായിരിക്കും. അത് തന്റെ നിലനിൽപ്പ് തന്നെ അർത്ഥശൂന്യമാക്കുന്നു. ഒരു നിമിഷത്തെ തന്റെ യൗവ്വനചാപല്യത്തിനിരയായി ഛിന്നഭിന്നയാകേണ്ട ഭൂമി. ആ ചിന്ത തന്നെ അവന് അസഹ്യമായിരുന്നു. കിതച്ചുകൊണ്ടവൻ സിംഹാസനത്തിൽ നിന്നെഴുന്നേറ്റു. മരണം മുന്നിലെത്തിയിട്ടും മനസ്സിനെ ശാന്തമാക്കുന്ന ഒരർബുദരോഗിയെപ്പോലെ അവളവനെ നോക്കി. കോശങ്ങളിൽ ഈർച്ചവാളുകളിറങ്ങി. അവളുടെ പേലവമിഴികൾ നിലാവിൽ പൊടിയുന്ന കണ്ണുനീരിനെ മായ്ച്ചുകളഞ്ഞു.

ആവേശം കെട്ടടങ്ങി താൻ ദുർബലനാകുന്നത് സൂര്യൻ അറിഞ്ഞു. കാഴ്ച പൂർണമായും മറയുന്നതുപോലെ. വനമധ്യത്തിൽ ഉണങ്ങിയ ചമ്പകമരംപോലെ അവൻ നിന്നു, കാമം ത്രസിപ്പിക്കുന്ന കാട്ടുചമ്പകങ്ങളില്ലാതെ. സട കൊഴിഞ്ഞൊരു വൃദ്ധസിംഹത്തെ അവൻ തന്നിലടയാളപ്പെടുത്തി. കുളമ്പിളകി, നടക്കാനായവെ തളർന്നുവീണൊരു കാള മണ്ണിലേക്കു ചേർത്തുവെച്ച കൊമ്പുകൾ പോലെ തന്റെ പൗരുഷം ഒരു പ്രഹേളികയായി ഉദ്ധാരണശേഷി നഷ്ടപ്പെട്ട് അവന്റെ ആഢ്യനെഞ്ചിൽ അപകർഷതയുടെ അസ്ത്രങ്ങളെയ്തു. യുദ്ധമുഖത്തുനിന്ന് പരാജിതനായി പലായനം ചെയ്യുന്ന പോരാളിയെപ്പോലെ തനിക്ക് സംഭവ്യമായ തളർച്ചയെക്കുറിച്ചു കൈവന്ന അവബോധം അവനെ വീണ്ടും സിംഹാസനത്തിലേക്കിരുത്തി.

അതൊരു വീഴലായിരുന്നു. കാഴ്ച പൂർണ്ണമായും നഷ്ടപ്പെടുന്നതായും കൈകൾ വിറയ്ക്കുന്നതായും അവനറിഞ്ഞു.

“എനിക്കു പറ്റുമെന്ന് തോന്നുന്നില്ല.” വെപ്രാളത്തോടെ തല കുനിച്ചുകൊണ്ട് അവൻ പറഞ്ഞു.

അവന്റെ തളർച്ച ഭൂമിയെ ഉലച്ചു. പ്രപഞ്ചമട്ടുപ്പാവിൽ ആസക്തനായി, തന്നെ പുണർന്ന് പർവ്വതശിഖരങ്ങളിലേക്കും മഴക്കാടുകളിലേക്കും അഗ്നിബാണങ്ങളെയ്ത സൂര്യനെ അവൾ പകപ്പോടെയോർത്തു. സഹസ്രകോടി ഇരുമ്പഴികളുടെ ദൃഢതയുള്ള സൂര്യലിംഗം തന്റെ കറുത്തു വിടർന്ന ചുണ്ടുകളിലേക്ക് കിതപ്പോടെ തള്ളിവെച്ച പുരുഷവീര്യത്തെ അവളോർത്തു.

സൂര്യൻ കൈകൾ രണ്ട് കാൽമുട്ടിലുമമർത്തി മുഖം കരങ്ങളിലൊളിപ്പിച്ച് തലകുനിച്ച് സിംഹാസനത്തിലിരുന്നു.

ഇളംകാറ്റിൽ മുടിയും സാരിത്തലപ്പും ഇളകുന്നത് ഭൂമിയറിഞ്ഞു. സാരിത്തലപ്പ് മാറിൽനിന്ന് തെന്നിക്കൊണ്ടിരുന്നു. നിലാവിൽ മാർവ്വിടം കൂടുതൽ ത്രസിക്കുന്നതായി അവൾക്ക് തോന്നി. കാറ്റ് പൊക്കിൾച്ചുഴികളിൽ ചൂളം കുത്തി. ഏതോ ഒരഭൂതചലനം മസ്തിഷ്കത്തിലാളി. ഒരു നിമിഷത്തിന്റെ ആലക്തികഹസ്തങ്ങളിൽ നഗ്നയായി മയങ്ങുകയാണെന്ന് ഭൂമിക്ക് തോന്നി. ബോധമണ്ഡലത്തിൽ മിന്നലുകൾ ചിതറി. യാന്ത്രികമായി ഭൂമി വസ്ത്രങ്ങളഴിക്കാൻ തുടങ്ങി. ജോവിനെ വശീകരിക്കാൻ അലംകൃതയാകുന്ന ജൂണോദേവിയെ അവളോർത്തു. അവൾ വസ്ത്രങ്ങളഴിച്ചു.

കാറ്റിലും നിലവിലും അവൾക്കു കുളിർന്നു. ചുരുൾമുടികൾ തലയ്ക്ക് തിരശ്ചീനമായി പാറി. മുടികൾക്ക് പിറകിൽ ഒരു വെളുത്ത വലയം പ്രത്യക്ഷപ്പെട്ടു.

അനിതരസാധാരണമായൊരു പരിമളത്തിലേക്ക് സൂര്യൻ വിടർന്ന നാസികയും മുഖവുമുയർത്തി. വിദ്യുത്തരംഗങ്ങൾ കണ്ണുകളെ രതികൽഹാരങ്ങളായി വിടർത്തി. ഭൂമി ഇരുകൈകൾകൊണ്ടും മുലകളെ ഞെരിക്കുകയായിരുന്നു. ഇളകുന്ന തടാകജലത്തിന്റെ ഘനംപോലെ കറുത്ത മുലകൾ കൈകളിൽ ഉയർന്നുതാണുകൊണ്ടിരുന്നു. ദേവദാരുവിന്റെ കരിംപച്ചയിലകൾപോലെ യോനിക്കു ചുറ്റും കറുത്ത ഇളംരോമങ്ങൾ. പുറത്തേക്കു നീട്ടിയ പാമ്പിന്റെ നാവുപോലെ കൃസരി.

ഒരു പരവേശം ഉടൽക്കെട്ടിൽ തന്നെ ഗ്രസിക്കുന്നതും ഇരിപ്പിൽ അസ്വസ്ഥനാക്കുന്ന തരം വന്യമായൊരുദ്ധാരണം തനിക്കു കൈവന്നതായും സൂര്യനറിഞ്ഞു. ശരമാത്രയിൽ സിംഹാസനത്തിൽ നിന്നവനെണീറ്റു പോയി. ഭൂമിക്കരികിലേക്കൊരു കുതിപ്പായിരുന്നു.

ഏതോ മായികസ്വപ്നത്തിൽ വിലയിച്ച ഭൂമിയുടെ മിനുസമാർന്ന ഉരുളൻ നിതംബങ്ങളിൽ ഇരുകൈകളും അമർത്തിപ്പിടിച്ച് അവളെ യവൻ അരക്കെട്ടിലേക്ക് വലിച്ചടുപ്പിച്ചു.

ഭൂമിക്ക് ബോധം കൈവന്നപ്പോഴേക്കും അവളുടെ ചുണ്ടുകൾ അവൻ നുണഞ്ഞുകഴിഞ്ഞിരുന്നു. സകല ശക്തിയുമെടുത്തവൾ കുതറി. കിതച്ചുകൊണ്ട് അവനിൽ നിന്നുമകന്ന് പിറകിലേക്ക് മാറി.

“അരുത്” നിലത്തു വീണ ഉത്തരീയമെടുത്ത് നഗ്നത മറയ്ക്കാൻ ശ്രമിച്ച് പരാജിതയായിക്കൊണ്ട് ഭൂമി പറഞ്ഞു. “ഇനിയും ഒരു ശാപം താങ്ങുവാനാകില്ല. നക്ഷത്രമേടയിലേക്കു പോകൂ.”

രതിഭംഗത്തിന്റെ വന്യതയിൽ സൂര്യന് കാഴ്ച തീർത്തും നഷ്ടപ്പെട്ടതായി തോന്നി. അവനപ്പോൾ ശബ്ദങ്ങൾ മാത്രമേ ഭാഗികമായെങ്കിലും കേൾക്കാമായിരുന്നുള്ളൂ. നിയതമായ ആകൃതിയും മാതൃകയുമില്ലാതെ അത് മസ്തിഷ്കത്തിലലഞ്ഞു. കാട്ടുചമ്പകങ്ങൾ ഉടലാകെപ്പൂത്തു. അരക്കെട്ടിൽ കാളയ്ക്ക് കൊമ്പിളകി. നീളൻ മേലങ്കി പറിച്ചെറിഞ്ഞവൻ തന്റെ ലിംഗം ബലിഷ്ഠമായ കൈകൾ കൊണ്ടമർത്തി.

“മേടയിലേക്ക് പോകൂ.” ഭൂമി പറഞ്ഞു. അവൾ വസ്ത്രങ്ങളണിഞ്ഞുകഴിഞ്ഞിരുന്നു.

കനത്ത കാൽവെപ്പുകളോടെ സൂര്യൻ പ്രപഞ്ചവീഥിയിലൂടെ ഉദ്ധൃതലിംഗം വലംകൈയ്യിൽ തെരുപ്പിടിച്ചു നഗ്നനായി നടന്നു. നക്ഷത്രസഖിമാരുടെ ശയനമുറിക്കു മുന്നിൽനിന്ന് “വാതിലു തുറക്കൂ” എന്നവൻ അലറി. അകത്തുനിന്ന് മൃദുമർമ്മരങ്ങൾ കേൾക്കാമായിരുന്നു. മറുപടി കിട്ടാതായപ്പോൾ വാതിൽ ചവിട്ടിത്തുറന്നു. തന്റെ ഉടലിളക്കത്തിന്റെ പരവേശത്തെ പകപ്പിച്ചുകൊണ്ട് ഒരു നിമിഷം കൺമുന്നിലെ കാഴ്ച അവനെ സ്തബ്ധനാക്കി. സഖിമാർ ചിത്രപ്പണികളുള്ള പുൽപ്പായയിൽ ഇരുന്നും കിടന്നും ചുംബിക്കുകയായിരുന്നു. അവർ പരസ്പരം മുലകളെ ഉടയ്ക്കുകയും നിതംബങ്ങളിൽ ചുംബിക്കുകയും കാലുകൾ തറയ്ക്ക് ലംബമായുയർത്തി വദനസുരതത്തിലാഴുകയും ചെയ്യവേ ഒരാന്തലോടെ വാതിൽ പൊളിഞ്ഞുവീണതറിഞ്ഞ് തിരിഞ്ഞു നോക്കി. തറയ്ക്കു ലംബമായ കാലുകൾ പെട്ടെന്ന് നിലത്തമർന്നു. പെൺമിഴികൾ അപരരുടെ ഉടൽക്കെട്ടിൽ ഭയംകൊണ്ട് പുറത്തേക്കുന്തി.

ലിംഗത്തിലമർന്നിരുന്ന വലംകൈ താനറിയാതെ സ്തബ്ധമാക്കപ്പെട്ടതറിയാൻ സൂര്യന് നേരമെടുത്തു. സഖിമാർ നഗ്നകളായി മുല മറച്ച് ചുമരോടൊട്ടി നിന്നു. ഭയം കാളകൂടംപോലെ അവരുടെ തൊണ്ടയിലമർന്നിരുന്നു. ആരുടെയും വാക്കുകൾ പുറത്തു വന്നില്ല.

ശതകോടി വർഷങ്ങളോളം അടക്കിവെച്ച കാമം ഒരായിരം ഉൽക്കച്ചീളുകൾ ചിതറിത്തെറിക്കുന്നതുപോലെ സൂര്യനെ പ്രകമ്പിതനാക്കി. അവൻ ഏഴുസഖിമാരുടെയും വെണ്മയിറ്റുന്ന മുലകളിലേക്കു നോക്കി. കാഴ്ച വീണ്ടും തിരികെക്കിട്ടിയതുപോലെ.

ഭാരതാംബയിലെ മുപ്പത്തിയാറാം നമ്പർ മുറിയിലിരുന്ന് ദിഗ്വിജയൻ അവന് അന്തിമകാഹളത്തിന്റെ അടയാളം നൽകിക്കൊണ്ടിരുന്നു. ഭാഗികമായി അവൻ അതൊക്കെയറിഞ്ഞു, പ്രപഞ്ചനൈതികതയ്ക്കു വേണ്ടി താൻ ഉരുകിത്തീരാനായെന്നും ഭൂമിക്കുവേണ്ടിയാണ് താനിവിടെ നിൽക്കുന്നതെന്നും പകുതി ബോധം അവനെ ഓർമ്മിപ്പിച്ചു. മറുപാതി അന്തിമചോദനയായിരുന്നു. മരിച്ചിട്ടും ശരരൂപിയായ ലിംഗംപോലെ ആസക്തിയുടെ പരകോടി.

അപരാധികളെപ്പോലെ ചുമരൊട്ടി നിന്ന നക്ഷത്രസഖികളുടെ മാർവ്വിടങ്ങളിലേക്കു നോക്കി അവനലറി: “നിരന്നു നിൽക്കൂ.”

മാത്രകൾ അവന് വിലപ്പെട്ടതായിരുന്നു. ഏഴു സഖിമാരെയും വെവ്വേറെ സുരതിക്കുക ഒരുദ്ധാരണം ഇനിയും സാധ്യമോ എന്ന സംശയത്തിന്റെ ബലത്തിലും നേരമെടുക്കുന്നതുകൊണ്ടും ആലോചനയ്ക്കതീതമായിരുന്നു. അവനവരോടു നിരന്നു നിൽക്കാൻ ആജ്ഞാപിച്ചു. അവർ പരസ്പരം തൊട്ട് വരിയായി നിന്നു. പിന്നെ ഏറ്റവും മുന്നിൽ നിന്നവളെ അരക്കെട്ടിന്റെ ഒട്ടാവുന്നത്രയും മാംസഭാഗത്തേക്ക് ചേർത്തൊരു പിടുത്തമായിരുന്നു, ഇറങ്ങാവുന്നത്രയും ആഴത്തിലേക്ക് അവളിലേക്കൊരിറക്കമായിരുന്നു. കാമവൈചിത്രത്തിന്റെ വന്യമായൊരേടുപോലെ ഒന്നാംനക്ഷത്രസഖിയുടെ ഗുദത്തിലൂടെ വളഞ്ഞു നീർന്നത് ത്രസിച്ചു നിന്നു. കണ്ണു തള്ളിപ്പോയ മറ്റ് ആറുപേരിലും സൂര്യലിംഗം ഒരേസമയം വൻമരത്തെ വെട്ടിവീഴ്ത്തുന്ന കോടാലിയുടെ ഉയർന്നുതാഴുന്ന തലപ്പുപോലെ കയറിയിറങ്ങി. പേമാരിയിലിളകുന്ന മരംപോലെ സഖിമാർ സപ്തസുരതങ്ങളുടെ ഉദ്ധൃതവിഹായസ്സിലേക്ക് വേദനയാർന്ന ചിറകുകളടിച്ചുയർന്നു. മരം വീണ് മരിക്കുമെന്നറിഞ്ഞിട്ടും ആവേശത്തോടെ കോടാലി ഉയർത്തി വെട്ടുന്ന മരംവെട്ടുകാരനെപ്പോലെ സൂര്യൻ ഏഴുപേരെയും ഒരുമിച്ച് ഭോഗിച്ചു, ഒരേ നിൽപ്പിൽ, ഒരേ ത്രസിപ്പിൽ.

പുറത്ത് മഴ അലച്ചുകൊണ്ടിരുന്നു. സൂര്യഗോപുരത്തിനു മീതെയും ഇടിമിന്നൽ സുവർണരേഖകൾ തീർത്തു. ഗോപുരമാകെ ഇടിഞ്ഞു വീഴാൻ പോകുന്നുവോയെന്ന് സഖിമാർ സംഭ്രമിച്ചു. അവർക്കനങ്ങാനാകുമായിരുന്നില്ല. കൊടുങ്കാറ്റിലുലയുന്ന സിനഗോഗിലെ മെനോറപോലെ തോന്നിച്ചു, സൂര്യനും അവന്റെ സഖിമാരും. ഏഴു മെഴുതിരിനാളങ്ങളെ അവൻ ഒന്നായ് പടർത്തി. തോറയുടെ താളുകൾപോലെ അക്രമാസക്തവുമായിരുന്നു അവർക്കു മേലുള്ള

അവന്റെ മേൽക്കൈ. താനൊടുങ്ങിത്തീരാറായെന്നോ, ഭൂമി തന്റെ ഭോഗയത്നഫലമായി ഭ്രമണപഥം വിട്ട് ഋജുരേഖയിൽ തെറിച്ചു പോകുമെന്നോ സൂര്യനോർത്തില്ല. ഉടലിളക്കത്തിന്റെ ആഴത്തിലേക്ക വൻ ജ്വലിക്കുന്ന ലിംഗാസ്ത്രമെയ്തു, കാഴ്ച പൂർണമായും നഷ്ട പ്പെട്ടെങ്കിലും അവനപ്പോൾ നിയതമായ ഒരുന്നം വേണ്ടിയിരുന്നില്ല, സൗന്ദര്യവും. ജൈവചോദനയുടെ ആലക്തിക ഹസ്തങ്ങളിലേക്ക്, കർമ്മകുതുകിയായി പ്രപഞ്ചനൈതികതയിലേയ്ക്ക് സൂര്യൻ ഒടുങ്ങി ക്കൊണ്ടിരുന്നു. ഒരു മിന്നാമിനുങ്ങിന്റെ നുറുങ്ങുവെട്ടംപോലെ മുനിഞ്ഞു കത്തുന്നൊരു ചെറുഗോളം മാത്രമായി പ്രപഞ്ചനെറ്റി യിലെ പൂർണമായും മായാറായ സിന്ദൂരച്ചാർത്തുപോലെ അവൻ ചുരുങ്ങിക്കഴിഞ്ഞിരുന്നു

* * *

മഴ മുറിവുകളെ നീറ്റി. ഗീത രൗദ്രതാളത്തിൽ മുഴങ്ങിക്കൊണ്ടിരുന്നു. കണ്ണുകളിൽ മിന്നൽക്കടന്നലുകൾ ചിതറുന്നതും വായ്ക്കകത്താ ക്കിയ മഴവെള്ളം ഇറക്കാനാകാതെ കുരുക്കു മുറുകുന്നതും രാധയെ വെപ്രാളപ്പെടുത്തി. ഒരിഞ്ചുപോലും കുതറാനായില്ല. കണ്ണുകൾ മിഴി യുന്നതുപോലെ. തുറിച്ച കണ്ണുകളെ പകർത്തിയെടുക്കാൻ ശിലാ യുഗമനുഷ്യന്റെ കൂർത്ത പല്ലുകൾപോലെ ക്യാമറകൾ നീണ്ടു. കട്ടി വെളിച്ചത്തിൽ കണ്ണടഞ്ഞുപോയെങ്കിലും അടയും മുൻപേ നിലാ വിൽ കനത്തൊരു കാറ്റ് പൊഴിയാൻ നിന്നൊരിളംവെള്ള ഏപ്രി ക്കോട്ട് പൂവിനെ ഞെട്ടിൽ നിന്നടർത്തിയ നേരംകൊണ്ട് കാലുറപ്പി ച്ചിരുന്ന ഡസ്ക് പട്ടാളക്കാർ വലിച്ചുമാറ്റിയിരുന്നു. അടഞ്ഞുപോയ മിഴികളും തളർന്ന കോശങ്ങളും ഒരാവർത്തി അലമുറയിടാൻ പാക ത്തിലുണർന്നുപോയി. മരണത്തിന്റെ വന്യവിരലുകൾ സാരിക്കു മുകളിൽ അലഞ്ഞു, അതു തുടകളിൽ മാന്തി. പട്ടാളക്കാരുടെ അച്ച ടക്കമുള്ള ചിരി ഉച്ചത്തിലായി, ഒരേ താളത്തിലും.

“മയൈവൈതേ നിഹതാഃ പൂർവ്വമേവ
നിമിത്തമാത്രം ഭവ സവ്യസാചിൻ”[1]

പശ്ചാത്തലത്തിൽ ഗീതയുടെ മുഴക്കത്തിന് ശക്തി കൂടി. ആർമി വണ്ടി അർദ്ധവൃത്താകൃതിയിൽ കറങ്ങിയേടത്ത് പട്ടാളക്കാരെ പരി ഭ്രമിപ്പിച്ച് പെട്ടെന്ന് കനത്തൊരു മിന്നലാളി, പകച്ചവർ പിന്നോക്കം നിന്നു. മിന്നൽവെളിച്ചത്തിലൊരു കഴുകൻ ആർച്ചിനു മുകളിലേക്ക് പറന്നിറങ്ങുന്നതവർ കണ്ടു. പലരും നിലവിളിച്ചു. അത് പട്ടാളക്കൂട്ട ത്തിലേക്ക് വിഹഗവീക്ഷണം നടത്തി. ആരോ അതിനു നേരെ

---

1. ഭഗവദ് ഗീത 11:33

വെടിയുതിർത്തിയെങ്കിലും അത് പറന്ന് രാധയുടെ പിടയ്ക്കുന്ന ശരീരത്തിനരികിലേക്ക് ഡസ്കിലേക്കിറങ്ങി. മിന്നൽ ഒരഗ്നിവ്യാഗ്ര ത്തെപ്പോലെ വീണ്ടുമിറങ്ങി. ലഡാക്കിന്റെ കുന്നുകളിൽ പലതും തെറിച്ചുപോകുന്ന തരത്തിൽ അന്തരീക്ഷം പ്രകമ്പനം കൊണ്ടു.

“ക്യാ ഹോ രഹാ ഹേ?” പ്രധാനമന്ത്രി പകപ്പോടെ ജനറലിനു നേർക്ക് മുഖമുയർത്തി.

“കുച് ഗലത് ഹോ രഹാ ഹെ.” രാധയുടെ ശരീരത്തിലേക്കു നോക്കി കണ്ണുകളനക്കാതെ ജനറൽ പറഞ്ഞു.

രാധയുടെ അവസാനമിടിപ്പും നിലച്ചിരുന്നു. കഴുകൻ ഭാരിച്ച ചിറകുവീശി ശവത്തിനു നേരെയടുത്തു. അത് രാധയുടെ ശരീര ത്തിനു ചുറ്റും പറന്ന് അവളുടെ മുലകൾക്കിടയിൽ ആദ്യമായും അവസാനമായും ആഞ്ഞുകൊത്തി. പിന്നെയൊരു മുഴക്കമായിരുന്നു. ടെന്റുകൾ പലതും പേമാരിയിൽ ഇളകി. കഴുക് അത് കൊത്തി യെടുത്ത മാംസക്കഷണങ്ങളുമായി പട്ടാളക്കാർക്കിടയിലേക്ക് തെറിച്ചുപോയി. തൂങ്ങിയാടിയ ശവശരീരം താഴ്വാരത്തേക്കും.

പട്ടാളക്കാരുടെ ചകിതമായ നിലവിളിയുടെ അലകൾ കുന്നിൻ മുകളിലേക്കുയർന്ന പ്രളയസമാന ജലത്തിൽ പ്രതിധ്വനിച്ചു.

* * *

ഭാരതാംബയിലെ മുപ്പത്തിയാറാം നമ്പർ മുറിയുടെ ജനൽക്കമ്പി കൾക്കും ചില്ലിനുമിടയിടയിലൂടെ താൻ തെറിച്ചുപോകുമെന്ന് തോന്നിപ്പിച്ച് ഭൂമിയിളകുന്നത് ദിഗ്വിജയനറിഞ്ഞു. നെഞ്ചിലൊരു കൊളുത്തിപ്പിടുത്തമുണ്ടായി. ബോട്ടിലിൽനിന്നും രണ്ടുമൂന്ന് കവിൾ വെള്ളം കുടിച്ചെങ്കിലും ചങ്കിലെന്തോ തടഞ്ഞു നിൽക്കുന്നതു പോലെ, ശ്വാസം മുട്ടുന്നതുപോലെ അനുഭവപ്പെട്ടു.

കുട്ടിയായിരുന്നപ്പോൾ, പലരും മുങ്ങിമരിച്ച അമ്പലക്കുളത്തി നരികിൽ രാത്രിയിൽ ഒറ്റയ്ക്കു പോയി നിന്ന് പേടിക്കാനിഷ്ടപ്പെട്ടി രുന്ന തന്നെയവൻ ഓർത്തു. ജലത്തിന്റെ ആഴങ്ങളിൽ ഒരു കിണറു ണ്ടത്രെ. ആ കുട്ടിയുടെ പകപ്പ് ദിഗ്വിജയനിലാളി, വാഷ്ബേസിനി ലേക്ക് ചോര തുപ്പിക്കൊണ്ട് ചുമരിൽ തലയിടിച്ച് ദിഗ്വിജയൻ തറ യിലേക്കമർന്നു.

ഭാരതാംബയിലെ ഭഗവധ്വജം കൊടിമരത്തിൽനിന്നും വേർപ്പെട്ട് നടുകെ കീറി തുറന്നിട്ട ജാലകപ്പോളയിൽ കുരുങ്ങി നിൽക്കുന്നത് കണ്ട് ദിഗ്വിജയൻ അന്ത്യശ്വാസം വലിച്ചു.

* * *

അന്തിമകാഹളത്തിന്റെയടയാളം കിട്ടിയതു മുതൽ ഭൂമിക്ക് ഒരിക്കൽ കൂടി സൂര്യനെക്കാണണമെന്ന കനത്ത തോന്നലായി. ഒരുപക്ഷേ ഇനിയൊരിക്കലും ഒന്നിക്കില്ലെങ്കിൽക്കൂടിയും അതൊക്കെയും താങ്ങാൻ മാത്രം ഒരിക്കൽക്കൂടി കാണണമെന്ന് അവളുടെ നെഞ്ച് തുടിച്ചു. കാമാവേശമില്ലാതെ രാഗബദ്ധയായി അവനെ ആലിംഗനം ചെയ്യണമെന്നും അവന്റെ മാറിൽ കണ്ണുനീരു പടർത്തണമെന്നും ഭൂമിക്ക് തോന്നി. ഒരോട്ടമായിരുന്നു പിന്നെ നക്ഷത്രമേടയിലേക്ക്.

"സൂര്യാ..."

സൂര്യഗോപുരത്തിന്റെ അങ്കണത്തിൽ അലച്ചുവീണുകൊണ്ട് അവൾ വിളിച്ചു.

മരണവെപ്രാളത്തിലും കാമുകനെ അവസാനമായി കാണാൻ പിടയുന്ന പ്രിയതമയുടെ കാതരശബ്ദം, വേവലാതി തീണ്ടിയത്. പേലവമിഴികളിൽ കണ്ണീരുറന്നു. അവ മറുവിളി കാത്തു.

തനിക്ക് നിലതെറ്റുന്നെന്നും തല കറങ്ങുകയാണെന്നും ഭൂമിക്ക് തോന്നലുണ്ടായി. എന്നിട്ടും അവൾ നിറമിഴികളുയർത്തി ഗോപുരത്തിലേക്ക് നോക്കി. അവിടം ശൂന്യമായിരുന്നു. ചൂട്ടുകറ്റയുടെ അവസാന തീത്തരിയും കെടുന്നതുപോലെ സൂര്യൻ എന്നേയ്ക്കും കെട്ടുപോയോ എന്നവൾക്കാധിയായി.

നോക്കിനിൽക്കേ മട്ടുപ്പാവിലേക്ക് നഗ്നകളായി ഏഴു നക്ഷത്രസഖിമാരുമെത്തുന്നത് അവളറിഞ്ഞു. വിസ്മയം വിടർന്ന നീൾമിഴികളോടെ അവൾ അവരെ നോക്കിനിന്നു. സഖിമാർ പരസ്പരം പലതും മന്ത്രിച്ചുകൊണ്ടിരുന്നു. അവരുടെ മുഖത്ത് പഴയ ക്രൗര്യമില്ലെന്ന് അവൾക്കു തോന്നി.

ഇടർച്ചയോടെ, ഭവ്യതയോടെ അവൾ ആരാഞ്ഞു. "സൂര്യൻ?"

മറുത്തൊന്നും ആരുമൊന്നും പറഞ്ഞില്ല. സഖിമാർ കലങ്ങിയ മിഴികളിലേക്ക് പരസ്പരം നോക്കിക്കൊണ്ടിരുന്നു.

തല പൊട്ടിച്ചിതറുന്നതായി ഭൂമിക്കു തോന്നി. കടുത്ത വേദന മറച്ചുപിടിക്കാൻ ശ്രമിച്ച് ഭൂമി കെഞ്ചിക്കൊണ്ടിരുന്നു.

"ദയവായി പറയൂ. എനിക്ക് ഒന്ന് കണ്ടാൽ മതി. അവസാനമായി ഒരിക്കൽക്കൂടി." തീക്കുമിളകൾപോലെ അവളുടെ കണ്ണുകളിൽ നിന്നും ചോര ഇറ്റുവീണുകൊണ്ടിരുന്നു.

"അവനണഞ്ഞു." ഒന്ന് ദീർഘശ്വാസമെടുത്ത് ഒരു നക്ഷത്രസഖി നാവനക്കി. രക്തക്കണ്ണീർ നിലച്ച് മിഴിഞ്ഞ കണ്ണുകളോടെ ഒരു ശിലാപ്രതിമപോലെ ഭൂമി നിന്നു.

"നീയതറിയാൻ കുറച്ച് നിമിഷങ്ങളെടുക്കും. അവന്റെ രശ്മികളുടെ അവസാനസ്പർശം നിന്നിൽ നിലയ്ക്കാനായി..."

ഭൂമിയത് കേട്ടില്ല. ചക്രവ്യൂഹത്തിലകപ്പെട്ട പുരാണയോദ്ധാവ് ശക്തമായി ഗദ കറക്കിക്കൊണ്ട് എതിരാളികൾക്കു ചുറ്റും തിരിഞ്ഞു കൊണ്ടിരിക്കേ ചീറിയെത്തിയൊരസ്ത്രം കൈകളിൽ തറച്ച് ഗദ കൈപ്പിടിയിൽനിന്നുമകന്ന് നേർരേഖയിൽ തെറിച്ചുപോകുന്നൊരു സമാന്തരലോകം അവളുടെ മനസ്സിൽ വിദ്യുത്തരംഗങ്ങളിറക്കി. തന്നെ ഗോപുരത്തിനു ചുറ്റും കൈകളിലെടുത്തു കറക്കി സൂര്യൻ പെട്ടെന്ന് പിടിവിട്ടൊരു പൊട്ടു മാത്രമായി പ്രപഞ്ചസമുദ്രത്തിൽ വിലയിക്കുകയും പിടിവിട്ട് തെറിച്ച കോടാലിപോലെ താൻ അപരി ചിതങ്ങളായ ഇടങ്ങളിലേക്ക് ഋജുരേഖയിൽ പാഞ്ഞുകൊണ്ടിരിക്കുക യാണെന്നും ഭൂമിയറിഞ്ഞു. പിന്നെ മലവെള്ളപ്പാച്ചിലിനെതിരെ നീന്തി നദി കടക്കാൻ ശ്രമിക്കുന്നതുപോലെ തിരിച്ചുപോകാൻ കുതറിക്കൊണ്ടിരുന്നതു നിർത്തി അവൾ പ്രപഞ്ചശക്തിക്കു വഴങ്ങി.

കാലുകൾ രഥചക്രങ്ങളായി. പതിയെ ഒരു സ്വപ്നത്തിലേക്ക് മയങ്ങി. ജലാരോഹകയന്ത്രത്തിലൂടെ വെള്ളം ഋജുരേഖയിൽ കുതി ച്ചെത്തി മണ്ണിലേക്ക് നിപതിക്കുംപോലെ നീണ്ട ഒരു സ്വപ്നത്തി ലേക്ക് അവൾ മയങ്ങി, സൂര്യനും പ്രകാശവുമില്ലാതെ, ജീവന്റെ തുടിപ്പ് അപ്പോഴും ഉള്ളിൽ പേറിക്കൊണ്ട്. അനന്തകാലത്തോളം മറ്റൊരു താരഗോപുരവലയത്തിലാകുംവരെ അലക്ഷ്യമായി നീളൻ മുടി വിതിർത്തിട്ട് ശ്വാസതാളത്തിനൊത്ത് ഉയർന്നുതാഴുന്ന തടാക ജലത്തോളം ഘനം പോന്ന മുലകളുമായി.

* * *

മംഗലപേടകം ഭൗമമണ്ഡലം താണ്ടിയിരുന്നു. മുള്ളൻപന്നി മുടി യിഴകൾ ഒതുക്കിവെച്ച് മഞ്ഞവെള്ളപ്പല്ലു കാട്ടി കാശ്മീരിലേക്കുള്ള ട്രെയിൻ യാത്രയിലുടനീളം പൊടുന്നനെ പക്വതയെത്തിയ ഗൃഹ നാഥനെപ്പോലെ രൂപാന്തരപ്പെട്ട നിർവ്വികാരതയില്ലാതെ, വിഷ്ണു കോട്ടിന്റെ തെറ്റം ഒതുക്കിവെച്ചുകൊണ്ട് ലക്ഷ്മിയെ നോക്കി നിറഞ്ഞു ചിരിച്ചു. പെട്ടെന്ന് അവന്റെ പാരുഷ്യമാകെ വാർന്നു പോയതുപോലെ ലക്ഷ്മിക്കു തോന്നി. അതു മറച്ചു പിടിച്ച് അവൾ ഒരു കൃത്രിമച്ചിരിയുണ്ടാക്കി മുഖം തിരിച്ചു. ഒരഭ്യാസിയെപ്പോലെ രാധയെ കമ്പിവേലിക്കപ്പുറത്തേക്ക് എടുത്തുയർത്തിയ മുഹമ്മദിന്റെ ശൗര്യത്തെ അവളോർത്തു, രോമങ്ങളെഴുന്നു നിൽക്കുന്നതവള റിഞ്ഞു. അയാളുടെ യൗവ്വനകാലം പുരാണകഥയിലെ യോദ്ധാവി ന്റേതുപോലെയായിരിന്നിരിക്കും എന്നവൾ ആലോചിച്ചു. രാധയെ പട്ടാളക്കാർ കമ്പിവേലിക്കിപ്പുറത്തേക്ക് വലിച്ചെടുക്കുന്ന ദൃശ്യ മോർത്തപ്പോൾ ആ ചിന്തതന്നെ പാടേ ഉപേക്ഷിക്കാൻ ലക്ഷ്മിക്കു തോന്നി.

അരവിന്ദ് ഇരിപ്പിടത്തിലേക്ക് തല ചായ്ച്ച് മയങ്ങുകയായിരുന്നു. അയാളുടെ ടാറ്റൂ കുത്തിയ ബലിഷ്ഠമായ കൈകൾ മാറിൽക്കെട്ടിയിരുന്നു. രാധയെക്കുറിച്ച് എന്തോ അവൾക്ക് പെട്ടെന്നൊന്നും ഓർക്കാൻ തോന്നിയില്ല. അവളയാളെ നോക്കിയിരുന്നു. പട്ടാളടെന്റുകൾക്കു മുന്നിലെ ആർച്ചിലൂടെ ആർമി വണ്ടി തിരിച്ച് വെടിയുണ്ടയുടെ വേഗത്തിൽ വിതസ്തയുടെ താമരയോളങ്ങളും മഞ്ഞിൻ ചതുപ്പുകളും പിന്നിട്ട് വണ്ടി ഓടിച്ച അയാളുടെ വീര്യത്തെ ആലോചിച്ചിരിക്കവെ ഉടലാകെപ്പുളകം കൊള്ളുന്നതായി ലക്ഷ്മിക്ക് തോന്നി.

നിറചിരിയോടെ അച്ഛനരികിൽനിന്നും വിഷ്ണു അവൾക്കടുത്ത് വന്നിരുന്നു. അവളവനെ നോക്കി. അവൾക്ക് വല്ലാത്ത ശൂന്യത തോന്നി. മഴനൂലുകൾക്കിടയിൽ വയലിൻകമ്പികൾ മീട്ടുന്ന പുരുഷനെ അവൾ മറന്നു കഴിഞ്ഞിരുന്നു. പതിയെ അവൾക്ക് ചെറുതായി മയക്കം പിടിച്ചു. മണിക്കൂറുകൾക്കു മുൻപ് വരെ നീണ്ട യാത്രകളുടെയും വിശപ്പിന്റെയും പരവേശത്തിന്റെയും സുഖസമാപ്തിയിൽ ഉറക്കം പുറത്തെ ആശങ്കകളിൽനിന്നും നേരിയ നിലവിളികളിൽനിന്നും അവരെയകറ്റി.

വിറയ്ക്കുന്ന ശബ്ദത്തോടെ ഒരു ഉദ്യോഗസ്ഥനായിരുന്നു മൃദുശബ്ദത്തിൽ മുഖവുരകളുടെ ആഢംബരങ്ങളില്ലാതെ അവരെ വിവരങ്ങളറിയിച്ചത്.

“പറയുമ്പോൾ എനിക്കും വിറയ്ക്കുന്നുണ്ട്. അറിയിക്കേണ്ടത് ഇനി എന്റെ ബാധ്യതയല്ല, കാരണം ഭൂമിയോടുള്ള നമ്മുടെ ബന്ധം എന്നേക്കും വിച്ഛേദിക്കപ്പെട്ടിരിക്കുന്നു, ചൊവ്വയോടും. അറിയിച്ചിട്ട് കാര്യവുമില്ല.” പ്രതികരണമറിയാൻ അയാളൊരു നിമിഷം നിർത്തി. അമ്മയോടും ഭാര്യമാരോടും മകളോടും ഉടൻ മടങ്ങിയെത്തുമെന്ന് വിടപറഞ്ഞെത്തിയവർ പരസ്പരം ആശങ്കയോടെ മിഴികളിലേക്ക് നോക്കി, ഒടുക്കം അയാളിലേക്കും.

ഉദ്യോഗസ്ഥൻ തളർച്ചയോടെ തുടർന്നു, വാക്കുകൾ സ്പഷ്ടമായിരുന്നുവെങ്കിലും: “സൂര്യൻ അപ്രതീക്ഷിതമായി ഇല്ലാതായിത്തീർന്നു എന്നു കരുതപ്പെടുന്നു. എന്തായാലും, അഭികേന്ദ്രബലം നഷ്ടപ്പെട്ട് ഭൂമി പരിക്രമണം ചെയ്യാതെ അവസാനം നിന്നേടത്തു നിന്ന് ഋജുരേഖയിൽ പാഞ്ഞുപോവുകയാണ്. ഭൂമി മാത്രമല്ല, ചൊവ്വയും സൗരയൂഥത്തിലെ മറ്റ് ഗ്രഹങ്ങളൊക്കെയും.”

പലയിടത്തും ഞെട്ടലുകളുണ്ടായി.

വരുത്തിത്തീർത്തൊരു ചിരിയോടെ സ്വയം സമാശ്വസിപ്പിക്കുന്നതുപോലെ ഉദ്യോഗസ്ഥൻ തുടർന്നു. “ഭൂമിയിലും ചൊവ്വയിലും

ഉള്ളവരെയോർത്ത് ഭയപ്പെടേണ്ട. ഇതരനക്ഷത്രങ്ങളുടെ പരിധിയിൽപ്പെടുന്നതുവരെയും ജീവനുണ്ടാകാൻ സ്രോതസ് അവർക്കുണ്ട്. നമ്മളത്രയും വികസിച്ചു കഴിഞ്ഞിരുന്നുവല്ലോ?" അയാൾ ചിരിച്ചു. "ത്രിശങ്കുവിലായത് നമ്മളാണ്..."

നേതൃശബ്ദമുയർത്തിയതുകൊണ്ടും മറ്റു പലരെയും സമാശ്വസിപ്പിക്കേണ്ടത് ചുമതലയായി അപ്പോഴും കരുതിയതിനാലും മുഴുവനും പറഞ്ഞുകഴിഞ്ഞതിനുശേഷം മനസ്സിന് ആശ്വാസം ലഭിച്ചതറിഞ്ഞ് അയാൾ ഒന്നുകൂടി ചിരിച്ചു. അയാൾ വിഷയം അവതരിപ്പിച്ച രീതിയും അയാളുടെ പ്രക്ഷുബ്ധമായ ശാന്തതയും യാത്രക്കാരെ ലക്ഷ്മിയെയോ അരവിന്ദിനെയോ വിഷ്ണുവിനേയോ ഞെട്ടിയെണീപ്പിക്കാൻ പാകത്തിൽ ഒരു കൂട്ടക്കരച്ചിലിൽ നിന്നൊഴിവാക്കി.

തിരുത്തപ്പെട്ട ജനിതക ത്താളിയോലകൾ

ആദിയിൽ ശൂന്യതയുണ്ടായിരുന്നു, അതിനും മുന്നോടിയായി മറ്റൊരാദി ഉണ്ടായിരുന്നു. ശൂന്യതയിൽ ആദി സ്വയമേവ ഉരുവംകൊണ്ടതായിരുന്നു. ജീവബിന്ദുക്കൾ പ്രളയജലത്തിൽ കവാത്തു നടത്തുന്നുണ്ടായിരുന്നു. സൂര്യരശ്മിയുടെ നേരിയൊരോർമ്മത്തൊടൽ പോലും പിന്നെ ഭൂമിക്കുണ്ടായില്ല. പ്രളയം ശമിച്ചപ്പോൾ അവശേഷിച്ച കെട്ടിടങ്ങളിൽ വൈദ്യുതവിളക്കുകൾ മുനിഞ്ഞുകത്തിക്കൊണ്ടിരുന്നു. പാതവക്കുകളിലും പർവ്വതശിഖരങ്ങളിലും വംശഭേദമില്ലാതെ ജഡങ്ങൾ കെട്ടിക്കിടന്നു. അവയ്ക്കു മീതെ ആർത്തിയോടെ പുഴുക്കൾ നുരച്ചു. ശേഷിച്ച മനുഷ്യർ പുഴുക്കളെപ്പോലെ നിലത്തു നിരങ്ങി. അവരുടെ വസ്ത്രങ്ങൾ പ്രളയപ്പാച്ചിലിൽ മറന്നു പോയിരുന്നു.

അവശേഷിച്ച പലരിൽ ഒരുവൾ തെരുവുവിളക്കിനു തൊട്ടടുത്ത കെട്ടിടത്തിനു മുകളിൽ നിന്നു. അവൾ വിശ്വാസം വരാതെ ബൾബിലേക്ക് തുറിച്ചു നോക്കി. അതെങ്ങനെ ബാക്കിയായി! എന്തൊരിരുട്ടായിരുന്നു ഭൂമിക്കന്ന്. അവളോർത്തു. കണ്ണുകളിൽ കടലിടിച്ചു കയറുകയായിരുന്നു. പലരും തിരയിൽ തലയിടിച്ച് രക്തം വാർന്നു മരിക്കുന്നതവൾ കണ്ടു, ഒഴുക്കിനെതിരെ നീന്തിക്കൊണ്ടിരുന്ന അവൾക്കു നേരെ ഒരു പേടകം ഒലിച്ചെത്തുന്നതും. അതിനു മീതേയ്ക്ക് കുത്തൊഴുക്കിനോട് മല്ലിട്ട് കയറിക്കിടന്നു. ആരുടെയോ ദേഹത്തേക്കായിരുന്നു ചെന്നുവീണത്. കരിങ്കൽക്കെട്ടുകളിലും കെട്ടിടങ്ങളിലുമിടിക്കുന്ന പേടകത്തിനൊത്തിളകി അവൾ ശ്രദ്ധിച്ചു നോക്കി. അവളുടെ പ്രിയതമന്റെ ജഡമായിരുന്നു അത്. പേടകമവരെ പർവ്വത മടക്കുകളിലേക്ക് കൊണ്ടുപോയി. ഇലക്ട്രിക് ലൈനുകൾ പൊട്ടിവീഴുന്നതും ജലത്തിന് വിദ്യുത്സ്പർശമേറ്റ് ജീവനുകൾ പിടയുന്നതും അവന്റെ ജഡത്തോടൊട്ടിക്കിടന്ന് അവൾ കണ്ടു.

വരച്ചു തീർക്കാതെ മറന്നിട്ടു പോയ ജലച്ചായത്തിന്റെ മുഴുമിക്കാത്ത ഭാഗങ്ങൾക്ക് സ്വയം നിറം പകരുന്ന വരച്ചുതീർന്ന കുറേ വരകൾ അന്ന് വിഷ്ണുവിന്റെ മനസ്സിലെന്നതുപോലെ അവളിലും തിടം വെച്ചുകൊണ്ടിരുന്നു. നിഷ്കളങ്കനും ഗൃഹാതുരനുമായ തന്നിലെ ഗുഹാമനുഷ്യൻ അതിന്റെ പരിണാമദശയിലെ താനുമായുള്ള പൊക്കിൾക്കൊടി ബന്ധം കുടഞ്ഞെറിഞ്ഞ് തന്റെ മസ്തിഷ്കത്തിൽനിന്നും വിട്ടുപോകുന്നതവളറിഞ്ഞു. മുനിഞ്ഞു തെളിയുന്ന വൈദ്യുതവിളക്കുകളിലേക്ക്, സൂര്യനില്ലാത്ത ആകാശത്തു തെളിഞ്ഞ അതിജീവനത്തിന്റെ വിദ്യുത്പ്രതീകങ്ങളിലേക്ക് അവൾ ആദരവോടെ കണ്ണുയർത്തി. അതിനു പാകത്തിൽ അവളിലൊരു നവഭൗമഭ്രൂണം ഉരുവംകൊണ്ടിരുന്നു.

സൂര്യരശ്മിയുടെ നേരിയൊരോർമ്മത്തൊടൽപോലും പിന്നെ ഭൂമിക്കുണ്ടായില്ല. അവൾ ഭൂതകാലം മറന്നുകഴിഞ്ഞിരുന്നു. തന്നിലെ ജീവബിന്ദുക്കളെക്കുറിച്ചോർത്തുള്ള ആകുലതകൾ വിട്ടെറിഞ്ഞ് ഒഴുക്കിനെതിരെ നീന്തുന്നത് നിർത്തി കാലം പായിച്ച ഋജുരേഖയിൽ നീണ്ട മയക്കത്തിലായിരുന്നു അവൾ. പ്രളയം ക്രൂരവും വിരൂപവുമായ പാടുകൾ കലാത്മകമായി വരച്ചിട്ട് പിൻവാങ്ങിയപ്പോൾ ശേഷിച്ച മനുഷ്യകുതുകികൾ ഇരുട്ടിൽ പഴയ സാങ്കേതികതയ്ക്കു മേൽ മനസ്സർപ്പിച്ചു. നിലച്ചുപോയ വാച്ച് സൂര്യവെളിച്ചത്തിൽ കാട്ടി ചലിപ്പിക്കുന്നവരെപ്പോലെ സൂര്യനില്ലാത്ത ആകാശത്ത് നൂതന കൃത്രിമ നക്ഷത്രങ്ങളെ വികസിപ്പിക്കാൻ വർഷങ്ങളെടുത്തു. പുതിയ ബൾബുകൾ പ്രേതങ്ങളുടെ മഞ്ഞക്കണ്ണുകൾപോലെ ഇരുട്ടിനെ കീറിക്കൊണ്ടിരുന്നു. പതിയെ സൂര്യനില്ലാതെയും ജീവിക്കാമെന്നവർ പഠിച്ചു. അതിർത്തിയും അഗ്നിബാണങ്ങളുമില്ലാതെ... ഭൂമി പുതുനക്ഷത്രത്തിന്റെ പരിക്രമണപരിധിയിലായി. സൂര്യനെ ആരും കാര്യമായി ഓർത്തില്ല.

ഭൂമിയുടെ അടിത്തട്ടിളകി വൻകരകൾ ചേർന്ന് വിശാലമാകുകയും ചിലവ അതിവിദൂരത്തേക്ക് അകന്നുപോവുകയും ചെയ്തു. ശൂന്യതയിൽ പുതുസംസ്കാരങ്ങൾ മുടി വിതിർത്തിട്ടു, നവനൈതികതയും. ജാതികളും മതങ്ങളും പുതുഭൂമിക്കന്യമായിരുന്നു. നരവംശം കടന്നുവന്ന ശിലായുഗത്തിന്റെ ഉലയിൽ പ്രാകൃതത്വത്തിന്റെ തീ ചിതറിയിരുന്നുവെങ്കിൽ പ്രളായാനന്തര ഭൂതലം അവശേഷിച്ചവരുടെ ജനിതകത്താളിയോലകൾ തിരുത്തിയെഴുതിക്കഴിഞ്ഞിരുന്നു. അവരുടെ തലവരയാകെ മാറ്റപ്പെട്ടിരുന്നു. അനിവാര്യവും യുക്തിഭദ്രവുമായ ഒരു സ്വാഭാവികപരിണാമത്തിലേക്ക് കടന്നിരുന്നു പ്രളയാനന്തരമനുഷ്യൻ. പൂർണ്ണസമത്വത്തിനായി ഉന്മൂലനഗീതങ്ങളും തീപ്പന്തങ്ങളുമുയർന്നില്ല, അപരന്റെ ഓരോ വാക്കും അതിന്റെ

സംഗീതമെന്നോ അപശ്രുതിയെന്നോ തരംതിരിക്കാൻ പാകത്തിൽ കൈവന്ന വിവേകം ഭാവനാധിഷ്ഠിത സമത്വസങ്കൽപങ്ങളെ കട പുഴക്കിയെറിഞ്ഞിരുന്നു.

ജാതികളും മതങ്ങളും അന്യമായ ഭൂമിയിലെ ജീവിതം ഇരുട്ടു മുറിയിൽ അടച്ചിട്ടതുപോലെ വർണ്ണരഹിതമോ പുഴയരികിലെ കൂറ്റൻ കരിമ്പാറക്കെട്ടിൽ മാത്രം അധിവസിക്കുന്ന ചിലയിനം ചെള്ളുകളു ടേതുപോലെ വിരസവുമായിരിക്കില്ലേ എന്നവൾക്ക് തോന്നി. അവള തേപ്പറ്റി ദിഗ്വിജയനോട് സംസാരിച്ചപ്പോൾ (പ്രളയകാലത്ത് അമ്പല ക്കുളത്തിലേക്കാഴ്ന്നുപോകുന്നത് പോലൊരു വിഭ്രാന്തിയോടെ മരണത്തെ വരിച്ച താനെങ്ങനെ പുതുഭൂമിയിലെത്തിയെന്ന് സ്വപ്ന ലോകത്തു നിന്നുണർന്നപ്പോൾ ബാലകൃഷ്ണൻ പിന്നെ ആലോചി ച്ചിരുന്നു.) അവളിലെ അസ്തമിക്കാത്ത ഉത്തരാധുനികത നോക്കി ദിഗ്വിജയൻ ഏറെനേരം ചിരിച്ചു. നഴ്സറിക്കുട്ടിയുടെ അക്ഷരമാല ഉച്ചാരണംപോലെ വശ്യമായ താളത്തിൽ ഒഴുകിക്കൊണ്ടിരുന്ന വീടിനു തൊട്ടുമുന്നിലെ പുഴയിൽ ഒന്നു മുങ്ങാംകുഴിയിട്ട് പിന്നെ വെള്ളത്തിൽ മലർന്നു കിടന്ന് പുഴയുടെ തിണ്ടുകളിൽ വളർന്നു തുടങ്ങിയ പല നിറങ്ങളുള്ള പൂവുകളെ നോക്കി ഒഴുക്കിനെതിരെ നീന്തിക്കൊണ്ട് ദിഗ്വിജയൻ പറഞ്ഞു.

"പ്രളയത്തിനുശേഷവും വേണ്ടതുപോലെ നിന്റെ തലയിലെ കാടൻമനുഷ്യൻ ഒഴിഞ്ഞുപോയിട്ടുണ്ടാവില്ല. ഡോൾഫിന്റെ ഗത കാലസ്മരണ അതിൽ തുന്നിച്ചേർത്ത ശ്വാസകോശംപോലെ ഗുഹാ മനുഷ്യന്റെ സൗന്ദര്യശാസ്ത്രം നിന്നെയിപ്പോഴും മതത്തിന്റെയും ജാതിയുടെയും കടുംനിറ ചായക്കൂട്ടുകളിലേക്ക് ഭ്രമിപ്പിക്കുന്നു ണ്ടാകാം. വിശ്വാസിയോ ജാതിവാദിയോ അല്ലെങ്കിലും അതു നിന്റെ സൗന്ദര്യചോദനകളെ ഉദ്ദീപിപ്പിക്കുന്നുണ്ടാകാം."

പുഴയിലേക്ക് ചാഞ്ഞ മരക്കൊമ്പിലിരുന്ന് കാലുകൾ വെള്ളത്തി ലേക്കിറക്കി വെച്ച് അവൾ പറഞ്ഞു: "ഞാൻ പറയുന്നതിന്റെ കാരണ ങ്ങളല്ല ചോദിച്ചത്. എത്രമാത്രം വിരൂപമായിരിക്കും അത്തരമൊരു ലോകം എന്നതായിരുന്നു എന്റെ ആശങ്ക. എത്രയൊക്കെ നഗര ത്തിലലിഞ്ഞാലും നമ്മുടെയൊക്കെ ഉള്ളിന്റെയുള്ളിൽ ഉലാത്തു ന്നില്ലേ നാം പുറമേയ്ക്ക് ചായം പൂശുന്ന ആ ചിരപുരാതന കാട്ടു കാരണവൻ!"

ദിഗ്വിജയൻ വീണ്ടും ചിരിച്ചു. മലർന്നു കിടന്നുകൊണ്ടുതന്നെ അവൻ തുടർന്നു. "ആ കാടൻ ഒഴിഞ്ഞുപോകാത്ത മനസ്സുകൾക്ക് പരമാവധി രാഷ്ട്രീയപരമായി ശരിയാകാൻ ശ്രമിച്ച് അവന്റെ സൗന്ദര്യശാസ്ത്രത്തെ ആധുനികവൽക്കരിക്കാം എന്നതാണ് ഏറ്റവും

മെച്ചപ്പെട്ട ഒരു സാധ്യത. സ്വാഭാവികമായതെന്തും യുക്തിയുക്ത മല്ലെങ്കിലും നിലനിൽക്കണമെന്ന വികലന്യായം വംശീയതയെയും ജാതിവെറിയെയും അരക്കിട്ടുറപ്പിക്കും. പറഞ്ഞുവരുന്നത്, സൗന്ദര്യ ബോധത്തെ നവീകരിക്കാൻ യത്നിക്കുക എന്നല്ലാതെ മറ്റൊരു യുക്തമായ സാധ്യതയില്ല."

"ജാതികളും മതങ്ങളും നിലനിൽക്കട്ടെ. വിവേചനങ്ങളില്ലാതെ ഈ സ്വത്വങ്ങൾക്ക് നിലനിൽപ്പുണ്ടായിക്കൂടാ എന്നത് ഏകശിലാ ത്മകമായ ആധുനികതയുടെ ചിന്താരീതിയല്ലേ? സ്വത്വബോധം നഷ്ടപ്പെടുന്ന മനുഷ്യൻ, അപരനെ അയാളുടെ സ്വത്വത്തിലൂടെ ഉൾക്കൊള്ളാനാവാത്ത ആധുനികൻ, അയാളുടെ നൈതികത സാർ വ്വത്രികമാണെന്ന് പറയുന്നവർ... എല്ലാം ഫാഷിസത്തിന്റെ ഒരേ കണ്ണികളല്ലേ?"

അവളത് ചോദിച്ചപ്പോൾ ദിഗ്വിജയന് കനത്തൊരു പൊട്ടിച്ചിരി യുണ്ടായി. "നിങ്ങൾ എന്തും ഏകാധിപത്യമെന്ന ചുറ്റിക വെച്ചടി ക്കാൻ വെമ്പുമ്പോൾ എന്തിന് മകളെ നുള്ളുന്ന അമ്മ പോലും ഫാഷിസത്തിന്റെ മൂർത്ത ആണിയായി തോന്നും" എന്ന് കളിയായി പറഞ്ഞ് അവൻ മലർന്നുകൊണ്ടുതന്നെ മുങ്ങാംകുഴിയിട്ടു.

"ജാതികളും മതങ്ങളും നിലനിൽക്കട്ടെ, വിവേചനങ്ങൾ അവ സാനിച്ചാൽ മതിയെന്നത് ഉത്തരാധുനിക വർണാശ്രമ വാചാടോപം മാത്രമാണ്. മിശ്രവിവാഹങ്ങൾ പെരുകിയാൽ തീരാവുന്നതേയുള്ളൂ സത്വശുദ്ധി. വിവേചനങ്ങൾ അവസാനിച്ചാൽ അത് സാദ്ധ്യവുമാ ണല്ലോ?"

വെള്ളത്തിനു മീതെ പൊങ്ങിവന്ന് പുഴയിലേക്കു താണ മര ക്കൊമ്പിനരികിലേക്ക് ശാന്തമായി നീന്തിക്കൊണ്ട് ദിഗ്വിജയൻ തുടർന്നു. "നിങ്ങൾ അപരനെ ഒരിക്കലും സ്വന്തമായി കരുതാൻ പോകുന്നില്ല. അയാൾ ആധുനികനോ ആധുനികോത്തരനോ ആയെ ങ്കിൽപോലും. അയാളെപ്പോഴും നിങ്ങൾക്ക് അന്യനാണ്. ഈ അന്യതാബോധമാണ് ദർപ്പണ നാഡീകോശങ്ങൾ വഴി നിങ്ങൾക്ക് സ്വത്വബോധമുണ്ടാക്കുന്നത്. ഓട്ടിസ്റ്റുകളും പല സാമൂഹികനിർമിതി കളായ സ്വത്വങ്ങളിൽ പെട്ടുപോകുന്നു. കാലത്തിനൊത്ത സ്വത്വവും നൈതികതയും ഉത്തരാധുനികതയ്ക്ക് പഥ്യമല്ല, പാരമ്പര്യ സ്വത്വ ങ്ങളുടെ നിലനിൽപ്പിനായുള്ള വാശിയാണത്."

പുഴയുടെ തിണ്ടുകളിൽ വളർന്നു തുടങ്ങിയ പല നിറങ്ങളുള്ള പൂവുകളെ നോക്കി അവൾ ചോദിച്ചു: "ഇതൊരു സവർണചിന്ത യല്ലേ? മുഹമ്മദീയ ഫെമിനിസം, ജൂതകഥീറുകൾ ഒക്കെ ഒരു യാഥാർ ത്ഥ്യമായിരുന്നു."

ദിഗ്വിജയൻ വായിൽ വെള്ളമാക്കി, വെള്ളത്തിൽ കാലിട്ടടിക്കുന്നതിനിടയിൽ പല്ലു തേക്കുകയും ചിരിക്കുകയും ചെയ്തു.

“നാസികളിൽ ജൂതസ്നേഹമുണ്ടായിരുന്ന ചിലരെക്കുറിച്ച് ഒരു കവിത എഴുതാൻ എനിക്ക് നല്ല താൽപര്യമുണ്ട്.”

“അങ്ങനെ സാമാന്യവൽക്കരിക്കാമോ?”

“ഏയ് ഇല്ല.” ദിഗ്വിജയൻ ഗൗരവമഭിനയിച്ചു. അവൾ അവനെത്തന്നെ നോക്കിക്കൊണ്ടിരുന്നു.

ആഴം കുറഞ്ഞയിടത്തുനിന്ന്, കാലിലെ മുറിവിൽ മീനുകൾ കൊത്തിത്തുടങ്ങിയത് ആസ്വദിച്ചുകൊണ്ട് ദിഗ്വിജയൻ പറഞ്ഞു: “ഒരു തിരക്കുള്ള ഹൈവേയിൽ ഫ്ളൈ ഓവറുകൾ പണിയാൻ സാങ്കേതിക വിദഗ്ധർ പഴുതുകൾ തിരയുമ്പോൾ നടുറോട്ടിൽ തങ്ങളുടെ ഇൻഡിജെനസ്സ് ഉന്തുവണ്ടികൾ ഉരുട്ടിക്കളിക്കാൻ അനുവദിക്കാതിരിക്കുന്നതും ചിലയിടങ്ങളിൽ ടാറിടാതെ കട്ടറോഡാക്കി സ്വത്വഗൃഹാതുരത്വം നിലനിറുത്താത്തതും കൊടിയ ഹിംസയാണെന്ന് ഒരുകൂട്ടം ആളുകൾ ഒന്നടങ്കം പ്രലപിച്ചെന്നു കരുതി അത് വിലകുറഞ്ഞ ഒരു തമാശയല്ലാതെ മറ്റൊന്നുമാകുന്നില്ല. മതത്തിന്റെതന്നെ അടിത്തറ മാന്തി ഫെമിനിസവും ക്വീർരാഷ്ട്രീയവും പച്ചപിടിക്കുമ്പോൾ അതിനിടയിൽ തങ്ങളുടെ അനുഗ്രഹാശിസ്സുകളുള്ള സ്ത്രീപക്ഷവും ഭിന്നരതിപക്ഷവുമായി മതപുരുഷന്മാർ ഉദയം ചെയ്തിരുന്നത് പുതിയ വേട്ട രീതിയായിരുന്നു. മുഹമ്മദീയമതത്തിന്റെ സ്ത്രീവിരുദ്ധതയെ ചോദ്യം ചെയ്യാൻ ചങ്കുറപ്പുള്ള ആ മതത്തിൽ പിറന്നുവീണ സ്ത്രീയാണ് ഒരു മുഹമ്മദീയ ഫെമിനിസ്റ്റ്, അതിനെ നക്കി വെളുപ്പിക്കുന്നവളല്ല. ജൂതവേദത്തിലെ ഹോമോഫോബിയയെ എതിർക്കാൻ ശേഷിയുള്ള ജൂതനാണ് ഒരു ജൂത ഗേ, അവനൊരിക്കലും സോദോംഗോമോറയുടെ പതനം വിശുദ്ധമായി വ്യാഖ്യാനിക്കാൻ മിനക്കെടില്ല.”

അവൾ മറുത്തൊന്നും പറഞ്ഞില്ല. ദിഗ്വിജയൻ അവളുടെ പ്രതികരണം പ്രതീക്ഷിച്ചുമില്ല.

“അപ്പോൾ പറഞ്ഞുവന്നത് മൊറാലിറ്റിയെക്കുറിച്ചാണ്. ഒരു സമൂഹത്തിനും കാക്കത്തൊള്ളായിരം സ്വത്വങ്ങൾക്കനുസരിച്ച് ഓരോ മൊറാലിറ്റി ഒരിക്കലും യുക്തിസഹമല്ല. അത് സംഘർഷങ്ങളിലേക്കും അരാജകത്വത്തിലേക്കും മാത്രമേ നയിക്കൂ. സാമൂഹ്യശരിയില്ലാതെ ഒരു സമൂഹത്തിനും നിലനിൽപ്പില്ല.”

“സാമൂഹ്യശരി?”

“അതെ. യുക്തിബോധവും മാനവികതയുമാണ് സാമൂഹികശരി നിർണയിക്കുക. ഒരു മതരാഷ്ട്രത്തിലെ വിദ്യാർത്ഥികൾ മതഗ്രന്ഥം പഠിച്ചാൽ മതി. സയൻസിനു പകരം എന്ന് കൽപ്പനകൾ ഇറക്കിയാൽ

അതിനെ എതിർക്കുക പുരോഗമന സമൂഹത്തിന്റെ ഇത്തരം ശരികൾക്ക് നിരക്കാത്തതുകൊണ്ടാണ്. ഇതിനെ യുക്തിരഹിതമായ നിലപാടായി കാണും. മോറൽ റിലേറ്റിവിസ്റ്റുകൾക്ക് ഉത്തരേന്ത്യൻ ഉത്തരാധുനിക ഹിന്ദുത്വവാദി ബീഫു തിന്നുന്ന മുസൽമാനെ തല്ലിക്കൊന്നിരുന്നത് ഹിന്ദുത്വ മൊറാലിറ്റി മുൻനിർത്തി ന്യായീകരിക്കാനാകുമായിരുന്നു. പുരോഗമനസമൂഹത്തിന്റെ സാമൂഹ്യശരി അത് മനുഷ്യത്വവിരുദ്ധമായതുകൊണ്ട് അനുവദിക്കില്ല."

"ഇത് ഏകാധിപത്യത്തിലേക്ക് നയിക്കില്ലേ?" അവൾ വെള്ളത്തിൽ കാലാട്ടുന്നത് നിർത്തിയിരുന്നു.

മറുപടി പറയാതെ ദിഗ്വിജയൻ കുറച്ചുനേരം അവളെത്തന്നെ നോക്കിക്കൊണ്ടിരുന്നു. പിന്നെ പല്ലു തേയ്ക്കുന്നതും കാലിലെ മുറിവിൽ മീനുകൾ കൊത്തുന്നത് ആസ്വദിച്ചുകൊണ്ടിരുന്നതും അവസാനിപ്പിച്ച് നീന്തിച്ചെന്ന് പുഴയിലേക്കു താണ മരക്കൊമ്പിനരികിൽ വെള്ളത്തിൽ കാലിട്ടടിച്ചുനിന്ന് അവളെ നോക്കി ചെറിയൊരു ചിരിയോടെ പറഞ്ഞു. "എനിക്കിങ്ങനെ കുറേനേരം പ്രസംഗിക്കാൻ മടിയാണ്. ഇത്ര പറഞ്ഞിട്ടും നിനക്കിനിയും ബോറടിച്ചില്ലേ! എന്തായാലും ഏകാധിപത്യപരമായി ഞാനൊരു കാര്യം ചെയ്യുന്നു."

ദിഗ്വിജയൻ അവളുടെ വെള്ളത്തിലേക്ക് നീട്ടിവെച്ച കാലുകളിൽ പിടിച്ചു വലിച്ചു. "എനിക്ക് ശരിക്ക് നീന്താനറിയില്ല ഞാനില്ലാ" എന്നവൾ കുതറിക്കൊണ്ടിരുന്നെങ്കിലും അവനവളെ പുഴയിലേക്ക് വലിച്ചിട്ടു. പെട്ടെന്ന് പിടികിട്ടാതെ വെള്ളത്തിലേക്കാഴ്ന്നു പോകാൻ പോയ അവളെ ദിഗ്വിജയൻ ഉദരഭാഗത്ത് പിടിച്ചു നിർത്തി. അവളുടെ കുതറലിൽ ഇടയ്ക്കവന്റെ കൈകൾ മാർവ്വിടങ്ങളിൽ തട്ടി അവർ പരസ്പരം നോക്കി.

"അപ്പോൾ പ്രളയജലത്തിൽ നീയെങ്ങനെ നീന്തി?" അവൻ ചോദിച്ചു.

"നീന്തപ്പെട്ടതാണ്." അവൾ ചിരിച്ചു. പ്രളയം ജലവിഭ്രാന്തയാക്കിയ മാതിരിയുള്ള ഭാവം മുഖത്ത് നിന്ന് മാഞ്ഞിരുന്നു.

"ഞാൻ പഠിപ്പിക്കാം, കുറച്ചു നേരമേയെടുക്കൂ. വേറെ പണിയൊന്നുമില്ലല്ലോ വെറുതെ വൈകുന്നേരമിങ്ങനെ നേരം കൊല്ലുന്നതല്ലാതെ?" അവൻ ചോദിച്ചു. അവൾ വീണ്ടും ചിരിച്ചു.

ദിഗ്വിജയൻ അവളെ നോക്കി. പുഴയിലേക്കു ചാഞ്ഞ മരക്കൊമ്പ് അവൻ കണ്ടു. അച്ഛന്റെ തൂങ്ങിയാടുന്ന ശവം മുന്നിൽ ജലത്തിലൊരു നിഴലാട്ടമുണ്ടാക്കി. പുഴയരികിൽ ഗർഭനിരോധന ഉറകൾ അടിഞ്ഞിട്ടില്ലായിരുന്നു. ഓലപ്പുരയ്ക്കകത്ത് പുഴയോളം ഗഹനതയുള്ള നോട്ടവുമായി അമ്മ ഒരു കഴുക്കോലിൽ ഞാന്നുതൂങ്ങുന്നത്

ഭാവന ചെയ്തു. അവൻ നീന്താൻ തുടങ്ങി. ആകാശത്ത് ഭൂമിയെ വലയകേന്ദ്രത്തിലാക്കിയ നക്ഷത്രത്തിന്റെ അസ്തമനകിരണങ്ങളിൽ അവന്റെ കറുത്ത പിൻവശവും കൈകളും ഒഴുക്കിനൊത്ത് ചെരിഞ്ഞു. ഇടയ്ക്കെപ്പോഴോ തിരിഞ്ഞുനിന്ന് അവളോട് പറഞ്ഞു.

“പേടിക്കണ്ട. പൂർവികരുടെ ശ്വാസമുണ്ട് ഓരോ ജലകണത്തിനും. ഇങ്ങനെ നീന്തിത്തുടങ്ങൂ.”

അവളും സാവധാനം വെള്ളത്തിൽ കാലിട്ടടിക്കാൻ തുടങ്ങി. ആ പ്രളയാനന്തരനീരാട്ട് ആസ്വദിച്ചുകൊണ്ടിരിക്കെ അവൾ ദിഗ്വിജയനെ മറന്നു. ഉന്മാദമാർന്നൊരു ജലധി കൈവന്നു അവൾക്കപ്പോൾ. ഇടയ്ക്കെപ്പോഴോ തലയുയർത്തി നോക്കിയപ്പോൾ ദിഗ്വിജയൻ കൺവരകളുടെ അങ്ങേയറ്റത്തെത്തിയിരുന്നു. അവന്റെ കറുത്ത പിൻവശത്തിനും ഇരുകൈകൾക്കുമരികെ ജലശലഭങ്ങളുയർന്നു. അന്തരീക്ഷം ഇരുണ്ടിരുന്നു. അവനു മുന്നിൽ പുതുനക്ഷത്രം ആഴിപ്പരപ്പിലേക്ക് രഥചക്രമാഴ്ത്തി. ഒടുവിൽ അവനും ചക്രവാളത്തിനപ്പുറം നേരിയൊരു സിന്ദൂരച്ചാർത്ത് മാത്രമായി, പിന്നെ പാടേ അലിഞ്ഞുപോയി.

നീർനായയുടെ കൺകനലുകൾ: ഒരു സ്വപ്നസംഗ്രഹം

പകുതി ജലത്തിലും പകുതി വായുവിലും നിന്ന് ആത്മഹത്യ ചെയ്യുക എന്ത് വിചിത്രമായ അനുഭവമായിരിക്കുമെന്ന ചിന്തയിൽ ബാലകൃഷ്ണൻ പിടഞ്ഞു. നീണ്ട സ്വപ്നത്തിൽനിന്നും പകപ്പോടെ യുണർന്നു. പുഴവെള്ളത്തിലേക്ക് നീട്ടിവെച്ച തന്റെ കാലിനു ചുറ്റും പുഴയിലേക്കു ചാഞ്ഞ മരക്കൊമ്പിൽ കെട്ടി ഞാന്നു ചത്ത അച്ഛൻ മരിക്കുംനേരം വരച്ച ജലരേഖകളും തിരിച്ചറിയാനാകാത്ത പിട യ്ക്കുന്ന വെപ്രാളലിപികളും ചെറിയ ഓളങ്ങളുയർത്തി. തണുത്ത ഒരിളംകാറ്റു വീശി. കാലിൽ ഒരുപറ്റം മീനുകൾ ഇടതടവിട്ട് താള ത്തിൽ കൊത്തിക്കൊണ്ടിരുന്നു. നിലാവ് ഈങ്ങാച്ചെടികൾക്കിട യിലൂടെ പുഴവെള്ളത്തിലേക്ക് അരിച്ചിറങ്ങിക്കൊണ്ടിരുന്നു. അർദ്ധ ചന്ദ്രബിംബം പുഴയോരത്തെ പഞ്ഞിച്ചെടികൾക്കു മീതെ മങ്ങി പ്പരന്നു.

അത്രയും സുദീർഘവും അവിശ്വസനീയമാംവിധം വിഭ്രമാത്മ കവുമായ ഒരു സ്വപ്നത്തിൽ ജീവിക്കുകയായിരുന്നു താൻ കഴിഞ്ഞ മണിക്കൂറുകളിലത്രയുമെന്ന് ഉൾക്കൊള്ളാൻ ബാലകൃഷ്ണനായില്ല. പലതവണ സ്വയം നുള്ളുകയും ഇരുട്ടിലേക്കും പഞ്ഞിച്ചെടികൾക്കു മീതെ വീണ മങ്ങിയ നിലാവെളിച്ചത്തിലേക്കും കണ്ണു കൂർപ്പിക്കു കയും ചെയ്തു. കൺവരകളുടെ എല്ലാ ദിശാസൂചികൾക്കുമപ്പുറം, അത്രനേരം വരെയും താൻ അധിവസിച്ചിരുന്നുവെന്ന് ചിന്തിക്കുക പ്രയാസകരമായിരുന്നു. ചിതറിയതും അടുക്കിവെക്കുമ്പോൾ പൊട്ടി പ്പോയ ഒരു വെള്ളിച്ചിൽശിൽപ്പമായി രൂപം തോന്നുന്നതുമായ ഭാവന യുടെ കുപ്പിച്ചീൾപ്പൊട്ടുകളെപ്പറ്റി അവനോർത്തു. എത്രവേഗം അതൊടുങ്ങിത്തീർന്നുവെന്നും. താൻ അമ്മയ്ക്കൊപ്പം ടാക്കീസി ലേക്ക് വന്നതാണെന്നും അമ്മ വഴിവക്കിൽവെച്ച് വീട്ടിലേക്ക് ഒറ്റയ്ക്ക് പോകാൻ പറഞ്ഞയച്ചതാണെന്നും പാറക്കെട്ടിനു മീതെ കെടുത്തി

വെച്ച ഓലച്ചൂട്ട് അവനെയോർമ്മിപ്പിച്ചു. സ്വപ്നാടനത്തിൽ താനത് പുഴവെള്ളത്തിലേക്ക് വലിച്ചെറിഞ്ഞതും അത് ശബ്ദമുണ്ടാക്കി ക്കൊണ്ട് സുന്ദരമായി കേട്ടതും അവനോർത്തു, ഒഴുക്കിലേക്കെടുത്തു ചാടിയതും.

കെടുത്തിയ ചൂട്ട് വെച്ച പാറക്കെട്ടിലേക്ക് ഒരു നീർനായ വെള്ള ത്തിൽനിന്നും പെട്ടെന്ന് ഉയർന്നുചാടിയത് അവനെ ഭയപ്പെടുത്തി. അത് അവനെ നോക്കിയില്ല. മങ്ങിയ നിലാവു പരന്ന ഈങ്ങാച്ചെടി കൾക്കിടയിലേക്ക് അത് തറപ്പിച്ചു നോക്കിക്കൊണ്ടിരുന്നു. നീർനായ യുടെ കണ്ണുകളിലേക്ക് നോക്കാൻ അവന് ഭയമായി, ശരീരം കൊലു ന്നനെ വിറച്ചു. അച്ഛനെ ഓർമ്മ വന്നു. പകുതി ജലത്തിലും പകുതി വായുവിലും ആത്മഹത്യ ചെയ്യുന്ന അനുഭവത്തിന്റെ വൈചിത്രം കാലുകളെ അനക്കാതാക്കി. പേടികൊണ്ട് തനിക്കനങ്ങാനാകാത്ത തായി അവന് അനുഭവപ്പെട്ടു. ഉറക്കെ കരയാൻ ശ്രമിച്ചെങ്കിലും ശബ്ദം പുറത്തേക്ക് വന്നില്ല.

പെട്ടെന്ന് വിറയ്ക്കുന്ന തോളിൽ ഒരു കൈ പതിഞ്ഞത് അവന്റെ ഭയത്തിന് ആക്കം കൂട്ടി. മിഴിഞ്ഞുപോയ കണ്ണുകളോടെ അവൻ പിറകോട്ട് കഴുത്തു വെട്ടിച്ചു.

“മോനേ, പൊരെപ്പോയിക്കില്ലേ ഇഞ്ഞി?” അമ്മ ചോദിച്ചു.

“ഇല്ല.” വാക്ക് ഇരമ്പി വരുന്നതായി അവനു തോന്നി. തൊണ്ട യിൽ നിന്നൊരലർച്ചയും. ഒരു കെട്ടിപ്പിടുത്തമായിരുന്നു അവന മ്മയെ, അമ്മയുടെ നനഞ്ഞതും വഴുക്കുന്നതുമായ ബ്ലൗസിലേക്ക് അറപ്പൊന്നും കൂടാതെ മുഖമമർത്തിവെച്ച് കുഞ്ഞിലെയെന്നപോലെ അവനഭയം തേടി. വിതുമ്പിക്കൊണ്ടിരിക്കെ അച്ഛനെയും തന്നെയും ഒരുപോലെ അലട്ടിയ അമ്മ തേവിടിശ്ശിയെന്ന സമസ്യ അവനെ വിട്ടുപോയിരുന്നു. അപ്പോൾ പ്രപഞ്ചത്തിന്റെ ഏതു കോണുകളിൽ ഒളിച്ചാലും കിട്ടാവുന്നതിലപ്പുറം സുഖദവും സുരക്ഷിതവുമായി രുന്നു അമ്മയുടെ ആ ഉറുമ്പടക്കിപ്പിടുത്തം.

“കരേല്ലെടാ ചെക്കാ, ഞ്ഞ്യേന്തോ കണ്ട് പേടിച്ച് പോയി. ബാ പൊരേപ്പോകാം, ഉപ്പും മൊളഗും അടുപ്പിലുയിഞ്ഞിടട്ടെ.”

അവരവനെ ചേർത്തുപിടിച്ച് ചൂട്ടു കത്തിക്കാതെ ശ്രദ്ധയോടെ അടിവെച്ചു. തന്റെ പായയിൽ അവരവനെ കിടത്തി. അവർ അടു പ്പിൽ ഉഴിഞ്ഞിട്ട ഉപ്പും മുളകും എരിയുന്ന കനലിലും ചിമ്മിനിവിള ക്കിന്റെ ഉലയുന്ന നാളത്തിലും നീർനായയുടെ കണ്ണുകളിൽ തെളിഞ്ഞ അച്ഛന്റെ തീയെരിയുന്ന കണ്ണുകൾ അവൻ കണ്ടു. അപ്പോഴൊ ക്കെയും അവനവരെ അമർത്തി കെട്ടിപ്പിടിക്കുകയും ചെയ്തു.

ആ രാത്രിക്കുശേഷം അമ്മയും മകനും തമ്മിൽ അച്ഛന്റേതിനു തുല്യമായ ഒരു മൗനമുണ്ടായി. അവരുടെ ലോകത്തെക്കുറിച്ചുള്ള

തന്റെ സ്വാർത്ഥതയും ശങ്കാശീലവും അടക്കിവെക്കാൻ പോകെ പ്പോകെ അവൻ പാകതയാർജിച്ചു.

* * *

ഇപ്പോൾ, ഏകദേശം മുപ്പത്തിയഞ്ചു വർഷങ്ങൾക്കുശേഷം കുട്ടിക്കാലത്തെ ആ അതിവിചിത്രസ്വപ്നത്തിന്റെ ചില്ലടരുകളെ ഒത്തുവെച്ച് വായിക്കുമ്പോൾ തന്റെ അവിശ്വസനീയതയെക്കുറിച്ച് ബാലകൃഷ്ണൻ പ്രത്യേകം ചിന്തിക്കുകയുണ്ടായി. തൊണ്ണൂറുകളിൽ ബാലകൗമാരം ചിലവിട്ട ഒരു മലയാളിപ്പുലയച്ചെറുക്കനുണ്ടായ സ്വപ്നാടനത്തെപ്പറ്റി പറഞ്ഞപ്പോൾ മാർക്സിസ്റ്റ് സൗന്ദര്യാരാധകൻ കളിയാക്കിച്ചിരിച്ചത് അയാളോർത്തു. അത്തരമൊരു അസംഭവ്യമായ പശ്ചാത്തലത്തിൽ എഴുതാൻ പോകുന്ന നോവലിനുണ്ടായേക്കാവുന്ന അതിഭാവുകത്വസ്വഭാവത്തെപ്പറ്റി അയാൾ വാചാലനായതും. ഫാദർ ലിറ്റിൽ ടോമിന്റെ കഥാപാത്രവൽക്കരണത്തിൽ ഹാർഡി കാണിച്ച കൈയടക്കത്തെപ്പറ്റി അയാളെഴുതിയ നിരൂപണം വായിച്ചതും ബാലകൃഷ്ണനോർത്തു.

അരനൂറ്റാണ്ടോളം തുറുങ്കിൽ കിടന്ന രാധയും അതിർത്തികൾക്കിരുവശം നിന്ന് ചുംബിക്കുന്ന അവരുടെ പ്രണയവും സ്തോഭജനകമല്ലാതെ മറ്റെന്ത്? ചക്രവ്യൂഹത്തിലകപ്പെട്ട പുരാണയോദ്ധാവ് ഗദ കറക്കി അഭ്യാസപ്രകടനത്തിലെന്നതുപോലെ മരണമെത്തുന്നതറിയാതെ നിലയുറപ്പിക്കവെ ശരവേഗം കുതിച്ചെത്തിയൊരസ്ത്രമേറ്റ് അയാളുടെ ഗദ കൈകൾ വിട്ട് കുതിച്ചേടത്തു നിന്ന് നേർരേഖയിൽ തെറിച്ചുപോകുന്നതുപോലെ സൂര്യഗോപുരത്തിൽനിന്നും പൊട്ടുപോലലിഞ്ഞു പോകുന്ന ഭൂമിയും അവളുടെ മൃതിഭേദകവശീകരണവും എത്രത്തോളം കപടോക്തിയുടെ കലാവിന്യാസമാണ്? മംഗലപുത്രന്റെ വരവും യന്ത്രമനുഷ്യന്റെ മൗലികതയുള്ള മരണവും അതിലുപരി വൈദികരാഷ്ട്രമാകുന്ന ഭാരതവും എത്രകണ്ട് മധ്യമമായൊരു ജഡശാസ്ത്രവാദവും രാഷ്ട്രീയവീക്ഷണവും മാത്രമാണ്? മുഹമ്മദീയ വംശഹത്യ ഭാരതത്തിൽ സംഭവിക്കുമെന്ന ഭീതിവ്യാപാരം 2050ലെ കൂട്ടക്കൊലയെ ഭാവന ചെയ്യിച്ചത് ആര് മലയാളിയുടെ സാംസ്കാരിക പരിസരത്തേക്ക് നുഴഞ്ഞുകയറിയതിന്റെ ഫലമായിരുന്നു?

തനിക്കുതന്നെ അതൊക്കെയും അവിശ്വസനീയമായിത്തോന്നിയതിനുപിന്നിൽ മനസ്സിന്റെ ഉൾക്കാമ്പിലെവിടെയെങ്കിലും പറ്റിച്ചേർന്നു കിടന്ന തന്നെപ്പോലൊരുവന് അത്തരമൊരു ഭാവന അസാധ്യമെന്ന ചിന്ത ഉരുത്തിരിയുന്നതിന്റെ രാഷ്ട്രീയത്തെപ്പറ്റി ബാലകൃഷ്ണൻ ചിന്തിച്ചു. ആഴമുള്ള മുറിവുകൾ ഉണങ്ങുമ്പോൾ

പഴയ കലകൾ വെളുത്ത ചുണങ്ങുകളായി മുറിവിനു മീതെ നിറഞ്ഞു നിൽക്കുന്നതുപോലെ. അവ നീക്കം ചെയ്യാതിരിക്കുന്തോറും പഴുപ്പ് കൂടുതൽ ഉള്ളിലേക്കിറങ്ങിക്കൊണ്ടിരിക്കുന്നു. ഇത്രയൊക്കെയേ അന്നത്തെ അയിത്തക്കാരന് പറ്റൂ എന്ന മുൻവിധിയുടെ ചലം. ആര്യ ലോകത്തെ ദിഗ്വിജയനാകുന്നതിനോട് അത് അത്ഭുതം കൂറുന്നു. സംസ്കൃതവുമായി സ്വാഭാവികമായും പുലയബന്ധമില്ലാതിരുന്നിട്ടും ദിഗ്വിജയനെന്ന പേര് അന്ന് മനസ്സിലെങ്ങനെ ഉടക്കിനിന്നുവെന്ന് ബാലകൃഷ്ണൻ അതിശയിച്ചു. ആനന്ദിന്റെ തലപെരുത്ത, ജാതി യില്ലാത്ത പല ഉടലുകളുടെയും ചിന്തയുടെ കനലുകൾ ഒരു പുലയ നിലുമാളുമ്പോൾ ഉരുത്തിരിയുന്ന കലയിലെ അതിഭാവുകത്വം തൽ ക്കാലം അതിഷ്ടപ്പെടാത്ത വായനക്കാർ സഹിക്കട്ടെയെന്ന് അയാൾ കരുതി. അയാളുടെ കലാബോധം കുറേക്കൂടി ഭ്രാന്തവും ശിഥിലവും നൈതികബദ്ധവും കലയാണെന്നതിനെക്കുറിച്ചു തന്നെ ബോധ മില്ലാത്തതും പദഭംഗിക്കാരുടെ ചിട്ടയായ മതാത്മകവും രാഷ്ട്രീയ ശരിപരവും മാത്രമായ വായനകളോട് മുഖം തിരിക്കുന്നതുമായി രുന്നു.

■